आपल्या स्नेहीजनांना पुस्तके भेट द्या

'TEACH YOURSELF BE A GREAT DAD'
या इंग्रजी पुस्तकाचा अनुवाद

असा असावा 'बाप'

अँड्र्यू वॉटसन

अनुवाद
सुनीति काणे

मेहता पब्लिशिंग हाऊस

Please contact us at **Mehta Publishing House,** Pune 411030.
✆ +91 020-24476924 / 24460313 / Mob. No. 9545000513
Email : production@mehtapublishinghouse.com
Website : www.mehtapublishinghouse.com

- *या पुस्तकातील लेखकाची मते, घटना, वर्णने ही त्या लेखकाची असून त्याच्याशी प्रकाशक सहमत असतीलच असे नाही.*

TEACH YOURSELF BE A GREAT DAD by ANDREW WATSON

First Published in UK 2010 by Hodder Education,
part of Hachette Livre UK 338 Euston Road,
London, NW 1 3BH
www.hoddereducation.co.uk
Translated into Marathi Language by Suneeti Kane

असा असावा 'बाप' / मार्गदर्शनपर

अनुवाद : सुनीति काणे

Email : author@mehtapublishinghouse.com

मराठी अनुवादाचे व प्रकाशनाचे हक्क : मेहता पब्लिशिंग हाऊस, पुणे.

प्रकाशक : सुनील अनिल मेहता, मेहता पब्लिशिंग हाऊस,
१९४१, सदाशिव पेठ, माडीवाले कॉलनी, पुणे – ४११०३०.

मुद्रक : ट्रिनिटी अॅकॅडमी फॉर कॉर्पोरेट ट्रेनिंग लिमिटेड

मुखपृष्ठ : मेहता पब्लिशिंग हाऊस

किंमत : ₹ ३९५

P Book ISBN 9789391151980
E Book ISBN 9789391151003
E Books available on : amazonkindle Apple Books Google Play Books

---

हे पुस्तक माझ्या पालकांना
आणि
माझी पत्नी झो'इ
यांना समर्पित

लेखकाशी भेट

पितृत्वाबद्दल पुस्तकातून शिकणं हे काहीसं पुस्तकातून लौकिक अनुभवाबद्दल शिकण्यासारखंच म्हटलं पाहिजे. माझ्या तरुणाईच्या अनुभवावरून मी ठामपणे सांगू शकतो, की कितीही वाचन केलं तरी प्रत्यक्ष अनुभव हा त्या पलीकडलाच असतो.

माझ्या पत्नीला दिवस गेले, तेव्हा तिनं तिच्या पलंगाजवळ शिशुसंगोपनाबद्दलची मोहक रंगातली अनेक पुस्तकं आणून ठेवली आणि त्यांचं अनेकवार वाचन केलं; परंतु मी स्वत:साठी जेव्हा पितृत्वाबद्दल मार्गदर्शन करणाऱ्या पुस्तकांचा शोध घेऊ लागलो, तेव्हा त्यातली बहुतांश पुस्तकं एकतर माता-पिता या दोहोंसाठीची आणि अत्यंत रटाळ तरी होती किंवा मला पितृत्व निभावण्यापेक्षा कोपऱ्यावरच्या पबमध्ये चकाट्या पिटण्यातच अधिक रस असणार, असं गृहीत धरून लिहिलेली कोरडी मासिकं तरी होती. त्यातून पितृत्वाच्या थरारक अनुभवाचं दर्शन होणं केवळ अशक्य होतं.

मार्गदर्शक पुस्तकांना मी अजिबात उणं लेखू इच्छित नाही. प्रत्येकानं असं निदान एक तरी पुस्तक जवळ ठेवायला हवं. असे संदर्भग्रंथ अत्यंत माहितीपूर्ण, विश्वासार्ह आणि उपयुक्त असतात आणि गर्भारपण आणि त्यानंतरचा काळ यांसाठी उत्तम मार्गदर्शन करून आश्वस्त करणारे असतात.

परंतु, बाळाला अंघोळ कशी घालावी, पिटुकल्यांच्या आक्रस्ताळेपणाला कसं तोंड द्यावं किंवा पन्नास पावलांवरून कांजण्यांचं पुरळ कसं ओळखावं, याबद्दलच्या वस्तुनिष्ठ सल्ल्यांखेरीज मला पितृत्व भावनेबद्दलसुद्धा जाणून घ्यायची इच्छा होती; कारण हा अनुभव शारीरिक पातळीपेक्षा मानसिक पातळीवर अधिक महत्त्वाचा असणार हे मी जाणून होतो आणि प्रत्येक पान वाचताना माझं लक्ष केंद्रित करून घेण्याची गरज नाही, हे जाणणाऱ्या कुणाकडून तरी मला हे मानसिक पातळीवरचे अनुभव आणि भावना ऐकण्यात रस होता. मला वॉशिंग मशीनसुद्धा वापरता येणार नाही, असं गृहीत धरणाऱ्या लेखकाकडून मला तरल भावनांबद्दल ऐकण्यात काडीचंही गम्य वाटत नव्हतं.

ही दरी भरून काढणारं पुस्तक मला हवं होतं. मला माहिती तर हवीच होती; पण त्याबरोबरच ती पुरवणारा लेखक मी खरोखरच पितृत्वानुभव घेण्यासाठी उत्सुक आहे, ही वस्तुस्थिती गृहीत धरणारा हवा होता. आणि वस्तुनिष्ठ ज्ञान आणि प्रत्यक्ष भावानुभव यात खूप दरी असते, हे मी माझ्या पत्नीच्या उदाहरणावरून प्रत्यक्ष पाहिलं होतं. ती एक ज्ञानवंत डॉक्टर होती; परंतु तिला दिवस गेल्याबरोबर तिचं अनुभवी डॉक्टरमधून घाबरून गेलेल्या पहिलटकरणीमध्ये रूपांतर होऊन गेलं होतं आणि आमच्या पहिल्या कन्येच्या जन्मापूर्वी अनेक महिने हे परिवर्तन घडलं होतं.

मी कितीही शोध घेतला, तरी ज्ञान आणि भावानुभव यातील दरी भरून काढणारं पुस्तक काही मला सापडेना. आता मात्र प्रथम माझ्या कन्येच्या आणि त्यानंतर माझ्या पुत्राच्या आगमनामुळे मला पितृत्व भावनेचा खराखुरा अनुभव घेता आला आहे आणि हे पुस्तक लिहिण्याच्या प्रक्रियेत मला आणखी अनेक पित्यांशी संवाद साधून त्यांच्या-माझ्या अनुभवांची देवाण-घेवाण करणं शक्य झालं आहे. त्यामुळे ज्ञानातही भर घालणं शक्य झालंय. यातले बरेचसे अनुभवाचे बोल असले तरी पहाटे तीन वाजता तुम्ही काळजी आणि वैफल्यानं त्रस्त झालेले असता, तेव्हा हा सारासार विचार तुम्हाला सोडून गेलेला असतो.

मूल वाढवणं हा फार मोठा वैयक्तिक अनुभव असतो. प्रत्येकाच्या सभोवतालची परिस्थिती भिन्न असते आणि उत्तम पिता होण्याची एक ठरावीक रीत कधीही असत नाही. त्यामुळे या पुस्तकातली प्रत्येक गोष्ट तुम्हाला पटेलच, असं आजिबात नाही आणि पित्याची भूमिका इतकी विविध पैलूंची असते, की त्या साऱ्या पैलूंचा मला या पुस्तकात परामर्श घेता येणं शक्य नाही. त्याऐवजी हे पुस्तक लिहिण्यामागचा माझा हेतू आहे, की तुम्हाला पुरेशी माहिती द्यावी आणि तुमच्यात पुरेसा आत्मविश्वास निर्माण करावा आणि तुम्हाला तुमचं स्वत:चं मत बनवण्याठी आत्मनिर्भर वाटावं.

मी प्रारंभीच म्हटलं त्याप्रमाणे पितृत्व भावना किंवा पितृत्वाचा अनुभव याबद्दल सांगणं सोपं नाही. आणि त्यासाठी सिद्धान्तापेक्षा प्रत्यक्ष अनुभव जास्त महत्त्वाचा असतो. माझी एवढीच आशा आहे, की पिता झाल्यावर तुम्ही इतक्या आनंदाचा अनुभव घ्याल, की आपली भूमिका आपण योग्य प्रकारे निभावतोय की नाही याची चिंता करायची तुमच्यावर वेळच येणार नाही.

– अँड्र्यू वॉटसन
लंडन, २०१०

१

फक्त एक मिनिट आहे?

तुमच्या अपत्याचा, पुरुष-भूमिकेचा प्रथम आदर्श असणार आहात तुम्ही स्वत:! तुमच्या अपत्याची जडण-घडण करणारी तुम्ही महत्त्वाची व्यक्ती असणार आहात, त्यामुळे तुमच्या वर्तणुकीतून कोणत्या नीतिमूल्यांचं दर्शन तुम्ही घडवता आहात, याबाबत दक्षता बाळगा.

संधी मिळाली, तर तुमच्या पत्नीएवढ्याच उत्तम प्रकारे तुम्हीसुद्धा तुमच्या बाळाची काळजी घेऊ शकाल. शिशुसंगोपनातील तुमचा सहभाग अत्यंत मोलाचा ठरतो, त्यामुळे सुरुवातीपासूनच बाळाची काळजी घेण्याची प्रत्येक संधी सत्कारणी लावा. सुरुवातीच्या काळात विशेषत: आणि नंतर सुद्धा पिता म्हणून जमेल तितकं तुमच्या पत्नीला साहाय्य करणं ही तुमची प्रमुख भूमिका असणार आहे. तिला मदत करणं आणि दिलासा देणं तुमच्याइतकं अन्य कुणालाही शक्य होणार नाही.

* वैद्यकीय तज्ज्ञांशी बोलताना बिचकू नका. तुम्हाला कोणत्याही बाबीबद्दल शंका किंवा काळजी वाटत असेल तर त्यांना मोकळेपणानं प्रश्न विचारून शंकानिरसन करून घ्या.
* मूल वाढवण्याची एकच सुयोग्य पद्धत कधीही असत नाही. तुम्हाला दिला गेलेला ढीगभर सल्ला तारतम्यानं तपासून, तुमच्या मुलासाठी योग्य ती पद्धत निवडा.
* आपली आर्थिक स्थिती ओळखून सूज्ञपणे खर्च करा. इच्छा आणि आवश्यकता यातला फरक ओळखा आणि त्याबाबत आपल्या पत्नीशी चर्चा करून संयुक्तपणे निर्णय घ्या.
* शिस्तीबाबतचे नियम प्रेमाच्या पायावर उभारलेले असूद्या. हे नियम तुमच्या इच्छेखातर नव्हे; तर तुमच्या अपत्याच्या भल्यासाठी केलेले असावेत आणि त्या नियमांच्या अंमलबजावणीत सुस्पष्टपणा आणि सुसंगती असावी.
* शिशुसंगोपन ही अवघड गोष्ट आहे, त्यामुळे चूक घडली तर स्वत:ला किंवा पत्नीला अवाजवी दूषणं देऊ नका.

* तुम्हाला शारीरिक आणि भावनिक शीण आलेला असला तरी पालकत्व निभावताना तुमच्या अंगी जो जोम संचारेल, तो आश्चर्यकारक असेल.
* आपल्या अपत्याला सुरक्षित कोशात ठेवण्याची तुम्हाला कितीही ओढ वाटली, तरी तुमचं मूल वास्तव जगातच मोठं होणार आहे, त्यामुळे खोट्या स्तुतीनं भावनिक आधार देणं किंवा अपयशापासून संरक्षण देणं अशा गोष्टी टाळा.
* तुमच्या अपत्याच्या प्रगतीची तुलना इतर मुलांच्या प्रगतीशी करण्याचा मोह टाळा. बहुसंख्य मुलांची प्रगती वेगवेगळ्या वेगानं होत असली, तरी अखेरीस त्यांच्या प्रगतीचा टप्पा एकमेकांपेक्षा फारसा वेगळा नसतो.
* शिशुसंगोपनाएवढी महत्त्वाची इतर कामं फारच कमी असतात, त्यामुळे त्याबाबत काळजी वाटणं अगदी स्वाभाविक आहे. परंतु शिशुसंगोपनानं लाभणाऱ्या समाधानाची बरोबरी इतर कोणत्याही गोष्टीनं होत नाही.

फक्त एक मिनिट आहे?

* पिता या नात्यानं तुमच्या अपत्याचा तुम्ही प्रमुख आदर्श पुरुष असणार आहात. तुमच्या अपत्याच्या वर्तनावर तुमच्या स्वतःच्या वर्तनाचा जबरदस्त प्रभाव पडणार आहे, त्यामुळे कसं वागायचं हे तुम्ही केवळ तोंडी सांगून भागणार नाही. तुम्ही स्वतःच्या वर्तणुकीनं त्यांना वस्तुपाठ दिला पाहिजे, त्यामुळे तुमच्या वागणुकीतून तुम्ही कोणती नीतिमूल्यं शिकवत आहात याबद्दल काळजी घ्या.
* आई आणि वडील यांच्या पारंपरिक आणि कालबाह्य भूमिका बाजूला सारा. प्रत्यक्ष जन्म देणं आणि अपत्याला स्तनपान देणं याखेरीज बाकीची सर्व शिशुसंगोपनाची कामं तुम्ही तुमच्या पत्नीएवढ्याच सफाईनं करू शकता. त्यामुळं सुरुवातीपासूनच शिशुसंगोपनात सहभागी व्हा म्हणजे ह्या कार्यात तुम्ही भावनिकरीत्या गुंताल. तुमच्या मुलाच्या संगोपनात तुमची भूमिका अत्यंत महत्त्वाची आणि आगळीवेगळी असते आणि हे दिवस पुन्हा परत येत नसतात.
* पालकत्वाची जबाबदारी प्रथमच पार पाडत असताना खूप धास्ती वाटत असते. क्षणोक्षणी अडचणी उभ्या राहू शकतात. त्यामुळे तुमच्या डॉक्टरचा किंवा नर्सचा सल्ला घ्यायला संकोच करू नका. सल्ला देणं हे त्यांचं प्रमुख काम आहे.
* नव्यानं आई-बाप झालेल्या दांपत्यावर चहूकडून सल्ल्यांचा भडिमार होत असतो. मूल वाढवण्याची योग्य अशी एकच रीत कधीही असत नाही, म्हणून मिळालेल्या सल्ल्यांची सूज्ञपणे छाननी करा आणि आपल्या मुलाला वाढवताना कोणतं धोरण अवलंबायचं हे तारतम्यानं ठरवा.
* गर्भारपण आणि अपत्यजन्म यामुळे तुमच्या पत्नीला प्रचंड शारीरिक शीण आलेला असणार आहे, त्यामुळेच भावनिकदृष्ट्यासुद्धा ती हळक आणि हळवी झालेली असेल. तिच्या गर्भारपणात आणि अपत्यजन्मानंतर प्रारंभीच्या काही महिन्यांत तिला जमेल तेवढा आधार देणं आणि मदत करणं ही तुमची प्रमुख भूमिका असणार आहे. तुमच्या पत्नीच्या गरजा ओळखून तिला मदत आणि

दिलासा देणं, तुमच्या एवढं अन्य कुणालाही जमण्यासारखं नाही.

* शक्य तेवढ्या लवकर तुमच्या आर्थिक स्थितीचा आढावा घ्या. तुमच्या आणि पत्नीच्या नोकरीमुळे तुम्हाला मिळणारे आर्थिक फायदे आणि सवलती जमेस धरा. त्यानंतर अपत्यासाठी खरेदी करताना मोह आणि खरीखुरी गरज, यातील फरक लक्षात घ्या. आपल्या अपत्यासाठी सर्वोत्कृष्ट गोष्टी विकत घेण्याच्या इच्छेपोटी अवाजवी खर्च करू नका. बाळाच्या प्राथमिक गरजा भागवण्यासाठी अफाट खर्च करणं अजिबात आवश्यक नसतं.
* अपत्य जन्मापाठोपाठ असंख्य काळज्या जन्म घेतात. पालकत्व पार पाडताना अनेक शक्यतांची शहानिशा करणं गरजेचं वाटू लागतं. मुलाच्या जन्मापूर्वी, गर्भारपणापासूनच अनेक शक्यता भेडसावू लागतात, परंतु शारीरिक हानी आणि धोक्यांची शक्यता असलेल्या तपासण्या करून देखील प्रत्येक गोष्टीची खातरजमा करणं शक्य नसतं आणि मुलं एकदा जन्माला आली की तुम्ही त्यांना सतत सुरक्षित कोशात ठेवू शकत नाही, त्यामुळे शक्य तेवढी काळजी घेऊन बाकी आशावादीपणे दैवावर सोडणंच श्रेयस्कर ठरतं.
* तुमच्या मुलाच्या विकासाची तुलना इतर मुलांशी करण्याचा मोह निग्रहानं टाळा. सुरुवातीला पटापट शिकून अल्पावधीत प्रगतीचे टप्पे गाठल्यामुळे भविष्यात यश मिळेल असं कुठेही संशोधनानं सिद्ध झालेलं नाही. मुलांच्या प्रगतीचा वेग खूप भिन्न असला तरी शेवटी ती एकच पातळी गाठतात असं दिसून येईल.
* अपत्याला शिस्त लावताना, शिस्तीचा पाया प्रेमात रोवलेला असूद्या. शिस्त ही तुमच्या नव्हे; तर तुमच्या अपत्याच्या भल्यासाठी तुम्ही त्याला लावत आहात हे विसरू नका. शिस्तीच्या नियमांची अंमलबजावणी करताना नियमांमध्ये सातत्य व सुसंगती आहे ना याविषयी काळजी घ्या. मुलानं शिस्तीचे निकष पाळावेत म्हणून इतर सर्व सकारात्मक धोरणं प्रथम अवलंबावीत आणि नाइलाजानं, शेवटचा पर्याय म्हणून शिक्षा करावी.
* मुलाला उत्तेजन देणं आणि मार्गदर्शन करणं यासाठी कौतुक हे उपयुक्त साधन आहे; परंतु हे कौतुक यथायोग्य असावे. खोट्या स्तुतीनं मुलांना मनाची उभारी देणं घातक ठरेल, कारण बाहेरच्या जगात त्यांचं पितळ उघडं पडेल आणि तिथं त्यांना वास्तवाला सामोरं जावंच लागेल!
* कधीकधी तुमच्या पत्नीला आणि तुम्हाला प्रचंड शारीरिक आणि भावनिक शीण जाणवेल; परंतु तुमच्या ठायी असलेला खंबीरपणा पाहून तुम्ही स्वतःच थक्क व्हाल. प्रारंभी तुमचं आयुष्य बदलून गेल्यासारखं वाटलं, तरी तुम्हाला त्याची लवकरच सवय होईल. आणि त्यानंतर तर तुम्हाला या नव्या आयुष्याचीच

गोडी लागेल.

* पित्याची भूमिका पार पाडणं ही अत्यंत महत्त्वाची आणि अवघड जबाबदारी आहे. तुम्हाला त्याबद्दल साशंकता वाटणं अगदी स्वाभाविक आहे, परंतु ह्या भूमिकेची ओळख करून घेणं हा एक नवाच शैक्षणिक अनुभव असणार आहे. तुमच्या हातून अधूनमधून चुका घडणं हे अगदी स्वाभाविक आणि क्षम्य आहे, त्यामुळे चुका घडल्या, तर स्वतःला अवाजवी दोष देऊ नका. फक्त भविष्यात त्या चुका सुधारा. सर्वांत अवघड अशी आव्हानंच सर्वाधिक समाधान मिळवून देतात, हे विसरू नका. पितृत्वाइतका आनंद आणि समाधान अन्य कशानंही लाभत नसतो हे लक्षात ठेवा.

१०

फक्त दहा मिनिटे आहेत?

* तुमच्या अपत्यासाठी, पुरुष भूमिकेतील तुम्ही प्रमुख आदर्श असणार आहात. जगातील निम्म्या संख्येच्या नरजमातीचं प्रतिनिधित्व तुम्ही करत आहात. तुमच्या अपत्याच्या वर्तणुकीवर तुमच्या स्वतःच्या वर्तणुकीचा ठळक ठसा उमटणार आहे, आणि कसं वागावं याबद्दल तोंडी वस्तुपाठ देऊन भागण्याजोगं नाही. तुम्ही तुमच्या वर्तणुकीनं आदर्श घालून द्यायला हवा. तुमच्या वागणुकीतून तुमच्या नीतिमूल्यांचं दर्शन घडत असतं, हे लक्षात ठेवा. तुम्ही इतरांशी कसे वागता, कामाबद्दल आणि अर्थव्यवहारांबद्दल तुमचा कोणता दृष्टिकोन आहे, तुमच्या आयुष्यात तुमच्या कुटुंबाला तुम्ही अग्रक्रम देता किंवा नाही - या गोष्टी तुमच्या वागणुकीतून स्पष्ट होत असतात, त्यामुळे तुमच्या वर्तणुकीतून तुम्ही कोणती नीतिमूल्यं तुमच्या अपत्याला शिकवत आहात, हे लक्षात घ्या.
* संगोपनाची जबाबदारी स्त्री-पुरुष यांच्यासाठी वेगवेगळी कधीही असत नाही. सवयीनं साऱ्याच गोष्टी दोघांनाही सफाईनं करता येऊ लागतात. पिता हा अर्थार्जन करणारा आणि स्त्री ही गृहिणी म्हणून काळजी घेणारी ह्या पारंपरिक भूमिका आता कालबाह्य ठरल्या आहेत. म्हणून अगदी सुरुवातीपासूनच, बाळाची काळजी घेण्यात सहभाग घ्या. सवयीनं पितासुद्धा मातेएवढ्याच प्रेमानं आणि सफाईनं बाळाची काळजी घेऊ शकतो. जन्म देणं आणि स्तनपान देणं याखेरीज बाळाच्या अन्य सर्व गोष्टी तुमच्या पत्नीएवढ्याच कुशलतेनं तुम्ही करू शकाल.
* शिशुसंगोपनात तुम्ही मनापासून सहभाग घेतल्यामुळे तुमच्या बाळाचं भविष्य निरामय, संतुलित आणि आनंदी असणार आहे, त्यामुळे बाळाला अग्रक्रम देऊन प्रारंभापासूनच त्याच्या संगोपनात सहभाग घ्या. प्रारंभापासूनच शिशुसंगोपनात वाटा उचलला की आयुष्यभरासाठी तुमची तुमच्या अपत्यात भावनिक गुंतवणूक राहील. हातून निसटून गेलेले क्षण तुम्हाला पुन्हा मिळणार नाहीत. तुमचं मूल कायम मूलच राहणार नाही, ते लवकरच मोठं होणार आहे! म्हणून हे आनंदाचे

क्षण पुरेपूर उपभोगा.

* गर्भारपण आणि अपत्यजन्म ह्या अपरिहार्य शारीरिक प्रक्रिया आहेत. त्यात काळजीचे असंख्य क्षण येतील. अगदी निरोगी बाळं आणि मुलंसुद्धा वारंवार आजारी पडतील, त्यामुळे तुमच्या डॉक्टरचा किंवा नर्सचा सल्ला निःसंकोचपणे घ्या. तुमचं शंकानिरसन करणं हे त्यांचं मुख्य काम आहे!
* नव्यानं पालकत्व पार पाडताना चहू बाजूंनी तुमच्यावर सल्ल्यांचा, सूचनांचा भडिमार होईल. तुमचे मित्र, कुटुंबीय, प्रसारमाध्यमं तुम्हाला अनेक गोष्टींबाबत सल्ले देतील. मूल वाढवण्याची एकच सुयोग्य पद्धत कधीही असत नाही, हे लक्षात ठेवा. दिला गेलेला सल्ला सुज्ञपणे तपासून पाहा आणि तुम्हाला योग्य वाटेल त्या गोष्टीच स्वीकारा.
* पितृत्वाकडचा तुमचा प्रवास प्रामुख्याने भावनिक असला, तरी तुमच्या पत्नीला शारीरिक क्लेशसुद्धा प्रचंड प्रमाणात सोसावे लागले आहेत, त्यामुळे ती अधिक हळवी असणं स्वाभाविक आहे. अपत्यजन्माच्या शारीरिक वेदना, स्तनपानाचे कष्ट, बाळंतपणात आलेला थकवा या साऱ्यामुळे तुमची पत्नी हळवी, चिडचिडी बनलेली असणार आहे. तुमच्या पत्नीच्या गर्भारपणात आणि प्रसूतिनंतर प्रारंभीच्या काही महिन्यांत तुम्ही तिला शक्य तेवढा आधार आणि उत्तेजन देणं गरजेचं आहे. तुम्ही तुमच्या पत्नीला भावनिक, शारीरिक आधार दिलात, की तिच्या मातृत्वाच्या आनंदाला पारावार राहणार नाही आणि तिला कोणत्या आधाराची गरज आहे हे तुमच्याएवढं अन्य कुणीही ओळखू शकणार नाही.
* शक्य तेवढ्या लवकर, तुमच्या आर्थिक स्थितीचा आढावा घ्या. अपत्यजन्मासाठी तुम्हाला विविध ठिकाणांहून (नोकरी, सरकार, विमा कंपन्या) मिळणारं साहाय्य व सवलती हिशेबात धरा. आपली आयुष्याची प्रत खालावू न देता, कोणत्या खर्चांना कात्री लावता येईल, याचा विचार करा. आपलं मृत्युपत्र-इच्छापत्र बनवा. निवृत्तिवेतन नोकरीतून मिळण्याची सुविधा नसेल, तर निवृत्तिवेतन देणाऱ्या योजनांमध्ये मासिक पैसे टाकायला सुरुवात करा. ह्या सर्व गोष्टींची, आपल्या पत्नीबरोबर चर्चा करा. ज्याप्रमाणे डायपर बदलणं (लंगोट बदलणं) ही फक्त तुमच्या पत्नीचीच जबाबदारी नव्हे, त्याप्रमाणेच आर्थिक नियोजन ही फक्त तुमचीच जबाबदारी नसून ती संयुक्त जबाबदारी आहे.
* तुमच्या अपत्यासाठी खरेदी करताना मोह आणि गरज यातला फरक ओळखायला शिका. तुमच्या अपत्याच्या प्राथमिक गरजा भागवताना जाहिरातींच्या जाळ्यात फसून अवाजवी खर्च करू नका. खूप पैसे उधळले म्हणजे तुम्ही उत्तम प्रकारे पालकत्व पार पाडलंत असं नव्हे !
* अपत्यजन्मासोबतच अनेक काळज्या जन्म घेतात. मुलं जन्माला येण्यापूर्वीच

अनेक विवंचना सुरू होतात. गर्भात काही न्यून त्रुटी आहेत किंवा काय याची पूर्णपणे खातरजमा करणं अशक्य असतं. त्यासाठी शारीरिक क्लेश देणाऱ्या किंवा धोक्याच्या चाचण्या करणं गरजेच्या असतात. मुलाच्या जन्मानंतर तुम्ही त्याला संरक्षक कोशात बंदिस्त ठेवू शकत नाही. धोक्याच्या गोष्टी टाळण्याची शक्य तेवढी काळजी घेणं आणि आशावादी राहणं एवढंच आपल्या हाती असतं. आपलं मूल स्वयंपूर्ण, आत्मनिर्भर बनलेलं पाहणं हे या साऱ्या काळज्या-श्रमांना आलेलं गोमटं फळ असतं.

* आपल्या अपत्याच्या प्रगतीची तुलना अन्य मुलांशी करण्याचा मोह टाळा किंवा जलद प्रगतीसाठी आपल्या अपत्यावर दडपण आणणंही कटाक्षानं टाळा. मुलांनी प्रगतीचे टप्पे भराभर गाठले की ती भविष्यकाळात अधिक यशस्वी होतील असं संशोधनातून अजिबात सिद्ध झालेलं नाही. त्यांच्यावर दडपणं आणलं, तर त्यामुळेच नुकसान होण्याची शक्यता भरपूर असते! वेगवेगळ्या मुलांचा प्रगतीचा वेग भिन्न असला, तरी अखेरीस ती साधारणपणे एकाच पातळीवर पोहोचतात.
* शिस्तीच्या नियमांची उभारणी प्रेमाच्या पायावर केलेली असावी. शिस्तीच्या नियमांची अंमलबजावणी करताना सातत्य आणि सुसंगती असू द्यावी. त्यामुळे मुलाला नियम पाळण्याबद्दल स्पष्ट मार्गदर्शन मिळेल आणि त्याच्या मनात संदेह आणि असुरक्षितता उरणार नाही. आजूबाजूच्या जगाची ओळख करून घेताना मूल स्वाभाविकपणे या नियमांना झुगारून देण्याच्या प्रयत्न करेल. हे नियम आपल्या नव्हे, तर आपल्या अपत्याच्या भल्यासाठी आपण आखलेले असतात, त्यामुळे त्या नियमांद्वारा घालून दिलेल्या शिस्तीच्या सीमारेषा आपल्या मुलांना समजावून देणं ही पालकांची जबाबदारी ठरते.
* मुलांनी गैरवर्तन करू नये, यासाठी आपल्या वर्तणुकीतून आपण सद्वर्तनाचा वस्तुपाठ त्यांना शिकवला पाहिजे. नीट वागल्यावर त्याचं कौतुक करून त्यांना उत्तेजन दिलं पाहिजे आणि शिस्त लावताना सातत्य आणि सुसंगती राखली पाहिजे. असं असूनही मुलं चुकीचं वागली तर त्यांचं लक्ष दुसरीकडे वेधणं, अशासारख्या अन्य क्लृप्त्या प्रथम वापराव्यात आणि त्यांनीही यश मिळालं नाही तर नाइलाजानं शिक्षेचा बडगा उगारावा.
* मुलांना उत्तेजन देणं आणि मार्गदर्शन करणं यासाठी योग्य कौतुक उपयुक्त ठरतं, परंतु खोटी किंवा अवाजवी स्तुती कधीही करू नये. सरतेशेवटी त्यांना वास्तवतेचा सामना करत खऱ्या जगातच वावरायचं आहे. हे बाहेरचं जग त्यांना खोट्या स्तुतीचा भावनिक आधार देत नसतं, त्यामुळे त्यांना अपयशापासून सुरक्षित ठेवण्यासाठी अशा असत्याच्या कुबड्या वापरायला शिकवू नका.

* तुमच्या अपत्याच्या दाईचा प्रचंड प्रभाव तुमच्या अपत्यावर असणार आहे हे लक्षात ठेवा. त्यामुळे अपत्याची दाई निवडताना काळजीपूर्वक निवड करा. प्रेमानं वागून नीट वळण लावेल अशी दाई निवडा. तुम्ही स्वत: अपत्याच्या संगोपनात सहभाग घ्या. तुमचा स्वतःचा प्रभाव तुमच्या अपत्याच्या जडणघडणीवर सर्वाधिक असणार आहे.
* कधीकधी मुलाला वाढवताना तुम्ही आणि तुमची पत्नी भावनिक आणि शारीरिक दृष्ट्या पूर्णपणे थकून जाल, परंतु तुमच्या ठायीची शक्ती आणि खंबीरपणा यांची प्रचिती आली की तुम्ही स्वतःच थक्क व्हाल. अपत्यजन्मानंतर तुमचं आयुष्य पूर्णपणे बदलून गेलं, तरी तुम्ही लवकरच नव्या आयुष्याला सरावाल आणि तेच तुम्हाला आवडू लागेल.
* पालकत्व ही सर्वांत महत्त्वाची आणि जबाबदारीची भूमिका असते. तुमच्या आणि तुमच्या पत्नीच्या दृष्टीनं हा एक सर्वस्वी निराळा आणि नवाच अनुभव असतो, त्यामुळे काळजी वाटणं अगदी स्वाभाविक आहे. ही भूमिका पार पाडण्याबद्दल काळजी वाटणं, हे जबाबदारीची जाणीव असल्याचं चिन्ह आहे. कोणतीही नवी गोष्ट शिकताना आपल्या हातून काही चुका घडणं क्षम्य असतं, तसंच इथंही ते क्षम्य आहे. जोपर्यंत अशा चुका तुम्ही भविष्यात सुधारत आहात, तोवर अशा चुकांसाठी स्वतःला अवाजवी दूषण देण्याची आवश्यकता नाही, म्हणून घडलेल्या चुकांपासून बोध घ्या. स्वतःला अवाजवी दोष देऊ नका आणि पती-पत्नींनी एकमेकांची काळजी घ्या.
* पिता बनणं म्हणजे आत्मविकासाचा नवा टप्पा गाठणं होय. तुम्ही स्वतःला नव्यानं घडवायचं नाही; तुम्ही आहात त्यावरच नवा इमला रचायचा आहे. हे करणं कधी कधी अवघड वाटेल, कधी हातून चुका घडतील. नवी भूमिका अंगी रुजवण्याच्या प्रक्रियेचा हा अपरिहार्य भागच आहे. पितृत्वाची भूमिका पार पाडणं जेवढं आव्हानात्मक, तेवढंच आनंददायी आहे. त्यातून लाभणाऱ्या आनंदाची आणि समाधानाची बरोबरी अन्य कशानंही होणार नाही!

अनुक्रमणिका

१

पिता होणं याचा खराखुरा अर्थ काय?

ह्या प्रकरणात तुम्ही खालील बाबींविषयी जाणून घेणार आहात.

- *आपलं मूल कसं घडावं याबद्दलची तुमची काही इच्छा असेल. त्याबद्दलचा वस्तुपाठ तुमच्या अपत्याला तोंडी बोलून शब्दानं न देता, आपल्या वर्तणुकीतून शिकवा.*
- *मुलाबाबतच्या तुमच्या अपेक्षा वास्तवाला धरून असूद्या.*
- *पालकत्वाबाबतच्या ढीगभर सूचनांचा/सल्ल्यांचा तुमच्यावर भडिमार झालेला असेल. या सल्ल्याची सुज्ञपणे छाननी कशी करावी हे शिकून घ्या.*

जबाबदाऱ्या आणि गुणधर्म

तुम्ही मला पित्याच्या जबाबदाऱ्यांबद्दल विचारलंत, तर मी बहुधा तुम्हाला काही सर्वसाधारण कर्तव्यांबद्दल सांगेन. उदा. अपत्याचं रक्षण करणं, त्याचं पालन-पोषण करणं, त्याला शिस्त लावणं, त्याच्या शिक्षणाबद्दल, धार्मिक जडणघडणीबाबत, औषधोपचारांबद्दल निर्णय घेणं इत्यादी इत्यादी; परंतु ह्या जबाबदाऱ्या पार पाडण्यासाठी अंगी कोणते गुण असणं आवश्यक आहे, असा प्रश्न तुम्ही मला विचारलात, तर या प्रश्नाचं उत्तर मला सहजपणे देता येणार नाही.

खालील उद्‌बोधक वाक्य नजरेखालून घाला.

माझ्या वडिलांचा मुख्य गुण आहे नेहमी पार पाडणं हा. कोणत्याही परिस्थितीत ते माझ्या पाठीशी उभे राहायला चुकत नाहीत.

मायकेल- एमी आणि टॉमचा पिता

पित्याचं कर्तव्य कोणतं याबाबत आपलं मत तयार असतं. आपल्यावरील संस्कार व शिक्षण यांमुळे दररोज आपण पाहात असलेल्या विविध उदाहरणांमुळे

आपल्या या मताला आणखी पुष्टी मिळते किंवा त्यात फेरबदलही होऊ शकतो. आपले मित्र, नातेवाईक, टी.व्ही. आणि अन्य प्रसार-माध्यमं पित्याच्या कर्तव्याबाबतच्या आपल्या मतांवर आणखी ठसे उमटवत जातात. पित्याचं कर्तव्य पार पाडण्यासाठी कोणते गुण आवश्यक आहेत, याबाबत या विविध ठिकाणांहून मतं व्यक्त केली जात असतात, परंतु याबाबतच्या आपल्या समजुतीवर सर्वाधिक ठसा उमटवणारी प्रमुख व्यक्ती असते आपले स्वतःचे वडील.

अनुभवाचे बोल
तुम्ही तुमच्या वडिलांचं तंतोतंत अनुकरण करण्याची इच्छा करत असा किंवा त्यांच्यासारखं न बनण्याचा निकराचा प्रयत्न करत असा; पण पितृत्वाबद्दलच्या तुमच्या कल्पनेवर सर्वाधिक पगडा असणार आहे, तो तुमच्या वडिलांचाच!

मला उमजायला खूप वेळ लागला की, माझे वडील प्रत्यक्षात अत्यंत कुशलतेनं कारवाई करणारे होते. शिस्तीची अंमलबजावणी व्हावी, म्हणून ते आमच्या मनात अपराधीपणाची भावना निर्माण करत असत.

ख्रिश्चन- एड्रियान, केली आणि ॲलिसचा पिता

पिता या नात्यानं, कायद्याच्या दृष्टीनं तुमच्या जबाबदाऱ्या कोणत्या आहेत, हे जाणून घेण्यासाठी वेबसाईट आहे :

www.direct.gov.uk/en/parents/parentsrights/dg_4002954

तुमच्या मुलासमोरचा आदर्श

एक महत्त्वाचं सत्य विसरून चालणार नाही : ते म्हणजे तुमच्या अपत्यासमोरचा पहिला आदर्श पुरुष असणार आहे त्याचा पिता म्हणजेच तुम्ही! तुमची वर्तणूक बरी-वाईट असेल त्याप्रमाणेच तुमचं मूल घडणार आहे. मुलं ज्येष्ठांचंच अनुकरण करत असतात.

अनुभवाचे बोल

तुम्हाला महत्त्वाची वाटणारी नीतिमूल्यं तुमच्या अपत्याच्या मनावर ठसवण्यासाठी नुसता तोंडी उपदेश करून भागणार नाही. तुमच्या स्वत:च्या वर्तणुकीनं तुमच्या अपत्यापुढे आदर्शाचा वस्तुपाठ ठेवणं गरजेचं आहे.

तुमच्या मुलाच्या दृष्टीनं तुम्हीच जगातला सर्वांत शहाणा आणि सर्वांत बलवान पुरुष असणार आहात. तो केवळ तुमच्या लकबीचंच अनुकरण करून थांबणार नाही; तो तुम्ही इतरांशी कसं वागता त्याचंसुद्धा तंतोतंत अनुकरण करणार आहे.

तुमच्या मुलीशी तुमचं जे नातं निर्माण होईल, त्याचा भविष्यातील तिच्या अन्य पुरुषांशी असलेल्या नात्यावर प्रचंड प्रभाव असणार आहे! इतर पुरुषांबद्दल मत बनवताना, तुमची मुलगी तुमच्याबरोबर असलेल्या तिच्या नात्याचा उपयोग मापदंड म्हणून करणार आहे. तिचं रूप कसंही असलं तरी ती आहे तशी अत्यंत मोलाची आहे आणि तुम्हाला प्रिय आहे हे पित्याएवढं उत्तम प्रकारे तिच्या मनावर कोण बिंबवू शकणार आहे?

तुम्ही अनोळखी लोकांशी कसे वागता, तुम्ही किती चटकन वादविवाद करू लागता आणि क्षमा मागायला तुम्ही कितपत राजी असता या साऱ्या गोष्टी तुमच्या वागणुकीतून स्पष्टपणे दिसून येतात. तुमच्या वर्तणुकीतून जाणवणाऱ्या या साऱ्या गोष्टी तुमच्या अपत्याची नीतिमूल्यं घडवत असतात. मोठेपणी आपली मुलं जशी वागावीत असं तुम्हाला वाटत असेल, ती शिकवण तुम्ही आपल्या वर्तणुकीद्वारे आतापासूनच त्यांना द्यायला हवी.

'ओरडून बोलू नकोस' असं आपल्या मुलांना सांगताना, स्वत:च त्यांच्यावर ओरडणारे आईबाप पाहिले की मी नेहमीच सर्द होतो.

डॅन- ट्रिशिया आणि माइल्सचा पिता

तुम्ही कशा प्रकारची व्यक्ती आहात?

खूप मानसशास्त्रीय विश्लेषण करावं लागलं, तरी स्वत:ची नीतिमूल्यं तपासून बघण्याची आणि त्यांची बऱ्या-वाईट सदरात वर्गवारी करण्याची हीच योग्य वेळ आहे.

उदाहरण द्यायचं तर :

- *तुम्ही पेला अर्धा भरलेला आहे म्हणून आनंद मानणारी सकारात्मक व्यक्ती आहात की पेला अर्धा रिकामा आहे अशी खंत करणारी नकारात्मक मानसिकता तुम्ही बाळगता?*
- *तुम्ही ममताळूपणे वागता की तुम्हाला भावना व्यक्त करायला संकोच वाटतो?*
- *तुम्ही उत्स्फूर्तपणे वागता की - तुम्हाला चाकोरीतला, शिस्तबद्ध दिनक्रम आवडतो?*
- *तुम्हाला समाजात मिसळल्यावर चेतना लाभते की तुम्हाला एकटं राहणं प्रिय आहे?*
- *तुम्ही सतत पैशांबद्दल विवंचना करत असता का?*
- *तुम्हाला सतत भविष्यकाळाबद्दल चिंता वाटत असते की तुम्ही आला दिवस आनंदानं उपभोगता?*
- *तुम्ही आपली मतं स्पष्टपणे व्यक्त करता की तुम्ही आतल्या गाठीचे आहात?*

आपल्या स्वभावधर्माबाबत तुम्ही स्पष्टपणे जाणून घेतलंत की तुम्हाला तुमच्या स्वभावातील दुर्गुण काढून टाकायची संधी मिळेल आणि तुमच्या अपत्यावर वाईट गोष्टींचा ठसा उमटवणं टाळता येईल.

> ***माझं बालपण अतिशय खडतर होतं. त्याचा परिणाम म्हणून मी माझ्या मुलाला वाजवीपेक्षा जास्तच सुरक्षित ठेवू पाहतोय की काय, अशी मला शंका येते.***
>
> जेम्स- ॲडामचा पिता

अनुभवाचे बोल

स्वत:वर त्वरेनं मानसोपचार करून घ्या, असा सल्ला मी देत नाही. कोणत्या स्वभावाच्या व्यक्तीचा- म्हणजेच तुमचा- ठसा, दिवसागणिक, तुमच्या मुलावर उमटणार आहे याबद्दल तुम्ही जाणून घ्यावं, एवढीच माझी नम्र विनंती आहे.

समान नीतिमूल्यं आणि नवीन नीतिमूल्यं

आमचं नुकतंच लग्न झालं होतं, तेव्हा माझी आणि माझ्या पत्नीची नीतिमूल्यं

सारखीच होती. परंतु अपत्यजन्मानंतर, आई-वडील या नात्यानं अनुभव आले, तेव्हा आमच्या नीतिमूल्यांमध्ये फरक जाणवू लागले.

नेथन टी.व्ही.वर कशा प्रकारचे कार्यक्रम बघतो, याबद्दल जेस खूपच दक्ष असते, तर मी त्यानं 'प्लीज' आणि 'थँक यू' म्हणून शिष्टाचार पाळावेत, याबद्दल जागरूक असतो.

ऑलिव्हर- नेथनचा पिता

पिता म्हणून तुमचं मत काय असेल हे आधी वर्तवणं कठीण आहे, कारण पिता झाल्यावर तुमची काही नीतिमूल्यं बदलू शकतील. तुमचा दृष्टिकोन बदलू लागेल आणि त्याबरोबर तुमची मतंसुद्धा बदलतील. पित्याची जबाबदारी अंगावर पडली, की तुमच्या काही जुन्या सवयी तुम्ही नव्यानं तपासून पाहाल आणि तुमच्या बदललेल्या दृष्टिकोनातून तुम्ही स्वतःचं मूल्यमापन कराल. अंगी परिपक्वता येण्यासाठी ही गोष्ट अपरिहार्यच आहे.

आम्हा दोघांनाही चांगल्या पगाराच्या नोकऱ्या असूनही पैशांबाबत चिंता करण्याच्या माझ्या स्वभावाबद्दल इला माझी टर उडवत असे. आता, मी पैसे न उधळता जपून पैसे खर्च करतो, याचा तिला आनंद वाटतो.

कॉनर- भावी पिता

मी बाप बनणार?

बाप या नात्यानं अंगी कोणते गुण असणं आवश्यक आहे, या बाबतच्या उच्च कल्पनांनी धास्तावून जाणं अगदी स्वाभाविक आहे. तुमच्या प्रत्येक कृतीचा ठसा तुमच्या अपत्याच्या जडण-घडणीवर उमटणार आहे, हा विचार तर अत्यंत अस्वस्थ करणारा आहे. पिता म्हणून पार पाडायच्या जबाबदाऱ्यांमुळे दडपण येणं अगदी स्वाभाविक आहे. पितृत्व निभावण्याची आपली पूर्ण सिद्धता झालीच अशी खात्री कुणालाच वाटत नाही.

पिता होण्यासाठी मी पुरेसा परिपक्व किंवा सुज्ञ झालोय असं मला अजिबात वाटत नाही.

विन्स्टन- जोएल आणि अनिताचा पिता

आपण लहान असतो, तेव्हा मोठी माणसं खूप ज्ञानी आणि शक्तिमान आहेत असं आपल्याला वाटतं. पण आपण मोठे झाल्यावर आपण तसे ज्ञानी आणि बलवान झालोय असं आपल्याला अजिबात वाटत नाही. एक चमत्काराचा क्षण आला आणि आपण आत्मविश्वासानं आयुष्य जगू लागलो, असं प्रत्यक्षात कधीही घडत नसतं. आपल्या वयाबरोबर आपल्या काळज्याही वाढत जातात हेच सत्य आहे!

वास्तववादी राहा

वाईटात चांगली गोष्ट एवढीच आहे की चुका करणं तुम्हाला क्षम्य आहे! तुमच्या हातूनसुद्धा चुका घडू शकतात हे तुमच्या अपत्याला दिसणं महत्त्वाचं असतं. सरतेशेवटी तुम्ही एक मनुष्यप्राणी घडवता आहात, देव नव्हे! आणि तुमच्या अपत्याप्रमाणेच तुमच्या हातूनसुद्धा लहान-मोठ्या चुका घडणारच आहेत. हातून चुका झाल्यावर तुम्ही काय करता, जबाबदारी कशी स्वीकारता, गरज पडली तर कशा प्रकारे माफ मागता आणि मार्ग कसा काढता हे तुमच्या वर्तनावरून तुमच्या मुलांनी शिकणं महत्त्वाचं आहे.

अनुभवाचे बोल
जोवर तुम्ही घडलेल्या चुकीतून योग्य प्रकारे मार्ग काढू शकता, तोवर हातून चूक घडणं तुम्हाला क्षम्य असतं.

मतभेद झाल्यावर तुमच्या पत्नीशी तुम्ही कशा प्रकारे समेट करता; शेजाऱ्याच्या कुत्र्यानं तुमच्या बागेत घाण केल्याबद्दल अवाजवी आक्रस्ताळेपणा केल्यानंतर, तुम्ही तुमच्या शेजाऱ्याची माफी कशा प्रकारे मागता; तुमची आई राहायला येणार होती म्हणून तो विशिष्ट टी-शर्ट घालायची तुम्ही तुमच्या मुलावर जबरदस्ती केली. अशी प्रांजल कबुली तुम्ही किती उमेदपणानं देता, हे सारं कृतीनं दाखवून देऊन, तुमच्या नकारात्मक वर्तणुकीला सकारात्मकतेनं सामोरं जाऊन, तुम्ही तुमच्या मुलाला महत्त्वाचा वस्तुपाठ देत असता. तुमच्या मुलाच्या हातून भविष्यात तशा प्रकारच्या चुका झाल्या तर त्यातून मार्ग कसा काढायचा हे तुमचं मूल तुम्ही घालून दिलेल्या धड्यावरूनच शिकणार असतं.

तुम्ही केलेल्या प्रत्येक चुकीचं दर्शन तुमच्या मुलाला घडवलंच पाहिजे असं नाही. परंतु घराच्या सुरक्षित चार भिंतींआड त्यांनी हे अनुभव घेतले तर बाहेरच्या

जगात वाट्याला येणारे अनुभव पचवायची त्यांच्या अंगी क्षमता येईल हे देखील खरं!

सल्ल्याचा मारा

ज्यांना मुलं आहेत अशांना तुम्ही सांगून पाहा की, तुम्हीसुद्धा पिता बनायच्या मार्गावर आहात. तुमच्यावर ते त्यांच्या अनुभवाच्या बोलांचा भडिमार केल्यावाचून राहणार नाहीत. मग तुम्हाला तो सल्ला हवा असो की नसो! मोठं समाजप्रबोधन केल्याच्या थाटात ते तुम्हाला अनेक सूचना देऊ लागतील.

> ***मी दिसताक्षणी मला उपदेश करणं हे आपलं परमकर्तव्य आहे असं माझ्या सासूला वाटतं. बहुतेक वेळा तिचा सल्ला खरा ठरला नसता, तर मी तेसुद्धा खपवून घेतलं असतं.***
>
> कॅलम- जॅक आणि सॅमचा पिता

आप्तस्वकियांनी दिलेल्या अनाहूत सल्ल्यांव्यतिरिक्त पुस्तकं, वर्तमानपत्रं, मासिकं आणि इंटरनेटसुद्धा धोक्याच्या सूचना आणि सल्ला यांची खैरात करत असतात. दर आठवड्याला एक नवं सर्वेक्षण किंवा संशोधन 'संगोपनाची सर्वोत्कृष्ट रीत' सापडल्याचा डांगोरा पिटत असतं. अनेक प्रकारच्या माहितीच्या वर्षावाखाली आपला जीव दडपून जातो. हे सल्ले परस्पर-विरोधी असतात आणि दर आठवड्याला त्यात उलटसुलट फेरफार घडत असतात, त्यामुळे गोंधळात भर पडते.

अनुभवाचे बोल

इंटरनेट अत्यंत उपयुक्त आहे, ते पूर्वीपेक्षा अनेकपटींनी आणि सुलभतेनं माहिती उपलब्ध करून देतं ही गोष्ट खरी असली तरी एक गोष्ट लक्षात ठेवा. वेबसाईटवर दिलेली माहिती विश्वासार्ह आहे की नाही हे पडताळून पाहणं सोपं नाही. वैद्यकीय सल्ला घेताना स्वत:च्या डॉक्टरला किंवा नर्सला विचारणं सर्वांत श्रेयस्कर असतं.

आपण खूप थकलेले, शिणलेले असतो, तेव्हा आपल्याला मदतीची गरज वाटते. आपल्या बाळाला अपाय होऊ न देता तुम्हाला रात्रीची सुखाची झोप मिळवून देणारी एखादी क्लृप्ती तुम्हाला शोधता आली तर तिचा अवश्य वापर करा. कधीकधी अंगावर कोसळलेल्या ढीगभर सल्ल्यातून अशी उपयुक्त क्लृप्ती मिळतेसुद्धा.

अनुभवाचे बोल

तुम्हाला दिल्या जाणाऱ्या सगळ्याच सल्ल्यांकडे दुर्लक्ष करा, असं मी सांगत नाही. माझं एवढंच म्हणणं आहे की हा सल्ला कुणी दिला याचा छडा लावा आणि त्याची सुज्ञपणे छाननी करून फक्त स्वीकारण्याजोग्या गोष्टींचाच वापर करा. स्वागतशील पण चौकस बुद्धीनं सल्ला तपासा आणि त्यातील तुमच्या आणि तुमच्या बाळाच्या दृष्टीनं उपयुक्त असलेल्या गोष्टींचाच स्वीकार करा.

तुमचा आता विश्वास बसत नसला तरी एक गोष्ट विसरू नका. तुमच्या अपत्याच्या बाबतीत तुमच्या एवढं तज्ज्ञ किंवा जाणतं इतर कुणीही नसतं, त्यामुळे कोणती पद्धत अधिक उपयुक्त ठरेल याची निवड तुमच्या एवढ्या उत्कृष्टपणे इतर कुणीही करू शकणार नाही. जोवर तुमचे निर्णय प्रेम आणि आस्थेनं घेतले जात असतील, तोवर ते तुमच्या कुटुंबाच्या भल्याचेच ठरतील.

'परिपूर्ण' पिता

अधिक चांगली व्यक्ती बनण्याचा प्रयत्न करणं ही चांगलीच गोष्ट असली, तरी कुणीही - तुम्ही स्वत:, तुमचा पिता किंवा तुमच्या पत्नीचं काहीही मत असलं, तरी तुमचं मूलसुद्धा - परिपूर्ण व्यक्ती असत नाही हे सुद्धा लक्षात ठेवणं गरजेचं असतं. तुमच्या पत्नीची कूस उजवली म्हणून काही तुम्ही सर्वज्ञानी, रत्नपारखी किंवा तीन तास झोप पुरेशी ठरणारे बलवान बनत नाही.

अनुभवाचे बोल

पालकत्व पार पाडताना तुम्ही नित्य नव्या गोष्टी शिकत असता. कधीकधी काय करावं असा संभ्रम तुम्हाला पडेल, तर कधी कधी तुम्ही तुमच्या अपत्याच्या किंवा पत्नीच्या गरजांकडे पुरेसं लक्ष पुरवू शकणार नाही, परंतु तुम्ही सर्वार्थानं परिपूर्ण असणं आवश्यक नाही. पुरेशा नीटपणे तुम्ही जबाबदारी पार पाडू शकलात, तरी ते पुरेसं आहे.

स्वत:कडून अवाजवी अपेक्षा ठेवू नका किंवा तुम्हाला दिलेला प्रत्येक सल्ला तुम्हाला पाळता आला नाही म्हणून खंत करत अपराधी वाटून घेऊ नका. पालकत्व पार पाडण्याची कोणतीही एकच 'योग्य पद्धत' नसते. तुम्हाला योग्य वाटेल,

झेपेल त्या पद्धतीनं वागा आणि नेहमी एक गोष्ट लक्षात ठेवा, की कितीही प्रयत्न केलात तरी - कधीकधी तुम्ही तुमच्या आदर्शाहून उणे पडाल आणि चुका कराल.

आणखी एक गोष्ट लक्षात ठेवा की, असेही क्षण येतील जेव्हा तुम्हाला जाणवेल की तुम्ही तुमची जबाबदारी अगदी अत्युत्तम प्रकारे पार पाडली आहे. अशा क्षणी तुम्हाला समाधान वाटेल की तुम्ही मनाला पूर्णत: पटलेल्या पद्धतीनंच वागला आहात; दिलेला सल्ला आंधळेपणानं पाळणं आणि स्वत:च्या भूतकालीन अनुभवानुसार वागणं अशा चुका तुम्ही केलेल्या नाहीत.

अनुभवाचे बोल

आपल्या सर्वांची बलस्थानं वेगळी असतात आणि आपण निरनिराळ्या बाबींमध्ये कमकुवत असतो. आपल्यापाशी असलेला मोजकाच वेळ आणि मोजकीच साधनं वापरून आपल्याला शक्य तेवढ्या उत्तम प्रकारे पालकत्व पार पाडायचं असतं ही गोष्ट आपण स्वत: लक्षात घेणं आणि तीच गोष्ट मुलांनासुद्धा समजावून देणं गरजेचं असतं. चूक घडल्यानंतर मिळवलेल्या शहाणपणाच्या जोरावर एकमेकांना किंवा स्वत:ला बोल लावू नका.

फुरसतीचा वेळ

आजच्या युगात अगदी बालपणापासूनच मुलं अनेक गोष्टी पाहात असतात आणि अनेक गोष्टींचा त्यांच्यावर सतत प्रभाव पडत असतो. अशा परिस्थितीत पालक या नात्यानं त्यांना सतत मार्गदर्शन करणं ही तुमची जबाबदारी असते, परंतु आजच्या धकाधकीच्या जगात त्यासाठी तुमच्यापाशी फारच थोडा वेळ असतो.

माझ्या मुलींना मी वेळ देणं अत्यंत महत्त्वाचं आहे, पण माझ्यापाशी फारच थोडा मोकळा वेळ आहे हे दारुण वास्तव स्वीकारणं अतिशय अवघड आहे.

हॅरी- पेज आणि टेलरचा पिता

अनुभवाचे बोल

येत्या काही वर्षांमध्ये काळ हा तुमचा जिवलग सखा आणि कट्टर शत्रू बनणार आहे. कठीण काळात आधार आणि सांत्वनाची गरज असेल तेव्हा तो झरझर धावेल आणि प्रत्येक क्षण चाखावासा वाटेल तेव्हा त्याची गती संथ होणार नाही.

तुम्हाला बाळ झालंय म्हणून जग आपली गती संथ करणार नाही, त्यामुळे घरी आणि ऑफिसमध्ये अत्यंत कार्यक्षमपणे, चट्‌चट्‌ कामं उरकण्याची सवय तुम्ही आत्मसात करायला हवी.

बेकीच्या जन्मापूर्वी मी सुस्तावलेपणाने वागून किती वेळ वाया घालवत असे हे आठवलं की मला विस्मय वाटतो. आता तिच्याबरोबर वेळ घालवता यावा म्हणून मी इतर गोष्टी झपाट्यानं उरकतो.

सीन- बेकीचा पिता

असं म्हणतात की, आपल्या आयुष्यातली दोन वर्षं भरतील एवढा वेळ आपण नीट न ठेवलेल्या गोष्टी शोधण्यात वाया घालवत असतो. तुम्ही जेवढे अधिक व्यवस्थित आणि सुसंघटित बनाल, तेवढाच तुम्हाला तुमच्या बाळाला अधिक वेळ देता येईल.

कायमस्वरूपी बदल

अत्यंत सक्षमतेनं वेळाचा वापर करावा लागणं याचाच अर्थ, तुमचं आयुष्य यापुढे पूर्वीसारखं कधीच असणार नाही असा आहे. जबाबदाऱ्या वाढल्या आहेत आणि हाती पूर्वीपेक्षाही वेळ कमी आहे अशा परिस्थितीत तुम्हाला काही गोष्टींना अग्रक्रम द्यावा लागेल आणि काही गोष्टींवर पाणी सोडावं लागेल.

पूर्वीचं तुमचं आयुष्य तुम्ही आणि तुमची पत्नी या दोघांवरच केंद्रित झालेलं होतं. आता ते नव्या पाहुण्यावर केंद्रित झालेलं असेल.

मी घालत असलेल्या कपड्यांची प्रतसुद्धा बदलली. आता मी डिझायनर जीन्स वापरेनासा झालो. गुडघ्यावर विरलेले जुने जीन्स मी आनंदानं वापरू लागलो. बाळाच्या दुधट ओकारीनं ते

कडक झाले तरी मला काही वाटेनासं झालं.

डॅन- ट्रिशिआ आणि माइन्सचा पिता.

हो! कधीकधी परस्परविरोधी जबाबदाऱ्यांनी तुम्ही भांबावून जाल. तुमची खूपच ओढाताण होईल आणि तरीही तुम्ही स्वत:च्या गोष्टी बाजूला सारून पत्नी आणि बाळाच्या गरजा पूर्ण करण्यास अग्रक्रम द्याल. तुमच्यावर थोडीथोडकी जबाबदारी नसेल हे लक्षात घ्या.

परंतु तुम्ही उत्साहानं या कामात स्वत:ला झोकून दिलंत तर तुमचा आत्मविश्वास वाढू लागेल, तुमची तुमच्या बाळाशी अधिक जवळीक होईल आणि पितृत्वाचा मनसोक्त आनंद तुम्ही उपभोगू लागाल.

अनुभवाचे बोल

आपल्या अपेक्षा वाजवी ठेवा. आपलं आयुष्य पूर्वीसारखं असणार नाही या वस्तुस्थितीचा स्वीकार करा. नव्या आयुष्याला सरावायला अनेक महिने लागले तरी त्यातून मिळणारा आनंद जाणवायला एक क्षणसुद्धा लागणार नाही.

मुलांच्या जन्मापूर्वी मला आयुष्य मोठं गोड वाटत असे. तेव्हा प्रत्येक दिवसावर माझा आणि फक्त माझाच अधिकार होता. मला कसलीही चिंता नव्हती, परंतु आता पिता झाल्यावर मला वाटतंय की मी यापूर्वीच पिता का झालो नाही?

मायकेल- एमी आणि टॉमचा पिता

आधुनिक काळातलं मातृ-पितृत्व

स्त्री-पुरुषांच्या पारंपरिक भूमिका बदलू लागल्यावर एकमेकांबद्दलच्या अपेक्षासुद्धा बदलत गेल्या आणि कुटुंबाचं स्थैर्य डळमळीत होऊ लागलं. अनेक कुटुंबांमधला समतोल हरवला. बहुतांश पुरुष अजूनही स्वत:ला कुटुंबाचा पोशिंदा समजत असले, तरी अनेक स्त्रियासुद्धा अर्थार्जनासाठी घराबाहेर राबत आहेत, त्यामुळे शिशुसंगोपनात पतीनं पत्नीला बरोबरीनं मदत करणं गरजेचं ठरलं आहे.

अशा परिस्थितीत मुलाची आई आणि वडील हे दोघेही घर आणि नोकरी यांचा

समन्वय साधण्याची धडपड करत असतात. दोघांनाही अनेक गोष्टींकडे निग्रहानं पाठ फिरवावी लागते आणि तरीसुद्धा मुलासाठी पुरेसा वेळ काढता न आल्याची टोचणी अनुभवावी लागतेय.

परंतु अपत्यसंगोपनातील पित्याचा सहभाग हा फक्त नोकरी करणाऱ्या पत्नीमुळे लादला गेलेला नाही; शिशुसंगोपनात पित्याची भूमिकासुद्धा महत्त्वाची असते, ही जाणीव वाढीला लागल्यामुळे अधिकाधिक पुरुष हौसेनं त्यात भाग घेऊ लागले आहेत. आपल्या मुलामुलीच्या लालन-पालनात पित्यानं सहभाग घ्यावा अशी समाजाची मानसिकता वाढीस लागली आहे. जेवढे जास्त पुरुष पितृत्वाच्या दैनंदिन जबाबदारीचा वाटा उचलू लागतील तेवढंच कुटुंबाला अधिक स्थैर्य लाभेल आणि त्यांना पितृत्वाचा आनंद आणि समाधान उपभोगण्याची संधी मिळेल.

शिशुसंगोपनात पिता सहभागी झाला, तर ते त्याच्या स्वत:च्या आणि त्याच्या अपत्याच्या दृष्टीनं अत्यंत फायद्याचं ठरेल, यात शंकाच नाही!

लक्षात ठेवण्याजोग्या दहा गोष्टी

- पिता म्हणजे काय या तुमच्या समजुतीवर सर्वाधिक पगडा असणार आहे, तुमच्या स्वत:च्या वडिलांचा!
- पुरुष भूमिकेचा तुमच्या अपत्यापुढचा प्रमुख आदर्श असणार आहात तुम्ही स्वत: म्हणजेच त्याचा पिता. तुमच्या वर्तणुकीचं अनुकरण करून तो वागणार आहे.
- कसं वागावं याचा तोंडी उपदेश करून भागणार नाही. तुमच्या अपत्याला तुम्ही ते कृतीनं दाखवून देणं आवश्यक आहे.
- तुम्ही स्वत: कोणत्या प्रकारची व्यक्ती आहात आणि त्याचा बरावाईट प्रभाव तुमच्या अपत्यावर कसा पडणार आहे हे आत्मपरीक्षण करून जाणून घ्या.
- पिता या नात्यानं तुमच्यावर मोठीच जबाबदारी असणार आहे. धास्तावून जाणं ही अगदी नैसर्गिक प्रतिक्रिया आहे.
- तुमच्या किंवा तुमच्या पत्नीच्या हातून चुका घडतील, त्या क्षम्यच आहेत. स्वत:कडून अवाजवी अपेक्षा ठेवू नका आणि प्रत्येक चुकीनंतर अनुभवानं शहाणे झाल्यावर स्वत:ला दोष देऊ नका.
- तुमच्यावर शिशुसंगोपनाच्या सल्ल्याचा जो भडिमार होईल, त्यानं गांगरून जाऊ नका. तुमच्या स्वत:च्या बाळाच्या बाबतीत तुम्ही स्वत:च एक तज्ज्ञ व्यक्ती असता हे लक्षात ठेवा.
- कठीण परिस्थिती किंवा आनंदाचे क्षण कायम टिकून राहात नाहीत हेही लक्षात ठेवा.
- बालसंगोपनात पित्याची भूमिकासुद्धा महत्त्वाची आहे असा जनमानसाचा कल होतो आहे, त्यामुळे पालकत्वात थेट सहभाग घेण्याची संधी तुम्हाला मिळते आहे, त्याचा लाभ घ्या.
- अपत्य संगोपन ही अवघड गोष्ट असली तरी त्यातून लाभणारा आनंद आणि वाटणारी कृतार्थता अनुपम असते.

२

पिता आणि माता

या प्रकरणात आपण खालील गोष्टी जाणून घेणार आहोत :

- *ज्या मुलांच्या संगोपनात आईच्या बरोबरीनं वडीलसुद्धा सहभागी होतात, ती मुलं अधिक सुखी, संतुलित आयुष्य जगतात.*
- *मुलांच्या संगोपनात आई आणि वडील यांची महत्त्वाची आणि परस्पर-पूरक भूमिका असते.*
- *मुलांच्या संगोपनाच्या दृष्टीनं, स्त्रियांएवढेच पुरुषही सक्षम असतात.*

समानता हे थोतांड?

आजकाल स्त्रिया पुरुषांच्या बरोबरीनं व्यवसायात आणि घरी व्यस्त राहात आहेत, परंतु स्त्री-पुरुषांना समान दर्जा देण्याचा आपण कितीही प्रयत्न केला, तरी त्यात यश येणार नाही असं काहीजणांना वाटत असतं. त्यांचं म्हणणं असतं की स्त्रियांची फक्त देहरचना आणि शारीरिक क्षमताच भिन्न नसते; तर त्यांचे आचार-विचारसुद्धा पुरुषांहून निराळे असतात.

आपण ठाशीव शेरेबाजी सतत ऐकत असतो की स्त्रिया नकाशे पाहण्यास, समांतर पार्किंग करण्यास (रस्त्याच्या बाजूला दोन गाड्यांच्या मध्ये उभी गाडी लावावयास) असमर्थ असतात आणि त्या सल्ल्याचा सतत भडिमार करत असतात; तर पुरुष दिल्या गेलेल्या सल्ल्याला टीका समजतात. त्यांना बाजारहाट करण्याची नावड असते आणि एखाद्या ठिकाणी कसं पोहोचावं याबद्दल ते कधीही कुणाला विचारत नाहीत.

स्त्री-पुरुषांच्या वर्तणुकीतली ही भिन्नता त्यांच्या शिशु-संगोपनाच्या पद्धतीतसुद्धा प्रतिबिंबित होणार असं मानलं जातं. वानगीदाखल अशा काही समजुती नमूद करत आहोत.

+ स्वतंत्रवृत्तीला उत्तेजन देणं

मूल पडलं तर त्याला उचलायला आई लगबगीनं धावत जाईल, परंतु ते आपलं आपण उठून उभं राहतंय का याची वडील बहुधा वाट पाहतील.

+ मुलांशी खेळणं

वडील मुलाशी शारीरिक दंगामस्तीचे खेळ खेळतील; तर आया त्यांना अधिक शिस्तबद्ध खेळात गुंतवतील.

+ शाब्दिक संवाद

मुलाशी बोलताना वडील अनेकदा गुंतागुंतीची वाक्यरचना वापरतात; तर आया सोपी वाक्यं सावकाश उच्चारून लहान मुलाशी संवाद साधतात.

+ उचलणं

लहान मुलाला उचलून घेताना वडील दर वेळीस निराळीच पद्धत वापरतात; तर आया दर वेळीस त्याच गतीनं, त्याच प्रकारे मुलाला उचलून घेतात.

+ चुचकारणं / शांत करणं

रडणारं मूल आपोआप शांत होतंय का, याची वडील थोडा वेळ वाट पाहात थांबतील, तर आया ते रडू लागताच त्यांना गप्प करायला धाव घेतील.

> ***नऊ महिने गर्भभार वाहिलेला असल्यामुळे तिची मुलांशी विशेष जवळीक असेल किंवा तिची सहनशक्ती तरी ताबडतोब संपुष्टात येत असेल, परंतु बाळाच्या रडण्याचा आवाज ऐकल्यावर साराची प्रतिक्रिया अधिक हळव्या ममत्वाची असे:***
>
> डॉ. मिनिक- मिली आणि टॅमसिनचा पिता

तुमच्या अपत्याच्या वेगवेगळ्या प्रतिक्रिया

वरील सिद्धांतानुसार, फक्त तुम्ही आणि तुमची पत्नीच वेगळ्या पद्धतीनं मुलांशी वागणार नाही, तर मुलं सुद्धा आई-वडिलांशी भिन्न पद्धतीनं वागतील. एका संशोधनात्मक सर्वेक्षणात, आया जवळ आल्या की मुलांना अधिक आश्वस्त वाटत असे तर वडील जवळ आले की ती अधिक उत्तेजित होत असतं. वरील सर्वेक्षणावरून प्रचलित समजुतीला पुष्टी मिळते, की मुलं आईपाशी सांत्वना आणि माया शोधत असतात आणि पित्याकडून संप्रेरणा मिळवत असतात.

माझा स्वत:चा अनुभव असाच आहे - जेव्हा आमच्या मुलीला गुदगुल्या

करून घ्यायच्या असतात, दंगामस्ती करायची असते तेव्हा ती माझ्यापाशी येते, पण जेव्हा तिला इजा होते आणि कुणीतरी जवळ घ्यावं असं तिला वाटतं, तेव्हा ती जवळजवळ नेहमीच आईकडे धाव घेते.

बालसंगोपनात पूर्ण आस्थेनिशी सहभागी होणं आणि भाग घेण्याचं महत्त्व -

लालनपालनात समान आस्थेनं सहभागी होणारे आई-वडील अपत्याच्या दृष्टीनं अत्यंत मोलाचे ठरतात. आई-वडील एकमेकांना तर साहाय्यभूत ठरतातच. परंतु त्यांच्या स्वभावात भिन्न आवडींशी, कौशल्यांशी अपत्याची ओळख झाल्यामुळे अपत्याचं क्षितिज विस्तारतं.

एवढंच नव्हे; तर स्त्री-पुरुषांच्या स्वभावात असलेल्या भिन्नत्वामुळे, संगोपनात दोघांचा सहभाग असेल तर काही स्पष्ट फायदे झालेले आढळतात. असं तज्ज्ञांचं म्हणणं आहे. आईच्या जोडीनं वडिलांचा संगोपनात सहभाग असणं अत्यंत महत्त्वाचं आहे. कारण काही बाबतीत अपत्याच्या जडणघडणीवर पित्याएवढा प्रभाव कुणीही पाडू शकत नसतं.

संगोपनात पूर्णत्वानं सहभागी होणाऱ्या वडिलांची मुलं :

- *सहसा कायदेभंग करत नाहीत.*
- *सहसा अमली पदार्थांचं सेवन करत नाहीत.*
- *ती मानसिकदृष्ट्या अधिक संतुलित असतात.*
- *आजूबाजूच्या जगाबद्दल त्यांना अधिक कुतूहल वाटतं.*
- *ती सहसा समाजविघातक प्रवृत्तीनं वागत नाहीत.*
- *त्यांना अधिक आत्माभिमान असतो.*
- *सुखी, दीर्घकाळ टिकणारा भावबंध जोडण्यासाठी ती अधिक सक्षम असतात.*
- *ती शाळेत अधिक चांगली प्रगती करतात.*
- *ती आयुष्यात अधिक सुखी बनतात.*
- *इतरांबद्दल त्यांना अधिक अनुकंपा वाटते.*

असं संशोधनानं सिद्ध झालं आहे.

तुमच्या संगोपन-सहभागाची पद्धत

बालसंगोपनात कसा सहभाग असावा याबद्दल आठव्या प्रकरणात विस्तारानं चर्चा केली आहे; परंतु सहभागामुळे होणारे काही ठळक फायदे इथं नमूद करत आहोत.

- *मुलाला इजा झाली तर आया बहुधा त्यांना जवळ घेऊन सांत्वना देतात, तर वडील त्यांना उठून उभं राहायला उत्तेजन/प्रेरणा देतात आणि त्यायोगे संकटातून तणावमुक्ती शोधण्याचा मार्ग दाखवतात.*
- *आपल्या समस्यांवरचे तोडगे शोधण्यासाठी आणि धोके पत्करून आपली कुवत जोखण्यासाठी वडील मुलांना आयांपेक्षा थोडी अधिक मोकळीक देतात.*
- *जे वडील आपल्या अपत्यांना - विशेषत: मुलींना-गणिताच्या गृहपाठात मदत करतात, त्या मुलींची सांख्यिक तार्किकता अधिक चांगली होते.*
- *वडील मुलांना जेवढं जास्त वाचून दाखवतील, तेवढी त्यांची शाब्दिक कुवत चांगली बनेल.*

पालकांचा अपत्यसंगोपनात मनापासून सहभाग असेल, तर गरिबी आड येत नाही. गरिबी हे समाजविघातक प्रवृत्तींचं मूळ कारण आहे, असं बऱ्याचदा म्हटलं जात असलं, तरी संशोधनातून, सर्वेक्षणातून सिद्ध झालं आहे की अपत्यसंगोपनातला आई-वडिलांचा मनापासूनचा सहभाग अत्यंत निर्णायक ठरतो.

तुमच्या अपत्याच्या बालपणी, तुम्ही त्याच्यावर जे संस्कार करता, ते सर्वदृष्ट्या अत्यंत महत्त्वाचे ठरतात आणि हे संस्कारच अपत्याच्या उर्वरित आयुष्याला पायाभूत ठरतात. आपल्या अपत्याशी जिव्हाळ्याचं आणि सकारात्मक नातं जोडून तुम्ही त्याच्यासाठी सुखी आयुष्याचं द्वारच खुलं करत असता. त्यांच्याशी तुम्ही जोडलेला हा भावनिक अनुबंध त्यांना पौगंडावस्थेतील संकटांतून सुखरूपपणे तारून नेईल आणि आयुष्यभर आधार पुरवेल.

अनुभवाचे बोल

तुम्ही रक्ताचे वडील असा किंवा सावत्र वडील असा; त्याच घरी राहात असा किंवा अन्यत्र राहात असा, तुम्ही आत्मविश्वासपूर्ण व्यक्ती असा की घाबरट असा; तुम्ही कशाही प्रकारची व्यक्ती असलात तरी मुलाच्या दृष्टीनं तुम्हाला अनन्यसाधारण महत्त्व असतं आणि तुमच्या अपत्याच्या विकासात तुम्ही मोलाची भूमिका बजावणार असता.

तुमच्या अपत्याच्या जडणघडणीवर तुम्ही सकारात्मक संस्कार घडवू शकता त्याचप्रमाणे तुमचा नकारात्मक प्रभावसुद्धा पडू शकतो. यावरून घ्यायचा बोध अगदी सुस्पष्ट आहे - तुम्ही जबाबदारीनं आपल्या अपत्याचं आयुष्य घडवण्यात सहभाग घ्यायला हवा.

तुमचं स्वतःचं आरोग्य

पालकाची भूमिका अत्यंत आनंददायी आणि समाधान देणारी असते. तुमच्या अपत्यासोबत बागेत धावण्याचा, दिवाणखान्यामध्ये त्यानं पसरून ठेवलेल्या खेळण्यांमधून वाट काढत त्याच्याशी शिवाशिवी खेळण्याचा आनंद अनुपम असतो. त्यामुळेच की काय संशोधनानं सिद्ध झालं आहे की मुलांना वाढवण्यात सक्रिय सहभाग घेणाऱ्या पित्याचं आरोग्यसुद्धा सुधारतं.

अनुभवाचे बोल
अपत्यांच्या संगोपनात मनापासून सक्रिय सहभाग घेणारे वडील शारीरिक व्याधींना कमी बळी पडतात.

संदर्भाचा प्रभाव

आपण वर पाहिलेले स्त्री-पुरुषांच्या प्रतिक्रियांमधले आणि पद्धतींमधले भेद जन्मजात नसतात. या परिस्थितीत त्यांचा मुलांशी संवाद घडतो त्या परिस्थितीचा आणि सामाजिक समजुतींचा त्यांच्या वागण्यावर प्रभाव पडत असतो.

उदाहरण द्यायचं तर, मुलं वडिलांशी अधिक दंगामस्ती करतात. त्यामागचं कारण असं असू शकेल की कामावरून घरी आल्यावर वडिलांजवळ फुरसतीचा अगदी थोडा वेळ असतो आणि तो वेळ मुलांबरोबर मौजमजा करण्यात घालवण्याची त्यांची इच्छा असते किंवा ते घरी येईपर्यंत इतके थकून गेलेले असतात, की मुलाच्या संगोपनात अन्य कोणता भाग घेण्याएवढं त्यांच्या अंगी त्राणच शिल्लक नसतं.

आया मुलांच्या पातळीवर जाऊन त्यांच्याशी बोलताना सोपी भाषा वापरतात, सावकाश बोलतात. परंतु वडील तसं करत नाहीत. यामागचं एक कारण असं असू शकेल, की ते एकट्यानं फारच थोडा वेळ मुलासमवेत घालवत असतात आणि

त्यामुळे ही गोष्ट त्यांच्या डोक्यातच येत नसावी.

वडील अपत्याला उचलून घेताना एक ठरावीक पद्धत वापरत नाहीत, यामागचं कारण असू शकेल की मूल रडू लागल्यावर आईच धावपळ करत त्याला प्रथम उचलून घेत असल्यामुळे त्यांना या गोष्टीचा पुरेसा सरावच होत नसावा किंवा आईपेक्षा बाबांनी भिन्नप्रकारे वागायला हवं असं त्यांना अजाणता वाटत असावं.

अपेक्षांचा प्रभाव

संदर्भाइतकाच अपेक्षांचासुद्धा वर्तणुकीवर प्रभाव पडत असतो. जरी जग बदलत असलं आणि आजच्या युगातील पुरुष, अपत्य संगोपनात अधिक सहभाग घेत असले, तरी अजूनही पारंपरिक समजुतींचा पगडा लोकांवर शिल्लक असतोच की पुरुषांचं काम आहे अर्थार्जन आणि स्त्रीचं काम आहे गृहिणी म्हणून घर आणि मुलं सांभाळणं! आणि व्यावसायिक स्तरावर स्त्रियांना बरोबरीचं स्थान मिळू लागलं असलं, तरी स्त्रियांबाबतचा कुटुंबाचा दृष्टिकोन अजूनही पारंपरिकच राहिला आहे.

पुरुषजातीनं एका ठरावीक पद्धतीनं वागावं आणि त्यांची जी बलस्थानं आणि ज्या कमजोरी समाजात गृहीत धरल्या आहेत, त्यानुसार वागावं अशी अपेक्षा असते.

डॅरनला इवलीशीही इजा झाली की क्लो त्याचा अवाजवी बडिवार माजवत असे. ती इतका प्रचंड बडिवार माजवत असे की तिचं लक्ष वेधून घेऊन लाड करून घेण्यासाठी तो राईचा पर्वत करू लागला होता. क्लोनं केलेलं अवाजवी कौतुक पटत नसल्यामुळं, त्याला बारीकसारीक इजा झाली तर ती मी थट्टेवारी नेऊ लागलो. मी असं केलं, की क्लो डॅरनच्याभोवती अधिकच लक्ष केंद्रित करत असे. तिच्या या वागणुकमुळे मी कुणी कडक, निष्ठुर असा बाप आहे अशी अस्वस्थपणाची भावना माझ्या मनात निर्माण होऊ लागली.

सेब्- डॅरनचा पिता

आई आणि वडिलांच्या भिन्न संगोपनपद्धतींचा लोप

संदर्भ आणि अपेक्षा यांच्या प्रभावामुळे पितृवर्ग एका अपेक्षित संगोपनपद्धतीचा

वापर करतो आणि त्या पद्धतीशीच जखडला जातो, असं आढळून आलं असलं, तरी संशोधनासाठीच्या सर्वेक्षणांवरून पुन:पुन्हा दिसून येतं की मुलाच्या लालन-पालनाचा पितृवर्गाला जेवढा अधिक अनुभव मिळेल, तेवढी माता-पित्यांच्या संगोपनपद्धतीतली तफावत अधिक दूर होते.

तुम्ही एकट्यानं तुमच्या अपत्याची जास्त वेळ काळजी घेऊ लागलात आणि बाळाच्या दिनक्रमात तुम्ही अधिक जबाबदारी पेलू लागलात की स्त्री-पुरुषांच्या अपत्यसंगोपनाच्या भूमिकांमधला पारंपरिक भेद नाहीसा होऊ लागेल.

जेव्हा माता किंवा पिता एकट्यानंच संगोपनाची जबाबदारी पेलत असतात, तेव्हा अनुपस्थित पालकाची उणीव भासणार नाही अशा प्रकारचा सुवर्णमध्य गाठणाऱ्या संगोपनपद्धतीचा ते अवलंब करतात, त्याचप्रमाणे पती-पत्नी समान जबाबदारी उचलत असले तर त्यांची संगोपनपद्धतसुद्धा एकसारखीच होऊ लागते.

अनुभवाचे बोल

जेव्हा स्त्री-पुरुषांची संगोपनपद्धत निराळी असते, तेव्हा त्यातली भिन्नता परस्परपूरक असते. दोघांच्या संगोपनपद्धती अत्यंत मोलाच्या आणि समान महत्त्वाच्या असतात आणि हे भेद काळ्या दगडावर कोरल्यासारखे अक्षय टिकत नाहीत.

तुमची क्षमता अजिबात उणी नसते

पारंपरिक सामाजिक अपेक्षा आणि समजुतींचा पगडा झुगारून देता आला, तर स्त्रिया आणि पुरुष समान क्षमतेनं बालसंगोपन करू शकतील.

संधी मिळाली, तर स्त्रियांएवढ्याच कुशलतेनं पुरुषही अपत्यांची देखभाल करू शकतात. मुलांच्या जन्माच्या वेळीस मातेप्रमाणे पित्याच्या देहातसुद्धा हार्मोनल (संप्रेरकांचे) बदल घडताना दिसतात. त्यांच्या देहातील टेस्टोस्टेरॉन आणि इस्ट्रॅडिओलची पातळी कमी होते आणि प्रोलॅक्टिन आणि कॉर्टिझॉलची पातळी वाढते.

मानसशास्त्रज्ञांचं म्हणणं आहे की जोवर बाळाची निगा उत्तमप्रकारे राखली जातेय, तोवर आपल्याकडे स्त्री लक्ष देतेय की पुरुष लक्ष देतोय हा फरक बाळांना अजिबात जाणवत नाही.

परंपरेनं शिशुसंगोपन ही मातेची जबाबदारी समजली जात असली, तरी त्यामागे कोणतंही जीवशास्त्रीय कारण नाही. (पुरुष उणे होते म्हणून स्त्रियांवर ही जबाबदारी सोपवली गेली, असं अजिबात नव्हतं.) शिशुसंगोपनात पुरुषांना दुय्यम

स्थान दिलं गेलं (की त्यांनी ते आनंदानं स्वीकारलं?) आणि शिशुसंगोपनाची पुरेशी संधी न मिळाल्यामुळे पुरुषांना त्याचा पुरेसा सराव झाला नाही आणि त्याबद्दल त्यांना आत्मविश्वाससुद्धा वाटेनासा झाला. इतकंच नव्हे; तर त्यांना वैद्यकीय व्यावसायिक, समाज, कुटुंब आणि मित्रांकडूनही पुरेसा पाठिंबा मिळेनासा झाला.

व्यवसायात स्त्रिया पुरुषांशी बरोबरीनं स्पर्धा करू लागल्या आणि त्या पुरुषांएवढ्याच सक्षम असल्याचं त्यांनी सिद्ध केलं. जेव्हा पितृवर्ग पारंपरिक अपेक्षा झुगारून देऊन मुलांच्या संगोपनात बरोबरीचा सहभाग मिळवू लागले तेव्हा आईप्रमाणेच वडीलसुद्धा प्रेमानं, आस्थेनं, जिव्हाळ्यानं उत्तम प्रकारे संगोपन करू शकतात, हे सिद्ध होईल.

नशिबानं सारा मला तिच्या बरोबरीनं चुका करायला परवानगी देत होती आणि माझ्या हातून काही गडबड झाल्याची शंका आल्याक्षणी लुडबुड करत नव्हती. आता प्रत्यक्ष जन्म देणं आणि स्तनपान देणं या दोन गोष्टींखेरीज बाळासाठी ती जे काही करू शकते, ते सारं मीसुद्धा करु शकतो.

खीस- रोवेन आणि हॉलीचा पिता

अनुभवाचे बोल

शिशुसंगोपनासाठी पुरुष स्त्रियांएवढेच सक्षम असतात. स्तनपानाखेरीज अन्य प्रत्येक गोष्ट ते स्त्रियांएवढ्याच मायेनं आणि कौशल्यानं करू शकतात.

लक्षात ठेवायच्या दहा गोष्टी

- स्त्री-पुरुष यांच्या वर्तनाच्या आणि प्रतिक्रिया व्यक्त करण्याच्या पद्धती भिन्न असतात. ही भिन्नता त्यांच्या शिशुसंगोपनातही दिसून येते.
- स्त्री आणि पुरुष यांच्या शिशुसंगोपन पद्धतीत भिन्नता असते आणि ती परस्परपूरक असते.
- आपल्या अपत्याच्या शारीरिक, बौद्धिक, भावनिक विकासावर आणि वर्तणुकीवर त्यांच्या पित्याचा थेट प्रभाव प्रचंड प्रमाणात पडत असतो.
- तुमच्या अपत्याच्या बाल्यावस्थेत त्याच्या जडणघडणीवर तुम्ही महत्त्वाचा प्रभाव पाडत असता आणि त्याच्याशी उर्वरित आयुष्यात तुमचं जे नातं असणार आहे, ते या पायावरच उभं राहणार असतं.
- मुलांच्या संगोपनात सक्रिय भाग घेणाऱ्या पित्यांची प्रकृती अधिक चांगली राहते असं संशोधनानं सिद्ध झालं आहे.
- संगोपन पद्धतीतील स्त्री-पुरुषांची भिन्नता लिंगभेदामुळे नसते, तर ती संदर्भावर आणि परिस्थितीवर अवलंबून असते.
- स्त्री-पुरुषांच्या संगोपनपद्धतीतील भिन्नता हा त्यांच्या भूमिकांबद्दलच्या पारंपरिक अपेक्षांचा परिणाम असतो.
- पिता आपल्या अपत्याबरोबर दररोज जेवढा अधिक वेळ घालवेल आणि अपत्याच्या दैनंदिन व्यवहारात जेवढी जास्त जबाबदारी उचलेल, तेवढीच ही भिन्नता कमी होत जाईल.
- अपत्यसंगोपनात स्त्रियांची मुख्य भूमिका आणि पुरुषांची दुय्यम भूमिका असा पारंपरिक विचार होता; पुरुषांना संगोपनाची पुरेशी संधी न मिळाल्यामुळे त्याबाबतीत त्यांचं कौशल्य उणं होतं, हे त्यामागचं कारण होतं.
- समान संधी मिळाली, तर स्त्रियांएवढ्याच कुशलतेनं पुरुषसुद्धा अपत्यसंगोपन करू शकतात.

३

गर्भारपण : मनात येणारे पहिले विचार

या प्रकरणात तुम्ही खालील गोष्टींबद्दल माहिती करून घेणार आहात.

- *तुम्ही लवकरच पिता होणार हे कळल्यावर कशी प्रतिक्रिया व्यक्त कराल?*
- *तुमच्या पत्नीला वाटणाऱ्या प्रारंभिक भीतीचं कशा प्रकारे निवारण कराल?*
- *गर्भारपणाबद्दलच्या बातमीचा आनंद कशा प्रकारे इतरांसमवेत वाटून घ्याल?*
- *प्रारंभीपासूनच ह्या प्रक्रियेत कशा प्रकारे सहभागी व्हाल?*

'ती' बातमी ऐकल्यावर मनात दाटून येणाऱ्या विविध भावना

पत्नीचं गर्भारपण पूर्वनियोजित असलं, तरी ही बातमी ऐकल्यावर धक्का बसून मनात आनंदापासून भीती आणि धास्तीपर्यंत विविध भावना उसळू शकतात किंवा बदलाचं कोणतंही दृश्य चिन्ह दिसत नसल्यामुळे पुढील आयुष्य कशा प्रकारे बदलणार आहे याची अजिबात कल्पना येत नाही आणि मनाची पाटी कोरीच राहू शकते.

अनुभवाचे बोल

पत्नीला दिवस गेले आहेत हे ऐकून काय वाटावं असा काही नियम नसला, तरी ही बातमी ऐकून विशिष्ट प्रकारे प्रतिक्रिया व्यक्त केलेली पथ्यावर पडते. याचं कारण असं आहे की तुमची भावना काहीही असली तरी तुम्ही आता बाप बनण्याच्या मार्गावर असता आणि त्यामुळे तुमच्या पत्नीसाठी आणि बाळासाठी जे योग्य असेल, तेच तुम्ही करणं आवश्यक ठरतं. तुमच्या पत्नीला गर्भारपण पुरेसं अवघड जाणार असताना, तिला

> सर्वाधिक आधार देऊ शकणाऱ्या व्यक्तीच्या म्हणजेच तुमच्या सहकार्याबद्दल तिच्या मनात संदेह आणि काळजी निर्माण होणार नाही, अशी तुमची प्रतिक्रिया असायला हवी.

ही बातमी ऐकून तुम्ही हर्षभरित झाला आहात, याबद्दल पत्नीच्या मनात इवलासाही संदेह निर्माण होणार नाही अशी प्रतिक्रिया व्यक्त करणं हे तुमचं कर्तव्य आहे. ती हर्षोत्फुल्ल झाली असेल, तर तुम्हीसुद्धा तेवढाच आनंद दर्शवा. ती घाबरून गेली असेल, तर तुमच्या हर्षानं तिची काळजी दूर सारा. ती भविष्याबद्दल सुखद योजना आखू लागली, तर तिच्या प्रत्येक बोलण्याला मनापासून संमती दर्शवा. असं करताना मनात खात्री बाळगा की आता तुम्ही प्रत्येक गोष्ट मान्य केली असली, तरी प्रारंभीचा धक्का ओसरल्यावर तुम्ही या सर्व गोष्टींबाबत नीटपणे चर्चा करू शकणार आहात.

खालीलपैकी असे अनेक विचार मनात येऊ शकतात :

अचूक बाण लागला,

ही किती भाग्याची गोष्ट आहे! अशी अभिमानाची किंवा मुक्ततेची भावना अन्य चिंतांवरला उतारा ठरेल, म्हणून मोकळीक आहे, तोवर आनंद साजरा करा.

'आम्हाला पुन्हा घर सोडून बाहेर जाणं शक्य होणार नाही.'

ज्या क्षणी पत्नी आळसावून पलंग सोडायचं नाव घेत नाही त्या क्षणापासून बाळाचा जन्म होईपर्यंत पित्याच्या मनात सतत काळजी असते की आता मौजमजेसाठी किंवा आप्तमित्रांशी गप्पागोष्टींसाठी जाता येणं अशक्य होणार आहे. बाळाच्या जन्मानंतर घराबाहेर पडताना एक तर तुम्ही एकटेच बाहेर जाता किंवा बेबीसिटरजवळ बाळाला ठेवून जायचं झालं तर तुम्हाला खूप खर्च येतो. आपल्या आयुष्यात आता कुणीही मित्रमैत्रिणी शिल्लक राहणार नाहीत, अशी टोकाची चिंतासुद्धा तुम्हाला त्रास देऊ लागते.

त्याचप्रमाणे मनात येईल तसं उत्स्फूर्तपणे वागण्याचं स्वातंत्र्य नष्ट झाल्याबद्दल तुम्हाला दुःख वाटण्याची शक्यता असते. आज तुम्हाला तशी इच्छा झाली, तर तुम्ही सामान बांधून सफरीसाठी पुढचं विमान गाठू शकता. अपत्यजन्मानंतर असं करणं शक्य नसतं.

बेकीच्या जन्मानंतर आमच्या आयुष्यावर निर्बंध आले आहेत. परंतु आमचा आत्मविश्वास वाढल्यावर आम्ही तिला घेऊन सहजपणे घराबाहेर पडू शकतो. फक्त थोडं नियोजन करावं लागत एवढंच!

सीन- बेकीचा पिता

म्हणून माझं असं सांगणं आहे की आता हाती असलेल्या वेळाचा पूर्णपणे उपभोग घ्या. चित्रपट बघा, बाहेर जेवायला जा, मित्रमंडळींना भेटा. अपत्यजन्मानंतर ज्या गोष्टींना अधिक खर्च येईल किंवा अधिक नियोजन करावं लागेल, त्या साऱ्या गोष्टी आताच मनसुराद करून घ्या. आणि अपत्यजन्मानंतर तुम्हाला जाणीव होईल की बाळाबरोबर वेळ घालवण्यात इतकं सुख आहे की आलेली आमंत्रण नाकारण्याचं तुम्हाला अजिबात दु:ख वाटत नाही.

मला काळजी वाटत असे की - मुलं न झालेल्या मित्रमंडळींबरोबरचे माझे संबंध तुटतील. परंतु माझ्या लक्षात आलंय की तसं होत नसतं, फक्त थोडं अधिक प्रयत्नशील राहावं लागतं आणि काही मित्र दुरावले तरी मुलांमुळे झालेले नवे मित्र त्यांची जागा भरून काढतात.

डॅमिनिक- मिली आणि टॅमसिनचा पिता

'हे आम्हाला परवडणं अशक्य आहे.'

अपत्यासाठी किती खर्च येईल याबद्दलची काळजी स्वाभाविक असते आणि नवी जबाबदारी तुम्ही गंभीरपणे स्वीकारत असल्याचा तो दृश्य पुरावाच आहे. दहाव्या प्रकरणात याबाबत काही सूचना केल्या आहेत.

'बाळाच्या आगमनाचा आमच्या नात्यावर कोणता परिणाम होईल?'

बाळाच्या आगमनानंतर तुमच्या पत्नीच्या आयुष्याचा तुम्ही केंद्रबिंदू असणार नाही - अशी काळजी तुम्हाला कदाचित अस्वस्थ करेल. कदाचित तुमच्यापेक्षा पोटातल्या बाळावर तिचं चित्त आतापासूनच अधिक केंद्रित झालेलं असू शकेल.

परंतु मत्सर करण्याची ही वेळ नव्हे. याक्षणी तुमचं मन अभिमानानं आणि पत्नी आणि बाळाबद्दलच्या प्रेमानं भरलेलं असायला हवं. तुमच्या पत्नीला पोटातल्या बाळाबद्दल वाटणारं प्रेम पाहून तुमचं मनसुद्धा आनंदानं उचंबळून यायला हवं. स्वत:पेक्षा आपल्या पत्नीच्या आणि बाळाच्या गरजांचा प्रथम विचार करू लागणं हे नव्या जबाबदारीचा स्वीकार करण्याचं पहिलं पाऊल असतं.

आम्ही आई-बाप होणार आहोत या जाणिवेनंच मी आणि क्लो एकमेकांच्या अतिशय निकट आलो. हे फक्त आम्हा दोघांमधलंच मोठं गुपित होतं.

सेब- डॅरनचा पिता

'आमची जीवनशैली बाळाच्या दृष्टीनं अयोग्य आहे.'

तुम्हाला याची अगोदरच जाणीव होत असली, तर कोणत्या गोष्टी तुम्ही बदलायला हव्यात, हे तुम्हाला आधीच कळलेलं असणार आहे. धूम्रपान थांबवा, अमली पदार्थांचं सेवन बंद करा, मौज म्हणून बंगी जंपिंग किंवा पॅराशूट वापरून विमानातून उड्या ठोकणं असल्या थरारक गोष्टी करणं बंद करा. त्याऐवजी व्यायाम करून देहयष्टी तंदुरुस्त राखा, घरात स्वयंपाक करण्याचा सराव ठेवा. प्रसूतीच्या दिवसासाठीची पूर्व-तयारी म्हणून बनवलेल्या जेवणाचे डबे फ्रीजरमध्ये टाकून ठेवा. (ते नंतर खूप उपयुक्त ठरणार आहेत.)

'माझ्या हाती काहीच नाही - तीच सारं सहन करतेय.'

अशा विचारांनी तुम्हाला थोडं असाहाय; तर थोडं सुटल्यासारखं वाटेल. गर्भारपणाच्या यातना तुमच्या पत्नीलाच सहन कराव्या लागणार, हे सत्य आहे. परंतु असं असलं, तरी तुम्ही तिच्यासाठी खूप काही करू शकता. अपत्यजन्माची मुख्य भूमिका पत्नी पेलत असली, तरी तुम्ही तिला खूप साहाय्य करू शकता.

'आमचा फ्लॅट अगदी चिमुकला आहे - आम्ही बाळाला कुठं ठेवणार?'

तुमच्या फ्लॅटमध्ये जास्तीची एक बेडरूम नसेल, तर मोठ्या फ्लॅटमध्ये हलण्याचा विचार केलेला बरा. दिवसभर काम करून थकून घरी आल्यावर, आपल्याच खोलीत बाळाला ठेवून झोपणं सोपं नव्हे. नातेवाईक मदतीसाठी राहिले, तर आणखी एक बेडरूम हवीच. तुमचा फ्लॅट चौथ्या मजल्यावर असेल आणि लिफ्ट नसेल, तर बाळाची प्रॅम (बाबागाडी) चार मजले उचलून नेणं सोपं नाही. असं असेल, तर नव्या सोयीच्या जागी हलणंच श्रेयस्कर! आणि हे पत्नीला दिवस गेल्यावर लगेचच करणं चांगलं! दिवस भरत आलेल्या पत्नीवर घर बदलण्याची जबाबदारी टाकणं व्यवहार्य नाही.

'माझे वडील अतिशय परिपूर्ण पिता होते. मी त्यांच्यासारखा पिता कसा बनू शकेन?'

तुम्ही पिता होण्याच्या मार्गावर असताना आपल्या बालपणाबद्दल आणि आई-

वडिलांबद्दल आठवण येणं अगदी स्वाभाविक आहे. पितृत्वाबाबतचा तुमच्या मनातला एकमेव संदर्भ असणार आहे, तुमचे स्वत:चे वडील; परंतु एकाच पिढीतील पित्याच्या भूमिकेत खपू बदल घडलेला असतो, त्यामुळे स्वत:ची स्वत:च्या वडिलांशी अवाजवी तुलना करू नका. असं असलं, तरी उत्तम पिता बनण्याचं ध्येय स्वागतार्हच आहे!

'माझ्या बाबांहून मी अधिक चांगला पिता बनू शकेन, अशी मी आशा करतो.'

पिता म्हणून कसं वागू नये, याबद्दल तुमच्या मनात स्पष्ट कल्पना असेल, तर तुम्ही खूपच प्रगती केली आहे असं म्हटलं पाहिजे.

'माझी याबद्दल खरोखरच पुरेशी तयारी झालेली नाही.'

कोणत्याही पुरुषाला वाटत नसतं, की पितृत्वाची भूमिका बजावण्यासाठी आपली पुरेशी तयारी झाली आहे! असं वैज्ञानिक दृष्ट्या सिद्ध झालेलं तत्त्व आहे. एका शास्त्रीय सर्वेक्षणात भावनिक प्रतिक्रिया मापण्यासाठी डोळ्यांच्या बाहुल्या किती मोठ्या झाल्या आहेत याची मोजणी करण्यात आली. स्वत:ची मुलं असली-नसली तरी प्रत्येक स्त्रीला सुंदर मूल पाहून ओढ वाटलेली दिसली. जे पुरुष आधीच पिता बनलेले होते, त्यांचीसुद्धा अशीच भावनिक प्रतिक्रिया दिसली. याउलट ज्यांना मुलं नव्हती, अशा लोकांच्या डोळ्यांच्या बाहुल्या आकुंचन पावल्या होत्या. जणू काही मुलांकडे न पाहता त्यांना डोळे मिटूनच घ्यायचे होते.

या संशोधनावरून निष्कर्ष काढण्यात आला की स्त्रियांमध्ये जात्याच मातृत्वाची अंत:प्रेरणा असते; तर पुरुषांमधली पितृत्वाची अंत:प्रेरणा त्यांची स्वत:ची मुलं जन्मल्यानंतरच चेतवली जाते.

सांगायचे तात्पर्य असे, की आता तुम्हाला पितृत्वाची फारशी ओढ वाटत नसली, तरी अपत्यजन्मानंतर तुम्हाला तशी ओढ वाटू लागेल.

'ही बातमी ऐकून माझ्या वरिष्ठाची प्रतिक्रिया काय असेल?'

कामाच्या ठिकाणची तुमची कर्तव्यं तपासून पाहण्याची वेळ हीच आहे. बायकोची प्रसूतीची वेळ जवळ आली की आणि अपत्यजन्मानंतर तुम्हाला बाहेरगावी जाणं आणि रात्री उशिरापर्यंत ऑफिसात काम करणं थांबवावं लागेल; किमानपक्षी ते कमी करावं लागेल. परंतु तुमचा वरिष्ठ याला हरकत घेईलच असं धरून चालू नका, कारण पितृत्वाची जबाबदारी नीटपणे पार पाडता यावी, म्हणून तुम्ही जास्त पैसे कमावण्यासाठी अधिक नेटानं आणि अधिक सक्षमपणे काम करू लागलात तर तुमचा वरिष्ठ खूशच होईल. तुमच्या अपत्यजन्माचा तुमच्या नोकरीवर कोणता परिणाम घडू शकतो, याबद्दल अकराव्या प्रकरणात सविस्तर चर्चा करण्यात आली

आहे, परंतु याबाबत तुमच्या पत्नीशी आताच सविस्तर चर्चा केलेली बरी.

'यावेळीस सारं नीटपणे पार पडेल ना?'

जर यापूर्वी तुमच्या पत्नीचे एक किंवा अनेक गर्भपात झाले असतील किंवा दिवस जावेत म्हणून ती काही वैद्यकीय उपचार घेत असेल, तर मनात साशंकता असून खूप काळजी वाटते. सतत वैद्यकीय तपासण्या करून घेऊन सारं आलबेल असल्याची खात्री करून घ्यावीशी वाटते. खूप खोलात चौकशी केल्यामुळे मनात सतत हुरहुर असते. प्रसूतीपर्यंतचा काळ सरता सरत नाही, असं वाटू लागतं, त्यामुळे पती-पत्नींनी एकमेकांना शक्य तेवढा आधार द्यावा. डॉक्टरच्या सर्व सूचना पूर्णपणे पाळाव्यात आणि गर्भार पत्नीनं शक्य तेवढी विश्रांती घ्यावी.

गर्भपाताबद्दल पाचव्या प्रकरणात अधिक माहिती दिली आहे. गर्भसंभव व्हावा म्हणून विशेष वैद्यकीय उपचार घेणाऱ्यांना अधिक मदतीसाठीची माहिती हवी असेल, तर 'ह्यूमन फर्टिलायझेशन अँड एम्ब्र्यॉलॉजी ऑथॉरिटी' (Human Fertilisation and Embryology Authority) यांच्या वेबसाईटवरून माहिती काढावी.

ही वेबसाईट आहे: www.hfea.gov.uk/33.html

'पितृत्व फारसं मौजेचं दिसत नाही - ते बरंच अवघड दिसतं.'

पितृत्वाची जबाबदारी पार पाडणं ही सोपी गोष्ट नाही, यात काही शंका नाही. त्यामुळेच तुमच्या वाट्याला येणाऱ्या सर्व भूमिकांमधली ती अत्यंत महत्त्वाची आणि अत्यंत सौख्यदायी भूमिका समजली जाते, परंतु पितृत्व पार पाडता पाडता आपण थकून गेल्यामुळे असेल किंवा पैशांची विवंचना करत असल्यामुळे असेल किंवा कामं उरकण्याच्या घाईमुळे असेल; अपत्यजन्माच्या कष्टप्रद बाजूवरच आपलं लक्ष केंद्रित होतं. त्यातल्या सुखद बाबी आपण समजूनच घेत नाही आणि अशा सुखद गोष्टी भरपूर असतात, परंतु या क्षणी मात्र माझ्या शब्दांवर विश्वास ठेवणंच तुमच्या हाती आहे.

'मला वाटतं पत्नीच्या गर्भारपणाचा असा अर्थ घ्यायचा की, आता दीर्घकाळ रतिसुखाला मुकावं लागणार!'

काही वैद्यकीय कारणास्तव तुमच्या पत्नीला समागम टाळण्याची सूचना देण्यात आली असेल, तर प्रश्न वेगळा! नाहीतर अपत्यजन्मापर्यंत संन्यस्तवृत्ती स्वीकारण्याचं काहीही कारण नाही. वस्तुत: पत्नीशी जिव्हाळ्याचे संबंध राखण्याचा तो महत्त्वाचा भाग आहे. गर्भधारणेत समागमाबद्दल घ्यायच्या काळजीसंबंधी चौथ्या प्रकरणात अधिक माहिती दिली आहे.

'पत्नीच्या गर्भारपणाचा अर्थ दीर्घकाळापर्यंत समागमापासून मुक्त असा असेल, अशी मी आशा करतो.'

काहीजणांना, अशी इच्छा धरणं ही अनैसर्गिक किंवा अशक्य कोटीतली गोष्ट वाटत असली, तरी वस्तुस्थिती अशी आहे की, गर्भधारणेसाठी खूप काळ प्रयत्न करत राहणाऱ्या लोकांच्या बाबतीत समागम ही एक यांत्रिक क्रिया बनते आणि त्याबद्दलचं आकर्षण ओसरतं. असं असेल, तर अशी मानसिकता ओसरेपर्यंत काळ जाऊ दिल्यावर तुम्ही नव्यानं रतिसुखाचा आनंद मिळवू लागाल.

या साऱ्या काळज्या अगदी स्वाभाविक, नैसर्गिक म्हटल्या पाहिजेत. खरं सांगायचं तर अजिबात काळजी न वाटणं हीच चिंतेची बाब ठरते!

पत्नीच्या भूमिकेतून विचार करायला शिका.

तुम्हाला कोणत्याही काळज्या सतावत असल्या तरी पत्नीला काय काळज्या वाटत असतील याचा तिच्या भूमिकेत जाऊन अंदाज घ्या. जरी ती प्रारंभी म्हणत असली, 'आम्हाला बाळ होणार आहे,' तरी तिच्या लवकरच लक्षात येईल की तिलाच बाळाला जन्म द्यायचाय, तिलाच गर्भभार सोसायचाय. तुम्ही तिला सुफलित केलं असलंत आणि तिला शक्य तेवढी सारी मदत करण्याची तुमची प्रामाणिक इच्छा असली, तरी प्रत्यक्षात गर्भभाराच्या आणि प्रसूतीच्या कळा आणि वेदना तिच्याच वाट्याला येणार आहेत; तुमच्या नव्हे!

तुम्हाला स्वत:ला काही चिंता वाटत असल्या, तरी तिला स्वत:च्या अशा विशेष चिंता जाणवत असतील.

- *या बाळाच्या आगमनाचा माझ्या व्यावसायिक आयुष्यावर कोणता परिणाम होणार आहे?*
- *माझ्या बांध्यावर कोणता परिणाम होणार आहे?*
- *मी नोकरी सोडून घरी बसले, की मी आर्थिक स्वातंत्र्य गमावेन का?*
- *गेल्या आठवड्यात मी प्यायलेल्या मदिरेचा माझ्या गर्भावर घातक परिणाम तर होणार नाही ना?*
- *गर्भारपणाचे बेंगरूळ, ढिले कपडे वापरायचे नसतील, तर मला (डिझायनर) कपड्यांसाठी किती खर्च करावा लागेल?*
- *इतकं मोठं बाळ योनिमार्गातून बाहेर कसं येऊ शकेल?*

हार्मोन्सच्या (संप्रेरकांच्या) बदलामुळे आणि पोटात वाढणाऱ्या गर्भामुळे तुमच्या पत्नीचा तिच्या देहयष्टीवरचा ताबा नष्ट होणार आहे. ती ज्या अवस्थेतून जातेय, त्यातून

तुम्हाला जावं लागलं तर कसं वाटेल बरं? त्यामुळे ती पेलत असलेल्या यातनांबद्दल कृतज्ञता म्हणून का होईना; कुरकुर न करता तिला शक्य तेवढा आधार द्या.

> ***तिला वाटत असे की मला गर्भारपणाच्या अनुभवातून जाता येत नसल्याबद्दल खेद वाटेल. देहातील ज्या बदलांचा शेवट आत्यंतिक शारीरिक यातनांमध्ये होणार होता, त्याच बदलांबद्दल ती डौल मिरवत होती.***
>
> ल्यूकस- रथन आणि बेनचा पिता.

तिला आधार द्या.

अनुभवाचे बोल

प्रत्यक्षात गर्भभार वाहण्याखेरीज अन्य सर्व गोष्टींमध्ये तुमच्या पत्नीला तुम्ही साहाय्य करणार आहात, याबद्दल तिच्या मनात विश्वास निर्माण करा. त्या दिशेनं उचललेलं पहिलं पाऊल म्हणजे या बातमीचा आनंद साजरा करणं. तिला फुलं देऊन तिचे कौतुक करा किंवा तिला जेवायला बाहेर न्या. तुम्ही तिला सतत आधार देत तिच्या पाठीशी उभे राहणार आहात याची तिला खात्री वाटेल, असं काही तरी करा.

पुढे काय वाढून ठेवलंय, अशी शंका जवळजवळ पिता होऊ घातलेल्या प्रत्येक व्यक्तीचं मन पोखरत असते. परंतु या घडीला तुमची भीती महत्त्वाची नाही. तुम्ही कसं वागता हे महत्त्वाचं आहे. गरज भासली, तर इतर कुणाशीतरी बोलून मन हलकं करा. तुमच्या काळज्या तुमच्या पत्नीला जाणवू देऊ नका. गर्भभाराच्या क्लेशातून जात असलेल्या पत्नीचा त्रास आणखी वाढू नये, हे यामागचं कारण आहे; पुरुषांनी काळजी व्यक्त करणं हा नामर्दपणा आहे, हा त्यामागचा विचार नाही!

तिचं म्हणणं नीटपणे ऐकून घ्या.

तिला शारीरिक आणि मानसिक आधार द्या. तुमच्या स्वत:च्या गरजांना मुरड घाला आणि तिला मदत करा. कामावरून थोडे लवकर घरी या आणि बाजारहाट, घरकाम यात तिला जबाबदारीनं मदत करा. तिला सध्या ज्या आस्थेची खूप गरज आहे, त्या आस्थेनं तिच्याशी वागा. तिच्या समवेत पुस्तकांचं वाचन करा आणि तिचं साहचर्य मनमुराद अनुभवा.

तिला वाटणाऱ्या काळज्या लक्षपूर्वक ऐकून घ्या आणि त्या काळज्यांचं निराकरण करा. त्या काळज्या तुम्हाला कितीही हास्यास्पद वाटल्या तरी त्याबद्दल शेरेबाजी किंवा टीका करणं कटाक्षानं टाळा.

मी इलॉइसच्या काळज्या थट्टेवारी नेत असे, पण तिला वाटत असे की मी तिला मूर्खात काढतोय. अखेरीस एके दिवशी इलॉइसनं माझ्याजवळ विश्वासानं मन मोकळं करणंच बंद केलं.

इयान- लेगनचा पिता

अनुभवाचे बोल
काही प्रश्नांची उत्तरं आज ठाऊक नसली, तरी ती तुम्हाला शोधून काढता येणार आहेत, याची खात्री बाळगा. अपत्यजन्म ही काही नवी गोष्ट नव्हे; ती मानवजात निर्माण झाल्यापासून आजतागायत चालत आलेली गोष्ट आहे.

आनंदाची बातमी इतरांना सांगणं

तुम्ही माता-पिता बनणार आहात, ही बातमी जाहीर करण्याचा कोणतातरी योग्य विवक्षित क्षण नसतो. काही जोडपी गर्भारपणाला बारा आठवडे पूर्ण होईपर्यंत आणि तेव्हाची सोनोग्राफी होऊन सारं आलबेल आहे हे कळेपर्यंत ही बातमी इतरांना सांगत नाहीत. असं केल्यामुळे होऊ घातलेल्या मातापित्यांना स्वत:लाच या बातमीची सवय होते, भविष्याबद्दल विचार करण्याएवढा वेळ मिळतो आणि त्यानंतर बातमी जाहीर केल्यानंतर त्यांच्यावर होऊ घातलेल्या सल्ल्याच्या भडिमाराला ते अधिक शांतपणे सामोरे जाऊ शकतात. बाराव्या आठवड्यानंतर गर्भपाताचा धोकासुद्धा बराच कमी होतो. इतरांना ही बातमी सांगेपर्यंतच्या काळात हे फक्त तुम्हा दोघांमधलंच गुपित असतं. त्याची लज्जत काही वेगळीच असते.

परंतु दुसरी एक बाजू लक्षात घ्यायला हवी. ज्या लोकांना तुम्ही ही आनंदाची बातमी सांगणार आहात, त्यांचीच मदत तुम्ही संकटकाळी घेणार आहात. त्यामुळे त्यांना ही बातमी सांगायचं बारा आठवडे लांबणीवर टाकणं योग्य ठरेल की नाही, याबाबत पत्नीबरोबर चर्चा करून, योग्य तो निर्णय घ्या. जर बारा आठवड्यांनीच ही बातमी इतरांना सांगायची असा तुमचा संयुक्त निर्णय असेल, तर दरम्यान हे गुपित अजिबात फुटू देऊ नका. कुणाजवळ तरी ही आनंदाची बातमी सांगायचा

तुम्हाला मोह झाला, तरी तो निग्रहानं बाजूला सारा.

अनुभवाचे बोल
तुम्ही जेव्हा ही बातमी इतरांना सांगाल, तेव्हा नेमकी तारीख न सांगता ढोबळपणे अंदाज सांगा, म्हणजे दिलेली तारीख जवळ आल्यावर चौकस आप्तमित्र फोन करून तुम्हाला भंडावून सोडणार नाहीत.

तुमच्या वरिष्ठाला ही बातमी देताना...

ही बातमी तुम्ही तुमच्या वरिष्ठाला जेवढी लवकर द्याल, तेवढीच ते तुम्ही अधिक सूट देऊ शकतील. (पर्यायी व्यवस्थेचा विचार करायला त्यांना पुरेसा वेळ मिळेल.) परंतु घाईगडबडीनं धावत जाऊन ही बातमी देऊ नका. याबाबत तुमच्या ऑफिसात कोणती प्रथा आहे याचा अंदाज घ्या; कर्मचाऱ्यांची माहिती पुस्तिका नजरेखालून घाला, त्यात नमूद केलेल्या शासकीय धोरणांपेक्षा तुमच्या वरिष्ठांची प्रतिक्रिया वेगळी असू शकेल, ही शक्यता लक्षात घ्या. तुमच्या ज्या सहकाऱ्यांना तुमच्या आधी या अनुभवांमधून जावं लागलंय, अशांचा सल्ला मिळवायचा प्रयत्न करा.

माझी पगारवाढ केव्हाही होणार आहे हे मला ठाऊक होतं. ती पगारवाढ होईपर्यंत मी ही बातमी कुणालाही सांगितली नाही. मला त्याबद्दल अपराधी वाटत नाही; त्यानंतर मी वेगळ्या गोष्टींना अग्रक्रम देऊ लागलो असलो, तरीही मला अपराधी वाटत नाही. खरं पाहता ही पगारवाढ जेवढी मी यापूर्वी केलेल्या कामगिरीसाठी होती, तेवढीच ती माझ्याबद्दलच्या भविष्यकालीन अपेक्षांसाठीसुद्धा होती.

ॲरन- ब्रूकचा पिता

ही बातमी सांगण्यासाठी तुमच्या बॉसकडे किंवा मानव संसाधन विभागाकडे (कर्मचारी व्यवस्थापन खात्याकडे) पूर्ण तयारीनिशी जा. तुमच्या आर्थिक स्थितीचा आढावा घेऊन तुम्हाला किती रजा हवी आहे हे मनात ठरवा. पत्नीच्या प्रसूतीनंतर तुम्हाला मिळणारी रजा तुम्हाला पूर्णपणे हवी आहे, हे प्रारंभीपासूनच स्पष्ट करा. परंतु त्याहून अधिक सवलती मागताना तारतम्य वापरा. अपत्यजन्मानंतर पालकांना मदत पुरवणाऱ्या अनेक योजना उपलब्ध असतात, पण त्याबाबत हव्यास न दाखवता, वरिष्ठाला ही बातमी पचनी पडण्याएवढा अवधी द्या.

आजी आजोबांना ही आनंदाची बातमी सांगताना....

आपल्या आई-वडिलांना ही बातमी प्रत्यक्ष दिलेली चांगली. आपल्या आई-वडिलांना आणि सासू-सासऱ्यांना एकाच वेळीस ही बातमी द्या. हे सारेजण तुमचे हितचिंतक आहेत आणि त्यातल्या कुणालाही राग येईल किंवा वाईट वाटेल असं वागणं तुमच्याच अहितांच ठरेल. तुमच्या आईच्या भावनांना विशेषत: जपा, कारण तुमची पत्नी बराचसा सल्ला बहुधा तिच्या स्वत:च्या आईकडून घेईल आणि तुमच्या आईला आनंदाच्या या देवघेवीतून वगळल्यासारखं वाटेल.

आणखी एक गोष्ट लक्षात ठेवा की, आपण आजी-आजोबा बनणार असल्याची बातमी ऐकून तुमचे आई-वडील हुरळून जातीलच अशी काही खात्री देता येणार नाही. आपण नातवंडाची काही जबाबदारी उचलणं अपेक्षित आहे, असं वाटलं तर ते नाराज होणंसुद्धा शक्य आहे. 'आपण आजी-आजोबा होण्याएवढे म्हातारे झालो नाही, अशी भावना त्यांच्या मनात असू शकेल किंवा तुम्ही नीटपणे पालकत्व पार पाडाल की नाही याबद्दल त्यांनी भीती वाटत असेल किंवा अपत्यजन्मानंतर तुमचं त्यांच्याशी नातं कसं असेल याबद्दल त्यांच्या मनात शंका उद्‌भवू शकेल. त्यांना या बातमीची सवय होण्यासाठी पुरेसा वेळ द्या आणि ते तुमच्या आनंदात नक्कीच सहभागी होतात की नाही ते बघा!

याउलट ते वाजवीपेक्षा जास्त उत्साहानं सारी सूत्रं आपल्याच हाती घेऊ पाहात आहेत असं दिसलं, तर त्यांना त्यांची सीमारेषा आखून देण्याचं काम तुम्ही लगेचच पार पाडलेलं बरं! त्यांनी देऊ केलेल्या मदतीबद्दल तुम्हाला कृतज्ञता वाटतेय, पण तुम्हाला आपल्या पद्धतीनं आपलं मूल वाढवायचंय हे स्पष्ट करा.

आजी-आजोबांची भूमिका

आजवर तुमचं आणि तुमच्या पत्नीचं स्वत:चंच असं आनंदाचं खाजगी आयुष्य असलं, तरी आता तुम्हा दोघांच्या आई-वडिलांना त्यात अधिक सहभाग द्यावासा वाटणं स्वाभाविक आहे. तुमच्या पत्नीच्या आईबाबत अशी शक्यता अधिक आहे.

परंतु तुमच्या सासूच्या लुडबुडीबद्दल उघडपणे निषेध व्यक्त करण्यापूर्वी काही गोष्टी तुम्ही लक्षात घेतलेल्या बऱ्या.

अपत्यसंगोपनात, तुमचे आई-वडील आणि सासू-सासरे अत्यंत मोलाचा हातभार लावू शकतात. बाळाची प्रत्यक्ष काळजी कशी घ्यावी याबद्दलचे उपयुक्त धडे तर तुम्ही त्यांच्याकडून शिकू शकताच; पण याखेरीज, तुम्हाला त्यांनी जी

नीतिमूल्यं शिकवली तीच नीतिमूल्यं तुमच्या अपत्याच्या मनावर बिंबवण्याचं महत्त्वाचं काम ते करू शकतात. त्यांच्याकडून तुम्हाला आगळंवेगळं प्रेम, आधार, सल्ला आणि अनुभवाचे बोल मिळू शकतात. तुम्ही आणि तुमची पत्नी त्यांच्यावर प्रचंड प्रमाणात अवलंबून राहू लागाल अशी खूप शक्यता आहे.

एवढेच नव्हे; तर तुमच्या अपत्याचे आजी-आजोबा तुमच्या अपत्याचं आयुष्य अत्यंत समृद्ध बनवून टाकत असतात. संशोधनानं सिद्ध झालं आहे की आजी आजोबांशी जवळीक असलेली मुलं संतुलित स्वभावाची होतात आणि आजी आजोबांशी असलेल्या जवळिकीमुळे ती अनेक गोष्टी शिकत असतात.

आणखी एक गोष्ट लक्षात ठेवा. तुमचे आई-वडील अजून किती काळ तुम्हाला लाभणार आहेत हे कधीही सांगता येत नाही. त्यामुळे त्यांना नातवंडांचं सुख मनमुराद उपभोगू द्या. त्यापासून त्यांना वंचित ठेवू नका.

बेला फक्त चारच महिन्यांची होती, तेव्हा माझे वडील निवर्तले, पण मला पूर्णपणे माहीत आहे की, आजोबा झाल्याचा त्यांना अपरिमित आनंद वाटत होता.

नेथन- बेलाचा पिता

आजीआजोबांबाबत उद्‌भवणाऱ्या समस्या

नातवाच्या लालनपालनात आजी-आजोबांना सहभागी करून घेणं हा आनंदाचा अनुभव असला, तरी त्यातून काही प्रकारचा संघर्षसुद्धा उद्‌भवू शकतो. आपल्या आई-वडिलांनी आपल्या अपत्याची काळजी घ्यावी आणि शक्य तेवढ्या उत्कृष्ट प्रकारे आपलं अपत्य वाढवलं जावं असं तुम्हाला वाटत असेल, तर अपत्याच्या दृष्टीनं सर्वथा योग्य काय याबद्दल तुमच्या आई-वडिलांची स्वत:चीच अशी (आणि कधीकधी तुमच्या मतांहून वेगळी) मतं असतील हे लक्षात ठेवा.

अनुभवाचे बोल

बरं-वाईट दोन्ही स्वीकारा. टीका करत किंवा कठोर पद्धतीनं सल्ला दिला आहे असं तुम्हाला वाटलं, तरी सद्‌हेतूनं दिलेला सल्ला दुर्लक्षू नका. दिल्या गेलेल्या सूचनांची छाननी करून ग्राह्य सूचना स्वीकारा आणि ग्राह्य नसलेल्या सूचना मार्दवानं नाकारा.

समस्या उद्‌भवल्या तर संवेदनशीलता आणि परिपक्वता राखून त्याबाबत

चर्चा करा. आपल्या आई-वडिलांशी आपलं आणि आपल्या अपत्याचं सकारात्मक नातं राहावं आणि एकमेकांवरची टीका आणि टोमणेबाजी यांना वाव मिळू नये या दृष्टीनं आई-वडिलांबरोबरच्या संपर्कावर नियंत्रण ठेवावं. असं केल्यामुळे संबंधांमधील गोडी टिकून राहील आणि तोंडून अधिक-उणा शब्द गेल्याबद्दल उभयपक्षी दु:ख उद्‌भवणार नाही. तुमच्या आई-वडिलांना नातवंडाच्या लालनपालनात सहभाग हवा असेल, तर त्यांनी तुमच्याशीसुद्धा खेळीमेळीचे संबंध राखायला हवेत.

पत्नीला दिवस गेल्यावर भावी माता-पित्यांना नातेवाइकांशी पुन्हा जवळीक साधण्याची इच्छा होऊ लागते. त्यांना जाणीव होते की या माणसांना आपल्या आयुष्यातून हद्दपार करून आपण आपल्या अपत्यालासुद्धा त्यांच्या मायेपासून वंचित करत आहोत. तुमच्या मुलावर ममता करणारे आणि त्याच्याकडून ममता करून घेणारे जेवढे अधिक आप्तमित्र तुमच्या मुलाला लाभतील, तेवढंच त्याचं आयुष्य अधिक समृद्ध होईल.

आपल्या अपत्याच्या आजी-आजोबांशी प्रेमाचे संबंध राखणं हिताचं असतं. तुम्ही स्वत: आई-बाप झालात की तुमची त्यांच्याशी अधिक जवळीक होईल, कारण ते तुम्हाला वाढवतानाचे त्यांचे अनुभव सांगू लागले, की त्यांनी तुमच्यासाठी किती खस्ता खाल्ल्या आहेत याची तुम्हाला नव्यानं जाणीव होईल.

पत्नीच्या गर्भारपणातली तुमची भूमिका

तुमच्या सहभागाचं मूल्यमापन

गर्भभार वाहात असते तुमची पत्नी. वाढत्या गर्भाबरोबर ती जास्त-जास्त अवघडत जाते. सारं काही नीटपणे घडून ती सुखरूपपणे प्रसूत झाली आणि निरोगी अपत्याचा जन्म झाला की तिचे श्रम सुफल होतात. तिच्या सहभागाचं मूल्यमापन करणं सोपं असतं.

याउलट, तुमच्या सहभागाचं मूल्यमापन करणं अवघड असतं. तुम्ही केलेल्या मदतीमुळे, तुमच्या पत्नीला किती आनंद मिळतोय, यावरूनच तुमच्या सहभागाचं मोल करता येणं शक्य असतं, पण याचा अर्थ असा नव्हे की तुम्ही फक्त निमूटपणे तिच्या आज्ञांचं पालन करत राहावं किंवा अप्तमित्र आणि डॉक्टर्स यांच्याकडून दुर्लक्षिलं जावं. स्वत: पुढाकार घेऊन अनेक उपयुक्त गोष्टी करण्याची संधी तुमच्यापुढं नेहमीच खुली असणार आहे आणि विविध भूमिका बजावता येणं शक्य आहे.

तिच्या हाकेला 'ओ' देण्यासाठी सदैव तत्पर राहा.

अनुभवाचे बोल

सतत आधार आणि धीर देणं हे तुमचं प्रमुख कर्तव्य असणार आहे. या दिव्यातून तिला एकटीला जावं लागत नाही असा विश्वास तिच्या मनात निर्माण करण्यासाठी शक्य तेवढं सारं तुम्ही करायला हवं. ह्या शारीरिक यातनांमधून तुम्ही स्वत: जात नाही, याबद्दल तुम्हाला आनंद वाटत असला, तरी पत्नीबद्दलच्या हळव्या संवेदनशीलतेच्या आवरणाखाली हा आनंद दडवून ठेवा आणि तिच्या सुखासाठी आपल्या अपेक्षांना मुरड घाला.

ज्या गोष्टी तुम्ही करायलाच हव्यात (तिचा वाढदिवस आणि तुमचा लग्नाचा वाढदिवस लक्षात ठेवणं, बाथरूममधल्या जमिनीवरून तुमचे मोजे उचलणं, टॉयलेट सीट पूर्ववत ठेवणं), तेवढंच करून भागणार नाही. घरात तुम्हाला जे काही करता येण्याजोगं आहे, त्या साऱ्याची जबाबदारी स्वत: होऊन अंगावर घेणं आवश्यक आहे. स्वच्छता करणं, बाजारहाट करणं, स्वयंपाक करणं, कचऱ्याचा डबा रिकामा करणं यासारख्या गोष्टी तिनं सांगायच्या आधीच तुम्ही करून टाकल्या पाहिजेत.

या गोष्टी करता याव्यात म्हणून कामावरून थोडा वेळ आधी घरी परत या. बाळाच्या खोलीचे पडदे निवडताना उत्साह दाखवा, ते स्वत: लावा किंवा लावण्यासाठी कुणाला तरी बोलवा, पत्नीच्या पसंतीस उतरतील अशी बेबी-ब्लँकेट्स शोधत दुकानं पालथी घालण्यासाठी तुमचा सुट्टीचा दिवस न कुरकुरता खर्च करा. ती पाचव्यांदा वरच्या बेडरूममध्ये फोन विसरून आली असली, तरी तिला तो न कुरकुरता आणून द्या. ती गर्भारपणाच्या ज्या यातनांमधून जात आहे, त्याबद्दल तुम्हाला किती सहानुभूती वाटतेय हे व्यक्त करण्याची एकही संधी वाया घालवू नका.

ती मला 'हे आण - ते आण' अशा आज्ञा देत घरभर पायपीट करायला लावत असे तेव्हा मी तिचा पाळीव कुत्रा तर नाही ना, असं मला वाटत असे, पण त्यामुळे मी निदान तंदुरुस्त तरी राहिलो.

मायकेल- एमी आणि टॉमचा पिता

तिला वाटणाऱ्या काळज्या आस्थेनं ऐकून घ्या आणि तिचे भावनिक चढ-उतार समजून घ्या. तिच्या साऱ्या विवंचना आणि त्रागे यांना धीरगंभीरपणे तोंड द्या. तिचा पोटाचा घेर वाढत जाणं अटळ आहे; असं झाल्यावर देखील ती किती सुंदर दिसतेय आणि पोटाखेरीज ती अजिबात बेडौल झालेली नाही अशी तिची स्तुती करा. जरी हे पूर्ण असत्य असलं, तरी तिचा तणाव कमी करण्यासाठी शक्य ते सारं करा.

अनुभवाचे बोल

ही जबाबदारी पार पाडणं सोपं नाही. तुमची पत्नी सतत तुम्हाला कामं देत दमवणारी असली, तर ही जबाबदारी आणखीच जाचक होऊन बसेल. तुमच्या पत्नीला पूर्णपणे ओळखणारी तुम्ही एकमेव व्यक्ती आहात आणि ही कामगिरी तुमच्याइतक्या समर्थपणे इतर कुणीही पेलू शकणार नाही.

तिला विश्रांती देण्यासाठी तिच्या कामांची जबाबदारी स्वत: उचलण्याखेरीज अन्य पर्यायच नसतो. अशा वेळीस आप्तमित्रांची मदत मागण्यास संकोच करू नका. घरी बनवलेल्या जेवणाच्या डब्यांनी तुमचा फ्रीजर भरून टाकण्यास किंवा तिच्यासोबत डॉक्टरच्या चेकअप्साठी जाण्यास त्यांना बहुधा आनंदच वाटेल.

लक्षात ठेवायच्या दहा गोष्टी

- तुम्ही बाबा बनणार असल्याची बातमी कळल्यावर, 'तुम्ही तुमच्या पत्नीच्या पाठीशी सतत, खंबीरपणे उभे असणार आहात' हे व्यक्त करायची एकही संधी दवडू नका.
- भावी पितृत्वाबद्दल चिंता वाटणं हे स्वाभाविक आहे आणि तुमच्या नव्या जबाबदारीची जाणीव असल्याचं ते बोलकं चिन्ह आहे.
- तुम्हाला कितीही काळजी वाटत असली, तरी प्रत्यक्षात गर्भारपणाच्या यातना तुमची पत्नीच भोगणार आहे.
- शेरेबाजी न करता, आस्थेनं तिला वाटणाऱ्या चिंता ऐकून घ्या.
- ही आनंदाची बातमी सर्वांना केव्हा सांगायची याचा निर्णय पत्नीबरोबर चर्चा केल्यानंतर घ्या. इतरांना नेमकी (प्रसूतीची) तारीख सांगू नका.
- बाळाच्या आजी-आजोबांना खूश ठेवा. त्यांचा अनुभव, प्रेम, आधार आणि सल्ला तुमच्या दृष्टीनं अत्यंत मोलाचा ठरणार आहे.
- तुमच्या आई-वडिलांचं नातवंडांवर जसं प्रेम असेल, तशाच 'नातवंडांच्या हिताचं काय' याबद्दल त्यांच्या काही ठाम कल्पनासुद्धा असतील. ह्या दोन्ही गोष्टी आनंदानं स्वीकारा.
- सर्व गोष्टींची माहिती काढल्यानंतरच तुमच्या बॉसला ही बातमी सांगा. अपत्यजन्मानंतर हक्काची असलेली पूर्ण रजा मागा.
- घरकामाची जबाबदारी स्वत:होऊन अंगावर घ्या आणि पत्नीच्या चिंता आणि कष्ट हलके करा.
- गर्भारपणाच्या ज्या शारीरिक आणि मानसिक यातना तुमची पत्नी भोगते आहे, त्यातून तिला आराम देण्यासाठी तुम्हीच सर्वयोग्य व्यक्ती असणार आहात.

४

गर्भारपण : शारीरिक बाबी

या प्रकरणात आपण खालील मुद्द्यांचा परामर्श घेणार आहोत :

- *तुमच्या पत्नीला सामोरे जावे लागणारे असे शारीरिक बदल*
- *पत्नीच्या गर्भारपणाचा तुमच्या लैंगिक जीवनावर होणारा बरा-वाईट परिणाम*
- *गर्भारपणात करता येण्याजोग्या चिकित्सा (tests)आणि स्कॅन्स*

अधिक माहिती

गर्भारपणाचा कालखंड ४० आठवडे एवढा असतो आणि तुमची समजूत तशी असली, तरी तो बीजांड फलनापासून मोजला जात नसून तुमच्या पत्नीच्या शेवटच्या रजोदर्शनापासून (मासिक पाळीपासून) मोजला जातो, म्हणून प्रसूतीची अपेक्षित तारीख बीजांडफलनापासून ३८ आठवड्यांनी धरली जाते.

गर्भारपणाचा ४० आठवड्यांचा कालखंड तीन महिन्यांच्या तीन भागांत विभागला जातो.

शारीरिक बदल

गर्भारपणात अनेक दु:सह शारीरिक बदल घडत असतात. ह्या नऊ महिन्यांच्या कालावधीत तुमच्या पत्नीला खालील गोष्टींचा त्रास होण्याचा भरपूर संभव असतो.

- *बद्धकोष्ठता आणि मूळव्याध*
- *त्वचेवर डाग येणं आणि खाज सुटणं*
- *जलद श्वास होऊन धाप लागणं*
- *घशाशी जळजळ होणं*
- *पोटात आणि पायात पेटके येणं*

- *डोकेदुखी*
- *थकवा*
- *सायेटिका (sciatica) : कटिप्रवेश, मांडी आणि पोटरी यामधून जाणाऱ्या शिरेचे दुखणे*
- *वासामुंळे मळमळणं*
- *त्वचेवर डाग पडणे*
- *योनिमार्गातून स्राव होणे*
- *अंगावर सूज येणे*
- *चक्कर येणे*
- *पोटावर, मांड्यांवर स्ट्रेचमार्क येणं (कातडी ताणली जाऊन तिथे कायम स्वरूपी रेषा दिसणं)*
- *व्हेरिकोज व्हेन्स (रक्तवाहिन्यांच्या आवरणाचा लवचिकपणा कमी झाल्यामुळे उद्‌भवणारा विकार) - शिराशैथिल्य*
- *पाठदुखी*

गर्भारपणात पोटाचा आकार वाढल्यावर, शरीराचा गुरुत्वमध्य बदल्यामुळे ती बेडौल दिसू लागेल. शरीरातील हार्मोन्सची पातळी बदलल्यामुळे तिच्या स्वभावातही विसरभोळेपणा, धांदरटपणा असे बदल घडू लागतील.

ही सारी सर्वसाधारण, निरोगी गर्भारपणाची लक्षणं आहेत आणि बरीचशी अल्पकाळात नाहीशी होणार आहेत. एवढाच दिलासा तुमच्या पत्नीला देणं, तुमच्या हाती असतं. व्हेरिकोज व्हेन्स आणि स्ट्रेचमार्क अशा कायम टिकणाऱ्या गोष्टींकडे 'यशस्वी लढ्यातल्या जखमांचे कायमस्वरूपी व्रण' अशा दृष्टीनं बघावं.

पहिली तिमाही (पहिले १४ आठवडे)

हार्मोन्समधील बदलांमुळे तिला मळमळेल, थकवा वाटेल आणि अन्न जाणार नाही. तिला अधिक वेळा बाथरूममध्ये (मूत्रविसर्जनासाठी) जावं लागेल, तिची वक्षस्थळं हुळहुळी होतील, तिची मन:स्थिती सतत बदलेल.

परंतु हा बराचसा काळ नेहमीप्रमाणे जाऊ शकेल.

अनेक आठवडे, माझ्या दृष्टीनं एकच बदल होता. रात्री तिला बाथरूमला जायला उठावं लागलं, की मला जाग येत असे.

रॉब- ब्रिजेतचा पिता

परंतु वरवर पाहता तुमची पत्नी पूर्वीसारखीच वाटली, तरी आतून सारंच बदललेलं असणार आहे. गर्भधारणा होऊन सहा आठवडे झाल्यावर तुमचं बाळ सफरचंदाच्या बी एवढ्या आकाराचं असणार आहे. वार (नाळ) मानवी केसाएवढी पातळ असली, तरी मेंदूभोवती कवटीची हाडं तयार होण्यास सुरुवात झालेली असेल आणि हृदयाचे ठोके स्वत: होऊन पडू लागले असतील.

ह्या जोमानं होणाऱ्या वाढीला पुरं पडण्यासाठी, तुमच्या पत्नीचा चयापचय प्रक्रियेचा वेग दहा ते पंचवीस टक्क्यांनी वाढलेला असणार आहे. त्यामुळे तिला अतिशय थकवा जाणवणं स्वाभाविक आहे, ती अतिशय थकून जाऊन सोफ्याला चिकटून बसलेली किंवा पलंगावर कोसळलेली दिसेल हे अपेक्षितच आहे.

> ***तिच्या ऑफिसमधल्या झाडू ठेवायच्या प्रचंड कपाटात, इतरांच्या नजरांपासून दूर राहून माझी पत्नी जेवणाच्या सुट्टीच्या वेळात थोडी झोप घ्यायच्या प्रयत्नांत असे.***
>
> इयान- लेगनचा पिता

सतत मळमळणं

अनुभवाचे बोल
पहिल्या तीन महिन्यांच्या काळात अर्ध्या अधिक गर्भार स्त्रियांना मळमळण्याचा त्रास होत असतो.

याला 'मॉर्निंग सिकनेस' म्हणत असले, तरी हा मळमळण्याचा त्रास दिवसाच्या कोणत्याही वेळीस होऊ लागतो आणि तो दीर्घकाळ टिकतो. त्यामागचं नेमकं कारण कुणालाही माहीत नसलं, तरी शरीरातील हार्मोन्सची (संप्रेरकांची) पातळी बदलल्याचा तो परिणाम असावा असं समजतात. तुमच्या पत्नीला मळमळण्याचा अवाजवी त्रास होऊन तिच्या पोटात पुरेसं पाणी ठरत नसलं, तर तिला रुग्णालयात दाखल करणं गरजेचं ठरू शकतं.

दुर्दैवानं, तिला उलटी होत असताना आधार देण्यापलीकडे आणि तिला संपूर्ण जेवण जात नसेल तर दिवसभरात वेळोवेळी थोडं थोडं खायला उत्तेजन देण्यापलिकडे, तुम्ही तिच्यासाठी फारसं काहीही करू शकत नाही. भरपूर कर्बोदकं आणि प्रथिनं असलेल्या साध्यासुध्या गोष्टी तिला खायला लावायचा आणि भरपूर द्रव पदार्थ पिण्यासाठी तिला उत्तेजन द्यायचा तुम्ही प्रयत्न करायला हवा.

अन्नाचा तिटकारा आणि तीव्र इच्छा

> **अनुभवाचे बोल**
> मळमळण्याखेरीज ८०% स्त्रियांना विशिष्ट प्रकारच्या अन्नाबद्दल तिटकारा वाटू लागतो.

माझी पत्नी दिवसभरात चहाचे असंख्य कप रिचवत असे; अचानक ती अजिबात चहा पिईनाशी झाली. एकाएकी मांसपदार्थ खाण्याचा विचारही तिला असह्य वाटू लागला आणि मी पीत असलेल्या कॉफीच्या वासानं तिला मळमळू लागलं.

ख्रिश्चन- एड्रियान, केली आणि ॲलिसचा पिता

याउलट ९०% स्त्रियांना कोणती तरी एखादी गोष्ट खायची जबरदस्त इच्छा वाटू लागते. समजूत काहीही असली तरी अन्न नसलेल्या गोष्टी तोंडात घालण्याची इच्छा -(याला 'पिका (pica)' म्हणतात.) फारच कमी स्त्रियांना जाणवते. जोवर कोणत्याही अन्नाबाबतची नावड किंवा तीव्र इच्छा ही नेहमीचं सकस अन्न पोटात जाण्याच्या आड उभी राहात नाही, तोवर त्याबाबत विशेष चिंता करण्याचं काहीही कारण नाही.

दुसरी तिमाही (२८ आठवड्यांपर्यंत)

या काळात गर्भार स्त्रिया रसरशीत दिसू लागतात. त्यांना 'गर्भतेज येतं' असा वाक्प्रचार प्रचलित आहे. गर्भार स्त्रीचं पोट जाणवू लागलं असलं, तरी इतर गोष्टी नीट असतात. तिला अन्न आणि समागम यांची पूर्ववत इच्छा होऊ लागते.

ती गर्भार असल्याचं आता स्पष्टपणे कळू लागतं. या काळात तिचं वजन आठवड्याला अर्धा किलोपर्यंत वाढू लागतं. मळमळणं हळूहळू कमी होऊन बंद होतं. तिचे केस दाट होतात आणि त्वचा नितळ होते. तिचे भावनिक चढ उतार कमी होतात. तिला वारंवार लघवीला जावं लागत नाही.

हार्मोन्सच्या बदलामुळे तिच्या आतड्यांचे स्नायू शिथिल होतात आणि वाढत्या गर्भाचा पचनसंस्थेवर दाब पडू लागतो. त्यामुळे अनुक्रमे बद्धकोष्ठाची तक्रार उद्भवू लागते आणि घशाशी जळजळ होऊ लागते. तिच्या बेंबीपासून योनिमार्गाच्या हाडापर्यंत काळ्या रंगाची, लिनिआ निग्रा नावाची रेघ उमटू लागते. (अपत्यजन्मानंतर

ही रेघ नाहीशी होते.) दुसरी तिमाही संपत आली की तिला धाप लागणं, पाठ दुखणं असे त्रास जाणवू लागतात. तिच्या वक्षांवरली, पोटावरली आणि मांड्यांवरली कातडी ताणली जाऊन तिथे स्ट्रेच-मार्क दिसू लागतात. ते तुम्हाला दिसल्याची तिला अजिबात जाणीव होऊ न देण्याची खबरदारी घ्या.

तिसरी तिमाही (२८ आठवड्यांनंतरचा गर्भारपणाचा काळ)

महत्त्वाचा दिवस जवळ येऊ लागल्यावर आयुष्य पुन्हा एकदा अवघड बनतं. तिच्या शारीरिक यातना वाढतात आणि तिची काळजीसुद्धा वाढत जाते. तिचे बूट घालून देण्यापासून ते तिला कुशीवर वळवण्यापर्यंत सारं काही करावं लागतं. सतत लघवीला लागल्याची भावना तिला पुन्हा जाणवू लागते. पोटातलं बाळ सतत हालचाल करत असतं. लाथा मारत असतं. त्याचा त्रास होऊ लागतो. धाप लागणं आणि घशाशी जळजळ होणं यांचा जास्त त्रास होऊ लागतो. साऱ्या गोष्टी करण्याचे कष्ट वाटू लागतात. तिच्याकडून समागमाची इच्छा करणं शक्यच नसतं.

तिच्या स्वभावातील बदलांबद्दलची माहिती पुढे देत आहोत.

सहानुभूतिपर यातनांची भावना पतीला होणं

पिता होऊ घातलेल्या काहीजणांना, पत्नीच्या गर्भारपणात तिच्यासारख्याच शारीरिक यातना जाणवतात. जणू काही पत्नीबद्दल खरीखुरी सहानुभूती वाटून पतीसुद्धा तिचे क्लेश अनुभवू लागतो! बऱ्याच लोकांना पोटात दुखण्याची भावना होते, तर काहींना विशिष्ट अन्नपदार्थ हवेसे वाटू लागतात आणि त्यांचं वजनसुद्धा वाढतं. कळत-नकळत आलेल्या मानसिक तणावाची ही चिन्हं आहेत असं म्हणण्याचा मोह झाला तरी पुरुषांच्या देहातील संप्रेरकांची पातळी बदलत असते, असा एक सिद्धांत मांडला जातो आणि किंवा पत्नीच्या यातनांमध्ये सहभागी होण्याचा हा प्रयत्न असतो, असंही म्हटलं जातं.

पतीला होणारे असे शारीरिक क्लेश अपत्यजन्मानंतर थांबतात; परंतु त्याबद्दल तुम्हाला काळजी वाटत असेल तर तुमच्या डॉक्टरला भेटून याबाबत शंकानिरसन करून घ्या.

अधिक माहितीसाठीची वेबसाईट आहे :
www.thebabycorner.com/page/345

योग्य आहार आणि वजनवाढ

ज्या स्त्रियांना खाण्याची आवड असते, त्यांच्या बाबतीत गर्भारपणाचे अधिक महिने भरणं आणि लठ्ठपणा यांचा परस्परसंबंध असेलच असं नाही. सर्वसाधारणपणे गर्भारपणाच्या कालखंडात स्त्रियांचं वजन १३ किलोंनी वाढतं. परंतु काही स्त्रियांचं वजन २३ किलोपर्यंतसुद्धा वाढू शकतं. प्रसूतीनंतर यातलं बरचसं वजन उतरतं. स्त्री अपत्याला अंगावर पाजत असली, तर वजन उतरण्यास मदत होते. गर्भारपणात जेवढं अधिक वजन वाढेल, तेवढंच ते प्रसूतीनंतर उतरवायला अवघड जाईल, त्यामुळे प्रसूतीकाळातच योग्य असे, झेपतीलसे व्यायाम तिच्याकडून करून घ्या आणि प्रसूतीसाठी महत्त्वाचे असे स्नायू बळकट करून घ्या.

पहिल्या तिमाहीत तिचं वजन एकदोन किलोंनी वाढेल. त्यावेळीस ती गर्भार असल्याचं जाणवणार नाही. फक्त ती लठ्ठ झालीय असं वाटेल. (तिच्या बाबतीत 'लठ्ठ' हा शब्द अजिबात उच्चारू नका. त्याऐवजी 'ती किती सुंदर दिसतेय' असं म्हणून तिला खुलवा.

अनुभवाचे बोल

तुमचं तिच्यावर किती प्रगाढ प्रेम आहे याचा वारंवार उच्चार करा. सोफा तिला सुखकारक वाटतोय की नाही याची प्रेमानं चौकशी करा. त्यानंतरच तिच्या लठ्ठपणाबद्दल तिची किंचितशी चेष्टा करायचा धीर करा.

गर्भारपणात कोणते अन्नपदार्थ टाळावेत याबद्दलची माहिती अनेक वेबसाईट्सवर उपलब्ध असते. उदा. www.babycentre.co.uk/pregnancy/nutrition. नीटपणे न शिजलेलं मांस, चिकन, अंडी, सॉफ्ट चीज, कच्ची मासळी, लिव्हर इ. पदार्थ टाळावेत अशी सूचना आढळते.

एखाद्या हळव्या क्षणी स्वत:ला दूषणं द्यायची इच्छा होऊ शकेल. तसं न करता सुज्ञपणे वागा. भरपूर प्रथिनं असलेला मांसाहार, हिरव्या भाज्या खाण्यासाठी तिला उत्तेजन द्या.

धूम्रपान, मद्यपान, कॅफीन आणि अमली पदार्थ

चहा-कॉफीवाचून तुमच्या पत्नीचं धकत नसेल, तर कॅफीन नसलेला ब्रँड निवडा. ती धूम्रपान, मद्यपान करत असली आणि मौज म्हणून अमली पदार्थांचं सेवन करत असली, तर तिला त्यापासून परावृत्त करा.

तुम्हालासुद्धा या गोष्टींची सवय असली, तर तुम्हीसुद्धा त्या गोष्टी सोडून देण्याचा प्रयत्न करा. त्यामुळं तुमचं आरोग्य तर सुधारेलच पण तिला ही व्यसनं सोडण्यासाठी उत्तेजन आणि पाठबळ लाभेल. तुमच्या पत्नीशी तुमचे संबंध अधिक जिव्हाळ्याचे होतील आणि तुमच्या पत्नीच्या आणि तुमच्या अपत्याच्या स्वास्थ्यावरसुद्धा त्याचा चांगला परिणाम होईल.

गर्भारपणामुळे तुमच्या पत्नीच्या जीवनशैलीवर अनेक निर्बंध येतील. त्या निर्बंधांमध्ये आपण सहभागी होण्याची काहीही गरज नाही, असा पवित्रा घेण्याची कदाचित तुम्हाला इच्छा होईल, परंतु तुम्ही स्वेच्छेनं तिच्या निर्बंधांमध्ये सहभागी न झाल्यामुळे तुमच्या पत्नीचा निग्रह कदाचित डळमळीत होईल आणि तुमच्या पत्नीच्या आणि होऊ घातलेल्या तुमच्या अपत्याच्या प्रकृतीवर त्याचा किती प्रतिकूल परिणाम घडेल हे नीटपणे लक्षात घेऊनच तुम्ही योग्य तो निर्णय घ्या. निर्णय घेताना सारासार बुद्धी वापरा.

भावनिक चढ-उतार

गर्भधारणेबद्दल तुमच्या पत्नीला कितीही आनंद वाटत असला, तरी तिला त्याचे शारीरिक क्लेश जाणवू लागले, की तिची मनोवृत्ती बदलू लागेल.

> ***आपल्याला स्वतःची स्वतः पँट वर खेचता येत नाही. याची कॅटला पहिल्यांदा जाणीव झाली, तेव्हा ती एखाद्या शाळकरी मुलीसारखी खदखद हसू लागली. परंतु संध्याकाळपर्यंत तिचा मूड बदलला आणि आपलं एखाद्या मांसल फुग्यात तर परिवर्तन होणार नाही ना अशी काळजी तिनं व्यक्त केली.***
>
> लिंडसे- इव्हाचा पिता

तिच्या भावनिक चढ-उतारांचा तिला तिच्या बदलत्या देहयष्टीएवढाच त्रास होऊ लागेल. प्रसूतीची तारीख जवळ येऊ लागते, तशी एक दिवस ती हर्षोत्फुल्ल मनःस्थितीत असेल तर एक दिवस सतत कुरकुर करेल. घटकेत तिला वाटेल की आपली प्रसूतीसाठी पुरेशी मनाची तयारी झालेली नाही, तर घटकेत तिला मोकळं होण्याची घाई लागेल. लोक तिच्या वर आलेल्या पोटाची चापट्या मारून कौतुकानं दखल घेऊ लागले की तिला आनंद वाटेल किंवा आपण इतक्या बेडौल दिसत आहोत म्हणून ती खंत वाटून घेईल. पाऱ्याप्रमाणे तिची मानसिकता बदलत राहील.

भावनिक चढ-उतारांचा तिला त्रास होऊ लागला, की ती सारा राग तुमच्यावर

काढेल. तिच्याशी वाद न घालता प्रेमानं तिला चुचकारा आणि आस्थेनं तिची कुरकुर ऐकून घ्या. प्रसूतीवेदना तिला भोगाव्या लागणार आहेत, तुम्हाला नव्हेत हे लक्षात घ्या, म्हणजे तिच्या तक्रारी ऐकण्यासाठी तुम्हाला बळ लाभेल.

> **अनुभवाचे बोल**
> गर्भारपणात मन:स्थितीत चढ-उतार होणं, खुळेपणानं वागणं अशा प्रकारचे त्रास तुमच्या पत्नीला होऊ शकतील. त्याला सामोरं जाण्यासाठी मनाची तयारी ठेवा आणि तिचा आरडाओरडा सहन करून तिला भावनांचा निचरा करू द्या. तुम्ही स्वत: शांतपणे हे सहन करा, नाहीतर तुम्हाला ती अधिकच त्रास देईल.

कोणत्याही चिंतांकडे गंभीरपणे बघा

> **अनुभवाचे बोल**
> तुम्हाला किंवा तुमच्या पत्नीला कोणत्यातरी गोष्टीबद्दल चिंता वाटत असेल, तर व्यावसायिकाकडून तपासणी करून घेण्याचा आग्रह धरा.

जॅन सतरा आठवड्यांची गरोदर असताना तिला तिच्या एका वक्षस्थळावरच्या काही भागाची त्वचा अधिक जाड झाल्याचं लक्षात आलं. त्या भागाची स्कॅननं तपासणी केल्यानंतर, तो गर्भारपणातला नेहमीचा बदल निघाला. डॉक्टरचा मोलाचा वेळ वाया घालवल्याबद्दल तिला अपराधी वाटत होतं, परंतु ते खूपच सौजन्यानं वागले. ते म्हणाले, की 'रुग्णाचं शंकानिरसन करणं हे त्यांचं कर्तव्यच आहे आणि काहीतरी गंभीर झालंय असं सांगायची वेळ न येता, सारं काही ठीक आहे असं सांगता आलं, याचा त्यांना आनंदच वाटतोय.'

ॲलस्टेअर- इआनचा पिता

वक्षस्थळं

गर्भारपणाचा एक परिणाम म्हणजे स्त्रियांच्या वक्षस्थळांचा आकार वाढू लागतो

आणि स्तनाग्रांच्या आजूबाजूचा तपकिरी भाग अधिक गडद होऊ लागतो. बाळाला स्तनपान करणं सुलभ जावं म्हणून हे बदल निसर्ग घडवत असावा.

ह्या बदलांसोबतच वक्षस्थळं अत्यंत हुळहुळीसुद्धा होतात.

> ***गर्भारपणासाठीच्या ब्रा साठी दुकानात माप घेतलं असता तिचं माप ३६ डी डी एवढं वाढलेलं पाहून माझ्या पत्नीनं आनंदानं फोनवर मला ही बातमी सांगितली. ती ऐकून मलासुद्धा बरंच वाटलं. या वेळी आम्हाला ठाऊक नव्हतं की तिची वक्षस्थळं किती हुळहुळी होणार आहेत, परंतु हे दिवसही जातील. धीर धरा.***
>
> कॅलम- जॅक आणि सॅमचा पिता

गर्भारपणातला समागम

संततीप्रतिबंधक साधनं वापरायची गरज उरलेली नसताना आणि तुम्हा उभयतांच्या प्रेमाचं दृश्य फल दिसत असताना समागम सुखद वाटतो.

परंतु तुमची पत्नी गर्भारपणाच्या कोणत्या अवस्थेत पोहोचली आहे आणि त्यामुळे तिच्या भावनांवर कोणते परिणाम झाले आहेत हे लक्षात घेऊनच पुढलं पाऊल उचला. कामातुर पतीनं सर्व गोष्टी लक्षात घेऊन पत्नीची संवेदनशीलता जपणं आवश्यक आहे.

गर्भारपणाच्या पहिल्या तिमाहीत पत्नीला मळमळत असतं, अन्नपाणी नीटपणे जात नाही आणि तिची कामेच्छा स्वाभाविकपणे मंदावते. तिची त्वचा हुळहुळी, नाजूक झालेली असते, त्यामुळे तुम्ही तिचं मन जपत पाऊल उचलायला हवं.

गर्भारपणाच्या दुसऱ्या तिमाहीत तुमच्या पत्नीचा मळमळण्याचा त्रास कमी झालेला असेल आणि तिचा देह अजून बेडौलही झालेला नसेल. तिची प्रकृती सुधारून तिची मनोवृत्ती उत्साही असेल. त्यामुळे समागमासाठी तिच्याकडून प्रतिसाद मिळणं शक्य असेल.

गर्भारपणाची तिसरी सहामाही सुरू होईपर्यंत तिचा थकवा आणि अस्वस्थपणा खूपच वाढला असेल. तिच्या पावलांवर सूज आली असेल. पोट खूप मोठं झालं असेल आणि हालचाल करताना तिला धाप लागत असेल. यावेळीस उभयपक्षी कामेच्छा होणं अवघडच.

एक सल्ला
परंतु तुम्हा दोघांना तशी इच्छा होत असली आणि ती क्रिया करणं शारीरिक दृष्ट्या शक्य असेल, तर नवव्या महिन्यातही समागम करण्यास हरकत नसते.

घ्यायची खबरदारी

तुमच्या वजनाचा दाब पडून तिला त्रास होऊ नये याची काळजी घ्या. त्यासाठी वेगवेगळ्या पद्धती अवलंबा.

तिच्या शरीरातील संप्रेरकांची पातळी बदलल्यामुळे तिचा योनिमार्ग कोरडा पडेल. त्यासाठी क्रीम, जेली यांचा वापर करा.

पत्नीच्या गर्भारपणात समागमाबद्दल तुमची मानसिकता

लिसाची बदललेली देहयष्टी मला आकर्षक वाटत असे. ती माझ्या बाळाची आई आहे, ह्या विचारामुळेच ती मला अतिशय हवीहवीशी वाटत असे.

माईक- एलीनचा पिता

जरी काही पुरुषांना त्यांच्या गर्भार बायका आकर्षक वाटल्या, तरी अनेकांना त्यांचा बेडौल देह पाहून कामेच्छा उरत नाही.

आमच्या अपत्याचं पालनपोषण करणारा ॲलाना हा एक इन्क्युबेटरच आहे असं मला वाटत असे. या विचाराचा माझ्या कामेच्छेवर प्रतिकूल परिणाम झाला.

राफाएल- पॉलचा पिता

तुमची कामेच्छा ओसरली असली, तरी तुमची अनिच्छा तुमच्या पत्नीला जाणवू देऊ नका. तुमच्यानं हे स्पष्टपणे सांगवत नसेल, तर तिला पटेलशी सबब शोधून काढा. ती बेडौल दिसत असल्यामुळे तुमची समागमाची ओढ ओसरली आहे, याची तिला अजिबात जाणीव होऊ देऊ नका.

धोके

समागमामुळे पोटातल्या गर्भाला इजा पोहोचेल, ही सर्वांना वाटणारी एक

काळजी असते. बाळाला इजा किंवा आघात पोहोचेल किंवा समागमामुळे पत्नीचा गर्भपात होईल अशी भीती वाटणं स्वाभाविक असलं तरी त्यामुळे गर्भाला इजा पोचत नसते किंवा गर्भपातही होत नसतो हे लक्षात ठेवा.

अनुभवाचे बोल

फार धक्के बसणार नाहीत एवढी काळजी घेतली, तर निरोगी गर्भारपणात समागमामुळे इजा होत नाही.

तुमच्या पत्नीला गर्भपाताचा धोका असल्यामुळे पहिल्या तिमाहीत डॉक्टरांनी समागम न करण्याची सूचना केली असली, तरी प्रवेश न करता, वापरण्याजोग्या अन्य मार्गांचा उपयोग करता येईल.

तिसऱ्या तिमाहीत, समागमाच्या वेळीस, पत्नीच्या वक्षांमधून कोलॉस्ट्रमच्या रूपात दुधाचे थेंब निघाले तरी त्यात घाबरण्याजोगं काहीही नाही.

स्कॅन्स, चाचण्या आणि तपासण्या

इंग्लंडमध्ये, पहिल्या गर्भारपणात स्त्रीला दहा तपासण्या आणि दोन स्कॅन्स फुकट करून घेता येतात.

या स्कॅन्ससाठी पतीची उपस्थिती अनिवार्य नसली, तरी त्यानं उपस्थित राहावं, त्यामुळे पत्नीला बरं वाटतं आणि अल्ट्रासाऊंड स्कॅन्स अजिबात चुकवू नयेत. ती दोघांनी अनुभवायची आनंदाची गोष्ट आहे.

गर्भचिकित्सेचे धोके

तुमच्या पोटातल्या बाळाचे स्कॅन्स पाहणं हा थरारक अनुभव असला, तरी कधीकधी त्यावरून एखादी समस्या उघडकीस येते. अनेक समस्या काही दिवसांनी आपोआप नाहीशा होतात किंवा त्यांच्यावर काही काळ लक्ष ठेवावं लागतं.

परंतु या बऱ्याचशा गर्भचिकित्सा 'शक्यता' वर्तवत असतात. गंभीर गोष्टींबाबत अशी शक्यता वर्तवली गेली, की बरेचदा अनावश्यक चिंता जाळू लागते आणि शंकांची शहानिशा करण्यासाठी आवश्यक असलेल्या पुढल्या चाचण्यांमुळे गर्भाला इजा पोहोचण्याचा धोका उद्‌भवतो.

या कारणानं, काही आई-वडील वाईट शक्यता ऐकली तर तिला कसं सामोरं जायचं ते या चाचण्या करून घेण्यापूर्वीच चर्चा करून ठरवतात. काहीजण

'शक्यतां' बाबत विचारच करत नाहीत, तर काहीजण चाचण्या करूनच घ्यायच्या नाहीत, घेतल्या तर मोजक्याच गोष्टींच्या चाचण्या करून घ्यायच्या असं ठरवतात.

तात्पर्य

चाचणीद्वारा समस्येची शक्यता वर्तवली गेली, तरी घड्याळाचे काटे उलटे फिरवणं शक्य नसतं किंवा या शक्यतेचा विसर पडणंसुद्धा शक्य नसतं. तुमच्यापुढं फक्त दोन पर्याय असतात. शंकेची शहानिशा करून घेण्यासाठी धोक्याच्या आणखी चाचण्या करून घेणं किंवा डोक्यावर टांगती तलवार घेऊन अपत्यजन्मापर्यंत वाट पाहणं.

सुरुवातीच्या चाचण्या (इंग्लंडमध्ये प्रचलित असलेल्या)

सुरुवातीच्या काही आठवड्यांमध्ये तुमच्या पत्नीचं रक्त तपासून सिकलसेल रोगांबद्दल शहानिशा केली जाईल. याखेरीज हिपॅटायटिस बी, एच्.आय.व्ही., रुबेला आणि सिफिलिस या रोगांच्या चाचण्यासुद्धा रक्त तपासणीतून केल्या जातील. या सर्व रोगांचा गर्भावर घातक परिणाम होऊ शकतो. त्याच वेळीस स्वास्थ्य-सल्लागार तिला योग्य आहाराबद्दल आणि गर्भारपणात घ्यायच्या अन्य काळजीबद्दल मार्गदर्शन करतील.

डेटिंग स्कॅन (इंग्लंडमधील प्रथा)

गर्भारपणाच्या नवव्या ते चौदाव्या आठवड्यांदरम्यान तुमच्या पत्नीला अल्ट्रासाऊंड स्कॅन दिला जाईल. त्याद्वारे जुळं, तिळं वगैरे आहे का, गर्भात काही विकृती तर नाही ना, याची तपासणी होऊन बाळाच्या जन्मतारखेचा अंदाज दिला जाईल.

यासाठी दीड तास आधी भरपूर पाणी पिऊन, लघवीला न जाता अल्ट्रासाऊंडसाठी येण्याची सूचना तुमच्या पत्नीला दिली जाईल. अल्ट्रासाऊंड चाचणीत काहीच धोका नसतो.

आपल्या बाळाला स्क्रीन वर पाहणं हा आगळावेगळा अनुभव असतो. बाळाची प्रतिमा स्क्रीनवर दिसली की हे सारं खरोखरचं घडतं आहे याची खात्री पटते.

अचानक स्क्रीनवर हलत्या अशा आमच्या बाळाची प्रतिमा दिसली. त्याच्या हृदयाचे ठोकेसुद्धा ऐकू आले. सारी गोष्ट गूढ-अमूर्त न राहता, स्पष्टपणे जाणवली.

कॉनर- होऊ घातलेला पिता

त्या घडीला गर्भ मुलगा आहे की मुलगी, हे सांगणं शक्य नसतं; परंतु गर्भाचे हात, पाय, पावलं, हृदय आणि डोकं दिसू शकतं. शक्य असेल, तर या प्रतिमांचे फोटो मागावेत. ते संग्रही ठेवता येण्यासारखा ठेवाच ठरेल.

अल्ट्रासाऊंड-ऑपरेटरनं 'सर्व काही ठीक' असं सांगायला वेळ घेतला आणि तो बारीक नजरेनं पाहणी करत राहिला, तर घाबरून जाऊ नका. कधी कधी बाळाची प्रतिमा योग्य कोनातून घेता येत नाही किंवा ते अजून खूप लहान असतं. अशा वेळीस अल्ट्रासाऊंड चाचणीसाठी पुन्हा जाणं गरजेचं ठरतं.

काही समस्या नजरेला आल्या, तरी बऱ्याचदा त्या आपोआप दूर होतात आणि फक्त ठरावीक कालावधीनंतर त्यांची तपासणी करून भागतं. या चाचण्या १००% बरोबरच निदान करतील असं धरून चालू नका. कधीकधी स्कॅन करणाऱ्या ऑपरेटरच्या नजरेतून एखादी गोष्ट सुटू शकते किंवा कधीकधी त्याला जी समस्या वाटेल, ती समस्या नसतेच. मानवी चुका घडतच असतात.

एकाहून अधिक अपत्यं (जुळी, तिळी इ.) जन्मणं

एकाच वेळीस एकापेक्षा अधिक मुलं गर्भाशयात वाढवणं ही अवघड गोष्ट असते आणि तुमच्या पत्नीच्या दृष्टीनं ती धोक्याचीही गोष्ट असते. असं असलं तरीसुद्धा बहुधा अशा साऱ्या स्त्रिया सुखरूपपणे प्रसूत होतात आणि त्यांची बाळंसुद्धा निरोगी जन्मतात. पत्नीला जुळं-तिळं होणार असेल, तर अर्थातच तुमची जबाबदारी वाढते, कारण तिला अधिक आधाराची आणि मदतीची गरज पडते. तिला डॉक्टरकडून वारंवार तपासण्या करून घ्याव्या लागतात. नोकरी करणं तिला लवकरच कठीण होतं. एकाहून अधिक मुलं गर्भात असतील, तर प्रसूतीसुद्धा दिल्या तारखेपूर्वी होण्याची शक्यता असते.

याबद्दल अधिक माहितीसाठी वेबसाईट आहे :

www.babycentre.co.uk/pregnancy/twins

न्यूचल ट्रान्स्लूसन्सी स्कॅन आणि डाउन्स सिण्ड्रोम

आपल्या गर्भात गुणसूत्रांमध्ये कोणतीही विकृती (उदा. डाउन्स सिण्ड्रोम) नाही ना, याची खातरजमा करून घेण्याची सुविधा इंग्लंडमध्ये प्रत्येक गर्भार स्त्रीला दिली जाते. काही ठिकाणी प्रारंभी ती केवळ रक्ततपासणी असते, तर इतर काही ठिकाणी डेटिंगस्कॅनच्या वेळीस (प्रसूतीची तारीख वर्तवणाऱ्या स्कॅनच्या वेळीस) न्यूचल स्कॅन केला जातो. गर्भारपणाच्या ११व्या आणि १३व्या आठवड्यांदरम्यान हा स्कॅन केला जातो. कधीकधी गर्भार स्त्रीची रक्ततपासणी आणि न्यूचल स्कॅन या दोन्ही गोष्टी केल्या जातात; त्यामुळे अधिक खात्रीलायक निदान होऊ शकतं.

अल्ट्रासाऊंडच्या प्रतिमांच्या मदतीनं तुमच्या गर्भाच्या मानेच्या मागल्या भागातील द्रवपदार्थाची पातळी मोजली जाते. त्याच्यावरून डॉक्टरना डाउन्स सिंड्रोमच्या शक्यतेचं निदान वर्तवता येतं. ही शक्यता टक्केवारीत दिली जाते. उदा. 'तुमच्या बाळाला डाउन्स सिण्ड्रोम असण्याची शक्यता ४००त १ एवढी आहे.' अशा प्रकारचा निकाल दिला जातो. बहुतेक वेळा ही शक्यता अगदी कमी असल्यामुळे तुम्ही दुर्लक्षू शकता.

डाउन्स सिण्ड्रोममुळे विविध समस्या उद्‌भवू शकतात. डाउन्स सिण्ड्रोम असलेल्यांना शिकण्यात अडचण येऊ शकते, परंतु ते चांगल्या प्रतीचं, निरोगी आणि स्वतंत्र आयुष्य जगू शकतात. डाउन्स सिण्ड्रोम आनुवंशिक नसतो. गर्भार राहण्याचं आईचं वय जसं वाढत जाईल, तशी अपत्याला डाउन्स सिण्ड्रोम होण्याची शक्यतासुद्धा वाढत जाते, परंतु कोणतीही स्त्री अशा अपत्याला जन्म देऊ शकते.

गर्भाला डाउन्स सिण्ड्रोम आहे किंवा नाही याची खातरजमा करणं तुमच्या मर्जीवर अवलंबून असतं. कारण तुम्हाला एकतर त्याचं अजिबात महत्त्व वाटत नसेल किंवा हे कळणं तुमच्या दृष्टीनं अतिशय महत्त्वाचं असेल. आणखी एक गोष्ट लक्षात ठेवायला हवी : या चाचण्यांनी वर्तवलेली शक्यता चुकीचीसुद्धा असू शकते. गर्भाला डाउन्स सिण्ड्रोम असल्याचं चुकीचं निदानसुद्धा केलं जाऊ शकत. ढोबळमानानं सांगायचं, तर साधारणत: ३% स्त्रियांना अधिक विश्वासार्ह निदान करणाऱ्या चाचण्यांसाठी पाठवलं जातं आणि त्यांच्यापैकी बऱ्याच स्त्रियांना डाउन्स सिण्ड्रोम असलेली मुलं होत नाहीत.

अनुभवाचे बोल

ज्या स्त्रियांना अशा चाचणीसाठी पाठवलं जात नाही, त्यांना अगदी थोडा धोका असतो किंवा अजिबात धोका नसतो. या चाचण्या कधीकधी खरीखुरी समस्या शोधू शकत नाही. डाउन्स सिण्ड्रोम घेऊन जन्मलेल्या मुलांपैकी २५% मुलांना ही कमतरता असल्याचं निदान चाचणीद्वारे वर्तवलं गेलं नव्हतं, त्यामुळे चाचणीद्वारा अशी गोष्ट नजरेतून सुटणं किंवा डाउन्स सिण्ड्रोम असल्याचं चुकीचं निदान केलं जाणं अशा गोष्टी किती वेळा घडतात याची चौकशी आपल्या स्थानिक हॉस्पिटलमध्ये करावी.

डाउन्स सिण्ड्रोमबद्दल अधिक माहिती हवी असेल तर www.downs-syndrome.org.uk ह्या वेबसाईटला भेट द्या. न्यूचल स्कॅनबद्दल अधिक माहिती

हवी असेल तर www.babycentre.co.uk/pregnancy/antenatalhealth/scans/nuchalscan या वेबसाईटला भेट द्या.

निदानासाठी चाचण्या

न्यूचल स्कॅनसारख्या प्रारंभिक तपासणीत डाउन्स सिण्ड्रोमची शक्यता आढळली, तर तुमच्या पत्नीच्या अधिक चाचण्या घेण्यात येतील. या चाचण्यांद्वारे अनेक प्रकारच्या गुणसूत्रांच्या विकृतींची -(डाउन्स सिण्ड्रोम आणि सिस्टिक फायब्रॉसिसचे अनेक प्रकार असतात.) शक्यता पडताळली जाते. या चाचण्या ९९.९% बरोबर निदान करतात, पण त्या अधिक त्रासदायक असून त्यामुळे गर्भपाताचा धोका उद्‌भवतो.

अशा दोन प्रकारच्या चाचण्या उपलब्ध आहेत. त्या त्रासदायक नसतात, पण त्यामुळे अस्वस्थ वाटू शकतं. ही चाचणी घेणारा तंत्रज्ञ पुरेसा अनुभवी आहे आणि तो अशी चाचणी आठवड्यातून निदान एकदा तरी घेतो आहे याची खात्री करून घ्या. कधी कधी या चाचणीचा निकाल तुम्हाला २४ तासांमध्येच मिळेल; तर कधीकधी १८ दिवस एवढा विलंब लागू शकेल.

हा निकाल घरी ऐकायचा, क्लिनिकमध्ये ऐकायचा, पत्रानं यायला हवा की फोनवर ऐकायचा हे ठरवण्याची मुभा तुम्हाला दिली जाते. वाट पाहणं खूप अवघड असतं, म्हणून गरज पडली तर कुणाचा तरी आधार घ्या आणि निर्णय ऐकल्यानंतर पुढील गोष्टी ठरवताना साधकबाधक विचार करा.

तुम्हाला ॲम्निओसेंटेसिस आणि (CVS)कोरिऑनिक व्हिलस सॅंपलिंग या दोन प्रकारच्या चाचण्यांमधून एकची निवड करता येते.

ॲम्निओसेंटेसिस

गर्भारपणाच्या १६व्या आठवड्यात ही चाचणी घेतली जाते आणि लोकल ॲनेस्थेशिया देऊन ती दहा मिनिटांत पार पाडता येते. अल्ट्रासाऊंड स्कॅननं तुमच्या बाळाची गर्भाशयातली नेमकी जागा शोधली जाते. एक बारीकशी सुई गर्भार स्त्रीच्या पोटातून तिच्या गर्भाशयात नेऊन तिच्या गर्भजलाचा (amniotic fluid) नमुना काढला जातो. या गर्भजलात बाळाच्या शरीरातील काही पेशी असतात. त्यांच्या साहाय्यानं क्रोमोझोम्सची संख्या मोजता येते. १००त एखादी चाचणी स्पष्ट निदान वर्तवू शकत नाही. असं झालं तर पुन्हा एकवार चाचणी घेता येते. या चाचणीवरून बाळ मुलगा आहे की मुलगी याचं निदान करता येतं.

ही चाचणी घेतल्यावर, शंभरातील एखाद्या स्त्रीचा गर्भपात होतो.

कोरिऑनिक व्हिलस सँपलिंग

ही चाचणी गर्भारपणाच्या ११व्या आणि १४व्या आठवड्यांदरम्यान घेतली जाते. अल्ट्रासाऊंड स्कॅनच्या साहाय्यानं गर्भार स्त्रीच्या पोटातून किंवा योनीमार्गातून सुई नेऊन वारेच्या ऊतींचा नमुना घेतला जातो. अशा प्रकारच्या शंभरातल्या दोन चाचण्या निर्णय देण्यास असमर्थ ठरतात.

या चाचणीचा मुख्य फायदा असा आहे की तुम्हाला स्वेच्छेनं गर्भपात करवून घ्यायचा असेल तर तो तुम्हाला गर्भारपणाच्या प्रारंभीच्या काळातच करवून घेता येतो आणि त्यामुळे गर्भार स्त्रीला कमी धोका उद्‌भवतो. परंतु ॲम्निओसेंटोसिस चाचणीप्रमाणे CVS ही चाचणी spina bifidaचं निदान करू शकत नाही.

या चाचणीमुळे शंभरातील एक किंवा दोन स्त्रियांचा गर्भपात होतो.

ॲनोमॅली स्कॅन

हा नेहमी घेण्यात येणारा, दुसरा अल्ट्रासाऊंड स्कॅन आहे. तो गर्भारपणाच्या १८व्या आणि २१व्या आठवड्यांदरम्यान घेतला जातो. तुमच्या बाळाची यथायोग्य वाढ होत असल्याची त्यायोगे आणखी एकदा खात्री करून घेता येते. या टप्प्यावर आणखी चाचण्यांची निदानासाठी गरज पडलीच तर फक्त ॲम्निओसेंटेसिस ही चाचणी करून घेता येते.

सारं काही सुरळीत चालू असेल, तर गर्भारपणातली ही शेवटची चाचणी असते. या चाचणीद्वारे, तुम्हाला तुमच्या पोटातल्या बाळाचा आणखी एक फोटो मिळू शकतो. या ॲनोमॅली स्कॅनबद्दल आणखी माहिती हवी असेल, तर www.babycentre.co.uk/pregnancy/antenatalhealth/scans/secondtrimesterscans या वेबसाईटला भेट द्या.

प्लासेंटा प्रेव्हिआ (Placenta pravia)

या टप्प्यावर तुमच्या पत्नीची वार (गर्भवेष्टन किंवा प्लासेंटा) खाली उतरून गर्भाशयाचं तोंड अर्धवट किंवा पूर्णपणे झाकून टाकू लागली तर त्या स्थितीला प्लासेंटा प्रेव्हिआ असं म्हणतात. २००तील एखाद्या स्त्रीच्या बाबतीत असं घडतं. परंतु गर्भार स्त्रीचे गर्भाशय मोठे होत असते, त्यामुळे ही वार गर्भाशयमुखावरून आपोआप दूर होण्याची बरीच शक्यता असते. तसं झालं नाही, तर प्रसूतीच्या वेळीस सिझेरियन करावं लागतं. अधिक माहितीसाठी वेबसाईट आहे. www.babycentre.co.uk/pregnancy/complications/placentapraevia

तुमच्या अपत्याची वाढ तपासणं

ॲनॉमॅली स्कॅनचा मुख्य हेतू तुमच्या बाळाची पोटात नीटपणे वाढ होते आहे

की नाही हे जाणून घेणं हा असतो, परंतु ह्या स्कॅनच्या वेळीस गर्भाचं लिंगसुद्धा जाणून घेता येतं, मात्र आपल्याकडे कोणत्याही हॉस्पिटलमध्ये लिंगनिदान चाचणी करण्यावर बंदी आहे, तरीही अशी चाचणी केली गेलीच, तर तो कायदेशीर गुन्हा मानला जातो. प्रसूतीनंतर, खेळणारं बाळ हातात घेण्याचा आनंद काही वेगळाच असतो. ती अनुभूती अत्यंत विस्मयकारकच असते.

पायाळू मूल जन्माला येणं (Breech birth)

छत्तीस आठवड्यांनंतर, असं दिसून आलं, की बाळ पायांकडून किंवा पृष्ठभागाकडून बाहेर पडणार आहे, तर गर्भार स्त्रीच्या पोटावर हातांचा दाब देऊन पोटातल्या बाळाचं डोकं मातेच्या योनिमार्गाकडे वळवण्याचा प्रयत्न करता येतो.

ह्याविषयीच्या प्रक्रियेबद्दल अधिक माहितीसाठी वेबसाईट आहे-

www.babycentre.co.uk/pregnancy/labourandbirth/labourcomplications/turnbreechbabyexpert

ही प्रक्रिया तुम्हाला प्रत्यक्ष पाहताही येते. त्यासाठी खालील वेबसाईटला भेट द्या.

www.youtube.com/watch?v=6am6wdwtjmc

दिवस उलटून गेल्यावर

एक्केचाळीस आठवड्यांनंतरसुद्धा तुमचं बाळ जन्माला आलं नसलं, तर तुमच्या गर्भार पत्नीला 'मेंब्रेन स्वीप' ह्या साध्याशा प्रक्रियेचा लाभ घेता येईल. या प्रक्रियेत डॉक्टर किंवा सुईण गर्भार स्त्रीच्या गर्भाशयाच्या मुखाभोवती (सर्व्हिक्सभोवती) बोट फिरवतात. त्यामुळं हार्मोन्स (संप्रेरकं) स्रवतात आणि प्रसूती वेणा यायला सुरुवात होते.

तुम्हाला किंवा तुमच्या पत्नीला अशा उपायांनी प्रसूती वेणा सुरू करायला नको असतील तर तुमच्या बाळाच्या हृदयाचे ठोके आठवड्यातून दोनदा तपासावेत आणि त्याबरोबरच अल्ट्रासाऊंड स्कॅन घेऊन गर्भाशयात पुरेसं गर्भजल (ॲम्निऑटिक फ्लुईड) असल्याची खात्री करून घ्यावी.

बाह्य उपचारांनी प्रसूती वेणा सुरू करण्याबाबत अधिक माहिती सहाव्या प्रकरणात दिलेली आहे.

गरोदरपणातील चाचण्यांबाबतचे महत्त्वाचे मुद्दे

- *यांपैकी काही चाचण्या किंवा या सर्व चाचण्या नाकारण्याचा तुम्हाला*

आणि तुमच्या पत्नीला हक्क आहे.

- तुम्हाला कोणत्याही गोष्टीची शंका वाटत असेल, तर वैद्यकीय व्यावसायिकाकडून शंकानिरसन करून घ्यावं.
- इंग्लंडमधील कायद्यानुसार, गर्भार स्त्रीला या चाचण्यांसाठी भरपगारी रजा मिळू शकते.
- चाचणीपूर्वीच मनातल्या शंकांची यादी करून बरोबर न्यावी.
- एक गोष्ट नेहमी लक्षात ठेवा : तुमच्या गर्भार पत्नीचं आणि गर्भाचं आरोग्य आणि सुरक्षितता अबाधित ठेवणं हे तुमच्याप्रमाणेच तुमच्या वैद्यकीय सल्लागाराचं उद्दिष्ट असतं.
- ह्या वैद्यकीय सल्लागारांनी तुमचीसुद्धा दखल घ्यावी, यासाठी त्यांच्या नजरेत नजर मिळवा आणि मनातील शंकांचं मोकळेपणे निरसन करून घ्या.
- आणखी कुणाचं मत घ्यावंसं वाटलं, तर अनमान करू नका.
- तुमच्या पत्नीला आधार देताना तुम्ही स्वत:ही उत्तेजित होऊ शकता. त्यामुळे तुमच्या पत्नीवर लक्ष केंद्रित करा.
- व्यावसायिकांच्या सल्ल्यांकडे लक्ष द्याच! पण त्याचबरोबर आपल्या अंतर्मनाचा आवाज ऐका आणि एकमेकांचे विचार लक्षात घ्या.
- तुम्ही रहात असलेल्या भागात उपलब्ध नसलेली चाचणी तुम्हाला करून घ्यावीशी वाटली, तर अशी चाचणी तुम्ही स्वखर्चानं खाजगीरीत्या करून घेऊ शकता.

लक्षात ठेवायच्या दहा गोष्टी

- गर्भारपणात होणाऱ्या त्रासाकडे, 'सर्व काही योग्य तऱ्हेने चाललं असल्याचं निदर्शक', या दृष्टीनं पाहण्यासाठी तुमच्या पत्नीला उत्तेजन द्या.
- जरी सुरुवातीला वरकरणी, सारं काही पूर्वीसारखंच आहे असं वाटलं, तरी तुमच्या पत्नीच्या देहात जोरदार बदल घडत असतात. तिला खूप खूप थकवा येतो आणि बहुधा खूप मळमळेल, उलट्या होतील, हे लक्षात घ्या आणि त्यासाठी तिला आधार देण्याची तयारी ठेवा.
- जर तुम्हालासुद्धा पत्नीप्रमाणेच (गर्भारपणात अनुभवाला येणारा) त्रास जाणवू लागला, तर तुमच्या डॉक्टरांशी त्याबाबत बोलायला अनमान करू नका.
- तुमच्या गरोदर पत्नीचं वजन वाढणार आहे हे लक्षात घ्या आणि तिला योग्य असा आहार घेण्यास प्रवृत्त करा.
- ती धूम्रपान करत असेल किंवा अमली पदार्थांचं सेवन करत असेल, तर तिला या सवयींपासून परावृत्त करायचा शक्य तेवढा प्रयत्न करा. तिनं मद्य आणि कॅफीनयुक्त पदार्थ शक्य तेवढे कमी घ्यावेत म्हणून तिला तसं प्रवृत्त करा.
- तिच्या मनोवृत्तीत सतत बदल होत राहतील. तिनं त्रागा केला किंवा तुमच्यावर राग काढला तरी ते समजून घ्या.
- तुमच्या पत्नीला किंवा तुम्हाला कशाबद्दलही काळजी वाटतं असली, तरी तज्ज्ञ व्यावसायिकाचा सल्ला घेऊन मनातली शंका दूर करा.
- समागम हवासा वाटला, तरी पत्नीच्या शारीरिक अवस्थेचा विचार करा. जर तिची त्याला अनुमती असली आणि समागम टाळावा असा तुम्हाला वैद्यकीय सल्ला दिला गेला नसेल, तर पत्नीच्या पूर्ण गर्भारपणात समागमाला हरकत नसते.
- गर्भारपणात करण्याच्या चाचण्यांचे साधक-बाधक परिणाम नीटपणे लक्षात घ्या. ह्या चाचण्या करून घ्यायच्या की नाही याबद्दल तुमच्या पत्नीशी चर्चा करून मग त्याबाबत निर्णय घ्या.
- डाउन्स सिण्ड्रोमसारख्या क्रोमोझोम्सच्या विकृतींबाबत पूर्णपणे खात्री करून घेण्यासाठी धोक्याच्या आणि शारीरिकदृष्ट्या त्रासदायक अशा चाचण्या गरजेच्या असतात.

५

गर्भारपण आणि इतर सर्व गोष्टी

ह्या प्रकरणात आपण खालील गोष्टींबाबत जाणून घेणार आहोत.

- *बाळाच्या आगमनासाठी कोणती तयारी करावी*
- *बाळासाठी कोणत्या गोष्टींची खरेदी करावी*
- *गर्भारपणात सर्वसाधारणतः चिंतेत टाकणाऱ्या गोष्टींचा सामना कसा करावा*
- *प्रसूतीच्या वेणा सुरू झाल्या आहेत हे कसं ओळखावं*

भावी पित्याची भूमिका

आपली स्वतःची योग्य ती काळजी घेऊन, आपल्या गर्भात वाढत असलेल्या बाळाला सुरक्षित ठेवून जपणं ही तुमच्या पत्नीची जबाबदारी असते आणि त्यासाठी तुम्ही अनेकप्रकारे तिला मदत करू शकता. त्याच वेळीस पिता म्हणून स्वतःची तयारी करणं आणि बाळाच्या स्वागतासाठी घर तयार ठेवणं हीसुद्धा तुमचीच जबाबदारी असते.

घर तयार ठेवणं

गर्भार स्त्रियांना आपलं घर बाळाच्या आगमनासाठी पूर्णपणे तयार ठेवण्याची स्वाभाविक ओढ वाटत असते. अनेक नवऱ्यांनासुद्धा तशीच ओढ जाणवते. बाळाच्या स्वागतासाठी घर तयार करण्याची जबाबदारी भावी पित्याची आहे, असं समजलं जातं; अनेक पुरुषांना काहीतरी ठोस मदत करण्याची संधी हवीशीसुद्धा वाटते.

प्रत्यक्षात मात्र पत्नीला नवऱ्याची लुडबुड हा अडथळाच वाटू शकतो. आपल्या बाळाची खोली कशी सजवायची याबद्दल पत्नीनं अनेक वर्षे मनाशी चित्रं रेखाटलेली

असतात. त्यामुळे शक्यतो, सजावटीबाबतचे निर्णय, तुमच्या पत्नीवरच सोपवलेले बरे. बाळाच्या दृष्टीनं ही खोली सुरक्षित आहे, वातानुकूलित (१६ ते २०° सेंटिग्रेड तापमानाची) आहे आणि बाळाच्या आगमनापूर्वी खोलीला दिलेला रंग खडखडीत वाळला आहे हे पाहण्याची जबाबदारी मात्र तुम्ही पार पाडायची आहे. बाळाच्या दृष्टीनं घर सुरक्षित ठेवण्याबाबतच्या विविध मुद्यांची चर्चा नवव्या प्रकरणात केलेली आहे.

वास्तवाला धरून वागा

बाळासाठीची तयारी करता करता तुमचं घर तुम्ही ठाकठीक करू शकता. परंतु आवाक्याबाहेरची घरदुरुस्ती हाती घेतली तर उद्‌भवणारा आर्थिक बोजा तुम्हाला अवजड जाईल, त्यामुळे तुमच्या बाळाला सर्व काही उत्कृष्ट प्रतीचं देण्याच्या हव्यासापायी, न पेलवणारा खर्च माथी घेऊ नका. बाळासाठी आणखी मोठा फ्लॅट घेण्यासाठी किंवा पोटमाळ्यावर आणखी खोली बांधण्यासाठी तुम्ही न पेलवणारं कर्ज शिरी घेतलंत, तर त्यामुळे तुमच्या बाळाचं काहीही भलं होणार नाही हे लक्षात ठेवा.

दोघांसाठीची खास सफर

पत्नीच्या गर्भारपणाच्या दुसऱ्या तिमाहीत, तुम्ही जोडीनं एक शेवटची प्रणयरम्य सफर आयोजित करू शकता. तुमची पत्नी गर्भभारानं अवघडून जाण्यापूर्वी आणि त्या कारणानं ती घरापासून दूर राहायला नाखूश होण्यापूर्वी तुम्ही एकमेकांच्या सहवासात आनंदाचे क्षण शांतपणे व्यतीत करू शकता. बाळाचा जन्म होऊन पालकत्वाची जबाबदारी येऊन पडण्यापूर्वी अशी एखादी सफर खूप आनंददायक ठरेल.

परंतु कोणतीतरी अनोखी सफर योजण्यापूर्वी तुम्ही त्याची व्यवहार्यता आजमावली पाहिजे.

- *तुम्ही कुठेतरी विमानानं जाणार असलात, तर विमानकंपनीचे गर्भारस्त्रियांबाबतचे नियम काय आहेत याची माहिती काढा.*
- *विमानातल्या प्रेशराइज्ड केबिनमध्ये (हवेच्या दाबाच्या नियंत्रणाखाली), लहानशा सीटवर, कमरेला पट्टे बांधून जखडल्या अवस्थेत अनेक तास बसण्याची तुमची पत्नीची तयारी आहे? ते तिला झेपेल?*
- *आठवडाभर सूर्यस्नान करत गरम हवा सहन करणं तिला आवडणार आहे?*

- *(समुद्रकिनाऱ्यावर) बिकिनी घालायला ती तयार होणार आहे?*

मी इजिप्तच्या सफरीसाठी पैसे भरायला निघालो होतो. अचानक माझ्या डोक्यात विचार आला की तिथल्या अन्नानं इलाचं पोट बिघडलं तर तिला नेहमीची औषधंसुद्धा घेता येणार नाहीत.

कॉनर - एक भावी पिता

गरोदर स्त्रियांसाठी आणि त्यांच्या नवऱ्यांसाठी खास सफरी आयोजित करणाऱ्या अनेक कंपन्या इंग्लंडमध्ये अस्तित्वात आहेत, पण अशा सफरींवर भरमसाठ पैसा खर्च करण्याची काहीही गरज नाही. एका आठवडाअखेरीस घर बंद करून आणि आपला मोबाईल बंद ठेवून पती-पत्नी आनंदात एकमेकांच्या सहवासात कुठेतरी वेळ व्यतीत करू शकतात.

पोटातल्या बाळाशी नातं जुळणं

दिवसभर गर्भभार वाहणाऱ्या तुमच्या पत्नीला एक फायदा होतो. दिवसागणिक पोटात वाढत असलेल्या बाळाशी तिचं विशेष नातं जुळतं, त्याउलट तुम्ही काही बाळाच्या सान्निध्यात दिवसाचे चोवीस तास असत नाही, त्यामुळे आपल्या आयुष्यात इतकी उलथापालथ घडवणाऱ्या या नव्या उपटसुंभाबद्दल तुम्हाला जवळीक वाटण्यास थोडा अवधी जावा लागतो.

मी बाळाबद्दलची वेगवेगळी पुस्तकं चाळली आणि आमच्या बाळाच्या प्रगतीचा आलेख वाचला. तो वाचून मौज वाटली, पण बाळाबद्दल आत्मीयता वाटणं तसं अवघडच गेलं.

इयान- लेगनचा पिता

परंतु अजून मातेच्या उदरात वाढत असलेलं तुमचं बाळ, तुमच्या आयुष्याचा एक भाग बनवण्याचे, अनेक मार्ग आहेत.

- *(पोटात) अठराव्या आठवड्यापासून तुमच्या बाळाला ऐकू येऊ लागतं आणि ते जन्म घेईल, तेव्हा ते तुमचा आवाज ओळखू शकेल. त्यामुळे (पोटातल्या) बाळाशी बोला, त्याला गाणी ऐकवा आणि त्याला पुस्तकं वाचून दाखवा. यासाठी तुमच्या पत्नीचं सहकार्य आवश्यक असतं. म्हणून तिलासुद्धा ऐकायला आवडतील, अशी गाणी निवडा.*

- *तुमच्या पत्नीच्या मानसिकतेचा तुमच्या बाळावर परिणाम होत असतो. त्यामुळे तिला न आवडणारी गाणी ऐकायची तिच्यावर सक्ती करू नका. तिला गुदगुल्या करून हसवणं, चॉकलेट भरवून तिला खूश करणं किंवा तिला आनंद वाटेल अशा गोष्टी करणं याद्वारे तुम्ही तिची आणि बाळाची मनस्थिती प्रफुल्लित ठेवू शकाल.*
- *पत्नीच्या गरोदरपणाच्या २० ते २४ आठवड्यांदरम्यान, तुम्हाला बाळाची हालचाल जाणवू लागेल. बाळाची हालचाल जिथे जाणवते आहे, ती जागा तुमची पत्नी तुम्हाला दाखवू शकेल. काही काळानं बाळाचा हात किंवा पाय, तुम्हाला ओळखू येऊ लागेल. तुमच्या स्पर्शाला बरेचदा तुमचं बाळ प्रतिसाद देईल, त्यामुळे पत्नीच्या पोटाला नाजूकपणे स्पर्श करून तुम्ही तुमच्या बाळाशी संवाद साधू शकाल.*

जेव्हा बेनची हालचाल मला पहिल्यांदा जाणवली, तेव्हापासून त्याचं स्वतंत्र अस्तित्व मी मान्य केलं आणि तो हॅरिएटचाच एक भाग वाटेनासा झाला.

मार्क- बेनचा पिता

- *तिसाव्या आठवड्यापासून, तुमच्या पत्नीच्या पोटावर तुम्ही आपला कान टेकवून, तुमच्या बाळाच्या हृदयाचे ठोके ऐकू शकता.*
- *बाळाचा फोटो तुम्हाला तीव्रतेनं पाहावासा वाटत असला, तर इंग्लंडमध्ये असा स्कॅन खाजगीरीत्या काढता येतो. त्यासाठीची वेबसाईट आहे. www.babybond.com/4d-scan.php*

झोप

तुमची पत्नी गरोदर असल्याचं ऐकून, कुणीतरी तुम्हाला नक्कीच सल्ला देईल, की बाळ जन्मण्यापूर्वी शक्य तेवढी झोप काढा, जणूकाही झोपेचा साठा करून ठेवून, हवा तसा त्याचा वापर करणं शक्यच होणार असतं! प्रत्यक्षात असं शक्य होणार नसलं, तरी बाळाच्या जन्मापूर्वी मनमुराद झोप काढा; म्हणजे बाळाच्या जन्मानंतर जागरणं करताना त्या रम्य आठवणींची तुम्हाला सोबत होईल.

परंतु गर्भारपणात तुमच्या पत्नीची झोप कमी झालेली असताना, तुम्हाला शांत झोप मिळणं कठीणच होईल. तिच्या शरीरातील हार्मोन्सची पातळी बदलल्यामुळे तिचं नाक चोंदेल किंवा तिला अतिशय अस्वस्थ वाटेल.

माझी पत्नी शांतपणे झोपलेली असे, मात्र तिच्या पोटात ढुशा मारणाऱ्या आमच्या बाळामुळे मी मात्र सतत जागा होत असे.

निक्- कॅट्रिओनाचा पिता

परंतु तिच्या कूस बदलण्यामुळं किंवा घोरण्यामुळं तुमची कितीही झोपमोड झाली, तरी तिच्या शारीरिक क्लेशांबद्दल सहानुभूती राखा. त्या क्षणी तिची शारीरिक अवस्था अत्यंत अवघडलेली आहे. त्यामुळे तुम्हाला गाढ झोप लागली, तरी जागे झाल्यावर, तुम्हाला किती ताजंतवानं वाटतंय याचं वर्णन तुमच्या पत्नीजवळ करू नका!

परंतु त्याबरोबरच, झोप घेण्याबाबत तुम्हाला अपराधी वाटून घ्यायचं काहीही कारण नाही. लवकरच शांत झोप ही एक दुर्मीळ गोष्ट बनणार आहे, त्यामुळे आता त्याचा शक्य तेवढा उपभोग घ्या.

अनुभवाचे बोल

बाळाच्या जन्मानंतर एक महत्त्वाची गोष्ट लक्षात ठेवा - बायकोबद्दल सहानुभूती व्यक्त करण्यासाठी, तिच्यासोबत तुम्हीही जागं राहणं हा मूर्खपणा ठरेल.

म्हणून बायकोच्या कण्हण्यामुळे किंवा घोरण्यामुळे तुमची झोप चाळवली जात असेल, तर वेगळ्या खोलीत झोपा किंवा कानात इअरप्लग्ज घालून झोपा. मी जागा राहतोय, म्हणून माझ्या पत्नीला इतकं अपराधी वाटू लागलं, की तिनं स्वत:च माझ्यासाठी इअरप्लग्ज खरेदी केले आणि तिची गर्भजलाची पिशवी फुटल्यावर ती बाथरूममधून हाका मारून मला उठवू लागली, तेव्हा त्या हाका मला ऐकूच गेल्या नाहीत.

तिच्या गर्भारपणाच्या शेवटच्या महिन्यात मी इतका थकून गेलो होतो, की ती प्रसूतीसाठी हॉस्पिटलमध्ये केव्हा जातेय आणि मी शांतपणे पलंगावर एकटाच केव्हा झोपू शकतोय, याची मी अधीरतेनं वाट पाहात होतो.

जॉनी- रेचलचा पिता

बाळासाठीची खरेदी

> **अनुभवाचे बोल**
> अलीकडच्या एका सर्वेक्षणानुसार, बाळाच्या जन्मापूर्वी, जोडपी खरेदीवर सरासरी १५०० पौंड (इंग्लंडमध्ये) खर्च करत असतात.

अपत्याच्या जन्मापूर्वी, आपला माल खपण्यासाठी, अनेक हुशार मंडळी तुम्हाला जाळ्यात पकडण्यासाठी जोरदार जाहिरातबाजी करणार आहेत. 'तुमच्या बाळासाठी सर्वोकृष्ट माल खरेदी करा' असं तुमच्या मनावर ठसवून ते तुमचा खिसा हलका करणार आहेत, हे लक्षात ठेवा.

उथळपणे विचार करणाऱ्यांना वाटेल, की बाळावर वारेमाप पैसा उधळणं, म्हणजेच उत्कृष्ट पालक बनणं! परंतु असा पैसा उधळून तुमचं आर्थिक स्थैर्य तर तुम्ही गमावालच, पण आपल्या मुलालासुद्धा बिघडवाल.

> **अनुभवाचे बोल**
> या घडीला तुम्हाला काळजी आणि साशंकता वाटणं ही अगदी स्वाभाविक आणि समजण्याजोगी भावना आहे. इतरांना त्या भावनेचा गैरफायदा घेऊ देऊ नका.

जोएलसाठी आम्ही विकत घेतलेली सर्वांत अनावश्यक गोष्ट होती 'बेबी वाइप वॉर्मर' (बाळाला पुसून घेण्याचे कागदी नॅपकिन कोमट करण्यासाठीचं उपकरण. बाळाला थंड वाइप्समुळे त्रास होऊ नये यासाठी हे वापण्यात येतं.) या उपकरणात वाइप्स ठेवले की ते विटेसारखे कडक होत असत.

विन्स्टन- जोएल आणि अनिताचा पिता

नेहमीच्या वापरातल्या गोष्टी, 'बाळासाठी' अशा नावाखाली, सुबक वेष्टनात, भरमसाठ किमतीला विकल्या जात असतील, तर त्या जाहिरातबाजीला भुलून अवास्तव पैसा खर्च करू नका. उदा. 'बेबी मॅट' ऐवजी साधं ब्लँकेट वापरता येतं. बाळाचा डायपर बदलण्यासाठी वेगळं टेबल गरजेचं नसतं. जमिनीवर दुपटं पसरूनसुद्धा हे काम करता येतं. वापरलेलं डायपर टाकण्यासाठी 'डायपर बिन'

आणण्याऐवजी, घट्ट झाकण बसणारा कचऱ्याचा डबा चालू शकेल.

याचा अर्थ असा नव्हे की बाळासाठी बनवल्या गेलेल्या काही खास गोष्टी उपयुक्त ठरणारच नाहीत; परंतु ताबडतोब धावत जाऊन त्या खरेदी करण्याचीसुद्धा गरज नसते.

वरकरणी अनावश्यक वाटणारी एक गोष्ट आम्हाला अतिशय उपयोगी पडली. लाटांसारखा आवाज ऐकवणारं एक यंत्र आम्हाला कुणीतरी भेट दिलं होतं. ते चालू केलं की ग्रेस शांत होत असे.

मॅट- ग्रेसचा पिता

त्वरित लागतील अशा गोष्टी

नाझला दिवस गेल्याचं ऐकल्यावर आणखी मोठी मोटर विकत घ्यायला हवी अशी माझी पहिली प्रतिक्रिया होती, परंतु दुसऱ्या बाळाचा जन्म झाला, तरी आमच्या चिमुकल्या फिएस्टा गाडीवर आमचं उत्तम प्रकारे धकलं.

शाल- आलिम आणि मझहरचा पिता

बाळ जेव्हा अखेरीस जन्माला येतं, तेव्हा त्या नखाएवढ्या आसामीला इतक्या गोष्टींची गरज पडते - यावर विश्वास बसत नाही. 'परंतु बाळाला अत्यंत गरजेच्या आहेत' असं ठासून सांगणाऱ्या विक्रेत्यांच्या यादीतील निम्म्या गोष्टीसुद्धा आवश्यक नसतात.

बाळासाठी ताबडतोब गरजेच्या अशा गोष्टी :

- *डायपर्स*
- *बेबी वाइप्स*
- *बाळाचे बदलण्यासाठीचे कपडे, दुपटी, डायपर्स ठेवण्यासाठीची बॅग*
- *तीन ते चार बॉडी सूट्स (पावलांपासून गळ्यापर्यंत बसणारा एकसंध बाबासूट)*
- *बेबी बॅसिनेट किंवा बेबी कॉट*
- *दोन ब्लँकेट्स*

- *ऋतूनुसार वापरण्यासाठी गरम टोपडं, मोजे आणि उन्हासाठीची टोपी*
- *स्लीपिंग बॅग*
- *डायपर रॅशसाठी झिंक क्रिम*
- *बाळाची ओकारी पुसण्यासाठी अर्धा डझन सुती टॉवेल्स*
- *छोटा प्लास्टिकचा बाथ-टब. हा तुमच्या बाळाला योग्य तेथे आधार देतो व बाळाला त्यात सुलभपणे आंघोळ घालता येते.*
- *थंडीत वापरण्यासाठी एक दोन लोकरी स्वेटर्स*
- *गाडीतून बाळाला नेण्यासाठी कार-सीट*
- *प्रॅम (बाबागाडी)*
- *तुमची पत्नी बाळाला स्तनपान देईल, यासाठी तिच्यासाठी खास ब्रा.*
- *दुधाच्या बाटल्या, निपल्स, बाटल्या धुण्यासाठी ब्रश, बाटल्या निर्जंतुक करण्यासाठी स्टरिलायझर*
- *चांगल्या प्रतीचा डिजिटल थर्मामीटर*
- *डिजिटल कॅमेरा आणि व्हीडिओ कॅमेरा*
- *बेबी-स्लिंग (बाळाला पाठीवर किंवा पोटावर अडकवून नेण्यासाठीचा झोळणा)*

तुम्ही आधीच विकत घेतला नसेल, तर आता एक मायक्रोवेव्ह-ओव्हन जरूर विकत घ्या. बाळाच्या दुधाच्या बाटल्या निर्जंतुक करण्यासाठी, त्याचं दूध कोमट करण्यासाठी किंवा चटकन जेवण गरम करण्यासाठी हा अत्यंत उपयुक्त ठरेल, परंतु मायक्रोवेव्हमध्ये गरम केलेलं दूध नीट हलवून बाळाला पाजा कारण त्यात मध्येच कुठेतरी खूप गरम दूध असण्याची शक्यता असते.

जॉर्जचा जन्म झाल्यावर आमच्यावर भेटवस्तूंचा वर्षाव झाला. त्यात कपडे आणि खेळणीच खूप होती. मला आता वाटतंय की आम्ही गरजेपेक्षा अधिक कपडे आणि खेळणी खरेदी करायला नको होती. तसं केलं असतं तर, बाळाच्या कपाटाच्या खणात, न वापरलं गेलेलं आणि आता लहान होईल असं झबलं पाहून जो मनस्ताप होतो, तो टळला असता.

ली- जॉर्जचा पिता

कार-सीट

पाश्चात्त्य देशात, बाळाला मोटरमध्ये बसवण्यासाठी कार-सीट असणं सक्तीचं

आहे. बाळ जन्मल्यावर त्याला हॉस्पिटलमधून घरी आणतानाच कार-सीट असणं सक्तीचं असतं. त्याखेरीज बाळाला घरी सोडत नाहीत. भारतात असा नियम नाही. बाळाला मांडीवर ठेवून आपण सर्वत्र नेऊ शकतो.

नव्यानं जन्मलेल्या तुमच्या अपत्याला घरी सोडताना इंग्लंडमध्ये काही हॉस्पिटल्स तुमच्या कारमध्ये कारसीट बसवली असल्याची खातरजमा करून घेतात.

एका सर्वेक्षणानुसार, दहातल्या नऊ कारसीट्स नीटपणे पक्क्या बसवल्या गेलेल्या नसतात. त्यामुळे तुम्ही बाळासाठीची कारसीट पक्क बसवून सुरक्षित केली आहे, याची खात्री करून घ्या. प्रत्यक्ष गरज पडण्यापूर्वीच ही कारसीट बसवून घ्या. ती बसवणं बऱ्याचदा गुंतागुंतीचं असतं. बसवताना ढिसाळपणा करू नका. त्यासाठी जास्तीचा एखादा पार्ट विकत आणावा लागला, तरी तो आणा, कारसीट बसवण्याबाबत मदत लागली, तर : www.childcarseats.org.uk या वेबसाईटला भेट द्या.

प्रॅम (बाबागाडी)

(इंग्लंडमध्ये) प्रॅमला २०० ते ५०० पौंड एवढा खर्च येतो. ही बाळासाठीची एक महागडी वस्तू असते. ती जेवढी महाग असेल, तेवढीच ती बहुगुणी असते, प्रॅम विकत घेण्यापूर्वी पुढील बाबी विचारात घ्या.

- *तुम्ही ती फक्त फूटपाथवरच वापरणार की इतर रस्त्यांवर सुद्धा वापरणार?*
- *प्रॅम ढकलत त्यामागे तुम्ही जॉगिंग करू इच्छिता?*
- *प्रॅममध्ये झोपलेल्या बाळाला जागं न करता, अलगद घरात नेण्यासाठी प्रॅमचा वरचा भाग (बाळ झोपलेला भाग) खालच्या सांगाड्यापासून अलग करण्याजोगा हवा आहे की नको?*
- *ह्या प्रॅमची घडी केल्यावर, ती तुमच्या कारच्या डिकीत मावेल की नाही?*

काहींना प्रॅमचं मॉडेल हा प्रतिष्ठेचा मुद्दा वाटतो, हा भाग अलहिदा! परंतु बाळाच्या जन्मानंतर, काही वर्षे, प्रॅम अत्यंत महत्त्वाची ठरते. त्यामुळे त्याबाबत नीटपणे माहिती काढा, पुरेसा विचार करा आणि मगच प्रॅमची खरेदी करा.

ज्यांनी प्रॅम वापरली आहे, अशा मित्रांचा त्याबाबत सल्ला घ्या. बाळासाठी प्रॅम वापरण्यापूर्वीच प्रॅमची उघड-मीट करण्याचा सराव करा, म्हणजे प्रत्यक्ष वेळ आल्यावर हे काम करताना बाळानं भोकांड पसरलंय आणि येणारे जाणारे तुमची धडपड पाहून मनोरंजन करून घेत आहेत, असं घडणार नाही. आणखी एक गोष्ट कटाक्षानं पाळा : प्रॅमच्या हँडलला खरेदीच्या जड पिशव्या लटकावण्याचा मोह टाळा.

प्रॅमच्या हँडलला खरेदीच्या जड पिशव्या लटकावल्यामुळे, ती किती वेळा मागे कलली आणि त्यातली आमची मुलं उलटी ढकलली जाऊन किती वेळा दचकली याची मी गणतीच करू शकत नाही :

गाइल्स- एडवर्ड आणि लाराचा पिता

बेबीकॉट

जरी छोट्या बॅसिनेटमध्ये बाळाला ठेवून घरभर नेणं सुलभ वाटलं, तरी बरेच लोक बाळाला सुरुवातीपासूनच त्याच्या खास अशा छोट्या पलंगावर झोपवणं पसंत करतात. बाळासाठी खास बनवण्यात आलेले पलंग, बाळाच्या सुरक्षिततेचे सर्व मुद्दे लक्षात घेऊनच बनवले जातात, त्यामुळे त्याऐवजी घरात बनवलेला किंवा कुणीतरी दिलेला जुना पलंग वापरताना त्याच्या सुरक्षिततेबद्दल खात्री करून घ्या.

बाळाच्या दृष्टीनं सुरक्षित असलेल्या पलंगाला :

- *पलंगाच्या कडेच्या उभ्या सळ्या ६ ते ७.५ सेंटिमीटरपेक्षा जास्त अंतरावर नसाव्यात, म्हणजे त्यात बाळाचे हात-पाय किंवा डोकं अडकून बसण्याचा धोका उद्‌भवणार नाही.*
- *कडेचे उभे खांब १५ मि.मी.पेक्षा उंच नसावेत - बाळाच्या हातात कपडे येऊन ते गुदमरणार नाही याची दक्षता राखावी.*
- *कॉटवरची गादी चांगली भक्कम आणि नीट बसणारी असावी. गादी आणि पलंगाची कड यात फट असता कामा नये.*
- *पलंगाला दिलेला रंग बिनविषारी असावा.*
- *पलंगावर मऊ-मुलायम गादी अजिबात घालू नये, त्यामुळे बाळ गुदमरण्याचा संभव असतो.*
- *पलंगाला सुलभतेनं हलवता यावं, यासाठी त्याखाली चाकं असतात. ती हलणार नाहीत अशी एका जागी ठेवण्याची सोय असली पाहिजे, कारण खूप हालचाल करणारं चळवळं मूल, आपल्या हालचालींनी पलंग खोलीभर कुठंही हलवू शकेल.*
- *बेबीकॉटच्या जवळपास कुठंही हीटर्स, दिवे, भिंतीवरली चित्रं, चढता येण्याजोगं फर्निचर किंवा दोऱ्या असता कामा नयेत.*
- *मूल गुदमरू शकेल अशी - खेळण्यांपासून लोडांपर्यंत कोणतीही वस्तू बेबीकॉटपासून हाताच्या टप्प्यात असू नये. अधिक सूचनांसाठी वेबसाईट आहे.*

www.babycentre.co.uk/baby/buyingforbaby/cotscribsbedding/bedroomsafety

किफायतशीर सौदा करा

बाळाला आताचे कपडे झपाट्यानं लहान पडू लागतील आणि आताची खेळणी लवकरच त्याला रमवू शकणारी नाहीत, कारण तुमचं बाळ भराभर मोठं होत असतं. मग लवकरच टाकाऊ ठरणाऱ्या गोष्टींवर भरमसाठ पैसा खर्च करण्याऐवजी, अशा गोष्टींची स्नेह्यांनी आपसात देवघेव केली, तर कुठं बिघडलं?

परंतु अशा वापरलेल्या गोष्टींची देवघेव करण्यापूर्वी त्या गोष्टी वापरण्याच्या दृष्टीनं सुरक्षित असल्याची खात्री करून घ्या. उदा. प्रॅमचे ब्रेक्स नीट लागत आहेत किंवा बेबी बॅसिनेट उचलण्यासाठीच्या मुठी दणकट आहेत याची खातरजमा करणं. अत्यंत आवश्यक आहे.

अशा गोष्टी कोऱ्या करकरीत नसल्या, तर बाळाच्या दृष्टीनं काहीही बिघडत नसतं, परंतु अशा आवाक्याबाहेरच्या कोऱ्या गोष्टी आणण्यासाठी तुम्ही वारेमाप पैसा उधळलात आणि तो उभा करायला तुम्हाला खूप जास्त वेळ काम करावं लागलं, तर त्यामुळे तुमच्या सहवासाला मुकावं लागून, तुमच्या बाळाचं खरंखुरं नुकसान होत असतं.

असं असलं तरी, कारसीट, पलंगावरल्या गाद्या अशांसारख्या गोष्टी नव्या कोऱ्याच आणलेल्या बऱ्या.

डायपर्सबद्दलचा मोठा वाद

कापडाचे डायपर्स आणि डिस्पोजेबल डायपर्स याबाबत लोकांची इतकी टोकाची आणि ठाम मतं असतात, की सांगता सोय नाही! या वादातले मुख्य मुद्दे आहेत त्यांचा आरोग्यावर होणारा परिणाम आणि त्यांच्यामुळे पर्यावरणाला पोहोचणारी हानी -

डिस्पोजेबल डायपर्स

वापरायला अतिशय सोयीचे असल्यामुळे, बहुसंख्य लोक, डिस्पोजेबल डायपर्स पसंत करतात. ते सहजपणे, कुठंही विकत मिळतात, ते बदलायला सुलभ जातात आणि घरातील इतर कचऱ्याबरोबर ते फेकून देता येतात. वापरलेले डायपर्स

ठेवायच्या डब्याला दुर्गंधी येईल अशी तुम्हाला भीती वाटत असली, तर असे डायपर्स पॅक करण्यासाठी इंग्लंडमध्ये सुगंधी पिशव्या मिळतात आणि पॅक केलेल्या वापरलेल्या डायपर्सच्या पिशव्या सील करणारी मशीन्ससुद्धा मिळतात.

खर्च

सर्वसाधारणतः मूल शी-शू लागल्याचं सांगेपर्यंत, त्याच्यासाठी ४००० डायपर्स लागतात. त्यानुसार त्यांच्यावर खर्च करावा लागतो. हा खर्च दोन-अडीच वर्षं करावा लागत असला, तरी महिन्याच्या महिन्याला विभागला जातो. कापडाचे डायपर्स वापरायचे झाले, तर एकरकमी खर्च करावा लागतो.

> **अनुभवाचे बोल**
> डिस्पोजेबल डायपर्स बनवणाऱ्या विविध कंपन्या आहेत. त्यांच्या किमतीमध्ये खूपच तफावत असते. मोठ्या कंपनीचं नाव नसणाऱ्या बारीकसारीक उत्पादकांचे डायपर्ससुद्धा त्याच दर्जाचे आणि खूप स्वस्त असू शकतात, त्यामुळे नीट चौकशी करून खरेदी करणं फायदेशीर ठरतं.

प्रकृतीला अधिक चांगलं काय?

डिस्पोजेबल डायपर्स वापरल्यामुळे इसब, ॲलर्जी किंवा कर्करोग (त्वचेचा) होतो असे अनेक समज आहेत. काहींचं म्हणणं आहे की डिस्पोजेबल डायपर्समुळे मुलाच्या वीर्योत्पादक ग्रंथीच्या विकासाच्या काळात, तेथील तापमान वाढल्यामुळे, भविष्यात या मुलांच्या प्रजननक्षमतेला बाधा पोहोचते.

या अनेक समजुतींवर संशोधन होणं गरजेचं आहे; परंतु एक गोष्ट मात्र निर्विवाद आहे की डिस्पोजेबल डायपर्समध्ये बालकाचं मूत्र शोषून घेण्यासाठी जी केमिकल्स वापरली जातात, त्यांचा बालकाच्या नाजूक त्वचेशी दीर्घकाळ संपर्क येतो.

पर्यावरणाबाबतचे प्रश्न

डिस्पोजेबल डायपर्स बनवणाऱ्या कंपन्यांनी प्रदीर्घ प्रयत्नांनी डायपर्सचं वजन आणि आकारमान कमी करण्यात यश मिळवलं आहे, असं असलं तरी डिस्पोजेबल डायपर्स हे घरगुती कचऱ्याचा २ ते ४% भाग असतात. हा बराचसा कचरा जमिनीला भराव घालण्यासाठी वापरला जातो. तेथे तो पूर्णपणे विघटित होऊन मातीत मिसळून जाण्यास २०० ते ५०० वर्षांचा कालावधी जावा लागतो.

प्रत्येक डिस्पोजेबल डायपरचा निदान काही भाग, अजूनही जमिनीत त्याच अवस्थेत आढळतो.

ॲरन- ब्रूकचा पिता

जैवविघटनात्मक (बायोडिग्रेडेबल)

प्रत्येक डायपरचं काही अंशी विघटन होत असलं, तरी काही कंपन्या पूर्णपणे विघटन होईल असे डायपर्स बनवतात. तुम्ही स्वत:च हे डायपर्स अंगणात खड्डा करून पुरलेत आणि अधूनमधून ते वरखाली करून त्याचं विघटन होण्यासाठी आवश्यक असा पुरेसा प्राणवायू त्यांना मिळवून दिलात तर गोष्ट वेगळी. पण असे बायोडिग्रेडेबल डायपर्स जमिनीच्या भरावासाठी पुरले गेले, तर त्यांना पुरेसा प्राणवायू मिळणार नाही आणि त्याचं विघटनसुद्धा होऊ शकणार नाही.

त्यामुळे पर्यावरणाबाबत आस्था राखणाऱ्यांनी जैवविघटनात्मक डायपर्स वापरायचं ठरवलं, तरी प्रत्यक्षात तो हेतू कितपत साध्य होणार आहे याबद्दल शंका उरतेच.

धुता येण्याजोगे कापडाचे डायपर्स

आपल्या आई-वडिलांच्या पिढीनं कापडाचे डायपर्स आणि सेफ्टी पिन्सशी झटापट करत काम भागवलं. त्या काळापेक्षा आता मिळणारे कापडी डायपर्स खूपच चांगले आहेत. ते आता विविध मापांत आणि आकारांत मिळतात आणि वापरण्याच्या दृष्टीनं अत्यंत सोपे आणि दर्जेदार असतात.

किंमत

इंग्लंडमध्ये नव्या कोऱ्या कापडी डायपर्सना ४०० पौंड लागतात. वापरलेले सेकंडहॅंड डायपर्स खूप स्वस्त पडतात. तुम्ही विकत घेतलेले डायपर्स तुमच्या सर्व अपत्यांना वापरून, त्यानंतर तुम्ही ते विकूही शकता, त्यामुळे ते खूपच स्वस्त पडू शकतात, परंतु ते धुण्याचा जास्तीचा खर्च येतो. ते लॉंड्रीत धुवायला टाकले, तर हा खर्च खूपच वाढतो.

आरोग्यावर परिणाम

कापडी डायपर्स वापरले, तर बाळाच्या 'शी'ला हात लावणं टाळता येत नाही. ह्या डायपर्सवरला मल काढून, धुवून मगच ते लॉंड्रीला देता येतात. डिस्पोजेबल डायपर्समध्ये असा थेट संसर्ग टळतो.

कापडी डायपर्सची आणि डिस्पोजेबल डायपर्सची तरफदारी करणारे लोक, त्या प्रकारच्या डायपर्समुळे पुरळ उठण्याचा कमी संभव असतो असं म्हणत

असतात; परंतु तुम्ही डायपर किती वरचेवर बदलता यावर पुरळ येणं अवलंबून असते. डिस्पोजेबल डायपर जास्त मूत्र शोषू शकत असल्यामुळे, तो विलंबानं बदलण्याची प्रवृत्ती राहते. याचाच अर्थ, त्या मूत्रांचा बाळाच्या जांघेशी आणि पृष्ठभागाशी अधिक काळ संपर्क राहून पुरळ उठण्याचा संभव वाढतो.

वापण्याची सुलभता

कापडी डायपर्स वापरण्यास आणि धुण्यास अधिक वेळ खर्चावा लागतो, परंतु दैनंदिन कामात त्याची चटकन सवयसुद्धा होते. अर्थात सर्व पाळणाघरं किंवा बाळाला सांभाळणारे सर्व आजी-आजोबा त्याला राजी होतील असं नव्हे. कापडी डायपर्स वापरायला बोजडही असतात. बाळासाठी कापडी डायपर्स वापरले, तर त्याला मोठ्या मापाचेच कपडे चढवता येतात.

पर्यावरणाबाबत समस्या

कापडी डायपर्सची स्वच्छता तुम्ही कोणत्या प्रकारे ठेवता, यावर त्यांची पर्यावरणाबाबतची उपयुक्तता अवलंबून असते, परंतु काही मूलभूत प्रकारची काळजी घेतली, तर पर्यावरणाच्या दृष्टीनं ते अत्युत्तम ठरतात.

- *बरेच कापडी डायपर्स एकत्रित करून मग ते धुवा.*
- *ते ड्रायरमध्ये न वाळवता, वाऱ्यावर सुकत टाका.*
- *या अपत्यानंतर जन्मलेल्या मुलांसाठीसुद्धा ते वापरा किंवा ते विकून टाका.*
- *वॉशिंग मशीनमध्ये धुताना ते फार उकळत्या पाण्यात (९०°c) न धुता कमी गरम पाण्यात (६०°c) धुवा.*

कुणीतरी वापरलेले डायपर्स विकत घ्या. ते धुताना पर्यावरणाला हानी न पोहोचेल असा डिटर्जंट वापरा. नवं वॉशिंग मशीन विकत घेताना, विजेचा कमी वापर करणारं मॉडेल निवडा.

निष्कर्ष

वॉशेबल कापडी डायपर्स विरुद्ध डिस्पोजेबल डायपर्स याबाबत अटीतटीचा विवाद करणाऱ्यांना वाटत असतं की त्यांनी केलेली निवड त्यांच्या मतांची निदर्शक असते. प्रत्यक्षात मात्र बरेचसे लोक चारचौघांचंच अनुकरण करत असतात, कारण जनमताच्या प्रवाहाविरुद्ध निर्णय घेण्यात बराच वेळ आणि परिश्रम खर्ची घालावे लागतात.

माझा तुम्हाला सल्ला आहे, की शक्य असल्यास कापडी डायपर्सची निवड करा. ते तुम्ही सुलभतेनं वापरू शकलात, तर तुमच्या हातून पर्यावरणाची हानी

घडणार नाही, परंतु कापडी डायपर्स वापरणं सोयीचं वाटलं नाही, तर डिस्पोजेबल डायपर्स वापरताना अपराधी वाटून घेऊ नका आणि पर्यावरण संरक्षणाचे अन्य मार्ग शोधा.

अनुभवाचे बोल
दोन्ही प्रकारच्या डायपर्सचे फायदे वेगळे वेगळे आहेत. कापडी डायपर्स पर्यावरणाची हानी घडवत नाहीत; तर डिस्पोजेबल डायपर्स बाळाला घराबाहेर नेताना अतिशय उपयुक्त आणि सुटसुटीत ठरतात.

आम्ही आमच्या मुलांसाठी दिवसा कापडी डायपर्स वापरले आणि रात्रीसाठी डिस्पोजेबल डायपर्स वापरले. हा निर्णय अखेरीस तुमचा आहे!

प्रसूतिपूर्व प्रशिक्षण वर्ग

आजकाल प्रसूति खूपच सोपी-सुरक्षित झाली आहे, परंतु वैद्यकीय क्षेत्रात भरपूर प्रगती झाल्यामुळे, लोकांपुढे विविध पर्याय खुले झाले आहेत, त्यामुळे अशा विविध पर्यायांबद्दल नीटपणे माहिती करून घेणं हिताचंच ठरेल. विशेषत: पत्नीबाबत कोणताही निर्णय ताबडतोब घ्यायची वेळ येईल, तेव्हा विविध पर्यायांबद्दल पूर्ण माहिती असणं उपयुक्त ठरेल.

ह्या प्रसूतीपूर्व प्रशिक्षण वर्गांचा मुख्य हेतू असतो - तुम्हा दोघांची प्रसूती प्रक्रियेशी पूर्णपणे ओळख करून देणं आणि तुमच्या मनातील शंकांबद्दल किंवा तुम्हाला वाटत असलेल्या विविध काळज्यांबद्दल प्रश्न विचारून शंकानिरसन करून घेण्याची संधी तुम्हाला उपलब्ध करून देणं. गर्भारपणाच्या शेवटच्या तिमाहीत असे प्रशिक्षण वर्ग सुरू होऊन अनेक आठवडे, संध्याकाळच्या वेळी सुरू राहतात. वीकएण्डला अनेक तास भरणारे प्रशिक्षण वर्गसुद्धा आणखी एक पर्याय म्हणून आयोजित केले जातात. त्यासाठी तुमच्या जागेचं आरक्षण ताबडतोब करा, कारण जागा लवकरच संपतात.

प्रसूतीच्या कळांचे विविध टप्पे, वेदना कमी जाणवण्यासाठीचे वेगवेगळे पर्याय, प्रसूतीच्या वेळीस आवश्यकता भासू शकणाऱ्या शल्य-चिकित्सा, प्रसूतीच्या वेळीस तुमच्या पत्नीनं अवलंबण्याची श्वसन पद्धती आणि तुमच्या पत्नीला तुम्ही प्रसूतीसाठी साहाय्य करण्याच्या विविध रीती, शिशुसंगोपनाबाबतच्या मूलभूत सूचना अशा विविध गोष्टींची माहिती ह्या प्रशिक्षण वर्गांद्वारे दिली जाते.

ह्या प्रशिक्षण वर्गांमध्ये जाण्याचे याखेरीज इतरही महत्त्वाचे फायदे असतात. तेथे गेल्यामुळे तुमच्यासारख्या परिस्थितीमधील अन्य जोडप्यांशीसुद्धा तुमची ओळख होते. त्यांनी ह्या प्रशिक्षणवर्गात विचारलेल्या विविध प्रश्नांमुळे, तुमच्या ज्ञानातही भर पडते. त्यांच्यापैकी काहींशी तुमच्या तारा जुळल्या, तर पुढील काळात तुमची एकमेकांना खूपच मदत होऊ शकते. आम्हा दोघांच्याही दृष्टीनं हे वर्ग अत्यंत उपयुक्त होते, यात शंकाच नाही! प्रसूतीच्या वेळीस क्लेअरला कशा प्रकारे आधार द्यायचा हे मी शिकलो, तर बाळंतपणाच्या रजेत दररोज आणि त्यानंतर सुद्धा भेटून बाळाबद्दल चर्चा करण्यासाठी क्लेअरला समधर्मी मैत्रिणी लाभल्या.

केव्हिन- नताशाचा पिता

ह्या प्रशिक्षण वर्गादरम्यान, प्रसूतीवेदनांबाबतच्या भीतिदायक वास्तवाशी आपली अगदी जवळून ओळख होते; परंतु त्याबाबत बोलून आपली भीतीसुद्धा आपण हलकी करू शकतो, त्यामुळे तुमच्या मानसिकतेबद्दल चर्चा करण्याची तुमच्यावर कोणतीही जबरदस्ती नसली, तरी प्रश्न विचारताना कचरू नका, तुमचे प्रश्न कितीही बालिश किंवा अडाणीपणाचे वाटले तरी त्याची फिकीर करू नका. पत्नीनं वीस तास प्रसूतीवेदना सहन केल्यावर, मध्यरात्री घाईघाईनं निर्णय घ्यायची वेळ आणण्याऐवजी, आताच शांतपणे चर्चा करून साधक-बाधक अशी सर्व माहिती गोळा केलेली बरी!

ह्या प्रशिक्षण वर्गानंतर तुमच्या ज्ञानात आणि आत्मविश्वासात इतक भर पडेल की, कोणतीही परिस्थिती उद्‌भवली, तरी तुम्ही शांतपणे निर्णय घेऊ शकाल.

इंग्लंडमध्ये NHS (नॅशनल हेल्थ सर्व्हिस) आणि NCT (नॅशनल चाईल्डबर्थ ट्रस्ट) द्वारा हे प्रशिक्षण वर्ग भरवले जातात. भारतातसुद्धा अशी सुविधा आहे.

इतर पर्याय

इतर काही प्रकारचं प्रसूतीपूर्व खास प्रशिक्षण देणारे इतरही काही गट आहेत. त्यांच्या वेबसाईट्स खाली देत आहोत.

- *लमाझ इंटरनॅशनल : देहाच्या नैसर्गिक अंत:प्रेरणांवर भर देऊन, बाह्य चिकित्सा कमीतकमी वापरावी लागावी असा लमाझ मेथडचा उद्देश असतो. वेबसाईट आहे :* www.lamaze.org

- *ब्रॅडली मेथड तुमच्या पत्नीच्या आरोग्यावर भर देते.*
  www.bradleybirth.com
- *ॲक्टिव्ह बर्थ ह्या पद्धतीत योग आणि तणावमुक्तीवर भर दिला जातो.*
  www.activebirthcentre.com

प्रसूतीसंबंधित आणखी

प्रसूतीच्या ३६व्या आठवड्यात सर्वसाधारणत: बाळाचं डोकं खाली येऊन मातेच्या ओटीपोटात स्थिर होतं. प्रसूतीची ही पूर्वतयारीच असते. असं झालं की तुमच्या पत्नीला होणारा शारीरिक त्रास थोडा कमी होतो, परंतु त्यामुळे हालचाल करणं अधिक अवघड बनतं. काही स्त्रियांना तर चालण्यासाठी चक्क कुबड्यांचा आधार घ्यावा लागतो. त्यामुळे पत्नीला मदतीची गरज पडल्यास, कामावरून घरी लवकर येण्याची तयारी ठेवा.

अनुभवाचे बोल
पत्नीच्या गर्भारपणाच्या काळात कधीही प्रमाणाबाहेर मद्य घेऊ नका. तिला गरज पडताक्षणी, तिला कारनं हॉस्पिटलमध्ये नेण्याच्या परिस्थितीत तुम्ही सदैव सज्ज असायला हवं.

ब्रॅक्स्टन-हिक्स कॉण्ट्रॅक्शन्स (प्रसूतिवेदनांचा एक प्रकार)

शेवटच्या महिन्यात, तुमच्या पत्नीला प्रसूतीवेदनांसारख्या वेदना अधूनमधून जाणवू लागतील. या वेदनांना 'ब्रॅक्स्टन हिक्स कॉण्ट्रॅक्शन्स' म्हणतात. या वेदनांच्या वेळीस गर्भाशय आकुंचन पावते आणि पोट टणक होतं. खऱ्याखुऱ्या प्रसूतिवेदनांच्या पूर्वतयारीची ही झलक असते. प्रत्येक कळ साधारणत: २० ते ३० सेकंद राहते. जरी ही कळ वेदनामय नसली, तरी दिवस भरत आले की ती जास्त वेळा आणि जास्त जोरानं येऊ लागते.

अशी कळ गोंधळात पाडू शकते. तुम्ही यापूर्वी बाळंतपणाच्या कळा अनुभवल्या नसल्या, तर तुम्हाला या कळा वेगळ्या आहेत हे कसं ओळखता येईल? ढोबळमानानं अंदाज सांगायचा तर, या कळा अनियमितपणे येतात आणि वेळ जाईल तशा अधिक तीव्र होत नाहीत आणि शरीराची स्थिती बदलल्यावर त्या थांबल्या आणि त्यांच्या जोडीला इतर काही बदल घडले नाहीत, तर त्या प्रसूतीच्या कळा नव्हेत. शंका असेल तर तुमच्या सुइणीशी किंवा प्रसूतिकक्षाशी संपर्क साधून चौकशी करा. अधिक माहितीसाठी वेबसाईट आहे.

www.babycentre.co.uk/pregnancy/antenatalhealth/physicalhealth/braxtonhicks/?_requestid=5851069

सारी तयारी अगदी पूर्णपणे झाली आहे याची खातरजमा करण्याची उत्कृष्ट संधी म्हणजेच ब्रॅक्स्टन हिक्स कॉण्ट्रॅक्शन्स!

ॲलन- क्लो आणि जो चा पिता

गर्भारपणात चिंतेत पाडणाऱ्या गोष्टी

मी अगदी धास्तावून गेलो होतो. दर वेळीस ती किंचाळली की मी धावत, धडधडत्या हृदयानं, तिच्यापाशी पोहोचत असे. ती पाय घसरून पडलीय किंवा पोटावर आपटलीय अशी मला धास्ती वाटत असे.

ली- जॉर्जचा पिता

गर्भपात

पहिल्या तिमाहीत, गर्भपात होण्याची भीती सर्वाधिक असते; परंतु तो त्यानंतरसुद्धा होऊ शकतो आणि कुणाच्याही वाट्याला येऊ शकतो. पाचांपैकी एका स्त्रीचं गर्भारपण अशा प्रकारे नष्ट होतं. काही सर्वेक्षणांनुसार तर तिनांपैकी एका स्त्रीचा गर्भपात होतो; परंतु आपल्याला दिवस गेल्याचं यातील अनेक स्त्रियांना कळलेलंसुद्धा नसतं. नेहमीपेक्षा अंगावर जाण्याचं प्रमाण खूपच जास्त आहे, एवढंच त्यांना जाणवलेलं असतं.

अनुभवाचे बोल
गर्भारपणाच्या काळात, योनिमार्गातून रक्तस्राव झाल्याबरोबर डॉक्टरकडे तपासणीसाठी जावं. पत्नीला पोटात खूप वेदना होत असतील आणि त्यासोबत अंगावर जात असेल, तर तिनं ताबडतोब वैद्यकीय मदत घ्यावी.

काही स्त्रियांना ताबडतोब जाणवतं की, काहीतरी बरोबर नाही, परंतु इतर

सर्वसामान्य दुखण्यांमुळे सुद्धा असा त्रास जाणवू शकतो. सिस्टायटिसमुळे (मूत्रमार्गाला जंतुसंसर्ग होणं) वेदना होतात आणि रक्त जाऊ शकतं. बद्धकोष्ठतासुद्धा गर्भपाताची सुरुवात समजली जाऊ शकते. शंका असेल, तर स्कॅनची मागणी करावी.

चुकून गर्भाला धक्का लागेल, ही भीती तुमच्या पत्नीला, पूर्ण गर्भारपणाच्या काळात, वाटत राहील. जर काहीही कारणांमुळे गर्भपात झालाच, तर त्यामुळे येणारी अपराधीपणाची भावना सहन करण्यापलीकडची असते. ही गोष्ट निसर्गनियमांनुसारच घडलीय आणि त्यामागे काही नेमकी कारणं आहेत असं इतरांना वाटू शकेल; पण जिचा गर्भपात झालाय ती स्त्री आणि तिचा पती यांचं दुःख वेगळंच असणार आहे.

या गर्भपातामागचं कारण कधीकधी अजिबात लक्षात येत नाही. फक्त एकच गोष्ट सकारात्मकतेनं लक्षात ठेवली पाहिजे. गर्भपात झालेल्या दहांपैकी नऊ स्त्रियांच्या बाबतीत, पुढलं गर्भारपण अगदी सुखरूपपणे पार पडतं.

गर्भपातानंतर इतका विवक्षित काळ थांबून, त्यानंतरच पुन्हा प्रयत्न करणं बरं, याबद्दल कुठंही निर्णायक पुरावा मिळालेला नाही, परंतु तुम्हा दोघांची याबाबत मनाची तयारी केव्हाही होवो; तुम्ही लक्षात ठेवलं पाहिजे की, तुम्ही एकदा पोळला आहात आणि त्यामुळे तुम्ही एकमेकांच्या भावना जपायला हव्यात. त्याबाबत मोकळेपणानं चर्चा करा. या अनुभवांतून गेलेल्या इतरांशी केलेली चर्चासुद्धा उपयुक्त ठरेल.

गर्भपातासंबंधी अधिक माहितीसाठी वेबसाईट आहे:

www.miscarriageassociation.org.uk

एक्टोपिक प्रेग्नन्सी

जेव्हा फलित झालेलं अंडं, गर्भाशयाबाहेर-बहुधा फॅलोपिअन ट्यूब्जमध्ये (बीजांडकोशाला गर्भाशयाशी जोडणारी नळी) वाढू लागतं आणि गर्भपातासारखी लक्षण दिसू लागतात, त्याला एक्टोपिक प्रेग्नन्सी म्हणतात. गर्भारपणाच्या प्रारंभीच्या काळात, वेदना झाल्यास, ताबडतोब वैद्यकीय तपासणी करून घ्यावी. त्यासाठी अल्ट्रासाऊंड स्कॅन आणि रक्ततपासणी गरजेची असू शकते. यावरचा नेहमीचा उपाय म्हणजे फॅलोपिअन ट्यूबमधील फलित अंडं शस्त्रक्रियेद्वारे काढून टाकणं. आजकाल औषधं देऊन हे फलित अंड काढून टाकता येऊ लागलं आहे.

याबाबत अधिक माहितीसाठी ही वेबसाईट पाहा.

www.ectopic.org.uk

जेश्वेशनल डायबेटिस (गर्भारपणात उद्भवणारा मधुमेह)

कधीकधी रक्तात वाढलेल्या ग्लुकोजच्या पातळीला पुरण्याएवढी इन्शुलिनची निर्मिती करण्यास, गर्भार स्त्रीचा देह असमर्थ ठरतो. सारखी तहान लागणं, वारंवार लघवी होणं, थकवा येणं, चिडचिड होणं ही याची लक्षणं आहेत. जेश्वेशनल डायबेटिस आहे की नाही हे नेहमीच्या रक्ततपासणीतून समजू शकतं.

यामुळे उद्भवणारा प्रमुख धोका असतो की बाळ आकारानं फार मोठं होऊ शकतं. आईसाठी आणि बाळासाठी यामुळे अन्य समस्याही उद्भवू शकतात. यासाठी अधिक माहिती या वेबसाईटवर मिळेल.

www.babycentre.co.uk/pregnancy/complications/diabetes

प्री-एक्लॅम्प्सि

८ ते १०% गर्भार स्त्रियांना (बहुधा पहिलटकरणींना) हा त्रास होतो. यात रक्तदाब वाढतो, याचं निदान नेहमीच्या वैद्यकीय तपासणी दरम्यान होऊ शकतं.

याची लक्षणं आहेत : अचानक पावलांवर सूज येणं, किंवा वजन वाढणं. सतत डोकं दुखणं, दृष्टी अंधूक होणं किंवा डोळ्यांपुढे काजवे चमकणं. पोटात उजवीकडच्या वरच्या बाजूस, बरगड्यांच्या खाली दुखणं.

हे कशामुळे होतं याची कारणं माहीत नसली, तरी प्रसूतिनंतर यातून सुटका होते. तरी योग्य संतुलित आहार घेणं आणि तणाव टाळणं यामुळे ह्या लक्षणांची तीव्रता कमी करता येते. अधिक माहितीसाठी वेबसाईट आहे.

www.preeclampsia.org

हॉस्पिटलमध्ये नेण्यासाठी बॅगेत काय काय ठेवावं?

गरजेच्या खूप आधी, तुमच्या पत्नीनं हॉस्पिटलमध्ये नेण्यासाठी बॅग भरून ठेवलेली असेल. परंतु तुम्ही स्वत:सुद्धा तिच्यासोबत निदान १२ तास हॉस्पिटलमध्ये राहणार असल्यामुळे, तुम्ही स्वत:साठीसुद्धा खालील गोष्टी बरोबर नेलेल्या बऱ्या:

- *गाडीच्या पार्किंगसाठी सुटे पैसे*
- *हॉस्पिटलबाहेर वापरण्यासाठी पूर्णपणे चार्ज केलेला मोबाईल फोन*
- *हॉस्पिटलमधील पे-फोन वापरण्यासाठी सुटी नाणी*
- *कँटीनसाठी किंवा खाद्यपदार्थांच्या मशीन्ससाठी सुटे पैसे*
- *म्युझिक-प्लेअर यासाठी तिच्या आवडीच्या सीडीज*

- *बाळाच्या जन्माची सुवार्ता ज्यांना ताबडतोब द्यायची आहे अशांच्या नावांची आणि फोननंबर्सची यादी*
- *भुकेच्या बेगमीसाठी काही फळं आणि खाद्यपदार्थ (कँटीन ठरावीक तासच उघडं असतं आणि व्हेंडिंग-मशीन बेभरवशाची असतात.)*
- *वाचायला चांगलंसं पुस्तक*
- *आइसक्यूब्ज एका थर्मासमध्ये भरून बरोबर नेणे*
- *थंड पाण्याच्या एक-दोन बाटल्या*
- *जास्तीचा एक शर्ट. हॉस्पिटलबाहेर उभं राहून फोन करताना खूप थंडी जाणवू शकते.*
- *प्रसूतीसंबंधातील तुमच्या मतांची प्रत*
- *कॅमेरा*

बरोबर किमती गोष्टी घेऊ नका. तुमच्या पत्नीला अचानक, घाईघाईनं ऑपरेशन-थिएटरमध्ये न्यायची वेळ आली, तर त्या तुम्हाला तशाच सोडून तिच्यापाठोपाठ धावावं लागेल.

हॉस्पिटलला भेट

तुमच्या स्थानिक हॉस्पिटलला भेट देण्याचा समावेश तुमच्या प्रसूतिपूर्व-प्रशिक्षण वर्गांमध्ये केला गेलेला नसेल, तर त्या हॉस्पिटलच्या प्रसूतिकक्षाशी संपर्क साधा आणि हॉस्पिटल पाहण्यासाठी वेळ नक्की करा. तेथील सुविधा प्रत्यक्ष पाहिल्यामुळे खूपच आश्वस्त वाटू लागतं. इतर सुविधांची (कँटीन, चहा-कॉफी-बर्फ मिळण्याची सोय, खाद्य पदार्थांची व्हेंडिंग मशीन्स) प्रत्यक्ष पाहून माहिती करून घेणं बरं पडतं.

हॉस्पिटलला भेट देताना, हॉस्पिटल गाठण्याचा सर्वांत सोयीचा मार्ग नक्की करणं सोपं पडतं. एखादा रस्ता बंद ठेवला गेला असेल, तर पर्यायी रस्ता कोणता घ्यावा, हेसुद्धा ठरवता येते. कदाचित तुम्हालो कामाच्या जागेवरूनसुद्धा पत्नीला तेथे न्यावं लागू शकेल.

तुम्ही स्वत:ची कार नेणार असाल, तर कार-पार्किंग कुठे आहे याची आतापासूनच माहिती करून घ्या. पत्नीला हॉस्पिटलच्या दाराशी सोडून, दूर कुठेतरी कार पार्क करावी लागण्याची शक्यता खूप असते.

खूप पूर्वतयारी केलेली असतानासुद्धा, ऐनवेळीस मी गडबडून

गेलो आणि हॉस्पिटलबाहेरच्या रस्त्यावर मी गाडी पार्क केली. मी सोळा तासांनी बाहेर आलो, तोवर पोलिसानं मला दंड ठोठावला होता.

ब्लेअर- लॉरेनचा पिता

शेवटच्या काही आठवड्यांत, आपली कार इतर कुणालाही उसनी देऊ नका. किंवा कारची कोणतीही दुरुस्ती करायची बाकी ठेवू नका. कार उत्तम स्थितीत ठेवा आणि कारची पेट्रोलची टाकी नेहमी पूर्णपणे भरलेली ठेवा. कारबद्दल कोणतीही शंका असेल, तर स्थानिक ॲम्ब्युलन्स किती ताबडतोब येते याची माहिती करून घ्या आणि स्थानिक टॅक्सी कंपन्यांच्या नंबर्सची नोंद करून ठेवा. कुणा नातेवाइकाला किंवा मित्राला, 'गरज पडल्यास कार आणायची विनंती करू', असं आधीपासून सांगून ठेवा.

बर्थप्लॅन

बर्थप्लॅन म्हणजे प्रसूतिसंबंधातील तुमच्या इच्छेबाबतचे एक-दोन पानी लेखी निवेदन. तुम्ही आणि तुमच्या पत्नीनं, तुम्हा दोघांना पसंत असलेले प्रसूतिबाबतचे पर्याय यात लिहायचे असतात. कधीकधी त्याबाबत मिडवाईफचा (सुइणीचा) सल्ला घेतलेला बरा पडतो. हॉस्पिटलमध्ये पत्नीला प्रसूतिसाठी आणल्याबरोबर, या निवेदनाची प्रत हॉस्पिटलमधील कर्मचाऱ्यांजवळ द्यायची असते.

काही लोक हा बर्थप्लॅन बनवण्यावर खूप वेळ खर्च करतात आणि त्यात अगदी बारकाईनं मुद्दे लिहितात. इतर काहीजण असं निवेदन तयारच करत नाहीत. निवेदन करा किंवा करू नका - बाळ जन्माला येणार असतंच! परंतु सर्व प्रकारच्या उद्‌भवू शकणाऱ्या समस्यांवर साधकबाधक चर्चा घडवण्याच्या दृष्टीनं असं निवेदन तयार केल्यानं फायदाच होतो. बालकाला जन्म देताना शरीर कोणत्या स्थितीत असावे आणि वेदना कमी करण्यासाठी कोणती औषधे दिली जावीत ह्या दोन अत्यंत महत्त्वाच्या मुद्यांखेरीज खालील अन्य बाबींवर तुमचं मत व्यक्त केलं जावं.

- *तुम्हाला नाळ कापायचीय?*
- *वार (प्लासेंटा) नैसर्गिकरीत्या बाहेर यावी की बाह्य उपायांनी ती बाहेर आणली जावी?*
- *तुमच्या काही धार्मिक किंवा सांस्कृतिक गरजा आहेत?*
- *शिकाऊ सुईण तुम्हाला चालणार आहे?*
- *तुमच्या पतीला सक्रिय सहभाग घ्यायची इच्छा आहे?*

- *जन्मताक्षणी तुमच्या बाळाला स्तनपान दिलं जावं, अशी तुमची इच्छा आहे का?*
- *तुमच्या पत्नीची शुश्रूषा, शक्यतो स्त्री-कर्मचाऱ्यांनी करावी, अशी तिची इच्छा आहे का?*
- *तुमच्या पत्नीवर सिझेरियन करण्याची आवश्यकता निर्माण झाली, तर तिच्या ओटीपोटीतून तुमच्या बाळाला बाहेर काढतानाचा फोटो घेतला जावा, अशी तुमची इच्छा आहे का?*
- *प्रसूतिच्या वेळीस, गर्भाच्या हृदयाच्या ठोक्याचं मापन सर्ववेळ केलं जावं असं तुम्हाला वाटतंय की ते अधूनमधून करण्यास तुमची हरकत नाही?*
- *प्रसूति दरम्यान काही मदतीची गरज भासलीच, तर त्याबद्दलच्या पर्यायांबाबत तुमची काही विशिष्ट निवड आहे का?*
- *निवडीला वाव असेल, तर तुमच्या बाळानं सर्वप्रथम तुमचा आवाज ऐकावा की तुमच्या पत्नीचा आवाज ऐकावा, असं तुम्हाला वाटतंय?*

तुमच्या निवडीमुळे, हॉस्पिटलमधील वैद्यकीय कर्मचाऱ्यांशी संघर्ष होऊ शकेल. पण अखेरीस जन्माला येणारं मूल तुमचं आहे आणि त्याबाबत सर्व गोष्टींची निवड करण्याचा हक्क तुमचा आहे. असं असलं, तरी तज्ज्ञांचं मत धुडकावून लावणं हा मात्र मूर्खपणा ठरेल.

उद्‌भवणाऱ्या सर्व गोष्टींना सामोरं जाण्यासाठी मनाची तयारी ठेवणं ही महत्त्वाची गोष्ट आहे, कारण कोणत्या अडचणी आयत्या वेळीस उभ्या राहतील, हे आधी अजिबात ठाऊक नसतं. माझ्या पत्नीची इच्छा होती वेदनाशामक उपाय अजिबात न घेता नैसर्गिकरीत्या प्रसूत होण्याची. पण तीव्र कळा येऊ लागताच, घर सोडण्यापूर्वीच ती एपिड्यूरल (कमरेखालील भाग बधिर करणारं इंजेक्शन) साठी टाहो फोडू लागली होती. त्यामुळे सर्व पर्यायांचं स्वागत करण्यासाठी मनाची तयारी ठेवा आणि अपेक्षेपेक्षा वेगळीच परिस्थिती उद्‌भवली तरी निराश होऊ नका.

अनुभवाचे बोल

तुमच्या पत्नीच्या प्रसूतिसंदर्भात काय इच्छा आहेत हे तुम्ही एकदा नीटपणे जाणून घेतलंत, की तुम्ही तिला खूपच आधार देऊ शकाल आणि गरज पडल्यास तिच्या इच्छा जपल्या जातील असे निर्णय घेऊ शकाल, त्यामुळे प्रसूतिसंदर्भातील तिच्या अपेक्षा आणि चिंता याबाबत चर्चा करून त्याबद्दल पूर्णपणे जाणून घ्या. आणि तारतम्याने निर्णय घ्या. तुमची पत्नी आणि तुमचं अर्भक यांच्या स्वास्थ्याला आणि सुरक्षिततेला अग्रक्रम दिल्यावर अन्य गोष्टी नगण्य ठरतात.

प्रसूति दरम्यानची साहाय्यक किंवा डाउला

(ही मदत इंग्लंडमध्ये मिळू शकते.)

बायकोला प्रसूतिवेदना सुरू झाल्यापासून बाळ जन्माला येईपर्यंत कुणीतरी सतत तुमच्यासोबत उभं असावं आणि प्रत्येक टप्प्यावर काय घडतं आहे हे तुम्हाला समजावून देऊन तुमच्या पुढले पर्याय या व्यक्तीनं तुम्हाला समजावून सांगावेत असं तुम्हाला वाटत असेल, तर तुम्ही डाउलाची मदत घेऊ शकता.

डाउला वैयक्तिक स्वरूपात साहाय्य आणि मार्गदर्शन करणार असते, त्यामुळे प्रसूतिपूर्वी निदान एकदा तरी तुमची भेट घेण्याची तुमच्याएवढीच तिलासुद्धा इच्छा असते. एकदा भेटून तुमच्या गरजा जाणून घेतल्या, की ती अधिक चांगल्या प्रकारे साहाय्य करू शकते.

डाउलांना जरी वैद्यकीय प्रशिक्षण देण्यात आलेलं नसतं, तरी त्यांच्या गाठीशी भरपूर अनुभव जमा झालेला असतो. त्यामुळे प्रसूतिला अडचण भासू लागली की उद्‌भवणाऱ्या समस्या ती तुम्हाला उत्तम प्रकारे समजावून देऊ शकते.

'फॉरसेप्स लावून नीटपणे प्रसूति होऊ शकणार नाही' हे डॉक्टरचे शब्द आम्हाला ऐकू आले, तेव्हा आम्ही अगदी घाबरून गेलो होतो. आमच्या डाउलानं आम्हाला धीर दिला की त्यात घाबरण्याजोगं काहीही नाही आणि अन्य पर्यायसुद्धा उपलब्ध आहेत.

मॅट- ग्रेसचा पिता

डाउला ही तुमची जाणकार पाठराखीण ठरते आणि तुम्हा दोघांना ती धीर देते. तुमच्या पत्नीला ती योग्य प्रकारे श्वास घेण्यास, तणावमुक्त होण्यास आणि योग्य ती हालचाल करण्यास मार्गदर्शन करते आणि तुम्हाला थोडा वेळ विश्रांती घ्यायला वेळ देते. तुमच्या इच्छेविरुद्ध शस्त्रक्रिया किंवा अन्य गोष्टी (फॉरसेप्स इ.) करू पाहणाऱ्या वैद्यकीय कर्मचाऱ्यांना, ती तुमच्या वतीनं थोपवून धरते. आगंतुकपणे आत घुसू पाहणाऱ्यांना ती दूर ठेवते आणि ऐकवून ती तुम्हाला धीर देते.

डॉक्टरांनी जेव्हा पूर्ण भूल द्यायचा (जनरल अनेस्थेटिक) निर्णय घेतला, तेव्हा आमच्या डाउलानं मला सुचवलं, की प्रसूतिच्या वेणा सहन करताना क्लेअरनं जो शर्ट घातला होता, तो मी अंगावर चढवावा; म्हणजे बाळ जन्मल्याबरोबर क्लेअर जरी बाळाला हातात घेऊ शकली नसती, तरी बाळाला जन्मताक्षणी

मातेचा गंध लाभेल.

डॅनिएल- हेदरचा पिता

तुमच्या बाळाच्या जन्माच्या वेळीस हमखास उपस्थित राहता येईल अशी तजवीज डाउलांना करावी लागत असल्यामुळे, त्यांच्यासाठी खूप पैसे मोजावे लागतात. कोणत्या जागी त्यांची सेवा हवी आहे त्यानुसार आणि त्यांच्या गाठीशी असलेल्या अनुभवानुसार त्यांच्यासाठी पैसे खर्च करावे लागतात. बिकाऊ डाउला खूप स्वस्तात मिळू शकतात. अधिक माहितीसाठी वेबसाईट आहे. www.doula.org.uk

नावाची निवड

(पाश्चात्त्य देशात जन्मानंतर लगेचच बाळाचं नाव ठरवावं लागतं. ह्या कालावधीसाठीचे नियम वेगवेगळ्या ठिकाणी वेगवेगळे आहेत.) तुमच्या बाळाचं नाव काय ठेवावं हे एकतर तुम्ही अगदी लगेच ठरवू शकाल किंवा ते अत्यंत अवघड कामसुद्धा होऊन बसेल.

तुम्ही तुमच्या बाळाला जे नाव द्याल, त्यावरून लोक तुमचीही परीक्षा करतील आणि त्या नावानुसार तुमच्या बाळाकडे पाहण्याची त्यांची दृष्टीसुद्धा बदलू शकेल. त्यामुळे सुज्ञतेनं आणि संवेदनशीलतेनं नाव निवडा. अगदी सुरुवातीपासूनच वेगवेगळी नावं विचारात घ्या. तुमच्या पत्नीशी चर्चा करा आणि दोघांचं एकमत होत नसेल, तर दोघांनीही तडजोड करून एखादं नाव निवडा.

नाव निवडताना काही मुद्दे लक्षात घ्या. (तुमच्या मुलाला जन्मभर आपल्या नावाचं स्पेलिंग सांगायला लागेल किंवा लोकांनी त्याच्या नावाचा केलेला चुकीचा उच्चार सतत सुधारून सांगावा लागेल, असं क्लिष्ट नाव निवडू नका.) खूप पर्यायांचा विचार करून गोंधळून जाऊ नका. एक गोष्ट लक्षात ठेवा. बहुसंख्य मुलांना त्यांना दिलेली नावं इतकी चपखल शोभतात, की त्यांच्या बाबतीत अन्य कोणतं नाव पटतच नाही आणि अनेक मुलांना जन्मभर टोपणनावानंच हाक मारली जाते.

इंग्लंडमध्ये नाव सुचवणाऱ्या आणि अर्थासकट नावं सुचवणाऱ्या वेबसाईट्स आहेत.

नाव निवडायला मी आणि ल्यूसीनं खूप वेळ लावला आणि आम्ही ते इतर कुणालाही सांगितलं नसतं, तर बरं झालं असतं. असं मला वाटू लागलं, कारण माझ्या आईला ते नाव सांगताक्षणी माझ्या लक्षात आलं, की ते नाव ऐकून ती नाखूश झाली होती.

सायमन- ॲलेक्स आणि एमिलीचा पिता

इतरांना आधीच नाव सांगून टाकलं, तर तुमच्या आधी इतरच कुणीतरी ते नाव चोरण्याचा संभव असतो.

याला एक पर्याय आहे. बाळाच्या जन्मापर्यंत थांबणं आणि बाळ कसं दिसतंय हे पाहून त्याला शोभेलसं नाव निवडणं.

बाळासाठी ठेवलेलं नाव तुम्हाला आवडलं नाही, तर ते बदलण्याची सोयही असते.

लक्षात ठेवण्याच्या दहा गोष्टी -

- तुमच्या पत्नीची काळजी घेऊन आणि बाळाच्या आगमनासाठी तुमच्या घराची तयारी करून तुम्ही खूप मदत करू शकता आणि बाळाच्या स्वागतात सहभाग घेऊ शकता.
- बाळाशी संवाद साधण्यासाठी त्याच्या जन्मापर्यंत वाट पाहण्याची काहीही गरज नसते.
- बाळाच्या जन्मानंतर तुमची खूप दमणूक होणार आहे हे गृहीत धरा. पण, तुम्ही त्यातून यशस्वीपणे पार पडाल याची खात्रीही बाळगा.
- 'बाळासाठी सर्वोत्कृष्ट तेच खरेदी करायचं' या हव्यासापायी दिवाळखोर बनू नका.
- प्रॅम्सच्या (बाबागाड्या) किमतीत आणि उपयुक्ततेत भरपूर तफावत असते, त्यामुळे तुमच्या गरजांबाबत नीट विचार करून आणि अनुभवी लोकांचा सल्ला घेऊन मगच प्रॅमची खरेदी करा.
- सर्व प्रकारच्या डायपर्सचे काही फायदे आहेत तर काही तोटे! कोणताही पूर्वग्रह न बाळगता, आपल्या गरजा लक्षात ठेवून साधकबाधक विचारांची निवड करा.
- प्रसूतिपूर्व प्रशिक्षण वर्गात गेल्यामुळे प्रसूतिसंदर्भातली, व्यावहारिक उपयुक्ततेची माहिती आणि सल्ला मिळतो. तेथे प्रश्न विचारून शंकानिरसन करून घ्या. तेथे आपल्या भावनांबद्दल चर्चा करण्याची सक्ती केली जात नसते.
- प्रसूतिवेदना सुरू झाल्यानंतर पत्नीला हॉस्पिटलमध्ये केव्हा न्यायला हवं याबाबत मनात संदेह असेल, तर हॉस्पिटलला फोन करून चौकशी करा.
- जरी बऱ्याचशा पहिलटकरणी दिलेल्या तारखेआधी प्रसूत न होता, दिलेल्या तारखेनंतरच प्रसूत होत असल्या, तरी हॉस्पिटलला जाण्यासाठीची सारी तयारी आधीपासूनच करून ठेवा. ऐनवेळीस धावाधाव करण्याची वेळ आणू नका.
- तुम्ही दोघांनी मिळून बाळाचं नाव ठरवलं, की ते गुप्त ठेवा. इतरांना आधीपासून सांगू नका. इतरांनी त्या नावाला पसंती देण्याची गरज नाही आणि त्यांची नापसंती सहन करणंही गरजेचं नाही.

६

प्रसूतिवेदना आणि जन्म

(या प्रकरणात दिलेले पर्याय इंग्लंडमध्ये उपलब्ध आहेत हे कृपया, वाचकांनी लक्षात घ्यावे. या पर्यायांपैकी कोणते पर्याय भारतात व्यवहार्य/उपलब्ध आहेत, याची माहिती तुमचा प्रसूतितज्ज्ञ देऊ शकेल.)

या प्रकरणात खालील गोष्टींबद्दल माहिती करून घेता येईल.

- *प्रसववेदना सहन करताना, तुमच्या पत्नीपुढे कोणते पर्याय खुले असतात*
- *प्रसूतीचे वेगवेगळे टप्पे कसे ओळखावेत आणि त्या दरम्यान तुमच्या पत्नीला कोणत्या प्रकारे आधार द्यावा*
- *मूल जन्मल्यावर कोणत्या गोष्टी करणं अपेक्षित असतं*
- *बाळ जन्मल्यावर सुरुवातीच्या काही आठवड्यांमध्ये, कोणत्या प्रकारे भूमिका पार पाडावी.*

तुमच्या पत्नीला प्रसूतिवेदना सुरू झाल्या, की तिचा तणाव हलका करण्यास तुम्ही केलेली मदत अत्यंत मोलाची ठरते. ती जेवढी अधिक तणावग्रस्त राहील, तेवढाच प्रसूतिला अधिक विलंब लागेल आणि नैसर्गिक प्रसूतिची शक्यता कमी होईल.

प्रसूतिचे वेगवेगळे प्रकार

घरी बाळंत होणं -

हॉस्पिटलपेक्षा घरचं वातावरण अधिक शांत आणि तणावमुक्त असतं, कारण ते आपल्या परिचयाचं असतं. हॉस्पिटलमध्ये अन्य रुग्णांद्वारे तुमच्या नवजात बालकाला जंतूसंसर्ग होण्याची भीती असते, घरी तशी भीती नसते.

वरील गोष्टी खऱ्या असल्या, तरी हॉस्पिटलमध्ये मिळणारी वैद्यकीय सेवा घरी

उपलब्ध असू शकत नाही. ह्या कारणांमुळे वैद्यकीय प्रशासन, पहिलटकरणींना हॉस्पिटलमध्ये प्रसूतिसाठी जाण्याचा सल्ला देत असतं. ३%पेक्षा कमीच पहिलटकरणी घरी प्रसूत होणं पसंत करतात. परंतु आजूबाजूला चौकशी करा. ह्या दोहोंचा अनुभव ज्यांनी घेतला आहे, त्यांचे अनुभव लक्षात घ्या आणि त्यानंतरच निर्णय घ्या.

अनुभवाचे बोल

काही आणीबाणीची परिस्थिती ओढवून हॉस्पिटलमध्ये धाव घेण्याच्या दृष्टीनं हॉस्पिटल तुमच्या घरापासून खूप दूर नसेल आणि तुमची स्थानिक सुईण विश्वासार्ह असेल - किंवा तुम्हाला वैयक्तिक सुइणीची सेवा घ्यायची इच्छा असेल- तर घरी प्रसूत होण्याचा पर्याय विचारात घ्यायला हरकत नाही.

तिला प्रवेश द्यायला अखेरीस हॉस्पिटल राजी झालं, तोवर घर सोडून तिथं जायची डेझीची अजिबात तयारी नव्हती.

ऑली- लॉरा आणि डेनिसचा पिता

याबाबत अधिक माहितीसाठी बेवसाईट्स आहेत. www.homebirth.org.uk किंवा www.birthchoiceuk.com

वॉटर बर्थ

(आपल्याकडे हा पर्याय उपलब्ध असल्याचं ऐकिवात नाही.)

मुलाला पाण्यात जन्माला घालण्यासाठी काही हॉस्पिटल्स पूलची सुविधा पुरवतात. पाण्याच्या आधारामुळे आणि कोमट पाण्यामुळे गर्भार स्त्रीचा तणाव कमी होते. पाण्यात बाळाचा जन्म झाला की त्याला ताबडतोब उचलून बाहेर काढलं जातं; त्यामुळे ते बुडण्याची शक्यता नसते. याबद्दलची अधिक माहिती मिळेल पुढील वेबसाईटवर: www.thegoodbirth.co.uk किंवा www.waterbirth.org

सी-सेक्शन किंवा सिझेरियन -

या शस्त्रक्रियेदरम्यान, गर्भार स्त्रीला भूल दिली जाते किंवा एपिड्यूरलने तिचा कमरेखालचा भाग बधिर केला जातो. त्यानंतर तिच्या पोटावर नाभीजवळ आडवा छेद दिला जातो. गर्भजल बाहेर खेचून घेतल्यावर, बाळाला बाहेर काढलं जातं.

तुमच्या पत्नीसाठी हा पर्याय खालील कारणांमुळे सुचवला जाऊ शकतो.

- *योनिमार्गातून बाहेर पडण्याच्या दृष्टीनं बाळाचं डोकं खूप मोठं असणं*
- *बाळाचे पाय खाली असणं*
- *वार गर्भाशयाच्या मुखाच्या अतिशय जवळ असणं. (याला प्लासेंटा प्रेव्हिआ म्हणतात.)*
- *गर्भार स्त्रीला मधुमेहाचा विकार असणं*

तुम्हाला सर्जिकल गाऊन घालून ऑपरेटिंग रूममध्ये जाता येतं, पण प्रत्यक्ष ऑपरेशन पाहता येत नाही. मध्ये पडदा घातला जातो.

वार काढून टाकल्यावर जखम टाके घालून शिवून टाकतात. ऑपरेशननंतर १२ तासांनी या स्त्रीला हिंडण्याची परवानगी असली, तरी तिला ३-४ दिवस हॉस्पिटलमध्येच राहावं लागतं. त्यानंतर घरी विश्रांती घ्यावी लागते. पोटावरली जखम भरून यायला सहा आठवडे लागतात. कधीकधी त्याची खूणही शिल्लक राहात नाही.

सिझेरियननंतर कार चालवण्यावर किती काळ निर्बंध असेल, याविषयी विशिष्ट शासकीय नियम नसतो, परंतु कार विमा कंपनीचे याबाबतचे नियम जाणून घ्यावेत. ते बहुधा सहा आठवड्यांचा निर्बंध घालतील.

इतर कोणत्याही मोठ्या शस्त्रक्रियेप्रमाणेच, सिझेरियन शस्त्रक्रियेनंतर, गुंतागुंत उद्भवण्याची शक्यता असते. जंतुसंसर्ग होण्यापासून ते रक्तस्रावापर्यंत आणि रक्ताच्या गुठळ्या होण्यापासून ते आतडी किंवा मूत्रपिंडांना इजा पोहोचण्यापर्यंत अनेक शक्यता असतात. आणि गर्भार स्त्रीला प्रसूतिपूर्व कळा आल्या नसल्या, तर सिझेरियन नंतर नवजात अर्भकाला ऊब देणं आणि पुरेशी हवा मिळवून देणं यासाठी काही काळ इन्क्युबेटरमध्येसुद्धा ठेवावं लागतं. नवजात अर्भकाला पुरेसे द्रवपदार्थ मिळावेत म्हणून कधीकधी ड्रिप (शिरेतून द्रव आत सोडणे) द्यावी लागते. हे पाहणं दु:सह असलं, तरी त्यात घाबरण्याजोगं काहीही नसतं.

असे धोके उद्भवणं शक्य असल्यामुळे, अगदी अखेरचा पर्याय म्हणूनच सिझेरियन करण्याचा सल्ला दिला जातो. असं असलं, तरीसुद्धा, कधीकधी संयुक्तिक वैद्यकीय कारणावाचूनही सिझेरियन केलं जातं.

अधिक माहितीसाठी आणि सिझेरियनच्या व्रणांच्या फोटोंसाठी वेबसाईट आहे. www.caesarean.org.uk

वेदनाशमनाचे विविध पर्याय

> **अनुभवाचे बोल**
> ह्या उपायांनी जितकं अधिक वेदनाशमन होऊ शकेल, तेवढाच तुमच्या पत्नीला किंवा तुमच्या बाळाला त्यापासून अधिक धोका पोहोचेल.

कदाचित् ह्या भीतीपोटीच काही स्त्रिया वेदनाशमनाची औषधं किंवा भूल (ॲनेस्थेशिआ) घेण्यास नकार देत असाव्यात आणि पूर्णत: नैसर्गिक प्रसूतिच्या पर्यायाचा अट्टाहास धरत असाव्यात.

प्रसूतिदरम्यान स्त्रियांना जे क्लेश सहन करावे लागतात, ते लक्षात घेता, असा अट्टाहास धरू नये, परंतु कोणताही सल्ला देणारे स्वत: त्या अनुभवातून जात नसतात; त्यामुळे कोणत्याही पर्यायाचे फायदे-तोटे निदर्शनाला आणून देऊन गर्भार स्त्रीनं निवडलेल्या पर्यायाला त्यांनी पूर्ण पाठिंबा द्यावा हे बरं. परंतु प्रसूतिदरम्यान अनपेक्षित घटना घडणं शक्य असतं; त्यामुळे पर्यायाबाबत टोकाची भूमिका न घेता, गरजेनुसार त्यात फेरफार करण्याची मानसिकता राखणं श्रेयस्कर ठरेल.

वेदनाशमनाच्या पर्यायांबाबत अधिक माहितीसाठी :

www.dad.info/expecting/birth/pain-relief-at-the-birth-the-options ही वेबसाईट पाहा.

मुख्य पर्याय खालीलप्रमाणे आहेत :

एपिड्यूरल

हा इंग्लंडमधला सर्वांत लोकप्रिय असा वेदनाशमन पर्याय आहे. यात बधिर करणाऱ्या औषधाची थोडीशी मात्रा (anaesthetic) मज्जारज्जूच्या खालच्या भागात टोचली जाते आणि दहा मिनिटांत वेदनांची जाणीव होईनाशी होते. हे देणं धोक्याचं नाही आणि अगदी सोपं आहे. कमरेखालील भागच बधिर केला जात असल्यामुळे, प्रसूतीनंतर मातेला आपलं मूल हातात धरता येतं.

परंतु हे इंजेक्शन दिल्यावर, थोडा वेळ गर्भवती स्त्रीला चक्कर येऊ शकेल किंवा मळमळसुद्धा वाटू शकेल. अडीचशेपैकी एखाद्या स्त्रीला ह्या इंजेक्शननंतर खूप डोकं दुखणं किंवा रक्तदाब अचानक खाली जाणं असे त्रास जाणवतील. एपिड्यूरल दिल्यानंतर प्रसूतीच्या कळा मंदावतात आणि कमरेखालचा भाग बधिर होतो, त्यामुळे बाह्य साधनांनी (सी-सेक्शन, फोरसेप्स इ.) प्रसूती करताना एपिड्यूरल देण्याचा प्रघात आहे.

पॅथिडिन

हे इंजेक्शन जांघेत किंवा पृष्ठभागावर दिलं जातं. ते दिल्यावर १५ ते २० मिनिटांमध्ये स्त्री तणावमुक्त होऊन तिला झोप येऊ लागते. याचा परिणाम अंदाजे तास टिकतो. साठ वर्षांहून अधिक काळ याचा वापर सुरक्षितपणे केला जात आहे. एपिड्यूरल देण्यासाठी ॲनोस्थेटिस्टची गरज असते, तशी यासाठी नसते. घरी प्रसूति करताना हा पर्याय उपलब्ध असतो.

परंतु पॅथिडिनमुळे हालचालींवर निर्बंध येतो आणि त्यानं मळमळ होऊ शकते. त्यामुळे त्यासोबत ॲंटी नॉसिआ ड्रग्ज (मळमळू नये यासाठीची औषधं) दिली जातात. पॅथिडिनमुळे कळांची तीव्रता आणि वेग कमी होतो आणि देण्यास उशीर झाला, तर त्यामुळे बाळाच्या श्वसनावर विपरीत परिणाम होऊ शकतो. अशा वेळीस हा दुष्परिणाम टाळण्यासाठीचं इंजेक्शन द्यावं लागतं.

टेन्स

(TENS-Transcutaneous electrical nerve stimulation)

यात त्वचेवर इलेक्ट्रोड्स लावून बेताचा विद्युतभार सोडला जातो, हा विद्युतभार महत्त्वाच्या मज्जाविभागांकडे प्रवाहित केला जातो, त्यामुळे गुदगुली झाल्यासारखी संवेदना होते आणि ती वेदनांची तीव्रता जाणवत नाही. हा बाह्यांगावरला उपचार आहे आणि गर्भार स्त्रीला त्याचं नियंत्रण करता येतं; परंतु सर्वांनाच त्याचा फायदा समप्रमाणात होईल असं सांगता येत नाही.

तुम्ही हे इलेक्ट्रोड्स योग्य जागी न्यायला मदत करत असाल, तर माझा तुम्हाला सल्ला आहे की - विद्युत पुरवठा चालू केल्यावर त्याच्या दोन्ही पात्यांना एकाच वेळीस स्पर्श करू नका.

जॉनी- रेचलचा पिता

एण्टोनॉक्स (गॅस आणि हवा)

ह्या मिश्रणामुळे तुमच्या पत्नीला भोवळ येईल आणि वेदना जाणवणार नाहीत. तोंडावर मास्क ठेवून श्वासातून हे मिश्रण आत घ्यायचं असतं; त्यामुळे किती मिश्रण आत घ्यायचं, यावर ती नियंत्रण ठेवू शकते. कळा येऊ लागल्यानंतर कितीही वेळानं हे हुंगलं, तरी तिला किंवा बाळाला कोणताही अपाय होत नाही. हे हुंगत असताना ती हालचाल करू शकते. त्यामुळे प्रसूती घरी- हॉस्पिटलमध्ये

कुठंही होत असली, तरी वेदनाशमनासाठी हा उपाय करता येतो.

परंतु यामुळे मळमळण्याचा किंवा गुंगी येण्याचा संभव असतो. वेदनाशमनासाठी ते पुरेसं प्रभावी न ठरण्याची शक्यता असते.

अनुभवाचे बोल

हे औषध, प्रत्येक कळ येण्यापूर्वी हुंगलेलं बरं पडत असल्यामुळे, तुम्ही पत्नीच्या पोटावर हात ठेवून तिला कळ येऊ लागल्याची पूर्वसूचना दिलीत, तर बरं पडेल.

प्रारंभीच्या पायऱ्या

माझ्या मुलीच्या जन्मापूर्वी, मी प्रसूतिवेदनांबाबत आणि अर्भकाच्या प्रत्यक्ष जन्माबाबत फक्त टी.व्ही.वर आणि त्यावरील दृक्‌श्राव्य चित्रांमध्ये पाहिलं होतं. प्रत्यक्ष त्या अनुभवातून गेल्यानंतर, मला वास्तवाची किती कमी जाणीव होती, हे मला उमगलं.

तुमच्या पहिल्या अपत्याचा जन्म ही भावनांचा आत्यंतिक आवेग अनुभवाला आणून देणारी, थकवणारी, घाबरवणारी, उत्तेजित करणारी, वैफल्याचा अनुभव घडवणारी, थक्क करणारी, अविस्मरणीय आणि अत्यंत आनंदाची घटना असते. त्यामुळे तुम्ही जे टी.व्ही.वर पाहिलं असेल, ते विसरून जा - अर्ध्या तासाच्या टी.व्ही. कार्यक्रमातून वास्तवाचं दर्शन घडवणं सोपं काम नव्हे!

प्रतीक्षा

अनुभवाचे बोल

पहिलं अपत्य बहुधा दिल्या तारखेहून आठ दिवस उशिरा जन्माला येतं.

प्रसूतिपूर्वीचे शेवटचे काही दिवस वाट पाहणं अतिशय कंटाळवाणं होतं; पण ह्या वेळी तुमच्या बायकोची अवस्था कशी असेल हे विचारात घ्या. तिला गुंतवून ठेवायला काही काम नसतं, ती घरातच अडकलेली असते, थकलेली असते, घाबरलेली असते आणि बेचैन असते आणि आप्तमित्रांच्या फोन्सना उत्तरं देऊन बहुधा थकून गेलेली असते.

तिला प्रसूतिच्या वेणा सुरू व्हाव्यात यासाठी खालील गोष्टी करता येतील.

- *स्पर्शानं स्तनाग्र उत्तेजित केल्यास गर्भाशय आकुंचन पावून वेणा सुरू होऊ शकतात.*
- *समागमानं सुद्धा गर्भाशयाचं मुख (सर्व्हिक्स) मऊ पडून वेणा सुरू होऊ शकतात. अर्थात गर्भवतीची समागमासाठी अनिच्छा असू शकते.*
- *मसाल्यांच्या सेवनानंसुद्धा वेणा सुरू होऊ शकतात.*
- *ताठ उभं राहून फिरलं की बाळाच्या डोक्याचा गर्भाशयाच्या मुखावर दाब पडतो, त्यामुळे पत्नीला पायी फिरायला घेऊन जावं.*

प्रारंभ

ठरावीक अंतरानं कळा येऊ लागल्या की त्या प्रसूतिवेदना आहेत असं समजावं. परंतु याखेरीज इतर काही गोष्टींकडे सुद्धा लक्ष ठेवावं. प्रसूतिवेदना सुरू झाल्यानंतर, गर्भाशयाचं मुख (सर्व्हिक्स) बंद ठेवण्याचं काम पार पाडत असलेला श्लेष्मल पदार्थ आणि त्यासोबत थोडं रक्त बाहेर पडतं. गर्भजलाची पिशवीसुद्धा फुटते आणि गर्भजल बाहेर येतं. ही गोष्ट केव्हाही घडू शकते. त्यामुळे गर्भार स्त्री आवडत्या जागी पलंग, खुर्ची, आरामखुर्ची इ. बसत असेल, त्यावर मेणकापड पसरून ठेवावं.

हे घडतं, तेव्हा कधीकधी कळा सुरू झालेल्या नसतात, परंतू श्लेष्मल पदार्थ बाहेर पडणं किंवा गर्भजलाची पिशवी फुटणं यानंतर बहुधा त्या सुरू होतात; परंतु कधी कधी या गोष्टींनंतर कळा सुरू होत नाहीत. तशा त्या सुरू झाल्या नाहीत, तर तुम्हाला हॉस्पिटलमध्ये जाऊन बाह्य इलाजांनी त्या सुरू कराव्या लागतात, कारण गर्भजल वाहून गेल्यावर, गर्भाला जंतुसंसर्ग होण्याचा धोका वाढतो.

त्याप्रमाणेच गर्भजल बाहेर आलं नसेल आणि त्यापूर्वी खूप वेळ कळांना सुरुवात झाली असेल, तर गर्भजलाची पिशवी मुद्दाम फोडून कळांची तीव्रता आणि जलदपणा वाढवला जातो.

अनुभवाचे बोल
इंग्लंडमध्ये पाचांपैकी एका गर्भवतीला बाह्य उपचारांनी कळा सुरू करून द्याव्या लागतात.

प्रसूतिवेदनांचा प्रारंभ

प्रारंभी, तुमच्या पत्नीला ठरावीक अंतरानं, दहा मिनिटांहून कमी वेळानं कळा येतील आणि त्यांची तीव्रता वाढून त्या अधिक वेळ टिकतील. प्रत्येक कळ ३०

ते ४५ सेकंद टिकेल. कधीकधी ह्या कळा इतक्या कमी तीव्रतेच्या असतील की तुमची पत्नी थोडी झोपसुद्धा घेऊ शकेल.

कळांची तीव्रता वाढायला खूप वेळ लागू शकेल. प्रसूतिवेदनांचा हा काळ सर्वांत मोठा आणि कंटाळवाणा असतो. कळा पूर्णपणे थांबल्या तर नाहीत ना, अशी शंकासुद्धा उद्भवण्याएवढ्या त्या मंद असू शकतात. हॉस्पिटलच्या प्रसूतिकक्षाशी सतत संपर्कात राहा. तुम्हाला तशी गरज वाटली तर पत्नीला तेथे घेऊन जाण्याबाबत आग्रह धरा. परंतु घरी असणं जास्त बरं ठरतं; घरी तुम्ही पत्नीला आधार देऊ शकता, तिला उत्तेजन देऊ शकता आणि तिचं मन इतरत्र वळवू शकता. तुम्ही फक्त प्रतीक्षा करत असता, तेव्हा वेळ फार संथ गतीनं पुढे सरकतो.

त्यामुळे तिला हळूहळू फिरवा. आंघोळ घाला, तिचे पाय चेपा किंवा प्रसूतिपूर्व प्रशिक्षण वर्गांमध्ये, अशा वेळीस करण्यासाठी सुचवलेल्या गोष्टींपैकी एखादी गोष्ट करा. तिच्या मनावर कोणतंही दडपण येऊ न देता, तिला विश्रांती घ्यायला आणि तिचा तणाव दूर करायला मदत करा. अशा भीती, वेदना आणि उत्तेजित मनस्थिती यात तिची दोलायमान अवस्था असताना, तिला भक्कम आधार द्या.

अनुभवाचे बोल

तुमच्या पत्नीला, शारीरिक आणि भावनिक दृष्ट्या आधार द्या. पण त्याबरोबरच, स्वत:ची देखील काळजी घ्या. पहिल्या वेळीस प्रसूतीला साधारणत: १४ तास लागतात. त्यामुळे संधी मिळताच, तुम्ही सुद्धा विश्रांती घेऊन ताजेतवाने व्हा.

प्रसूतिवेदनांचा काळ हा मॅरेथॉनसारखा (संथ गतीनं, दीर्घकाळ धावण्याच्या शर्यतीसारखा) असतो. तो स्प्रिंटसारखा (जलद धावून थोडसं अंतर पार करण्याच्या शर्यतीसारखा) नसतो.

ली- जॉर्जचा पिता

प्रसूतिसाठीची सर्व तयारी पूर्ण करा - कुटुंबियांना सांगा, गाडीत सामान भरा, आरामदायक कपडे आणि शूज चढवा. थोडं खाऊन घ्या आणि बरोबर नेण्यासाठी थोडे खाद्यपदार्थ बांधून घ्या.

एक कळ यायला सुरुवात झाल्यापासून पुढली कळ यायला सुरुवात होण्यामधल्या वेळाची काळजीपूर्वक नोंद करा. या कळा पाच मिनिटांपेक्षा भरभर येऊ लागल्या की तिला हॉस्पिटलमध्ये नेण्याची वेळ झालीय असं समजावं. हॉस्पिटलच्या

प्रसूतिकक्षाला फोन करा; म्हणजे तुमच्या पत्नीबद्दलची माहिती नजरेखालून घालून, तिला केव्हा आणावं, याबाबत ते सूचना करू शकतील.

हॉस्पिटलमध्ये पत्नीला नेताना गाडी सावकाश चालवा. पहिलीच वेळ असल्यामुळे, तुम्ही प्रसूतिच्या आधी बराच वेळ हॉस्पिटलमध्ये पोहोचणार आहात, हे लक्षात घ्या. त्यामुळे तुमच्या पत्नीनं सीटबेल्ट नीट लावला आहे, याची खात्री करून घ्या आणि मनावर दडपण आल्यामुळे गाडी घाईघाईनं चालवू नका.

हॉस्पिटलमध्ये पोहोचल्यावर

हॉस्पिटलच्या दाराशी चाकाच्या खुर्च्या असतात. प्रसूतिवेदना सहन करणारी स्त्री अशी खुर्ची वापरू शकते. काहींना शक्य तेवढा वेळ आपल्या पायांवर उभं राहावसं वाटतं. निर्णयाचं स्वातंत्र्य गर्भवतीला असतं. तुमची भूमिका केवळ साहाय्यकाची असते.

हॉस्पिटलमध्ये प्रवेश केल्याबरोबर, तुम्ही केलेला 'बर्थ प्लॅन' (प्रसूति संदर्भात तुम्ही निवडलेला पर्याय) योग्य व्यक्तीच्या हाती द्यावा. तुम्हाला काही ठरावीक प्रश्नांची उत्तरं द्यावी लागतील; ही प्रक्रिया वैताग आणणारी असली, तरी आवश्यक असते. पूर्ण तपासणी केल्यानंतर आणि तुमच्या बाळाच्या हृदयाचे ठोके मोजल्यानंतर, बऱ्याच पहिलटकरणींना पुन्हा घरी जायला सांगण्यात येतं, कारण त्यांच्या गर्भाशयाचं मुख (सर्व्हिक्स) पुरेसं रुंद झालेलं नसतं. असं केलं गेलं, तर तो सुइणींचा खत्रूडपणा असं समजू नका. हॉस्पिटलमध्ये असण्यापेक्षा, घरी, गर्भवती स्त्री अधिक तणावमुक्त अवस्थेत असते. तणाव असताना कळा मंदावू लागतात. त्यामुळे हॉस्पिटलची खेप हा उपयुक्त सराव समजून घरातील ओळखीच्या वातावरणात राहण्याचा आनंद उपभोगा. तुमच्या पत्नीचं लक्ष इतरत्र वेधून, तिचा तणाव हलका करण्याचा प्रयत्न करा. ती भरपूर द्रवपदार्थ पितेय की नाही, याकडे लक्ष पुरवा. तिला शक्य तेवढं उभं राहूद्या आणि हालचाल करूद्या.

खूप वेळ प्रसूतिवेदना सोसल्यावर आणि हॉस्पिटलला भरपूर खेपा मारल्यावर, अखेरीस त्यांनी तिला हॉस्पिटलमध्ये प्रवेश दिला, तरीसुद्धा तिचं सर्व्हिक्स फक्त काही सेंटिमीटर्स रुंदावलं आहे, हे ऐकून आमची घोर निराशा झाली.

ऑलिव्हर- नेथनचा पिता

तुमची पत्नी हॉस्पिटलमध्ये एकदा दाखल झाली, की फारसा एकांत लाभेल अशी अपेक्षा धरू नका. कदाचित तुम्हाला इतरांबरोबर बाहेरच्या कॉरिडॉरमध्येच

प्रतीक्षा करत थांबावं लागेल. प्रसूतिवेदनांनी तळमळणाऱ्या इतर स्त्रियांचं विव्हळणं तुमच्या कानी पडू शकेल. तुमच्या पत्नीला प्रसूति कक्षात नेल्यानंतर, तुमच्या पत्नीचे कपडे बदलून तिच्या नेहमीच्या अनेक चाचण्या घेतल्या जातील. तिच्या पोटावर दोन पट्टे आवळून ते मॉनिटर्सना जोडण्यात येतील. एका मॉनिटरवर तुमच्या बाळाच्या हृदयाच्या ठोक्यांची नोंद होईल, तर दुसऱ्यावर प्रत्येक प्रसूतिवेदनेचा अवधी मोजला जाईल. याचे निकाल छापले जातात.

कधीकधी एक एलेक्ट्रोड तुमच्या बाळाच्या टाळूवर जोडला जाईल. यामुळे जास्त अचूक माहिती नोंदवली जाऊन, जोराची कळ आल्यामुळे मापनात खंड पडणं टाळता येईल. अशा प्रकारच्या मॉनिटरचा एकच तोटा असतो. त्यामुळे तुमच्या पत्नीच्या हालचालींवर निर्बंध येतात आणि उभं राहता न आल्यामुळे, प्रसूतिसाठी गुरुत्वाकर्षणाचा फायदा करून घेता येत नाही.

वैद्यकीय कर्मचारी

प्रसूतिकक्षात एक नोंदणी अधिकारी, एक भूलतज्ज्ञ असतो आणि इतर वैद्यकीय साहाय्यक असतात, परंतु मिड्वाइफ (सुईण) ही तुमच्या संपर्कातली प्रमुख व्यक्ती असते. तिचं नाव जाणून घेणं आणि तुम्ही कँटीनमध्ये वगैरे जात आहात, ते तिच्या कानावर घालणं उपयुक्त ठरतं. तिच्याशी खेळीमेळीचे संबंध प्रस्थापित करण्याचा प्रयत्न करा. कारण प्रसूतिच्या वेळीस ती अत्यंत महत्त्वाची भूमिका बजावणार असते आणि तिच्याशी सुसंवाद राखणं उपयुक्त ठरतं.

परंतु प्रसूतिसाठी आलेल्या इतर स्त्रियांकडेसुद्धा ती लक्ष पुरवत असते. त्यामुळे ती सर्ववेळ तुमच्या पत्नीजवळ राहू शकणार नाही. बऱ्याचदा ती ऐन प्रसूतिच्या वेळीच तुमच्या पत्नीपाशी येते.

> ***माझ्या पत्नीच्या प्रसूतिवेदना इतका दीर्घकाळ चालू राहिल्या की आमच्या सुइणीची कामाची वेळ संपून त्या जागी दुसरी सुईण आली आणि आम्हाला तिची अथपासून ओळख करून घ्यावी लागली.***
>
> नेथन- बेलाचा पिता

जोराच्या प्रसूतिवेदना -

तुमच्या पत्नीचं सर्व्हिक्स तीन सेंटीमीटर एवढं रुंदावतं, तेव्हा प्रसूतिचा हा टप्पा येतो. हा टप्पा चार ते पाच तास टिकतो. यावेळीस कळांची तीव्रता इतकी

प्रचंड असते, की तुमच्या पत्नीची अगदी घालमेल होते. तिला साहाय्य करण्यासाठी:

- *तिच्यानं चालवत असेल तर तिला फिरतं ठेवा; ते तिच्यानं होत नसेल, तर आडवं पडण्याऐवजी तिला निदान बसायला लावा.*
- *तिला चालवताना, तिच्या हातांखाली तुमच्या बाहूंचा आधार देऊन तिला तुमच्यावर रेलू द्या. म्हणजे तिच्या पायांवरचा भार थोडा कमी होईल.*
- *तिला जोराची कळ आली की तिची पाठ चोळा किंवा तिच्या पाठीच्या कण्याच्या खालच्या भागावर उलटा दाब देऊन तिला आधार द्या.*
- *तिला बाथटबमध्ये बसायला आणि त्यातून बाहेर निघायला मदत करा किंवा तिच्या पाठीवर गरम पाण्याचा फवारा मारा.*
- *प्रसूतिच्या दिशेनं तिची किती प्रगती होत आहे हे तिला सांगा आणि तिला उत्तेजन द्या.*
- *श्वसनाच्या आणि तणावमुक्तीच्या प्रक्रियांसाठी तिला मदत करा.*

प्रसूतिवेदना वाढल्यावर ह्या श्वसनप्रक्रिया फारशा उपयुक्त ठरत नाहीत, असा माझ्या पत्नीचा अनुभव होता. परंतु तिला तसं वाटलं असलं, तरी तुमच्या पत्नीला तसंच वाटेल असं नाही.

अनुभवाचे बोल

तुम्ही तिच्या गरजांवर जितकं अधिक लक्ष केंद्रित कराल तेवढं तुम्हाला अधिक समाधान लाभेल. तुम्हाला जरी तुमची उपस्थिती अनावश्यक वाटली, तरी तुम्ही केवळ तिच्याजवळ असल्याचा तिला आधार वाटेल आणि त्यामुळे प्रसूतिच्या दिशेनं तिची वाटचाल अधिक सुलभतेनं होईल.

प्रसूतिवेदनांचा अखेरचा टप्पा

जोराच्या कळा एक ते दोन तास टिकतात. या वेळीस सर्व्हिक्स ८ सेंटिमीटर्सहून पूर्ण १० सेंटिमीटर्स ऐवढं रुंद होतं. आणि तुमची पत्नी जोर लावू शकते.

अनुभवाचे बोल

या दरम्यानच्या तिच्या वेदना बघवत नाहीत कारण दोन कळांमध्ये अजिबात अंतर नसतं. कळा एकापाठोपाठ एक अशा येत असतात. एवढंच नव्हे, तर कळा एकदम मंद होताहेत असं सुद्धा वाटू शकतं.

यावेळीच तिला उत्तेजनाची आणि आधाराची सर्वाधिक गरज असते. तुम्हाला स्वत:ला कितीही असाहाय्य वाटत असलं, तरी या घटकेला तिच्या विश्वासाच्या माणसानं तिला धीर आणि उत्तेजन देणं आणि इतके कष्ट सोसून मिळू घातलेल्या अपत्यप्राप्तीच्या फलाकडे तिचं चित्त वळवणं आवश्यक असतं. प्रसूतिचा हा टप्पा जितका जास्त काळ टिकेल, तेवढीच ती अधिक थकून जाईल, परंतु आता थोडंसं दु:ख सहन करावं लागणार आहे, ही जाणीव झाली, की त्यासाठी तिला बळ मिळेल.

ती किंचाळेल, तुम्हाला दोष देईल किंवा तुमच्यावर हातही उगारेल; किंवा एकाएकी ती इतकी अंतर्मुख होऊन मिटून जाईल, की तुमची उपस्थिती तिला जाणवतेय तरी का, असा तुम्हाला प्रश्न पडेल. फक्त एकच गोष्ट लक्षात ठेवा; तिचा मेंदू फक्त तुमच्याच आवाजाची दखल घेऊ शकेल आणि यातून पार पडण्यासाठी तिला जे काही करावसं वाटेल, ते तिला करू दिलेलं बरं. (परंतु माझी पत्नी उद्वेगानं मला चावायला निघाली होती. तसं ती करू लागली, तर तिच्या वाटेतून बाजूला सरणं श्रेयस्कर)

जोर लावणे

हा अखेरचा टप्पासुद्धा दहा मिनिटांपासून तीन तासांपर्यंतच्या कालावधीचा असू शकतो, परंतु प्रदीर्घ काळ कळा सोसल्यावर, काहींना या टप्प्यावर गोष्टी आटोक्यात आल्याच्या भावनेमुळं बळ लाभतं.

ह्या टप्प्यावर डॉक्टर आणि सुइणीची सूचना आल्यावरच जोर लावणं आणि कळ आलेली असताना जोर लावणं श्रेयस्कर ठरेल. जोर लावण्याचा हा अखेरचा टप्पा असतो. त्यामुळे तिला उत्तेजन देत राहा! या वेळीस काहीही बोलणं हा तुम्हाला मूर्खपणा वाटला, तरी तुम्ही तिच्या भल्यासाठीच उत्तेजनाचे शब्द उच्चारत आहात हे लक्षात ठेवा आणि तिला धीर देत रहा. तिनं ओरडून तुम्हाला गप्प केलं, तर गोष्ट वेगळी!

पत्नीच्या प्रसूतिच्या वेळची तुमची भूमिका

वेगवेगळ्या सर्वेक्षणांनी निष्कर्ष काढला आहे की प्रसूति वेदना सोसणाऱ्या स्त्रियांच्या पाच मूलभूत गरजा असतात.

- *आधार देणाऱ्या व्यक्तीकडून सतत धीर दिला जाणं*
- *वेदना कमी करण्यासाठी इलाज होणं*

- *शारीरिक काळजी घेतली जाणं आणि आराम मिळणं*
- *तिला अखंड आधार देणं आणि धीर देणं*
- *प्रसूतिच्या विविध टप्प्यांबद्दल तिला माहिती देत राहणं*

तुमच्या आधारामुळे तिच्या या सर्व गरजा भागत असल्या, तर ती लवकर प्रसूत होण्यास आणि बाह्य उपायांनी प्रसूत व्हावं लागलं, तर त्यातील धोके टाळण्यास खूप मदत होईल. तुमच्या पत्नीची आणि त्यामुळे तिच्या गर्भातील तुमच्या बाळाची चित्तवृत्ती आनंदी ठेवणं हे तुमच्या आधारावर आणि सहभागावर अवलंबून राहणार आहे.

आधार देणाऱ्या व्यक्तीची अखंड उपस्थिती

प्रसूतिच्या वेळीस काहींना कुणीही स्पर्श केलेला नकोसा वाटतो. तुमची पत्नी अशापैकीच असेल, तर तुम्ही तिच्याशी बोलू शकता. सतत तिच्याजवळ राहा आणि तिला प्रेमाचे आणि उत्तेजनाचे शब्द ऐकवून तिला धीर द्या.

वेदनामुक्तीचे उपाय

वेदनामुक्तीसाठीचे विविध वैद्यकीय पर्याय यापूर्वी विशद केले आहेतच. याखेरीज तिच्या पाठीच्या खालच्या भागाला हळूहळू मालीश करणं, तिथे गरम किंवा थंड फडकं ठेवणं, प्रसूतिपूर्व प्रशिक्षण वर्गांमध्ये सुचवलेले तणावमुक्तीचे इलाज करणं, तिला आपली कूस सतत बदलायला सांगणं, तिला उठून उभं राहून थोडं चालायला सांगणं यापैकी काही इलाजांमुळे तिला थोडा आराम वाटणं शक्य आहे.

शारीरिक काळजी आणि आराम

तिला सतत थोडं थोडं पाणी प्यायला सांगा. प्रसूतिवेदनांच्या वेळीस जोरात श्वसन होऊन घसा कोरडा पडतो. तिला वारंवार बाथरूमला न्या. मूत्राशय भरलेलं असेल, तर कळांचा वेग आणि तीव्रता मंदावते. तिला चुकून लघवी झालीच, तर तिला ताबडतोब स्वच्छ पुसून घेऊन कोरडे कपडे चढवा. तिला शक्य तेव्हा, शक्य तेवढी विश्रांती घेऊ द्या. तिला शक्य तेवढा एकांत मिळूद्या.

विना अट स्वीकृती आणि आधार

बहुतक करून तुमची पत्नीच सर्व बाबतीत निर्णय घेईल आणि काहींना त्यामुळे सुटल्यासारखंसुद्धा वाटेल. तुम्ही तिला सल्ला देऊ शकाल, परंतु तुमचं

काम आहे तिच्या निर्णयाला पाठिंबा देऊन तिच्या मनासारखं घडवून आणणं.

माहिती

तज्ज्ञांना तुमच्याकडे दुर्लक्ष करू देऊ नका. प्रसूतिदरम्यान जे काही चाललंय, त्यांची संपूर्ण माहिती तुम्हाला असायलाच हवी, म्हणजे तुम्ही तुमच्या पत्नीला तर ती माहिती देऊ शकालच. (आणि जोराच्या कळा येत असताना, ती फक्त तुमचंच म्हणणं ऐकेल.) परंतु तुमच्यावर निर्णय घेण्याची वेळ आली, तर तुम्ही साधकबाधक विचारांनी निर्णय घेऊ शकाल.

> **अनुभवाचे बोल**
> कोणत्याही टप्प्यावर प्रश्न विचारणं थांबवू नका. कुणी तुम्हाला मूर्ख म्हणेल ह्या भितिपोटी शंकानिरसन करून घेणं सोडू नका. तुमच्या पत्नीच्या आणि बाळाच्या भल्यासाठी, तुम्हाला सारं ठाऊक असणं गरजेचं आहे.

मध्यस्थाची भूमिका पार पाडणं ही सोपी गोष्ट नव्हे! कधीकधी वैद्यकीय तज्ज्ञांचा सल्ला तुमच्या पत्नीच्या इच्छेहून सर्वस्वी निराळा असेल. तुम्ही तज्ज्ञांना आपली बाजू पटवून देण्याचा प्रयत्न करू शकता; परंतु अखेरचा निर्णय त्यांचा स्वत:चाच असतो, त्यामुळे तुमच्या भावना तज्ज्ञांपर्यंत पोहोचतात; परंतु त्यांचा निर्णय स्वीकारा. तुमच्या पत्नीची आणि बाळाची सुरक्षितता हेच तुम्हा दोघांचं समान उद्दिष्ट आहे, हे लक्षात ठेवा.

तुम्हाला तुमच्या बाळाच्या सुरक्षिततेकडेसुद्धा लक्ष पुरवायचं आहे. कधीकधी बाळाची सुरक्षितता आणि तुमच्या पत्नीची इच्छा यात संघर्ष उद्भवू शकेल. कल्पना करा की ती एपिड्यूरलसाठी आक्रोश करतेय, परंतु डॉक्टर्सचं म्हणणं आहे की त्यामुळे प्रसूतिला जास्त वेळ लागेल. अशी परिस्थिती उद्‌भवली, तर बाळाचं हित लक्षात घेता, तुमच्या पत्नीला वेदनाशामक एपिड्यूरल देता येणार नाही. अशा वेळीस अन्य मार्गांनी तिच्या वेदना कमी करण्यासाठी साहाय्य करता येईल.

तुम्ही लक्षात ठेवा

प्रसूति जर सुरळीतपणे झाली, तरी त्याकाळात पत्नीच्या पाठीशी उभं राहून तुम्ही शारीरिक आणि मानसिकदृष्ट्या शिणून गेला असाल. त्यामुळे तुम्हाला खूप थकवा जाणवला किंवा चक्कर आली तर आश्चर्य मानू नका. शक्य तेव्हा, जमेल

तेवढी विश्रांती घ्या. जेवा, पाणी प्या. तुम्ही शिणून गेलात, तर तुमच्या पत्नीला तुम्ही मदत कशी करू शकाल? परंतु संवेदनशील राहा. तिच्यासमोर खाऊ नका.

प्रसूतिच्या वेळच्या संभाव्य समस्या

गरज पडेल, तेव्हा महत्त्वाचे निर्णय घेता येण्यासाठी तुम्ही सक्षम असायला हवं. तुमच्यापुढे उभे राहू शकणारे संभाव्य प्रश्न पुढे देत आहोत. त्यामागे, तुम्हाला घाबरवणं हा हेतू नसून सर्वदृष्ट्या तुम्ही साधक-बाधक विचार करून ठेवावात हा हेतू आहे.

मुदतीपूर्वी प्रसूत होणं

सदतीस आठवडे पूर्ण होण्यापूर्वीच तुमच्या बाळाचा जन्म झाला, तर त्याला अधिकृतपणे मुदतपूर्व प्रसूति म्हणतात. जर तुमच्या पत्नीला प्रसववेदना सुरू झाल्या किंवा जर तिची गर्भजलाची पिशवी फुटली, तर ताबडतोब तुमच्या हॉस्पिटलशी संपर्क साधा. बाळ गर्भाशयात अधिक सुरक्षित असतं, त्यामुळे तुमचे डॉक्टर औषधं देऊन किंवा पत्नीला बिछान्यात सक्तीची विश्रांती घ्यायला लावून प्रसूति पुढे ढकलायचा प्रयत्न करतील. पत्नीला बिछान्यात झोपवून ठेवावं लागलं, तर घरकामाचा बराचसा भाग तुम्हाला स्वत:लाच पेलावा लागेल. अशा वेळीस आप्तमित्रांची मदत विनासंकोच घ्या.

> ***ब्रिजित मुदतीच्या आधी चार आठवडे जन्मली. जो आणि मी तो काळ कामावर जाऊ शकलो नाही. ब्रिजितबद्दलच्या काळजीत या आर्थिक काळजीची भर पडली.***
>
> रॉब- ब्रिजितचा पिता

आणीबाणीची प्रसूति

यावरचे चित्रपट बघून कुणाची समजूत होईल की अर्ध्या स्त्रिया घरीच किंवा हॉस्पिटलमध्ये जाताना कारमध्येच प्रसूत होतात. प्रत्यक्षात पहिल्या प्रसूतिच्या वेळीस अशी शक्यता जवळजवळ नसतेच. त्यामुळे अशी वेळ उद्भवल्यास काय करावं याची माहिती करून घ्यायची तर खालील वेबसाईटवर जा. www.wikihow.com/deliver-a-baby परंतु त्याची गरज पडण्याची शक्यता

खूपच कमी आहे, हे लक्षात ठेवा.

प्रसूतिसाठी बाह्य मदत

इंग्लंडमध्ये, आठांपैकी एका प्रसूतिच्या वेळीस बाह्य मदत घ्यावी लागते. तुमच्या पत्नीला तशी गरज आहे, असा निर्णय तुमचे डॉक्टर घेऊ शकतील. यासाठी अनेक कारणं असतात.

- *बाळाचं डोकं योनिमार्गाकिडे स्थिरावले नसते; त्याचे पाय त्या दिशेला असतात.*
- *त्याच्या गळ्याभोवती नाळेचा वेढा पडून त्याला पुरेसा प्राणवायू मिळत नसतो.*
- *बाळ पोटात असतानाच त्याला पहिली शी झालेली असते.*
- *त्याची हालचाल बंद झालेली असल्यामुळे त्याला बाहेर खेचून काढणं गरजेचं असतं.*
- *पत्नीला दिलेल्या वेदनाशामक औषधांचा त्याच्यावर प्रतिकूल परिणाम झालेला असतो.*
- *तुमचं बाळ अशा स्थितीत असतं, की त्यामुळे तुमच्या पत्नीला अपार वेदना होत असतात.*

जेव्हा जेव्हा प्रसूतिसाठी बाह्य मदतीची (सिझेरियन, फोरसेप्स इ.) गरज लागते, तेव्हा अंतिम उद्दिष्ट लक्षात ठेवावं.

व्हेण्टोज आणि फोरसेप्स

व्हेण्टोज ही रबराची मऊ टोपी असते. ती बाळाच्या डोक्यावर ठेवून सक्शननं (हवा शोषून घेण्याची क्रिया) ती एका जागी स्थिर ठेवली जाते आणि तिच्या साहाय्यानं, डॉक्टर किंवा सुईण बाळाला हळूहळू खेचून बाहेर काढू शकतात. याहून भीतिदायक असतात, फोरसेप्स. हा एक चिमटा असतो. तो बाळाच्या डोक्यावर बसवून बाळाला जोरानं बाहेर खेचून काढता येतं. या दोहोंच्या खुणा शिल्लक राहू शकतात किंवा डोक्याचा आकार तात्पुरता बदलू शकतो, पण कालांतराने ह्या खुणा नाहीशा होतात आणि डोक्याचा आकारसुद्धा पूर्ववत् होतो.

अधिक माहितीसाठी वेबसाईट आहे. www.babycentre.co.uk/pregnancy/labourandbirth/labourcomlications/assisteddelivery

तातडीचे सिझेरियन

आईच्या गर्भात असलेल्या आमच्या बाळानं कानापाशी हात नेला आणि ती

योनिमार्गात अर्ध्या अंतरावर अडकून बसली. क्षणापूर्वीच नैसर्गिक प्रसूति होऊन तिचा जन्म होईल असं वाटत असताना, अचानक सिझेरियनचा निर्णय घेण्याची वेळ उद्‌भवली आणि मी अगदी घाबरून गेलो.

आणीबाणीची परिस्थिती उद्‌भवल्यामुळे सिझेरियन करावं लागणं हा सर्वांच्या दृष्टीनच तणाव आणणारा अनुभव ठरतो. त्यातून ते तुमच्या प्रिय व्यक्तीवर करायची वेळ आली तर आणखीच काळजी वाटते आणि त्यामागचं कारण नीटपणे कळलेलं नसेल तर जिवाला घोर लागतो.

प्रसूतिला वेळ लागत असेल किंवा खूप त्रास होत असेल, तर डॉक्टर सिझेरियनचा पर्याय ताबडतोब स्वीकारतात, असे अनेकांना वाटत असतं. कधीकधी प्रसूति कक्ष खूप वेळ अडवून ठेवली जाऊ नये, म्हणूनसुद्धा हा पर्याय निवडला जातो. असंसुद्धा वाटतं. तुमच्या स्थानिक हॉस्पिटलमधील दरांची चौकशी करून इतर हॉस्पिटल निवडण्याचा पर्याय तुमच्यापुढे खुला असतो, परंतु पत्नीनं खूप वेळ कळा सहन केल्यानंतर, डॉक्टरकडून हा पर्याय सुचवला गेला, तर त्यांच्यावर विश्वासानं निर्णय सोपवणं श्रेयस्कर ठरतं. तुमच्या पत्नीच्या यातना संपवण्याच्या दृष्टीनं पावलं उचलली जात आहेत हे पाहून तुमचा तणाव हलका होतो.

खालील कारणांमुळे तातडीच्या सिझेरियनचा पर्याय सुचवला जाऊ शकतो.

- *बाळाला इजा पोहोचत असेल आणि लवकर प्रसूति होणं गरजेचं असेल.*
- *वार अलग झालीय किंवा गर्भार स्त्रीचा रक्तदाब खूपच वाढला असेल.*
- *तुमचं बाळ मुदतीपूर्वीच जन्माला येत असेल किंवा त्याला आघात (ट्रॉमा) पोहोचण्याचा धोका असेल.*

अनुभवाचे बोल

तडकाफडकी सिझेरियन करावं लागलं, तर एपिड्यूरल देण्याएवढा वेळ कधीकधी हाताशी नसतो. अशा वेळीस संपूर्ण भूल दिली जाते. आणि तुम्हाला ऑपरेशन थिएटरमध्ये प्रवेश नाकारला जाऊ शकतो.

तुम्हाला तुमच्या पत्नीच्या आणि बाळाच्या प्रकृतीबद्दल काळजी वाटणं अगदी स्वाभाविक आहे. एकाएकी गोष्टी नियंत्रणाबाहेर गेल्यामुळे तुम्ही हादरून जाणं ही सुद्धा नैसर्गिक प्रतिक्रियाच आहे. तुमच्या पत्नीला जर लोकल ॲनेस्थेसिया देण्यात आला असेल आणि तुम्हाला तिच्यासोबत राहता आलं असेल, तर तिच्याशी बोलून तिला धीर देत राहा. बाळाचा जन्म झाल्यावर त्याला उचलून जवळ घेण्याची संधी सोडू नका. तुमची पत्नी कदाचित तुमच्या नवजात अर्भकाला स्तनपानसुद्धा देऊ

शकेल. फक्त बाळाला तिच्याजवळ धरण्याचं काम तुम्हाला करावं लागेल.

कदाचित बाळाला ताबडतोब विशेष काळजी कक्षात नेलं जाईल आणि तुमच्या पत्नीवर टाके घालण्याचं काम केलं जाईल. काही काळ तुम्ही एकटेच असाल.

तुमची पत्नी प्रसूतिवेदनांबरोबरच शस्त्रक्रियेच्या ताणातून हळूहळू बाहेर पडत असेल. मनाप्रमाणे नैसर्गिक प्रसूति होऊन बाळाला ताबडतोब जवळ घेता आलं नाही, म्हणून ती खट्टूसुद्धा झाली असेल, त्यामुळे तिची समजूत काढा आणि या साऱ्या गोष्टींपेक्षा तिची आणि बाळाची सुरक्षितता आणि स्वास्थ्य अधिक महत्त्वाचं आहे, हे तिला समजावून सांगा.

पुढील गर्भारपणाबाबत कदाचित् तिच्या मनात चिंता उत्पन्न झाली असेल. असेच प्रश्न भविष्यात उद्‌भवण्याची शक्यता नाकारता येत नसली, तरी नेहमीच असं घडतं असं नाही.

त्या क्षणी तुम्ही सारं काही सुखरूपपणे पार पाडल्याबद्दल आनंद मानला पाहिजेत.

प्रत्यक्ष जन्म

सर्वसाधारणत: होते, तशीच योनिमार्गातून नैसर्गिक प्रसूती झालीय असं गृहीत धरलं, तर ती तुम्हाला प्रत्यक्ष पाहण्याची इच्छा आहे की नाही, हा तुमचा निर्णय असतो. सर्वांनाच ते पाहावंस वाटतं, असं नाही.

तुमच्या पत्नीला मात्र बाळाचं डोकं बाहेर येताना बघावंसं वाटू शकेल. यासाठी आरसा उपलब्ध असतो. किंवा प्रत्यक्ष प्रसूति करवणाऱ्या सुईणीचे शब्द तुम्ही तुमच्या पत्नीला सांगायचे असतात.

एपिसिऑटॉमी

योनिमार्गातून बाळ बाहेर निघत असताना, योनिमार्ग वेडावाकडा फाटू नये, यासाठी योनिमार्गाच्या मुखापाशी छोटासा छेद देण्यात येतो. याला एपिसिऑटॉमी म्हणतात. प्रसूतिनंतर टाके घालून हा छेद शिवून टाकला जातो.

तुमचं बाळ

टी. व्ही. वरील कार्यक्रमात जन्माला आलेली बाळं तुम्हाला स्वच्छ, गुटगुटीत वाटली असतील. तुमचं बाळ जन्मल्याबरोबर रक्तात बरबटलेलं आणि व्हर्निक्स कॅसिओसा या पांढऱ्या चिकाळ द्रवानं माखलेलं दिसेल. योनिमार्गातून सुलभ प्रवास

घडवणं हे या चिकाळ द्रवाचं कार्य असतं.

बाळाचं डोकंसुद्धा कदाचित् वेगळ्या आकाराचं दिसेल. त्याची त्वचासुद्धा थोडी निळसर दिसेल. योनिमार्गातून बाहेर येताना अपुरा प्राणवायू मिळाल्याचा तो परिणाम असतो. हे सारं तात्पुरतं असतं आणि पूर्णत: नैसर्गिक असतं.

सारीच मुलं जन्मल्याबरोबर रडत नाहीत, परंतु रडलेलं चांगलं असतं. त्यानं फुप्फुसं प्रसरण पावतात आणि त्यातील द्रवपदार्थ बाहेर फेकले जातात.

अनुभवाचे बोल :
नाळ कापली की मातेपासून बाळ अलग होतं. ही नाळ कापण्याची संधी तुम्हाला मिळू शकते. परंतु ती कल्पना पेलवत नसेल, तर स्पष्टपणे तसं सांगा.

थेट स्तनपान देणे

आईची ऊब ताबडतोब मिळावी, म्हणून तुमचं बाळ शक्य तेवढ्या लवकर तुमच्या पत्नीच्या हातात द्या. सुईण ताबडतोब स्तनपानाला मदत करेल. याचे विविध फायदे होतील.

- *स्पर्शामुळे जवळीक निर्माण होईल.*
- *स्तनपान देता आलं, तर तुमच्या पत्नीला आनंद होऊन तिचा तणाव दूर होईल.*
- *पोटातल्या बाळाला तुमच्या पत्नीच्या श्वसनाचा आणि हृदयाच्या ठोक्यांचा आवाज ओळखीचा असतो. तो आवाज ऐकला की तुमच्या बाळाला आश्वस्त वाटेल आणि ते शांत होईल.*
- *स्तनपान देण्यामुळे प्रसूत झालेल्या स्त्रीचे गर्भाशय आकुंचन पावण्यास मदत होते, तसेच त्यामुळे वार बाहेर टाकली जाण्यास मदत होते.*

प्रसूतिनंतर वार बाहेर टाकण्यासाठी हलक्या वेणा (गर्भाशय आकुंचन पावणं) येतील. याला पाच मिनिटांपासून पंचवीस मिनिटांपर्यंतचा कालावधी लागतो. आकारानं वार खूप मोठी वाटते. वार पूर्णपणे बाहेर निघाली आहे, याची बारकाईनं पाहणी करून खात्री करून घेतली जाते.

हे सारं पार पडलं की प्रसूतिची प्रक्रिया पूर्ण होते. हे झालं की तुमच्या बाळाला हातात घ्या आणि तुमच्या भाग्याबद्दल आनंद माना.

फोटो

प्रसूतिच्या वेळचे फोटो घेण्याची कितीही इच्छा होत असली, तरी तेव्हा तो मोह टाळून तुमच्या पत्नीला आधार देण्याची महत्त्वाची कामगिरी बजावा. बाळाच्या जन्मानंतर सुइणीला तुम्ही तिघांचा फोटो काढण्याची विनंती करा. हा फोटो ही तुमची मोलाची ठेवच ठरणार आहे.

प्रसूति दरम्यान आणि त्यानंतरच्या काळात, तुमच्या पत्नीच्या इच्छेला मान द्या आणि संवेदनशीलतेनं वागा. ती पूर्वीप्रमाणे टवटवीत दिसत नाहीय अशी तिला खंत वाटत असेल. विशेषत: शस्त्रक्रियेनंतर ती फिकुटली असेल किंवा तिच्या अंगावर सूज आली असेल, तर फोटो घेतले जावेत असं तिला न वाटणं शक्य आहे. किंवा आपल्या नव्या कुटुंबाचे शक्य तेवढे फोटो घेतले जावेत, असंसुद्धा तिला वाटू शकेल. तिच्या इच्छेला मान द्या.

कुटुंब

तुमच्या बाळाच्या नेहमीच्या सर्व चाचण्या पार पडल्यावर थोडा वेळ एकट्यानं बाळाजवळ राहा. ते तुम्हाला स्वत:हून तशी संधी देतील, किंवा तुम्हाला कदाचित तशी विनंती करावी लागेल. माझ्या मुलीच्या जन्माच्या वेळीस सर्वांची धांदल चालली होती. तिच्या जन्मानंतर 'सारेजण एकाएकी कुठे गायब झाले?' असा मला प्रश्न पडला, परंतु त्यांनी तसं हेतुपुरस्सर केलं होतं आणि आम्हा तिघांनाच एकमेकांच्या सहवासात सोडलं होतं.

अनुभवाचे बोल

तुमच्या बाळाच्या जन्मानंतरचे सुरुवातीचे काही क्षण तुमच्या पत्नीसाठी आणि बाळासाठी अत्यंत महत्त्वाचे असले, तरी तुम्हीसुद्धा त्यात सहभागी होऊ शकता. तुमच्या बाळाला जवळ घ्या, बाळाशी बोला आणि त्याच्या चेहऱ्यापासून दहा इंचावर तुमचा चेहरा आणा म्हणजे त्याला तुम्ही दिसू शकाल. तुमच्या बाळाशी तुमचं नातं जोडण्याची हीच वेळ असते.

मॅक्सला जवळ घेतल्यावर मला प्रथमच भविष्याची जाणीव झाली आणि इतक्या यातना भोगल्याबद्दल मला हेलनबद्दल आणखीच कृतज्ञता आणि प्रेम वाटू लागलं.

गेव्हिन- मॅक्सचा पिता

बाळाला पहिल्याप्रथम उचलून घ्यायची वेळ येईल, तेव्हा तुम्हाला आनंदाएवढीच भीतीसुद्धा वाटेल. जितक्या जास्त वेळा तुम्ही बाळाला उचलून घ्याल, तितकीच तुमची भीतीसुद्धा कमी होऊ लागेल आणि तुमच्या बाळालासुद्धा तुमची अधिक सवय होऊ लागेल. बाळाला उचलून घेताना त्याच्या मानेखाली हात धरून त्याला आधार द्यायला विसरू नका. सहा महिन्यांची होईपर्यंत बाळं मान सावरत नाहीत.

बाळाचा जन्म मध्यरात्री झाला असेल, तर ताबडतोब घरी धावू नका. हे क्षण मोलाचे असतात. त्यांचा पुरेपूर उपभोग घ्या.

यावेळीस तुम्ही तुमच्या आप्तांना ही बातमी कळवणं गरजेचं असतं. बाळाचं नाव ठरवलं असेल, तर ती बातमीसुद्धा द्यायची असते. यासाठी फोन करायला बाहेर जावं लागणार असेल, तर तेवढ्यापुरतं एकटं राहण्याची पत्नीची तयारी आहे की नाही, याची खात्री करून घ्या.

तुमच्या भावना

तुमच्या बाळाच्या जन्माच्या वेळीस तुम्हाला नेमकं काय वाटेल, हे कधीच सांगता येत नाही. प्रत्येक व्यक्तीची प्रतिक्रिया निराळी असते. तुम्ही खूप हसाल किंवा तुम्हाला रडू येईल. तुम्ही चैतन्यानं सळसळत असाल किंवा थकूनभागून आणि घाबरून गेलेले असाल. किंवा एकदम तणाव दूर होऊन तुमच्या मनात तुमच्या पत्नीबद्दलचं निखळ प्रेम आणि अभिमान उचंबळून येत असेल किंवा त्या क्षणी तुमच्या मनात कोणतीही भावना नसेल.

माझ्या डोळ्यांत त्यावेळीस आनंदाश्रू उभे राहिलेच नाहीत. मी हादरून गेलो होतो. बाप झाल्यानंतर मी अधिक भावनाप्रधान बनलो आहे.

पॅट्रिक- ज्यूलिया आणि ली यांचा पिता

तुमच्या मनात तत्क्षणी तुमच्या बाळाबद्दल अतीव प्रेम निर्माण होईल. किंवा होणारही नाही. तुमच्या पत्नीला इतक्या यातना सहन करायला लावणाऱ्या त्या वीतभर प्राण्याबद्दल तुमच्या मनाला कदाचित आकसाची भावनासुद्धा स्पर्शून जाईल किंवा तुमच्या अपेक्षेनुसार त्याचं रूप किंवा लिंग नसल्यामुळे तुमची निराशासुद्धा झालेली असू शकेल. असं झालं तर थोडा वेळ जाऊ द्या पण नंतर बाळाशी आस्थेनं वागायचा प्रयत्न करा. तुमचा अपेक्षाभंग होऊन तुमच्या मनात परस्परविरोधी भावना थैमान घालत असल्या, तरी तुमच्या बाळाला त्याची झळ पोहोचू देऊ नका. उर्वरित आयुष्याएवढीच जन्मताक्षणीसुद्धा त्याला प्रेमळ पित्याची गरज असते आणि तो

त्याचा हक्क असतो. काही काळानंतर, तुमच्या नकारात्मक भावना नक्कीच नाहीशा होतील.

विशेष गरजा असलेली मुलं

डिस्प्रॅक्सिया, डाउन्स सिण्ड्रोम, डिस्लेक्सिया, अस्थमा असलेल्या मुलांच्या विशेष गरजा असतात. तुमचं मूल अशा वर्गातलं असेल तर त्याचं संगोपन करणं अधिक अवघड काम बनतं. त्यासंदर्भातील काही विशेष समस्यांचासुद्धा तुम्हाला सामना करायचा असतो.

अनुभवाचे बोल
तुमच्या मुलाच्या यापैकी काही विशेष गरजा असतील, तर त्याला वाढवणं हे तुमच्या अपेक्षेहून अधिक अवघड काम ठरेल, परंतु त्याच्यातील कमतरतेचं निदान ऐकून आकाश कोसळलंय, असं समजू नये. तुम्हाला असं मूल वाढवण्याची सवय होईल आणि नवीन आव्हानं पेलायचं बळ तुम्ही ठेवलंत की तुमच्यापुढे नवी क्षितिजं खुली होतील.

तुमच्यासारख्याच परिस्थितीतून जात असलेल्या अन्य लोकांशी संवाद साधून अनुभवांची देवघेव करा.

अशा प्रकारच्या आव्हानांना सामोरं जात असलेल्या आई-वडिलांशी बोलल्यावर तुमच्या लक्षात येईल की गोष्टी सुधारत जाणार आहेत आणि अपत्याची जबाबदारी कशीबशी निभावण्याऐवजी तुम्ही चक्क त्यातून आनंद लुटणार आहात आणि तुमचं मूल करून दाखवत असलेल्या सर्व गोष्टींबद्दल तुम्हाला अभिमान वाटणार आहे.

तुमच्या अंत:प्रेरणांवर विश्वास ठेवा

वैद्यकीय तज्ज्ञ तुमच्या पाठीशी उभे असतातच; परंतु माहितीचा आणि परस्पर विरोधी सल्ल्याचा महापूर लोटला तर तुमच्या स्वत:च्या ज्ञानावर आणि तुमच्या अपत्याबद्दल तुम्ही जाणत असलेल्या गोष्टींवर भिस्त ठेवा. गरज पडल्यास आणखी कुणाचातरी सल्ला घ्या. तुमच्या पत्नीकडे दुर्लक्ष करू नका.

प्रसूतिनंतर कोणतंतरी कारण शोधून - पडणं, तणाव आणणारी एखादी घटना किंवा गर्भारपणातला आहाराबाबतचा ढिलेपणा याबद्दल स्त्रिया स्वत:लाच दूषणं देऊ लागतात. कोणत्याही समस्येकडे दुर्लक्ष करण्याऐवजी त्यावर मनमोकळी चर्चा करणं श्रेयस्कर ठरतं. त्यामुळे तुमच्या भावना मोकळेपणानं व्यक्त करा आणि मनात विनाकारण अपराधीपणाची भावना राखू नका.

तुम्हा पतिपत्नीमधलं नातं सुदृढ राहिलं की तुम्हा सर्वांचंच आरोग्यसुद्धा नीट राहील, त्यामुळे पत्नीला कधीही गृहीत धरून चालू नका. तिच्याबरोबरच्या नात्याची सुसंवाद राखून जोपासना करा.

विश्रांती घ्या

तुमच्या मर्यादा लक्षात घ्या आणि गरज पडल्यास जास्तीची मदत घेऊन पुरेशी विश्रांती घ्या. यासाठी विशेष मदत पुरवणाऱ्या संस्था इंग्लंडमध्ये अस्तित्वात आहेत. आपल्याकडेसुद्धा तशा संस्था आहेत का याची चौकशी करून जास्तीची मदत मिळवता येईल.

सर्वांत महत्त्वाची गोष्ट लक्षात ठेवा की तुमच्या मुलातील कमतरतेबद्दल सतत विचार करू नका. तुमचं मूल हे एक मूलच आहे. त्यासाठी गरज पडेल ती आव्हानं समर्थपणे पेला.

बाळाच्या जन्मानंतर हॉस्पिटलमध्ये

बाळाच्या जन्मानंतर भेटायला येणारे लोक

आप्तमित्रांना बाळाला बघण्याची खूप उत्सुकता वाटत असेल, परंतु तुमच्या मनाचा कौल महत्त्वाचा असतो. ताबडतोब सर्वांनी न आलेलं बरं, असं वाटत असेल तर मनावर दडपण येऊ देऊ नका. घरी परत येईपर्यंत कुणीही येऊ नये असं वाटत असेल तर लोकांना थोपवून धरा. याला काहीही हरकत नाही. तसं केलंत, तर कमी लोकांची मदत मिळेल, परंतु त्यामुळे तुम्हाला बाळाशी अधिक जवळीक साधता येईल. नव्या पाहुण्याशी ओळख होऊन तुमचा आत्मविश्वास वाढेल. तुमच्या आणि तुमच्या पत्नीच्या इच्छेला प्राधान्य द्या.

हॉस्पिटलमधील वास्तव्य

बाळाच्या जन्मानंतर, बाळाला आणि तुमच्या पत्नीला हॉस्पिटलमध्ये किती दिवस राहता येईल हे आधीच सांगता येणार नाही. गरजेनुरूप ते ठरवलं जातं. कधीकधी बाळाच्या नेहमीच्या चाचण्या झाल्याबरोबर ते सर्वांना घरी पाठवून देतात किंवा प्रसूतिला त्रास झाला असेल आणि जागा असेल, तर ते बाळ-बाळंतिणीला आणखी काही दिवस राहू देतात. त्यांनी तेथे जास्त दिवस राहिलेलं बरं असं वाटत असेल, तर त्यासाठी लढत द्यायला सिद्ध राहा.

प्रसूतिच्या वेळीस लूला खूपच त्रास झाला. त्यामुळे तिची आणि ब्रूकची आम्ही आणखी काही दिवस दुसऱ्या एका हॉस्पिटलमध्ये राहण्याची सोय करून दिली. त्यामुळे आम्हा सर्वांनाच खूप आराम मिळाला.

अॅरन- ब्रूकचा पिता

एकट्यानं घरची आघाडी सांभाळताना -

कधीकधी असंही घडू शकेल की तुमच्या पत्नीला आणि बाळाला हॉस्पिटलमध्ये सोडून शेवटची रात्र तुम्हाला एकट्यानं घरी काढावी लागेल. हॉस्पिटलमधील धावपळीनंतर घरातली शांतता अगदी वेगळीच वाटेल. त्या शांततेचा शक्य तेवढा उपभोग घ्या. बाळ घरी आल्यावर, हे सारं काही बदलणार आहे.

घरात अजूनही करण्याजोगी खूपशी कामं तुमची वाट पाहात असतील. बाळाच्या आगमनाची बातमी तुम्हाला सर्वांना सांगायची असेल. घराची साफसफाई करून ते नीटनेटकं करायचं असेल; परंतु या सर्व कामांबरोबर विश्रांती घ्यायला विसरू नका. फोन सायलेंट मोडवर टाका. स्वच्छ आंघोळ करून कपडे बदला आणि त्यानंतरच हॉस्पिटलमध्ये परत जा. (बाळाचा माझ्या कपड्यांना चिकटलेला खास गंध दूर होईल, म्हणून आंघोळ करून कपडे बदलण्याची माझी तयारी नव्हती, असं मला आठवतंय.)

हॉस्पिटलमध्ये परत जाण्यापूर्वी, तुमच्या पत्नीशी फोनवर संपर्क साधून तिला आणखी कशाची गरज आहे का, हे विचारा. तिला कदाचित घरचं जेवण हवं असेल किंवा तिच्यासाठी आणि बाळासाठी जास्तीचे कपडे हवे असतील. कदाचित तिच्यासाठी तुम्हाला एखादी भेटवस्तू किंवा एखादा फुलांचा गुच्छ न्यावासा वाटेल.

हॉस्पिटलमध्ये जाऊन माझ्या पत्नीला आणि मुलीला भेटणं हा माझ्या आयुष्यातला परमोच्च अभिमानाचा क्षण होता.

ब्लेअर- लॅरेनचा पिता

तुम्ही सारेजण घरी परतण्यापूर्वी :

अनुभवाचे बोल
हॉस्पिटलमध्ये असताना, तेथील सुइणींना प्रश्न विचारून तुम्ही आपलं शंकानिरसन करून घेऊ शकता. घरी परत आल्यावर तुम्हाला एकट्यानंच सारी जबाबदारी उचलायची असते, त्यामुळे संधी आहे तोवर, आपल्या साऱ्या शंकांबाबत सुइणीला प्रश्न विचारा. आंघोळ घालणं, डायपर्स बदलणं, स्तनपान देणं, कापलेल्या नाळेची काळजी घेणं- साऱ्या शंकांचं निरसन करून घ्या.

पहिले काही आठवडे

नव्या आयुष्याचा सराव

तुम्ही हॉस्पिटलच्या कॉरिडॉरमधून तुमच्या नवागत बाळाला विजयी वीराप्रमाणे मिरवत आणले असेल. घरी येताना आयुष्यात प्रथमच तुम्ही अगदी काळजीपूर्वक गाडी चालवली असेल. अखेरीस तुम्ही घरी पोहोचला असाल. आता यापुढे काय?

इतक्याशा असाहाय जिवाला घरी नेण्याची ते परवानगी देतील. ही गोष्ट मला अशक्य कोटीतली वाटली होती.

पीट- जोशुआचा पिता

सुरुवातीला एकट्यानं बाळाला सांभाळणं ही अजब गोष्ट वाटेल. इतकं सारं पूर्वनियोजन केल्यानंतर, प्रसूतिच्या वेळच्या काळजी, धास्ती, आनंद, उत्साह ह्या संमिश्र भावनांच्या कल्लोळामुळं तुम्हाला गळून गेल्यासारखे वाटत असेल. अपुरी झोप, बाळाची सर्व जबाबदारी आपल्यावरच आहे याची जाणीव, पुढे काय घडणार आहे याबद्दलची चिंता यामुळे तुमच्या थकव्यात भरच पडेल. अनेकांना पालकत्वाचा हा सर्वांत भीतिदायक टप्पा का वाटतो, हे समजणं सोपं आहे.

माझं आयुष्य पूर्णपणे बदलून जाणार आहे, हे मला अपेक्षित होतं, पण ते कशाप्रकारे बदलणार आहे याची मला अजिबात कल्पना नव्हती.

मार्क- बेनचा पिता

गोष्टी हाताबाहेर चालल्या आहेत अशी भावना आणि भविष्याबाबतची अनिश्चितता याची बऱ्याचशा नव्यानं आई-बाप झालेल्यांना खूप काळजी वाटत असते. पत्नीला दिवस गेले आहेत ही बातमी ऐकल्यावर पालकत्वाबद्दल संपूर्ण नियोजन करणं शक्य नसतं, एवढी जाणीव नक्कीच होते, परंतु बाळाचा जन्म होऊन ते घरी आल्यावरच किती गोष्टींचा सामना करायचाय हे उमगतं.

सुरुवातीचे अनिश्चिततेचे काही दिवस घालवताना, खालील गोष्टी लक्षात ठेवा.

- *प्रत्यक्षात दिसतं, त्याहून बाळ खूपच जास्त कणखर असतं.*
- *प्रारंभीचे काही दिवस बाळ फक्त दूध पितं, झोपतं, शी करतं, शू करतं आणि कधीतरी ओकतं. या सर्व गोष्टींना तोंड द्यायला तुम्ही पूर्णपणे सक्षम असता.*
- *इतर सर्व गोष्टींप्रमाणेच बाळाला सांभाळण्यासाठी आत्मविश्वासाची गरज असते आणि तो सरावानंतरच लाभतो, त्यामुळे वेळ जाईल तसा सराव आणि त्यापाठोपाठ आत्मविश्वासही वाढतो.*
- *पहिल्या काही आठवड्यांमधल्या आठवणी अंधूक असणार आहेत. डायपर्स बदलण्याबद्दल, अपुऱ्या झोपेबद्दल आणि बाळाला जोजवण्याबद्दल ह्या काळात तरून जाणंच महत्त्वाचं!*
- *तुमचं आयुष्य पूर्णपणे बदलून जाणार आहे. तुमच्या हाताशी मोकळा वेळ कमी असेल, तुम्हाला अपुरी झोप मिळेल, समागमाची इच्छा कमी होईल, परंतु या साऱ्याची तुम्हाला लवकरच सवय होईल आणि ते अंगवळणीसुद्धा पडेल.*

आयुष्यातील काही गोष्टींमध्ये ताबडतोब, जाणवण्याजोगा फरक पडेल तर काही गोष्टी हळूहळू बदलतील.

एकाएकी तुम्हाला जाणवेल की साधं बागेत फिरायला जायचं म्हटलं, तरी तयारीसाठी अर्धा तास लागतोय.

क्रिस- रोवन आणि हॉलीचा पिता

तुमच्या दिवस-रात्री अनपेक्षिततेनं आणि काळजीनं ग्रासलेल्या असल्या, तरी हळूहळू तुम्हाला त्याची सवय होईल. लवकरच तुम्ही बाळाच्या सर्व गोष्टी सराईताप्रमाणं करू लागाल, तुमचा आत्मविश्वास वाढेल आणि तुम्ही इतक्या कार्यक्षमतेनं सारं कराल की, त्यावर तुमचा विश्वासच बसणार नाही.

असं घडेपर्यंत :

- *आप्तमित्रांकडून मिळेल तेवढी मदत स्वीकारा.*
- *बाळाच्या सर्व गोष्टींमध्ये सुरुवातीपासूनच सहभाग घ्या आणि पत्नी त्यासाठी नाखूश असली, तरी सुरुवातीपासूनच थोडा वेळ एकट्यानं बाळाबरोबर घालवण्याबाबत आग्रह धरा.*
- *आई या नात्यानं काही गोष्टी तिला अंत:प्रेरणेनं समजत असल्या, तरी तुमच्या पत्नीला साऱ्या प्रश्नांची उत्तरं ठाऊक आहेत असं गृहीत धरू नका, त्याचप्रमाणे तिच्या गरजांकडे आणि इच्छांकडे दुर्लक्ष करू नका.*
- *बाळाला आळीपाळीनं सांभाळणं अत्यंत गरजेचं असतं. त्यामुळे पतीपत्नी दोहोंनाही पुरेशी विश्रांती मिळते, त्यामुळे बाळाला सांभाळण्याच्या पाळ्या ठरवून घ्या.*
- *अशा पाळ्या ठरवताना, त्यांची ताबडतोब कार्यवाही करायलाच हवी, असं धरून चालू नका.*
- *सुरुवातीपासूनच सारं काही बिनचूकपणे पार पाडता येईल, असं धरून चालू नका. त्या दृष्टीनं प्रयत्न मात्र जारी ठेवा.*
- *गोष्टींचे अग्रक्रम सुज्ञपणे ठरवा. तुमचं बाळ झोपलेलं असेल, तेव्हाचा मोलाचा वेळ घरकामात वाया न घालवता, पतीपत्नी दोघांनीही तेव्हा विश्रांती घेणं अधिक श्रेयस्कर!*

मी सर्व कामांची यादी करायला सुरुवात केली. अपुऱ्या झोपेमुळं थकलेल्या माझ्या मेंदूकडून सर्व कामं लक्षात ठेवण्यासाठी तेवढाच उपाय उपयुक्त ठरत होता.

लिंड्से- इन्हाचा पिता

तुमची भूमिका

> **अनुभवाचे बोल**
> तुमच्या पत्नीचं सारं लक्ष तुमच्या बाळावर केंद्रित झालेलं असल्यामुळं, त्यांच्या सुरक्षिततेच्या दृष्टीनं सारी काळजी घेऊन त्यांना हवं ते सारं पुरवण्याची जबाबदारी तुमच्यावर असते.

प्रारंभीच्या काळात तुमच्या पत्नीकडे लक्ष द्या. तुमच्या बाळाला त्याच्या आईची सतत गरज असते; त्यामुळे तुमची पत्नी शारीरिक आणि मानसिक दृष्ट्या अगदी

शिणून गेलेली असते, परंतु तुम्ही फक्त बघ्याची भूमिका घेऊ नका. तुम्ही तुमच्या कृतीनं तुमची आस्था आणि समर्पितता सिद्ध करा. तुमच्या पत्नीचा तणाव कमी करून तिला ऊर्जा पुरवण्यावर तुमचे प्रयत्न केंद्रित करा.

- *घरातील स्वयंपाक, धुणं, बाजारहाट आणि स्वच्छता या गोष्टींची जबाबदारी उचला. तुमची आणि तुमच्या पत्नीची 'नीटनीटकेपणा'ची व्याख्या भिन्न असणार आहे, हे लक्षात ठेवा.*
- *भेटायला येणाऱ्यांना थोपवून त्यांची रीघ लागत नाही ना याची काळजी घ्या.*
- *तुम्हाला जेव्हा जेव्हा शक्य होईल, तेव्हा बाळाकडे लक्ष द्या. आणि तुमच्या पत्नीला विश्रांती द्या. बाळाकडे लक्ष देऊ लागलात की त्याच्याशी तुमचे भावबंध जुळायला सुरुवात होईल.*
- *बाहेर जाताना तुम्ही कुठे चालला आहात आणि परत यायला किती वेळ लागणार आहे, याची पत्नीला स्पष्टपणे कल्पना द्या.*
- *तुमच्याकडून अनेक अपेक्षा असतील. तुम्ही नेमक्या कोणत्या जबाबदाऱ्या स्वीकारणार आहात याची स्पष्ट कल्पना द्या आणि त्या जबाबदाऱ्या पार पाडल्यावर त्याबद्दल तुमचं कौतुक होईल, ही अपेक्षा ठेवू नका.*
- *तिला धीर द्या, तिला वाटणाऱ्या चिंता सहानुभूतिपूर्वक ऐकून घ्या, तिला सल्ला द्या, परंतु अखेरीस तिच्या मनाप्रमाणे तिला गोष्टी करूद्या.*
- *अनेक काळज्यांचा उगम थकवा आणि अनिश्चितता यातून होत असतो, हे लक्षात ठेवा, त्यामुळे जोडीनं अडचणींना तोंड द्या आणि स्वतःला धीर देण्यासाठी लक्षात घ्या, की तुमच्या पूर्वीच्या अनेक पिढ्यांना खूप कमी मदत मिळत असताना आणि त्यांचा मेंदू अप्रगल्भ असताना, ते पहिल्या अपत्याचं संगोपन नीटपणे करू शकले होते.*

बाळाची शारीरिक अवस्था

अजिबात अनुभव नसताना, बाळाला वाढवताना खूप तणाव येऊ शकतो. यातून आपण यशस्वीरीत्या कसं पार पाडू शकू असा संदेहसुद्धा मनात निर्माण होऊ शकतो. बाळं रडू लागली, तर त्यांना काहीतरी होतंय असं वाटू लागतं. त्यांनी नेहमीपेक्षा जास्त किंवा कमी खाल्लं, ती खूप जास्त किंवा खूप कमी वेळ झोपली, त्यांनी काहीही केलं तरी त्याबद्दल भीती वाटू शकते. ही काळजी टाळता येत नाही, कारण आपलं लक्ष सततच आपल्या बाळावर केंद्रित झालेलं असतं आणि हे बदल लगेचच आपल्या लक्षात येतात. याबाबत थोडा सारासार विचार करायची सवय ठेवा.

बाळाबाबत कोणत्या अपेक्षा ठेवाव्यात याबाबत काही ढोबळ सूचना:

- *यात व्यक्तिगत फरक खूप असले, तरी सर्वसाधारणत: अंगावर पिणारं मूल, चोवीस तासात आठ ते बारा वेळीस अंगावर पितं.*
- *बाळं ज्या परिस्थितीतून जात असतात, ते पाहता, जन्मानंतर बाळाचं वजन थोडं कमी होणं ही अगदी नैसर्गिक गोष्ट आहे. या काळानंतर बाळांचं वजन पुन्हा वाढू लागलं, तर काळजीचं काहीही कारण नसतं. ठरावीक काळानं तुमच्या बाळाचं वजन करत राहा आणि त्याबाबत काळजी वाटत असेल, तर तुमच्या डॉक्टरशी नि:संकोचपणे चर्चा करा.*
- *बाळाने दूध घेतल्यावर, प्यायलेल्या दुधाची गुळणी पुन्हा तोंडात येणं ही नेहमीची गोष्ट असते. जोवर तुमच्या बाळाचं वजन वाढत असतं, तोवर या गोष्टींची चिंता करू नये.*
- *बाळाच्या देहाचं तापमान ३६° ते ३७° सेंटिग्रेड एवढं असावं. त्याच्या खोलीचं तापमान १६° ते २०° सेंटिग्रेड असावं.*
- *चोवीस तासात सहा किंवा त्याहून अधिक वेळा बाळ डायपर्स ओले करेल.*
- *जन्माच्या वेळीस बाळाच्या डोक्याचा आकार बदलला असेल, तर तो काही काळानं नीट होईल.*
- *तुमच्या बाळाच्या डोक्यावर अजिबात केस नसतील किंवा दाट जावळ असेल. दोन्हीतही काहीही अनैसर्गिक नाही. जावळ असलं, तरी जन्मानंतर त्यातले बरेच केस उतरतात.*
- *बऱ्याच बाळांचे डोळे जन्मत: निळसर दिसले, तरी हळूहळू ते नैसर्गिक रंगाचे बनतात.*
- *काही मुलांना दूध प्यायल्यावर दरवेळी शी होते, तर काहींना तीन-चार दिवसांतून एकदाच होते. जोवर त्यांचा वारा सरतोय, त्यांना शीचा खडा होत नाहीय आणि त्यांना उलट्या होत नाहीत, तोवर काळजीचं कारण नसतं.*
- *अंगावर पिणाऱ्या मुलांना कमी शी होते. अंगावर पिणं थांबवून वरचं खाणं चालू केलं, की शीचं प्रमाण वाढतं.*
- *बाळं खूप आवाज करतात. ती नाका-तोंडानं फुरफुर आवाज करतात. झोपेत किंवा दूध पिताना ती असे आवाज जास्तच करतात.*
- *तुमच्या पत्नीच्या शरीरातून बाळांच्या शरीरात गेलेल्या संप्रेरकांमुळे*

मुलींच्या (genitalsand nipples) स्तनाग्रांना किंवा योनीला सूज आलेली दिसते. मुलीच्या स्तनाग्रातून पांढरट स्त्रावाचे थेंब आणि योनीतून थोडं रक्त आलेलं दिसू शकतं. आठवड्यात अशी लक्षणं नाहीशी होतात. त्याबद्दल काळजीचं कारण नसतं.

- *सुरुवातीच्या दोन आठवड्यांमध्ये कावीळ होणं शक्य असतं, पण त्यानंतरही ती बरी झाली नाही, तर तुमच्या डॉक्टरकडे बाळाला न्यावं. त्याप्रमाणेच नाकावर आणि हनुवटीवर 'मिल्क स्पॉट्स' (पांढरट पिवळट ठिपके) येतात. ते हळूहळू नाहीसे होतात.*
- *जन्मानंतर दहा ते चौदा दिवसांत नाळ सुकते आणि पडून जाते. तोवर तो भाग कोरडा आणि स्वच्छ ठेवावा. डायपर त्याखाली बांधावा.*
- *पहिला महिनाभर मुलं हसून प्रतिसाद देऊ शकत नाहीत, त्यामुळे त्यात काळजी वाटण्याजोगं काहीही नाही.*
- *बाळांच्या मानेचे स्नायू जन्मत: पूर्णपणे विकसित झालेले नसतात, त्यामुळे ती मान सावरत नाहीत. त्यांना उचलताना त्यांच्या मानेखाली हात ठेवून मानेला आधार द्यावा.*

बाहेर जाताना

नवजात बालकांना घेऊन बाहेर जाणं खूपच सोपं असतं, त्यामुळं सुरुवातीपासूनच, त्यांना घेऊन घराबाहेर पडण्याचा प्रघात ठेवा, म्हणजे त्याबद्दल चर्चा होणार नाही. बाळाला प्रॅममध्ये ठेवा. किंवा पट्ट्यानं छातीशी बांधून ठेवा. बाळाला घेऊन बाहेर फेरफटका मारून आलात की, तुम्ही ताजेतवाने व्हाल.

डायपर्स बदलणं

डायपर बदलताना बाप किती गोंधळ करतात याबद्दलच्या दंतकथांकडे पूर्ण दुर्लक्ष करा. इतर कोणत्याही गोष्टीप्रमाणेच ही गोष्टसुद्धा सरावानं अंगवळणी पडते, त्यामुळे तुम्ही जेवढी लवकर सुरुवात कराल, तेवढेच तुम्ही चटकन तरबेज व्हाल. आणि ह्या टप्प्यावर बाळांना खूप शी होत नसते; त्यामुळे काळजीचं कारण नसतं.

डायपर बदलायला सुरुवात करण्यापूर्वी, त्यासाठी लागणाऱ्या सर्व गोष्टी हाताशी ठेवा; म्हणजे गारठलेलं बाळ असुरक्षित स्थितीत एकटं ठेवून साऱ्या सामग्रीची शोधाशोध करण्याची वेळ येणार नाही. डायपर बदलताना खालील गोष्टी तयार ठेवा.

- *नवा स्वच्छ डायपर*
- *खराब झालेला डायपर ठेवण्यासाठी पिशवी किंवा डबा*
- *कोमट पाण्यानं किंवा बेबी लोशननं ओला केलेला कापूस*
- *डायपर रॅश येऊ नये म्हणून लावण्यासाठी झिंक क्रिम*

बाळाला पाठीवर ठेवून, उताणं झोपवा आणि त्यांचे घोटे एका हातानं धरून वर उचला आणि कापसानं त्यांना स्वच्छ करा. मुलींच्या बाबतीत स्वच्छ करताना योनिमार्गापासून सुरुवात करुन गुदद्वारापर्यंत स्वच्छ करा. असं केलं की गुदातले बॅक्टेरिया योनिमार्गात जाणार नाहीत. (योनिमार्गाच्या दोन बाजूच्या पाकळ्या (लेबिया) बाजूला करून आतपर्यंत पुसू नये.) त्याचप्रमाणे मुलांच्या बाबतीत शिश्नावरची त्वचा मागे खेचून पुसू नये. फक्त शिश्न आणि त्याखालील भाग हलकेच पुसून घ्यावा. त्वचेच्या वळ्यांमधून नीट, स्वच्छ पुसून घ्यावं. पुसून घेतलं की त्याचा कोरडी करून त्याला थोडा वेळ हवा लागू द्यावी. त्यानंतर डायपर-रॅश येऊ नये म्हणून झिंक क्रिम लावावं आणि मुलांच्या शिश्नाला व्हॅसलीनचा ठिपका चोळावा. त्यानंतर नवा डायपर बांधावा.

रडणं

अगदी निरोगी बालकंसुद्धा दिवसाकाठी एक ते दोन तास रडतात. त्यांची फुप्फुसं इतकी चिमुकली असली, तरी रडणं चांगलं खणखणीत आवाजात असतं.

अनुभवाचे बोल

आपण भुकेले आहोत, आपल्याला उकडतंय किंवा थंडी वाजतेय, आपल्याला एकटं वाटतंय, कंटाळा आलाय, आपला डायपर बदलायला झालाय किंवा आपल्याला वेदना होतेय हे तुमच्यापर्यंत पोहोचवण्यासाठी बाळांचं प्रभावी माध्यम असतं रडणं! त्यामुळे बाळ रडू लागलं, की वरील सर्व गोष्टींबाबत खात्री करून घ्यावी.

त्या रडण्यामागचं कारण ओळखायला शिका आणि त्यानुसार गोष्टी करा. रडण्याच्या आवाजातला फरक तुम्हाला सवयीनं लक्षात येऊ लागेल आणि त्यांच्या गरजा तुमच्या ताबडतोब लक्षात येऊ लागतील.

नेहमीच्या साऱ्या कारणांची खातरजमा करूनही बाळ शांत झालं नाही तर -

- *त्यांची स्थिती किंवा तुमच्या हाताची पकड यात बदल करा.*
- *गरजेप्रमाणे त्यांना अधिक जवळ घ्या किंवा त्यांना सुटं ठेवा.*

- *त्यांचं लक्ष इतरत्र वेधण्याचा प्रयत्न करा.*
- *त्यांना दुपट्यात घट्ट गुंडाळून ठेवा.*
- *त्यांना चोखण्यासाठी बोंडलं द्या.*
- *रेडिओ लावून संगीत ऐकवा.*
- *त्यांना आंघोळ घाला.*
- *त्यांना फिरायला घेऊन जा.*
- *त्यांना मालिश करा.*
- *चालू असलेल्या वॉशिंगमशीनवर त्यांना बसवा, पण त्यांना हाताचा आधार द्या. त्यांना एकटं सोडू नका.*
- *तुमची पत्नी बाळाला अंगावर पाजत असली, तर तिनं गेल्या दिवसभरात काही वेगळा आहार घेतलाय का, हे पाहा.*

तुम्ही त्याला शांतवण्याचा खूप प्रयत्न करूनही बाळ टाहो फोडून रडतं, तेव्हाच खरा प्रश्न उभा राहतो. तुम्ही काहीही करून बाळाला शांत करू शकला नाही, तर तेव्हा बाळाएवढाच त्रास तुम्हालाही होतो.

जवळजवळ सारीच बाळं अधूनमधून, कारणावाचून सतत रडत असतात, ही वस्तुस्थिती आहे. ज्याला 'कॉलिक (पोटशूळ)' म्हणतात, तो त्रास जन्मानंतर, दुसऱ्या आठवड्यात सुरू होतो आणि सहाव्या आठवड्यात तो सर्वाधिक त्रास देतो. बाळाच्या यातना पाहून, बाळाच्या आई-वडिलांना अत्यंत क्लेश होणं स्वाभाविक असतं; परंतु या पोटदुखीमागे कोणतंही गंभीर कारण नाही, याची एकदा खात्री करून घेतली की, त्याबद्दल अवाजवी चिंता करू नये. ही पोटदुखी तिसऱ्या महिन्यापासून हळूहळू कमी होऊ लागते.

याबद्दलची अधिक माहिती नवव्या प्रकरणात दिली आहे.

इआन कळवळून रडू लागला की जेन खरोखरच व्याकूळ होते आणि तिची काळजी समजल्याप्रमाणे इआनसुद्धा त्याच्या हाती असलेल्या एकाच मार्गानं - आणखी रडून - त्याची प्रतिक्रिया व्यक्त करतो.

अलस्टेअर- इआनचा पिता

अनुभवाचे बोल

तुमच्या बाळाच्या रडण्याच्या तालावर नाचणं थांबवा. त्याच्या साऱ्या गरजा तुम्ही पूर्ण केल्या असतील, तर त्याला खाली ठेवून क्षणभर विसावा घेताना, अपराधी वाटून घेऊ नका. फक्त अधूनमधून बाळावर नजर ठेवा. एकट्यानं थोडावेळ रडून बाळाला काहीही अपाय होत नसतो.

झोप

बाळाचा पिता होण्यापूर्वी, शारीरिक आणि मानसिक दृष्ट्या इतकं थकून जाणं शक्य आहे, याची मला पुसटशीही कल्पना नव्हती. इतकी थोडी झोप मिळूनही इतकी कामं उरकता येतील, हे सुद्धा मला ठाऊक नव्हतं.

संधी मिळताच विश्रांती घ्या. थकलेलं असताना परिस्थिती जेवढी भीषण वाटते, तेवढी ती प्रत्यक्षात नसते. थकल्याबद्दल पतिपत्नींनी अपराधी वाटून घेऊ नये आणि ही परिस्थिती कायम टिकणारी नाही हे लक्षात ठेवावं.

भेटायला येणारे लोक

भेटायला येणारे आप्तमित्र कितीही सदिच्छेनं आले असले, तरी त्यामुळे तुम्हाला थकवा येतो. त्यांचं चहापाणी करून, बाळ दाखवताना सुखी संसाराचं चित्र दाखवायलाच हवं, याचं तुमच्यावर दडपणही येणं शक्य असतं. बाळाच्या जन्माबद्दलची कहाणी चाळिसाव्या वेळीस पुन्हा सांगणं तुमच्या जिवावर येऊ शकतं.

अपुरी झोप आणि थकवा यांमुळे असे लोक आले की, थकवा आणि तणाव यात भरच पडते. तुम्ही आई-बापाचं कर्तव्य किती सक्षमतेनं पार पाडताय, यावर या पाहुण्यांची बारीक नजर आहे, ही भावना तर तणावात भरच पाडते.

त्यामुळे लोकांची रीघ लागू देऊ नका आणि त्याबाबत तुमच्या पत्नीची इच्छा विचारात घ्या. तिच्या स्वास्थ्याच्या दृष्टीनं काहींच्या भेटीला तुम्हाला ठाम नकार द्यावा लागेल किंवा त्या थोडक्या वेळात आटोपत्या घ्याव्या लागतील. आलेल्या पाहुण्यांना तुमच्या बाळाला हातात घेऊन त्याचे लाड करावेसे वाटत असले, आणि तुम्हाला ते नको असलं, तर त्याबाबत ठाम रहा. कोणत्याही प्रकारचा दबाव येऊ देऊ नका आणि त्यांच्या हातात तुमचं बाळ देण्याची तुमची तयारी असली, तर त्यापूर्वी त्यांना त्यांचे हात धुवून येण्याची विनंती करा.

स्वास्थ्य सेवा कर्मचाऱ्यांच्या फेरीबाबत - (ही सुविधा फक्त इंग्लंडमधेच असते.) स्वास्थ्य सेवा कर्मचारी तुमच्या घरी फेरी मारतील, तेव्हा शक्य असेल तर घरी रहा आणि त्यांना तुमच्याकडे दुर्लक्ष करू देऊ नका. त्यांचं बोलणं आणि सल्ला

तुम्हाला पूर्णपणे समजणं महत्त्वाचं आहे, कारण तुम्हीच तुमच्या थकलेल्या पत्नीला मदत करून तिचा भार हलका करू शकता.

पाळीव प्राणी

यापूर्वी घरात पाळीव प्राण्याचं साम्राज्य अबाधित असताना, घरात दुधाचा वास येणारं, नाजूक पण पूर्वीची घडी बिघडवणारं बाळ आलं, की तुम्हाला खूप जागरूक रहावं लागतं.

तुमच्या घरात पाळीव कुत्रा असेल तर बाळ घरी आल्यावर लगेचच त्याला बाळाजवळ नेऊन, बाळाचे कपडे हुंगवून, त्याची बाळाशी ओळख करून द्या. तुमच्या घरात पाळीव मांजर असेल, तर बाळाचा पाळणा आणि प्रॅम नेहमी जाळीदार आवरणानं झाकून ठेवा.

बाळ झोपलेलं असताना, त्याच्या खोलीचा दरवाजा नेहमी बंद ठेवा. तुमच्या पाळीव प्राण्याचा दिनक्रम पूर्वीप्रमाणेच चालू ठेवा. सर्वांत महत्त्वाची गोष्ट लक्षात ठेवा: बाळ एकटं असताना तिथं पाळीव प्राण्याला कधीही एकटं सोडू नका. अगदी प्रेमळ प्राणीसुद्धा कधीकधी अगदी अनपेक्षितपणे वागू शकतात.

भावबंध निर्माण होणं

तुमची पत्नी आणि तुमचं बाळ, यांच्यात भावबंध निर्माण होणं ही अतिशय महत्त्वाची आणि अभिमानास्पद गोष्ट असते. परंतु त्यामुळे तुम्हाला एकटं पडल्यासारखं वाटून कधीकधी तुमच्या मनात मत्सराची भावनासुद्धा उद्‌भवू शकते.

> ***शार्लट आणि बेनमध्ये जी जवळीक स्पष्टपणे जाणवत होती, त्याची बरोबरी करणं ही माझ्या आवाक्याबाहेरची गोष्ट आहे, हे मला जाणवत होतं. शार्लटएवढ्या स्वाभाविकतेनं मी बेनची काळजी घेऊ शकेन, असं मला अजिबातच वाटत नव्हतं.***
>
> ऐडन- बेनचा पिता

बाळ आणि आई यांच्या अद्वैत युतीतून वगळल्यासारखं तुम्हाला वाटत असलं किंवा बाळाच्या प्रत्येक हालचालीगणिक आपल्याला प्रेमाचं भरतं येत नाही म्हणून तुम्हाला अपराधी वाटत असलं, तरी बाळाशी भावबंध जोडता येणं ही तुमच्या दृष्टीनं अत्यंत महत्त्वाची गोष्ट आहे आणि त्यासाठी शक्य ते सर्व प्रयत्न तुम्ही करायलाच हवेत.

- *बाळाला जवळ घेऊन शक्य तेवढी देहाची ऊब द्या.*
- *बाळाला आपल्या छातीवर ठेवून जोजवून झोपवणं हा अनोखा आनंद असतो. परंतु तुम्हाला जागरण झालेलं असताना तसं केलंत, तर तुम्हाला स्वत:लाच झोप लागण्याचा धोका असतो. तसं घडत नाही याबद्दल जागरूक रहा.*
- *बाळाला बाहेर नेताना प्रॅममध्ये न ठेवता, शक्यतो पट्ट्यानं छातीशी बांधून ठेवा.*
- *रात्रीची आंघोळ घालून झोपण्यापूर्वी गोष्ट वाचून दाखवण्याचा प्रघात ठेवा.*
- *बाळाला आपल्या छातीवर ठेवून दोघांनी एकत्र आंघोळ करा.*
- *बाळाला फक्त बडबडगीतंच ऐकवली पाहिजेत असं अजिबात नाही; परंतु कर्णकठोर संगीत टाळा.*
- *बाळ आईच्या अंगावर पीत असेल तर मातेचं दूध काढून बाटलीत भरून ठेवा आणि अधूनमधून बाळाला ते दूध पाजा. बाळाला दूध पाजताना खरीखुरी जवळीक निर्माण होते.*
- *बाळाशी सर्व गोष्टींबाबत गप्पा मारा. तुमचा आवाज त्याच्या कानांवर पडू द्या.*

मी ग्रेसला गिटार वाजवून रिझवत असे. मी वाजवलेली गिटार ऐकण्यावाचून तिच्यापुढे दुसरा पर्याय नसला, तरी ती मोठ्या आनंदानं ऐकतेय हे जाणवत असे.

मॅट- ग्रेसचा पिता

अनुभवाचे बोल

पूर्वीच्या तुमच्या आरामशीर आयुष्यात कोकलून व्यत्यय आणणाऱ्या या पाहुण्याबरोबर खूप प्रयत्न करूनही भावबंध जोडता येत नाहीत, असं तुम्हाला वाटलं, तरी वाईट वाटून घेऊ नका. आत्ता भावबंध जोडता आला नाही, तरी तो कधीच जुळणार नाही, असं नसतं.

विश्रांती घेणं

मी बाप झालो, त्यानंतरचे पहिले काही आठवडे, बाळाला दूध पाजणं,

त्यानंतर त्याला ढेकर काढणं, त्याचे डायपर्स बदलणं आणि बाळ रडल्यावर दचकून जागं होणं हेच चक्र सतत चालू होतं. भेटीला येणाऱ्यांची रीघ ओसरल्यावर पोस्टमनची हाक आणि फोनची घंटी एवढाच आमचा बाहेरच्या जगाशी संपर्क उरला होता.

बाळाच्या आगमनानंतर तुमच्या हालचालींवर मर्यादा येतात. त्यानं फारसं काही बिघडत नसतं, त्यामुळे तुमचं कुटुंबावर लक्ष केंद्रित होतं, बाळाची काळजी घेण्याबाबत तुमचा आत्मविश्वास वाढतो आणि तुम्ही बाळाशी भावबंध जोडता, परंतु बाळाच्या आगमनापूर्वीच्या तुमच्या आयुष्याची चव अधूनमधून चाखून तुम्ही त्या आठवणीसुद्धा ताज्या ठेवायला हव्यात.

त्यामुळे एकट्यानं बाहेर जावं लागलं, तरी अधूनमधून तसं करा. बागेत नुसतं फिरून या. बाळाच्या आन्हिकांखेरीज बाहेरचं जग अस्तित्वात आहे, याची जाणीव घडवणारी कोणतीतरी गोष्ट जरूर करा. तसं केल्यामुळे तुम्ही ताजेतवाने व्हाल आणि चाकोरीतल्या दिनक्रमाला सामोरं जाण्याएवढी ऊर्जा मिळवाल.

सामाजिक आयुष्य पुन्हा चालू करताना -

नवीन बाळाच्या आगमनामुळे तुमच्या बाहेर जाण्यावर खूप निर्बंध आल्याचा एक फायदा नक्कीच होतो. तुमचे पैसे शिल्लक पडतात.

> ***पबमध्ये न गेल्यामुळे आमचे जे पैसे वाचले, त्यामुळे आम्ही केबल आणि इतर बारीकसारीक गोष्टी विकत घेऊ शकलो.***
>
> कॅलम- जॅक आणि सॅमचा पिता

आणि खूप थकून गेल्यामुळे घराबाहेर पडायला तुम्ही अनुत्सुक असाल तर घरी राहण्यासाठी बाळाची सबब सांगता येतेय, याचा तुम्हाला आनंदसुद्धा होईल.

परंतु रोज रात्री हॉटेलात मौजमजा करायचा तुमचा पिंड नसला, तरीसुद्धा अधूनमधून रात्री मित्रांबरोबर बाहेर पडण्याचं स्वातंत्र्य गेल्याबद्दल तुम्हाला दुःख वाटू शकेल. ज्यांना मुलं झालेली नाहीत, असे मित्र तुमच्याकडे येईनासे झाले, की ही गोष्ट तुम्हाला अधिकच जाणवू लागेल.

त्यांना तुम्ही कमी वेळा भेटू शकणार आहात, या वस्तुस्थितीचा स्वीकार करा आणि त्याबरोबरच पब्ज आणि बार्सखेरीज अन्य कोणत्या ठिकाणी भेटता येईल याचा विचार करा किंवा पती-पत्नींनी आळीपाळीनं एकेकटं बाहेर जाण्याचा पायंडा पाडा. तुमचे जवळचे मित्र तुमच्या घराजवळच्या एखाद्या ठिकाणी भेटायला किंवा वीकएण्डला एकत्र जमायला तयार होणं शक्य आहे.

पूर्वीपेक्षा बऱ्याच जास्तवेळा मी हल्ली रविवारच्या दुपारच्या जेवणाला यायचं मित्रांना आमंत्रण देतो. कधीकधी मुली झोपलेल्या असताना कॅरनसुद्धा झोपी जाते आणि सर्वसाधारणत: आमच्या नेहमीच्या दिनक्रमाला त्यामुळे फारशी बाधा येत नाही.

डॅरन- एमिली आणि कॅट्रिओनाचा पिता

कामावर पुन्हा रुजू होणं -

ओळखीच्या वातावरणात जाता आल्यामुळे, पुन्हा कामावर रुजू होताना खूप आनंद वाटू शकतो. आणि त्याबरोबरच घरच्या आणि बाळाच्या जबाबदाऱ्यांमधून सुटल्याच्या आनंदाबद्दल अपराधीपणा सुद्धा वाटू लागतो. घरातल्या कामाची तुम्ही तुमच्या पत्नीबरोबर कोणत्याही प्रकारे वाटणी करून घेतलेली असली, तरी तुमचे प्रयत्न सांघिक असणार आहेत, हे कधीही विसरू नका. घरासाठी पैसे मिळवून आणणं जेवढं महत्त्वाचं आहे, तेवढंच पित्याची भूमिका बजावणंसुद्धा महत्त्वाचं आहे.

अनुभवाचे बोल

ज्या मुलांच्या संगोपनात त्यांच्या पित्याचा आईच्या बरोबरीनं सहभाग असतो, ती मुलं, अमली पदार्थ घेणं किंवा इतर गुन्हे करणं अशा गोष्टी करण्याची शक्यता खूपच कमी असते, असं सर्वेक्षणांमधून वारंवार निदर्शनाला आलेलं आहे, त्यामुळे नोकरीवर जात असल्यामुळे घराकडे लक्ष देण्याच्या जबाबदारीतून तुमची सुटका झाली आहे. तुमच्या मुलाबरोबर वेळ घालवण्याच्या किंवा घरकामाला हात लावण्याच्या जबाबदारीतून तुम्ही सुटला आहात, असं समजू नका.

नोकरी आणि घराकडे लक्ष पुरवणं हे दोन्ही नीटपणे साधण्याची तारेवरची कसरत पार पाडण्याबद्दल अधिक माहिती अकराव्या प्रकरणात दिली आहे.

जन्माची नोंदणी करण्याबाबत

तुमच्या मुलाच्या जन्माची नोंदणी करणं ही कायद्याची गरज आहे. त्या साठीची कालमर्यादा विविध देशांमध्ये वेगवेगळी आहे. बाळाच्या जन्माचा दाखला मिळवल्यानंतर वेगवेगळ्या देशांत मुलांसाठी सरकारी मदतही दिली जाते. भारतात वेगवेगळ्या

शहरांमध्ये म्युनिसिपल कॉर्पोरेशनच्या विभागीय कचेऱ्यांमध्ये जन्म-मृत्यू नोंदणी कार्यालयं चालवली जातात. संगणकीकरण झाल्यामुळे हे दाखले मिळवण्याचे काम सोपं झालं आहे.

लक्षात ठेवण्याजोग्या दहा गोष्टी

- तुमची गर्भार पत्नी प्रसूतिच्या वेळीस मानसिक तणावाखाली असली, तर त्यामुळे प्रसूतिला वेळ लागू शकतो, म्हणून तिचा तणाव हलका करण्यासाठी शक्य ते सारं करा. याबाबतीत तुम्ही घेतलेल्या सहभागामुळे, तुमच्या पत्नीला खूपच हलकं वाटेल यात शंका नाही.
- वेदनाशमनाचा जो पर्याय तुमची पत्नी निवडेल, त्या पर्यायाबद्दल तिला पाठिंबा द्या; परंतु त्याबरोबरच गरजेनुरूप अन्य पर्याय स्वीकारण्याची मनोवृत्ती ठेवण्याबाबत तिला उत्तेजन द्या; कारण नैसर्गिक प्रसूति झाली नाही, तर इतर पर्याय गरजेचे ठरतील.
- सर्वसाधारणपणे, पहिल्या वेळीस दिल्या तारखेनंतर आठ दिवसांनी अपत्य जन्माला येतं. तो काळ तुमच्या दृष्टीनं मानसिक तणावाचा असला, तरी तुमच्या पत्नीला तुमच्यापेक्षाही अधिक चिंता वाटतेय हे लक्षात घ्या.
- पहिल्या वेळीस प्रसूति वेदना सरासरी १४ तास सोसाव्या लागतात. हा काळ प्रदीर्घ मानसिक आणि शारीरिक तणावाचा असतो, त्यामुळे संधी मिळताच विश्रांती घ्या.
- प्रसूति वेदना सोसणाऱ्या तुमच्या पत्नीला तुमचा आधाराचा स्पर्श हवासा वाटेल किंवा अजिबात नको असेल. तुम्ही तिच्याशी बोलत राहावं असं तिला वाटत असेल, किंवा तुमचा एकही शब्द तिला ऐकावासा वाटत नसेल. प्रसूतिच्या दिव्यातून तिला जावं लागतंय, तुम्हाला नव्हे, याबद्दल मनात कृतज्ञतेची भावना राखा आणि तिच्या कलानं वागा. तिनं चिडून अद्वातद्वा शब्द उच्चारले, तरी राग मानू नका.
- प्रसूतिच्या कळा सोसणाऱ्या पत्नीच्या प्रसूतिबाबतच्या प्रगतीकडे तुम्ही बारकाईनं लक्ष ठेवलं पाहिजेत, कारण त्याबाबत केव्हाही कोणतातरी महत्त्वाचा निर्णय घेणं गरजेचं ठरू शकतं.
- प्रसूतिसाठी कोणत्याही पद्धतीचा अवलंब करावा लागला, तरी सुखरूपपणे प्रसूति होणं हे आपलं उद्दिष्ट आहे, हे लक्षात ठेवा.
- तुमच्या अपत्याचा जन्म मध्यरात्री झाला असला, तरी बाळ-बाळंतिणीला हॉस्पिटलमध्ये एकटं सोडून घरी जायची घाई करू नका. बाळाच्या जन्माचा क्षण अतिशय मौल्यवान असतो. त्याचा आस्वाद घ्या.

- दिसतात, त्याहून मुलं खूपच जास्त काटक असतात, त्यामुळे जोवर तुम्ही सुज्ञपणे त्यांची काळजी घेत आहात, तोवर सारं काही सुरळीतपणे चालेल. तुम्हाला जेवढा अधिक सराव होईल, तेवढंच तुम्ही अधिक सफाईनं संगोपन कराल.
- बाळ-बाळंतीण घरी आले, की तुमच्या पत्नीचं सारं लक्ष बाळावर केंद्रित झालेलं असेल. त्यामुळे त्या दोघांना गरजेच्या साऱ्या गोष्टी पुरवण्याची आणि घरकामात मदत करण्याची जबाबदारी तुमच्यावर येऊन पडेल. अशी मदत करावी लागली, तरी बाळासाठी काही गोष्टी करून त्याच्याशी नातं जोडण्याकडे दुर्लक्ष करू नका.

७

तुम्ही आणि तुमची सहचारिणी

ह्या प्रकरणात खालील गोष्टींचा परामर्ष घेण्यात आला आहे :

- *तुमच्या पत्नीशी असलेलं नातं जोपासून तिला शारीरिक आणि मानसिक आधार कसा द्यायचा*
- *पत्नी आणि बाळाच्या युतीतून तुम्हाला वगळल्यासारखं वाटत असेल, तर त्यातून कसं तरून जायचं*
- *अपुऱ्या झोपेबाबत काय करायचं*
- *तुमचं लैंगिक जीवन पुन्हा कसं सुरू करायचं*

पत्नीबरोबरचं तुमचं नातं

बाळाच्या जन्मानंतर त्याचं करता करता तुम्ही दोघेही इतके थकून जाल की एकमेकांसाठी तुम्ही फारच थोडा वेळ काढू शकाल. तुम्हा दोघांमधलं नातं गृहीत धरून चालणार नाही; ते नातं ताजंतवानं ठेवण्यासाठी तुम्हाला प्रयत्न करावे लागतील.

छोट्या छोट्याशा गोष्टी -

तुमच्या अंगात छोट्या छोट्या गोष्टींपुरतंच त्राण असेल आणि त्यापुरताच अल्पसा वेळही असेल; मात्र त्या केल्यामुळे खूप फरक पडू शकतो. रोज सकाळी जागे झाल्यावर पत्नीला क्षणभर प्रेमानं जवळ घेण्यापासून ते तिला फुलं देऊन चकित करण्यापर्यंत आणि तुम्ही तिघांनी फिरायला जाण्यापासून ते खरेदीसाठी तिच्यासोबत जाण्यापर्यंत अनेक गोष्टी करून तुम्ही तिच्याबद्दल तुम्हाला वाटणारं प्रेम व्यक्त करू शकाल.

प्रसूतिनंतर आपण बेडौल दिसतो आहोत आणि नवऱ्यासाठी आपण फारच थोडा वेळ काढू शकत आहोत - अशासारख्या गोष्टी तुमच्या पत्नीला नक्कीच डाचत

असतील. तिची मन:स्थिती नाजूक असताना तुम्ही हर प्रकारे तिच्याबद्दल तुम्हाला वाटणारी निष्ठा आणि आस्था व्यक्त करायला हवी.

- तिच्या नजरेला नजर देऊन शक्य तेवढ्या वारंवार हे मोलाचं वाक्य उच्चारा. - 'आय लव्ह यू!'
- समागमाची अपेक्षा न ठेवता शक्य तेवढी मुक्तपणे भावनांची अभिव्यक्ती करा.
- फक्त दोघांसाठी ठरवून ठरावीक वेळ राखून ठेवा आणि त्या वेळी बाळाबद्दल किंवा नोकरीबद्दल बोलणं कटाक्षानं टाळा.
- लग्नाच्या फोटोंचा आल्बम आणि व्हिडीओ यांवरची धूळ झटकून पुन्हा एकदा तो दोघांनी मिळून सावकाश पाहा.
- तेवढा वेळ काढता येत असेल, तर दोघांनी मिळून जोपासण्याजोगा एखादा छंद किंवा खेळ शोधून काढा.
- लग्नाचा वाढदिवस आणि व्हॅलेंटाइन्स डे यांसारखे महत्त्वाचे दिवस विसरू नका.
- तिच्यासाठी निगुतीनं स्वत: जेवण बनवा आणि तिला आश्चर्यचकित करा; किंवा बेबीसिटर बोलावून पत्नीला रात्री जेवायला बाहेर घेऊन जा.
- तुम्हाला दोघांना एकत्र घालवण्याजोगे विसाव्याचे क्षण मिळतील, तेव्हा फोनमुळे व्यत्यय येऊ देऊ नका; त्याऐवजी आन्सरिंग मशीन चालू ठेवा.
- दिवसा ती घरी आणि तुम्ही कामावर असताना फोन आणि टेक्स्ट मेसेजद्वारा तिच्या संपर्कात राहा.
- कुणातरी विश्वासू व्यक्तीच्या हाती आपलं बाळ एका रात्रीपुरतं सोपवून, पत्नीला वीकएण्डला घरातून सुटका मिळवून द्या आणि कुठेतरी घेऊन जा. बाळाला न घेता गेल्याबद्दल तुम्हाला अपराधी वाटत असलं, तरी अशा बदलामुळे तुम्ही दोघे ताजेतवाने व्हाल.

अनुभवाचे बोल

तुमच्या प्रेमावरच तुमच्या पत्नीचं अस्तित्व अवलंबून असतं. त्यामुळे आस्थापूर्वक वागा.

एखादी गोष्ट गमावल्यानंतरच त्याचं मोल आपल्या लक्षात येतं, त्यामुळे बाळाच्या संगोपनाची जबाबदारी तुम्ही एकटयानं पार पाडत असता, तर तुमची अवस्था काय झाली असती, हे चित्र डोळ्यांपुढे आणा. दोघांनी मिळून बाळ

वाढवणंसुद्धा खूप अवघड काम असतं, पण तुमच्या पत्नीशिवाय तुम्ही काय केलं असतं, त्याची नुसती कल्पना करून पाहा. तुमचे प्रयत्न आणि थकवा जाणून घेणारं, तुमच्या चिंता ऐकून घेणारं, तुम्हाला आधार देणारं आणि सुखदु:खात बरोबरीचा वाटा उटलणारं तुमचं जिवलग माणूस नसताना तुमची काय अवस्था झाली असती याचा विचार करा आणि पत्नीबद्दल वाटणारी कृतज्ञता विविध प्रकारे व्यक्त करा.

बदललेल्या अपेक्षा

घरात बाळाचं आगमन झालं, की पतीपत्नींमधील नातं बदलू लागतं, कारण बाळासाठी खूप करावं लागतं. या बदललेल्या नात्याची सवय करून घेणं जड जातं.

आपण अनावश्यक आहोत असं वाटणं

तुमच्या पत्नीचं चित्त पूर्णपणे बाळावर केंद्रित झालेलं असेल. त्यामुळे आपण अनावश्यक आहोत अशी भावना तुमच्या मनात निर्माण होणं शक्य आहे. ह्या भावनेवर काबू मिळवता आला नाही, तर गोष्टी नियंत्रणाबाहेर जाऊ शकतील. बाळाचं करण्याचा पत्नीला जेवढा जास्त सराव होईल, तेवढाच तिचा आत्मविश्वास वाढेल आणि बाळाच्या संगोपनात सहभागी होण्याची संधी तुम्हाला फारशी मिळेनाशी होईल. तुमच्याकडे नुसती बघ्याची भूमिका उरेल आणि तुम्ही बाळासाठी काहीही करत नाही, याचा तुमच्या पत्नीला राग येऊ लागेल.

त्यामुळे पत्नीकडे लक्ष पुरवण्यावर तुमचं लक्ष केंद्रित झालं असलं - तरी तुम्ही शक्य तेवढ्या लवकर बाळाकडेसुद्धा लक्ष पुरवू लागा. तिनं थोडा वेळ स्वत: विश्रांती घेऊन बाळाला पूर्णपणे तुमच्यावर सोपवलं, तर सर्वांच्या दृष्टीनंच ते बरं पडेल. एकट्यानं बाळाकडे लक्ष दिलंत, की ती जबाबदारी तुम्ही तिच्याइतकीच नीटपणे पेलू शकत आहात, याची तिला आणि तुम्हाला अशी दोघांनाही खात्री वाटू लागेल.

उपेक्षित वाटणं

बाळाच्या आगमनानंतर तुमची पत्नी तुमच्यासाठी खूपच कमी वेळ देऊ शकेल. तिच्या अंगात तेवढी शक्तीसुद्धा नसेल. तशी अपेक्षा ठेवणं अव्यवहार्य ठरेल.

परंतु पत्नीशी यापूर्वी असलेली जवळीक आठवून तुम्हाला त्याची उणीव जाणवत असेल, तर नवा दिनक्रम अंगवळणी पडल्यावर गोष्टी पूर्ववत होतील यावर विश्वास ठेवा. दरम्यान, तुम्ही नवं आणि अत्यंत मोलाचं नातं जोडलं आहे, आणि तुमचं मूल जसजसं मोठं होईल तसतसं हे नातं आणखी दृढ होत जाणार आहे ही गोष्ट लक्षात ठेवा.

खूप काम करूनही त्याचं कौतुक होत नाही ही भावना

तुम्ही वाजवीपेक्षा जास्त जबाबदारी उचलत आहात असं तुम्हाला वाटत असेल, तर त्याबद्दल प्रांजलपणे विचार करा. आपला अजिबात सहभाग नसलेल्या शेकडो लहानसहान गोष्टी तुमच्या पत्नीकडून घरात विनातक्रार, बिनबोभाटपणे पार पाडल्या जात आहेत, याची स्वत:लाच आठवण करून द्या.

तुम्हाला जाणीव असेल, त्याहून प्रत्यक्षात तुमची पत्नी पुष्कळ जास्त गोष्टी पार पाडत असेल. बाळ वाढवणं ही सोपी गोष्ट नाही. सतत काहीतरी करावं लागतं आणि दिवसाचे तास त्यासाठी अपुरे पडतात. त्यामुळे तुम्हा दोघांवरही ताण पडत असणं शक्य आहे. तुमच्या पत्नीच्या सहभागाकडे तुमचं दर्लक्ष तर होत नाही ना? तिला या घडीला थोड्या जास्त मदतीची गरज नाही का? तसं असेल तर तशी मदत पुरवता आल्याबद्दल तुम्हाला आनंद वाटत नाही का?

आपल्याला न्याय्य पद्धतीनं वागवलं जात नाही, असं वाटणं

वडील घट्ट मनाचे असतात अशी पारंपरिक समजूत असल्यामुळे, काही अप्रिय कामं तुमच्यावर सोपवली जातील.

> ***हॅरीला लसीकरणासाठी (इम्युनायझेशन) पहिल्यांदा नेलं, तेव्हा क्लेअर खोलीबाहेर निघून गेली. त्याला घट्ट धरून ठेवायची जबाबदारी माझ्यावर आली. तो किंचाळून रडू लागला, तेव्हा त्याला शांत करून ते श्रेय घ्यायला मात्र ती धावत आली.***
>
> मॅट- हॅरीचा पिता

तुमचं काळीज पत्थराचं आहे, तुम्ही भावनाशून्य आहात असं गृहीत धरून पत्नीनं तुमच्यावर कामं सोपवली, की राग येणं अगदी स्वाभाविक आहे. तुमच्या पूर्वीच तुमचं मूल त्याचं दु:ख विसरत असतं, या जाणिवेमुळे हा राग ओसरू शकत नाही. तुमचं तुमच्या मुलाशी जे नातं आहे, त्यापेक्षा आपलं आपल्या मुलाशी असलेलं नातं जास्त महत्त्वाचं आहे, अशी तुमच्या पत्नीची भूमिका तुम्हाला डाचते.

अनुभवाचे बोल

एक गोष्ट नेहमी लक्षात ठेवा. पिता या नात्यानं तुमच्या कुटुंबाचं संरक्षण करण्याची जबाबदारी तुम्ही पेलायची असते. त्यासाठी कधीकधी स्वत:च्या हिताला तिलांजली देऊन, त्याचं हित जपावं लागतं. ती जबाबदारी पार पाडण्यासाठी कधीमधी असं करावं लागलं, तर ती खंत करण्याची गोष्ट आहे का?

अशावेळीस निर्धारानं दूरगामी हितावर लक्ष केंद्रित करून, आता अप्रिय वाटणाऱ्या गोष्टी पार पाडा. कुटुंबाच्या अंतिम हितासाठी तुम्ही काहीतरी करू शकत आहात आणि पत्नीची मुलाशी असलेली खास जवळीकसुद्धा तुम्ही जोपासत आहात यातसुद्धा आनंद माना. तुमच्या पत्नीचं तुमच्या बाळाशी असलेलं खास नातं पाहून तुम्हाला जो अभिमान वाटेल, त्याची बरोबरी अन्य थोड्याच गोष्टी करू शकतील.

त्याबद्दल काहीतरी करण्याची गरज वाटणं

तुमची कितीही उपेक्षा झाल्यासारखी तुम्हाला वाटू दे. सध्या तुमच्या भावनांना अग्रक्रम दिला जाणार नाही. सध्या तुम्हा पतीपत्नींपेक्षा तुमच्या मुलांच्या गरजांना अग्रक्रम मिळणार आहे आणि तशी गरज पडली, तर स्वत:पेक्षा आपल्या पत्नीच्या गरजांना तुम्ही अग्रक्रम द्यायचा आहे. यालाच पितृत्व पार पाडणं असं म्हणतात.

तुमच्या पत्नीची तुमच्याकडून वाजवीपेक्षा अधिक अपेक्षा आहे की वाजवीहून कमी अपेक्षा आहे, हे तुम्हीच ठरवायचं आहे. तुमच्याकडे पत्नी अजिबातच लक्ष देत नाही, असं तुम्हाला वाटत असेल, तर त्याबद्दल पत्नीशी मनमोकळेपणानं बोला. परंतु संवेदनशीलतेनं वागा. पहिलं अपत्य वाढवणं ही सोपी गोष्ट नसते.

संवाद साधणं

कोणत्याही गोष्टीबद्दल तुम्हाला मनात राग येत असेल, आणि तुम्ही त्याबद्दल पत्नीशी बोलला नाहीत, तर तुमच्या रागाचं कारण तिला समजणारच नाही. मनातल्या मनात राग दाबून ठेवल्यामुळे कुणाचाच फायदा होणार नाही, कारण एखाद्या बेसावध क्षणी, तुमच्या मुलादेखतच तुमच्या दाबून ठेवलेल्या संतापाचा विस्फोट होण्याची शक्यता असते.

त्यामुळे जेव्हा तुम्ही दोघे थकून गेले नसाल असा वेळ समस्येवर तोडगा शोधण्यासाठी बाजूला काढा. भुकेनं व्याकूळ झालेला नसाल किंवा जेव्हा तुमच्या डोळ्यांपुढे हजारो कामं दिसत नसतील असा वेळ त्यासाठी योग्य ठरेल.

तुम्हा दोघांपैकी जी व्यक्ती आपली तक्रार मांडत असेल, तिची तक्रार दुसऱ्या व्यक्तीनं मध्येच व्यत्यय न आणता, शांतपणे ऐकून घेतली पाहिजे आणि त्या तक्रारीची गंभीरपणे दखल घेतली पाहिजे. भावनावश होऊन या तक्रारीवर प्रतिक्रिया व्यक्त करणं टाळावं आणि तक्रार करणाऱ्या व्यक्तीच्या भूमिकेतून या समस्येकडे बघावं. याचा अर्थ असा नव्हे, की तुम्ही दर वेळीस शरणागती स्वीकारावी. फक्त ती व्यक्ती अशी तक्रार का करतेय हे समजून घ्यायचा खराखुरा प्रयत्न करावा.

तक्रार ऐकून घेतल्यानंतर उत्तर देताना शब्दांची निवड काळजीपूर्वक करा. एक गोष्ट लक्षात ठेवा की सध्या तुम्हा दोघांवर खूप ताण पडतोय. शांतपणे आणि संवेदनशीलतेनं वागा आणि टीका किंवा दोषारोप करणं टाळा. या चर्चेत तुमच्या अपत्याचा वापर कधीही प्यादं म्हणून करू नका.

शक्य असेल तर तडजोडीचा पर्याय स्वीकारा. तसं शक्य झालं तर दोघांनाही कोणतातरी त्याग केल्यासारखं वाटून दोघांचंही समाधान होईल. तडजोड स्वीकारल्यावर कृतीनं ते सिद्ध करा, परंतु प्रत्येक तक्रारीवर ताबडतोब पर्याय सापडेल, असं धरून चालू नका. कधीकधी नुसती भावनांना वाट करून दिली, तरी ते पुरेसं होतं. इतर कुणापेक्षाही तुम्ही स्वतःच तुमच्या पत्नीला सर्वांत जास्त आधार देऊ शकता आणि संवेदनशीलतेनं संवाद साधायचा प्रयत्न केल्यामुळे कधीही कुणाचं काही वाईट होत नसतं, त्यामुळे असे प्रयत्न करायचं थांबवू नका.

मनात डाचत असणाऱ्या गोष्टीला वाचा फोडून कुणाजवळतरी मन मोकळं करावं, असं तुम्हाला वाटत असेल, तर आप्तमित्रांशी बोलून मन हलकं करायला काहीच हरकत नाही. ते पितृत्वाच्या अनुभवातून गेले असतील, तर तुम्हाला नेमकं काय डाचतंय, याचं त्यांना उत्तम प्रकारे आकलन होऊ शकेल. कधीकधी इतरांपाशी नुसतं मन मोकळं केल्यामुळेसुद्धा हलकं वाटतं. तसं झालं, तर पत्नीशी अप्रिय विषयाबाबत चर्चा करण्याची गरजच उरणार नाही.

अनुभवाचे बोल

तुम्ही किंवा तुमची पत्नी यापूर्वी पालकत्वाच्या अनुभवातून गेलेली नसल्यामुळे, तुम्हा दोघांच्याही दृष्टीनं हा कसोटीचा काळ असतो, ही गोष्ट विसरू नका, त्यामुळेच पहिल्या अपत्याचं संगोपन हा अतिशय आव्हानात्मक आणि थरारक अनुभव ठरतो. त्यामुळे पत्नीला आणि स्वतःला फार दोष न देता, एक गोष्ट लक्षात ठेवा. पुरेशी झोप मिळाली नाही की सहनशक्ती

कमी होते आणि चटकन संताप येतो. थकवा आणि चिंता यामुळे झालेल्या तात्पुरत्या चिडचिडीचा शाश्वत प्रेमाच्या नात्यावर प्रतिकूल परिणाम होऊ देऊ नका.

यासाठीच्या समुपदेशनासाठी इंग्लंडमध्ये www.relate.org.uk ही वेबसाईट उपलब्ध आहे.

तुमच्या अपत्याच्या भल्यासाठी

तुमची आणि तुमच्या पत्नीची एकजूट असणं, ही तुमच्या अपत्याच्या मानसिक दृष्टीनं अत्यंत महत्त्वाची गोष्ट ठरते, त्यामुळे मूल समोर असताना तुमची एकवाक्यता त्याच्या मनावर ठसेल, असं वागा.

प्रत्येकजणच अधूनमधून वाद घालत असतं. तुम्ही आणि तुमच्या पत्नीनं, तुमच्या अपत्यासमोर वादावादी केलीत, तर अपत्यासमोरच त्याबद्दल चर्चा करून समेट घडवा. असं सोदाहरण दाखवल्यामुळे मतभेद झाल्यास मार्ग कसा काढता येतो हे तुमच्या अपत्यालासुद्धा कळू लागेल.

झोप

कटू सत्य

अपत्यजन्मापूर्वी आई-वडिलांना वारंवार सांगितलं जातं की, अपत्य जन्मल्यावर, ते दोघे अतिशय थकून जाणार आहेत. परंतु हे वाक्य गूढ स्मित करत वारंवार उच्चारलं, म्हणजे त्यांना भावी वस्तुस्थितीची जाणीव होईल, असं नव्हे.

अनुभवाचे बोल

अपत्य जन्मलं, की दररोज रात्री आई-वडिलांना निदान ९० मिनिटं कमी झोप मिळत असते. म्हणजेच दर आठवड्याला एक रात्र कमी झोप मिळते किंवा दर महिन्याला दोन पूर्ण दिवस कमी झोप मिळते.

इतकी कमी झोप मिळाल्याचे खूपच दुष्परिणाम होतात. प्रत्येक गोष्टीसाठी दुपटीनं प्रयत्न करावा लागतोय असं मला वाटत असे. माझ्या थकलेल्या मेंदूत

विचारांची नोंदच होत नसे. प्रत्येक वाक्य पूर्ण करणं मला कष्टाचं वाटत असे. माझ्या मेंदूचा भुगा झालाय असं मला वाटत असे.

अखेरीस जेव्हा केव्हा तुमचं मूल झोपी जातं, तेव्हा तुम्ही इतके तणावग्रस्त झालेले असता, की तुम्हाला झोप येणं कठीण होतं. तुमचं बाळ तुमच्याच खोलीत झोपेत, नाकातोंडाची फुरफुर करत असेल, तर तुमची झोप आणखीच अवघड, असाध्य बनते.

थकून भागून रात्री अंथरुणावर आडवे झालात, तरी तुमचा ताण ओसरत नाही, कारण काही तासातच बाळ रडत उठणार आहे ही जाणीव तुम्हाला छळत असते.

अनुभवाचे बोल

प्रथम तुम्हाला पुरेशी झोप मिळणार नाहीय, या गोष्टीचा स्वीकार करा. दुसरी गोष्ट म्हणजे, अपुरी झोप मिळूनही तुम्ही खूप कामं हातावेगळी करू शकता, हे लक्षात ठेवा. तिसरी गोष्ट म्हणजे, जेवढा काळ जाईल, तेवढी तुम्हाला अधिक झोप मिळणार आहे, हे ध्यानात ठेवा.

प्रत्येकानं लक्षात ठेवावे

सुरुवातीला नावीन्य असेपर्यंत बाळ रडत उठलं, की पती-पत्नी दोघेही धडपडत उठतात. कारणावाचून दोघांनी जागरण करणं अजिबात शहाणपणाचं नसतं. त्यापेक्षा आळीपाळीनं जागरण करून, आळीपाळीनं विश्रांती घेणं केव्हाही अधिक सुज्ञपणाचं ठरतं.

आळीपाळीनं जागरण केलं नाहीत, तर झोपेवाचून वेड लागायची वेळ येईल. जास्तीची एक खोली असली, तर जागरणाच्या रात्री आळीपाळीनं वाटून घ्या. तुम्ही कामावर रुजू झाला असाल, तर पहाटे लवकर उठून बाळाला सांभाळा आणि पत्नीला पहाटे थोडी जास्त झोप घेऊद्या.

परंतु खूप काळ वेगळ्या खोलीत झोपू नका. एकाच पलंगावर झोपणं हा दांपत्यजीवनाचा आनंदाचा भाग असतो.

झोपण्यातली स्पर्धात्मकता

झोप न मिळण्याचे इतके दुष्परिणाम होत असल्यामुळे झोप किंवा झोपेचा अभाव हा भांडणाचा आणि तणावाचा मुद्दा ठरू शकतो.

सॅम एडकडे रात्री जास्तवेळ पाहात असे - तो जागा झाल्याचा आवाज येताक्षणी ती अंथरुणातून उठून उभी राहात असे, त्याउलट तो पुन्हा झोपी जातोय का, याची मी थोडा वेळ वाट पाहात असे.

ब्रेडन- एडचा पिता

पालकत्व निभावणं ही मुळातच अवघड गोष्ट आहे. दुसरी व्यक्ती पुरेशी मदत करत नाही, या विचारानं तणाव आणखीच वाढतो. त्यामुळे तुमच्या अपेक्षांबाबत आपल्या सहचराशी/सहचारिणीशी मोकळेपणानं बोला आणि वेळापत्रक आखून त्यानुसार एकमेकांना मदत करा.

आम्ही दोघांनी ठरवलं होतं, की जे कुणी शनिवारी पहाटे लवकर उठून बाळाकडे बघेल, त्याला रविवारी आरामात उठता येईल, त्यामुळे शनिवारी पहाटे थॉम जागा झाली, की कोण उठतंय याची वाट पाहात आम्ही दोघेही झोपून राहात असू.

कीथ- थॉमचा पिता

काही सूचना

आळीपाळीनं झोपण्याबाबतच्या सूचना कार्यान्वित करता येण्यासाठी बाळानं पुरेसा वेळ झोपणं गरजेचं असतं. ते सारखंच उठत असेल, तर दोघांनाही जागरण होणं अटळ असतं. पण बाळ काही तास सलग झोपत असेल आणि ते झोपलेलं असताना, तुम्हाला झोप लागत नसेल तर खालील गोष्टी करून पाहा.

- *तुम्ही झोपता त्या खोलीत अंधार करा आणि शांतता राखा.*
- *झोप आल्यावरच आडवे व्हा.*
- *ठरावीक वेळापत्रकाची देहाला सवय लागावी, म्हणून ठरावीक वेळीसच अंथरुणाबाहेर पडा.*
- *दिवसा डुलक्या काढणं टाळा.*
- *झोपण्यापूर्वी मद्य किंवा जड जेवण घेणं टाळा.*
- *दिवसा खूप उशिरा व्यायाम करू नका.*
- *वादविवादानंतर झोपायला जाऊ नका.*

तणावानंतर जर झोप येत नसेल, तर हा टप्पा लवकरच संपणार आहे अशी स्वत:ची समजूत घाला. जर तुम्हा दोघांना झोप लागत नसेल, तर त्याबाबत डॉक्टरचा सल्ला घ्या.

तुमच्या पत्नीला विश्रांती मिळावी म्हणून :

- *पत्नीचं सिझेरियन झालं असेल, तर पाजण्यासाठी बाळाला तिच्यापाशी आणून द्या. तिचं सिझेरियन झालं नसलं, तरीही तिला एवढी मदत केलीत, तर तिला अंथरुणाबाहेर पडावं लागणार नाही.*
- *बाळाचं दूध पिऊन झाल्यावर त्याला ढेकर काढण्याचं काम तुम्ही स्वत: करा.*
- *रात्री एकदा बाळाला बाटलीनं दूध पाजायचं काम तुम्ही करा.*
- *शक्य असेल तर तुमच्या पत्नीला एका रात्रीसाठी तिच्या मैत्रिणीकडे किंवा नातेवाइकांकडे पाठवा, म्हणजे निदान एक रात्र तरी तिला शांत झोप मिळू शकेल.*
- *तुम्ही कामावरून परत आल्यावर एखादा तास तुमच्या पत्नीला विश्रांती द्या.*
- *बाळ झोपलेलं असेल, तेव्हा तिनंसुद्धा झोप घ्यावी असा आग्रह धरा.*
- *शक्य असेल, तर आठवड्यातून एखादा दिवस, दुपारच्या जेवणासाठी घरी या आणि बाळाकडे बघा म्हणजे तिला थोडी विश्रांती मिळेल.*
- *कपड्यांचा आणखी एक जोड शेजारच्या बेडरूममध्ये ठेवा, म्हणजे तुमची पत्नी झोपलेली असताना कपड्यांसाठी खुडबुड करून तिची झोपमोड करावी लागणार नाही.*
- *वीकएण्डला मनमानी करता येईल असं धरून चालू नका.*
- *इतर घरकामात तिला शक्य तेवढी मदत करून तिचा भार हलका करा आणि इतर बाबतीत तिला तडजोड करायला सांगा.*
- *जर खूपच त्रास होत असेल आणि तुमची तेवढी ऐपत असेल, तर बाळाकडे बघायला काही दिवस एखादी नर्स ठेवा. इंग्लंडमधली यासाठीची वेबसाईट आहे.*

www.bestbear.co.uk/parent/info_maternitynurse.htm

कामाच्या ठिकाणी

पुरेशी झोप मिळाली नाही, की मेंदू सुस्तावतो आणि संवाद साधण्याची हातोटी कमी होऊ लागते, प्रारंभी तुमच्या बॉसला तुमच्याबद्दल वाटणारी सहानुभूती कालांतरानं कमी होऊ लागते. त्यामुळे अपुऱ्या झोपेचा कामावर परिणाम होऊ नये, यासाठी खालील गोष्टी करून पाहाव्यात :

- *दुपारच्या जेवणाच्या सुट्टीत डुलकी काढता येईल अशी जागा शोधून काढावी.*

- *थकलेल्या मेंदूच्या विस्मरणात जाणाऱ्या गोष्टी आठवाव्यात, म्हणून एका वहीत त्यांची नोंद करून ठेवावी आणि ती वही ऑफिसात नेहमी आपल्याजवळ ठेवावी.*
- *फार सुखदायक वातावरणात झोप येऊ लागते, म्हणून गरम हवा असेल, तेव्हा खिडक्या उघड्या ठेवाव्यात.*
- *हलकं जेवणं घ्यावं आणि खूप पाणी प्यावं.*
- *दुपारच्या जेवणाच्या सुट्टीत, थोडासा हलका व्यायाम करावा.*
- *अधूनमधून जागेवरून उठून खोलीत एक फेरी मारावी.*

बाळाला अंगावर पाजणं

माझ्या पत्नीला याबद्दलच सर्वांत जास्त काळजी वाटत असे. आमच्या मुलीच्या जन्माच्या आधीपासूनच तिला काळजी वाटू लागली होती, की तिला बाळाला अंगावर पाजता येईल, की नाही? मी पुरुष होतो आणि याबाबतीत अगदी अनभिज्ञ होतो; त्यामुळे मला वाटत असे की स्तन असले की स्तन्य देण्यात अडचण कोणती असणार आहे? त्यानंतर माझ्या निदर्शनाला आणून देण्यात आलं, की डोळे असले म्हणजे दृष्टी उत्तम असेलच असं धरून चालता येत नाही!

अंगावर पाजण्याचे अनेक फायदे असतात. त्यामुळे आईची आणि बाळाची असाधारण जवळीक होण्यास तर मदत होतेच; पण त्याखेरीज अंगावरचं दूध बाळाला पाजलं की :

- *मातेच्या अंगातील नैसर्गिक रोगप्रतिकारकशक्ती बाळाकडे पोहोचवली जाते.*
- *बाळाला महत्त्वाचे अन्नाचे घटक योग्य मात्रेत मिळतात.*
- *मातेचं दूध पचायला सोपं असतं, त्यामुळे बाळाचं पोट बिघडण्याची शक्यता कमी होते.*
- *ते फुकट मिळतं, नेहमी ताजं असतं आणि अगदी योग्य तापमानाचं असतं.*

अंगावर बाळाला पाजण्यामुळं मातेलासुद्धा फायदे होतात. अंगावर पाजल्यामुळे स्तनाचा कर्करोग होण्याची शक्यता कमी होते. आणि गर्भाशयाचा आकार पूर्ववत होतो आणि त्यामुळे गरोदरपणात वाढलेलं स्त्रीचं वजन पूर्ववत होण्यास मदत होते.

> **अनुभवाचे बोल**
> अनेक फायदे होत असल्यामुळे आताच्या मार्गदर्शक सूचनांनुसार आयांनी निदान पहिले सहा महिने तरी अंगावर पाजणं श्रेयस्कर समजलं जातं, परंतु वास्तववादी दृष्टिकोन ठेवला तर प्रकृतीच्या दृष्टीनं, अजिबात अंगावर न पाजण्यापेक्षा, निदान एक महिना अंगावर पाजणं श्रेयस्कर ठरेल.

अनेक स्त्रियांना वाटत असतं, की मुलाला अंगावर पाजण्यात काहीही अडचण येणार नाही आणि तसं करण्याची त्या आतुरतेनं वाट पाहात असतात. त्यांना ती मातृत्वाची सर्वोच्च अभिव्यक्ती वाटत असते. बाळाला जिवंत ठेवण्याच्या दृष्टीनं तो सर्वांत महत्त्वाचा सहभागसुद्धा असतो, यात शंका नाही.

प्रश्न एवढाच उरतो की अंगावर पाजण्याच्या विविध फायद्यांचा इतका डांगोरा पिटला जातो, की काही कारणानं ते नीटपणे जमणार नाही या धास्तीमुळे गर्भवतीवर प्रचंड मानसिक तणाव येऊ लागतो. ज्या स्त्रियांना काही कारणांनी ते नीटपणे जमत नाही किंवा कोणत्यातरी अन्य कारणानं ते बंद करावं लागतं, त्यांना विफलता आणि अपराधीपणाची भावना छळू लागते आणि त्यासोबतच त्यांना शारीरिक दृष्ट्याही त्रास होऊ लागतो. ह्या मानसिक आणि शारीरिक क्लेशांचा सामना करणं सोपं नसतं.

तुमची पत्नी त्या दृष्टीने भाग्यवान असली तर गोष्ट वेगळी, अन्यथा अंगावर पाजताना वेदना आणि स्तनाग्रांना होणाऱ्या जखमांखेरीज स्तन बेडौल होणं किंवा जंतुसंसर्गामुळे (mastitis) दुधाच्या गाठी होणं अशा तक्रारीसुद्धा उद्‌भवू शकतात. त्यामुळे खरोखरच अशा काही समस्या उभ्या राहिल्या, तर तुमच्या पत्नीला तुमच्या सहानुभूतीची आणि विनातक्रार आधाराची अतीव गरज असते.

अंगावर पाजण्याचे प्रयत्न करत राहण्यासाठी तुमच्या पत्नीला तुम्ही उत्तेजन आणि आधार देणं खूप आवश्यक असतं, कारण अंगावर पाजता येणं हे काही उपजत असलेलं कौशल्य नव्हे. तुम्ही दिलेल्या आधाराचा खूपच फायदा होतो. काही स्त्रिया तर प्रांजल कबुली देतात, की त्यांच्या नवऱ्याचा आधार आणि उत्तेजन नसतं, तर त्यांनी अंगावर पाजणं अर्ध्यावरच थांबवलं असतं आणि नंतर त्यांना त्याबाबत खंत वाटली असती.

यासंदर्भात मदत करण्यासाठी

- *अंगावर पाजताना, मातेला उशांच्या साहाय्यानं आरामाच्या स्थितीत बसवा. तिला एका जागी खूप वेळ बसून राहावं लागतं.*
- *तिच्या जवळ टी.व्ही.चा रिमोट किंवा टेलिफोन आणून द्यावा. तिनं*

बाळाला दूध पाजलं, की तिच्या शरीरातील द्रवपदार्थ कमी होतो, म्हणून त्याची भरपाई करण्यासाठी पाण्याचा पेला तरी तिच्याजवळ ठेवावा. तिला एका हातानं खाता येतील, असे खाद्यपदार्थ तिच्याजवळ ठेवावेत.

- *तिनं बाळाला अंगावर पाजलं, की बाळाला ढेकर काढायचं काम स्वत:कडे घ्यावं. हे कामसुद्धा वेळखाऊ असतं.*
- *बाळाला तिच्याजवळ आणून देण्यामुळे तिला फारशी मदत होणार नसते. तुमच्यापैकी निदान एकाला थोडी झोप मिळायला हवी, हे लक्षात ठेवावं.*
- *बाळाला अंगावर नीट पाजता येईल याबद्दलच्या तिच्या आशावादाला उत्तेजन द्या आणि ती गोष्ट साध्य करायला तिला मदत करा.*
- *अंगावर पाजताना तिला खूप त्रास होत असेल, तर त्या दृष्टीनं तिला वैद्यकीय मदत व समुपदेशन मिळवून द्या.*
- *वैद्यकीय व्यावसायिक व आप्तमित्र यांच्यासमोर तिच्या निवडीला पाठिंबा द्या.*
- *तिला सतत उत्तेजनाचे शब्द ऐकवा.*
- *घराबाहेर असताना बसण्याची जागा विचारपूर्वक निवडा, म्हणजे तिला बाळाला स्तनपान देणं सोपं पडेल.*
- *बाळाला स्तनपान देतेवेळी आगंतुक पाहुणे दूर ठेवा.*
- *प्रवास करत असताना, अंगावर पाजण्यासाठी वेळोवेळी थांबा.*

अंगावर पाजता यावं म्हणून आईवर जेवढा मानसिक ताण येईल, तेवढंच ते अधिक अवघड पडेल. अंगावर पाजणारी स्त्री जेवढी अधिक तणावमुक्त असेल, तेवढंच तिला स्तनपान देणं सुलभ जाईल, त्यामुळे घरातील इतर बाबतीतला तणाव कमी करण्यास तुम्ही मदत केलीत, तर त्याचा तिला सुलभतेनं स्तनपान देण्यासाठी नक्कच फायदा होईल. याबाबत अधिक माहितीसाठी वेबसाईट आहे. www.llli.org/nb.html

'ड्रीम फड्स' - बाळाला दूध पाजण्याचा आनंद

बाळाला दूध पाजण्यासाठी मदत करण्याचा एक उत्तम मार्ग आहे; तो म्हणजे आईचं दूध काढून ते बाटलीत भरून ठेवायचं आणि तुम्ही ते बाळाला बाटलीनं पाजायचं. त्यामुळे बाळाला अधूनमधून बाटलीनं दूध पिण्याचीही सवय राहते. (अंगावर पाजण्यात अडचण उद्भवली, तर या सवयीचा फायदा होतो.) आणि बाळाशी जवळीक साधण्याची तुम्हाला संधी मिळते आणि त्यामुळे तुमच्या पत्नीला तेवढी विश्रांतीसुद्धा लाभते. आधी थोडी तयारी ठेवली, की माझ्या मुलीला जागं

न करता मी दिवसातलं शेवटल्या वेळचं दूध पाजू शकत असे. मी त्याला 'ड्रीम फीड्स' म्हणत असे. तुमचं मूल गाढ झोपलेलं असताना त्याला दूध पाजण्यात तितकासा आनंद मिळत नसला आणि ते गाढ झोपेत असताना त्याला जाग न आणता त्याचा डायपर बदलणं हे एक दिव्य वाटत असलं, तरी त्यामुळे तुमच्या पत्नीला विश्रांती देता येतेय याचा आनंद मोठा असतो आणि दूध पाजताना तुमच्या बाळाकडे प्रेमानं आणि अभिमानानं पाहणंसुद्धा आनंदाचं असतं.

आणखी समस्या -

बाळाला स्तनपान देण्याची रीत तुमच्या पत्नीला आत्मसात करता आली असली, तरी काळजी वाटण्याजोग्या भरपूर गोष्टी शिल्लक असतात. नेहमीचे प्रश्न असतात :

- *बाळ रडलं, की अंगावर दूध पाजावं, की ठरावीक वेळीच स्तनपान द्यावं?*
- *मी बाटलीनं अधूनमधून दूध पाजायला केव्हा सुरुवात करावी? एकदा बाटलीची सवय झाली, की बाळ अंगावर पिणं नाकारणार तर नाही?*
- *अंगावरचं दूध बाटलीत भरून ठेवायचं काम, बाळाला अंगावर पाजण्यापूर्वी करावं, की त्यानंतर करावं?*
- *असं केलं, तर बाळाला पुढल्या वेळीस अंगावर पाजताना अडचण तर येणार नाही? पुरेसं दूध पुन्हा तयार होईल?*

स्त्रीच्या देहरचनेतील महत्त्वाची त्रुटी आमच्या लगेचच लक्षात आली. बाळानं अंगावर किती दूध घेतलंय हे मापण्याची सोय देवानं केलेली नाही.

डॅन- ट्रिशिआ आणि माइल्सचा पिता

अंगावर पिणाऱ्या बाळाचं पोट नीटपणे भरतंय का नाही हे त्याच्या वजनावरून कळेल. त्याचं वजन वाढत असलं, तर त्याचं पोट नीटपणे भरतंय असं धरून चालायला हरकत नाही, परंतु एक गोष्ट मात्र लक्षात ठेवावी. जन्मानंतर, सुरुवातीच्या काही दिवसांत जन्माच्या वजनाच्या १०% एवढं, बाळाचं वजन घटतं. पहिल्या आठवड्यानंतरच त्याचं वजन वाढायला पुन्हा सुरुवात होते.

तुमची पत्नी स्तनपानाबद्दल जेवढा अधिक विचार करेल, तेवढ्या तिच्या शंका वाढतील. सुदैवानं, याबद्दल अधिक माहिती देणारी उत्तम वेबसाईट उपलब्ध आहे. www.breastfeedingnetwork.org.ukयाखेरीज जगभरातील मातांना मदत करणारी आणखी एक वेबसाईट आहे. www.nct.org.uk

स्तनपानाबद्दलच्या तुमच्या भावना

तुमची पत्नी बाळाला स्तनपान देत असेल, तर त्याबद्दल तुमच्या मनात संमिश्र भावना दिसू शकतील. ती अंगावर सक्षमतेनं पाजू शकतेय याबद्दल तुम्हाला अभिमान किंवा आश्चर्य वाटत असेल आणि त्याबरोबरच त्यामुळे ती भविष्यात बेडौल दिसेल की काय अशी तुम्हाला काळजीही वाटत असणं शक्य आहे.

मी तसं शब्दात बोलून दाखवलं नसलं, तरी मला मनातून काळजी वाटतच असे की स्तनपान देणं थांबवल्यावर लिसाचे वक्ष बेडौल तर दिसणार नाहीत?

माइक- आइलीनचा पिता

वस्तुत: गर्भारपणामुळंच वक्षांचा आकार बदलतो आणि स्तनपान दिलं तर त्यांचा आकार पूर्ववत होण्याची शक्यता वाढते, त्यामुळे वक्षातलं चरबीचं प्रमाण वाढतं आणि काही काळानं वक्षांचा आकार गर्भधारणेपूर्वी होता तसा होऊ लागतो.

परंतु तसं होवो की न होवो, तुमचं बाळ जन्माला घालण्यासाठी तुमची पत्नी ज्या दिव्यातून गेली आहे, त्याबद्दल तुम्ही सदैव कृतज्ञ राहून तिला आधार दिला पाहिजेत.

समागम

समागम ही प्रेमाच्या नात्याची अभिव्यक्ती असते आणि बाळाच्या जन्मानंतर शक्य तेवढ्या लवकर तुमची पत्नी त्यासाठी उत्सुक असली, तर ते तुमचं भाग्यच समजा. तिची तशी इच्छा असण्यामागे अनेक कारणं असू शकतील. अनेक महिने गर्भभार वाहिल्यानंतर तिला आपला देह पूर्ववत करायचा असेल, किंवा आईच्या भूमिकेतून काही क्षण सुटावंसं वाटत असेल किंवा तुम्हाला ती अजूनही आकर्षक वाटतेय का हे आजमावून बघायचं असेल. कारण काहीही असो! खोलात जाऊन त्यावर विचार करायचं कारण नाही. ती समागमासाठी उत्सुक असेल तर तुम्ही त्यामागचं कारण थोडंच विचारणार आहात?

अनुभवाचे बोल

अनेक वैद्यकीय व्यावसायिक सल्ला देतात, की प्रसूतिनंतर निदान सहा आठवडे समागम करू नये. परंतु तुम्ही दोघेही त्यासाठी उत्सुक असाल तर त्यापूर्वीच समागम करायला हरकत नसते.

परंतु प्रसूतिनंतर ताबडतोब समागम इच्छिणारी स्त्री विरळच! प्रसूतिमुळे ती थकून, शिणून गेलेली असते. भावनिक आणि शारीरिक दृष्ट्या तिला अपार थकवा आलेला असतो. नैसर्गिक प्रसूति झाली असली तरी तिला खूप शीण आलेला असतो. जागेपणीचा प्रत्येक क्षण, तिचं लक्ष बाळावर केंद्रित झालेलं असतं. भरीत भर म्हणजे ४०% स्त्रियांच्या योनिमार्गावर टाके घालण्यात आलेले असतात. अशा वेळी समागमाची इच्छा होणं अवघडच असतं.

प्रसूतिला सात आठवडे झाल्यावरच मी समागमाची इच्छा ध्वनित केली, परंतु आताची परिस्थिती कशामुळे ओढवलीय याची ऑलिशियाला स्पष्ट कल्पना होती.

डॅन- ट्रिशिआ आणि माइल्सचा पिता

तिच्या भावना जाणून घ्या आणि दमानं घ्या. ती त्रासलेली असताना आणि आपण बेढब दिसतोय याची तिला पूर्णपणे जाणीव असताना तुम्ही ती आकर्षक दिसतेय असं म्हटलंत, तर तिला कदाचित् आनंद होईल, पण तुम्ही समागमाची इच्छा सूचित केलीत तर तिला ते आवडणार नाही. त्यासाठी तिची तयारी होईपर्यंत तुम्ही वाट पाहणंच श्रेयस्कर ठरेल.

समागमानं काही त्रास होईल, अशी तिला चिंता वाटत असेल, तर तिला डॉक्टरचा सल्ला घ्यायला उत्तेजन द्या. आणि अखेरीस समागमाला ती तयार झाली, तरी प्रसूतिच्या वेळीस तिनं खूप सोसलंय हे लक्षात ठेवून संवेदनशीलतेनं वागा. ती पूर्वीप्रमाणेच / पूर्वीइतकाच प्रतिसाद देईल अशी अपेक्षा ठेवू नका.

विशेषत: तिचा स्वभाव तिच्या इच्छा शब्दात व्यक्त करण्याचा नसेल, तर तिच्या प्रतिक्रिया काळजीपूर्वक आजमावा आणि तिच्याकडून अवाजवी अपेक्षा ठेवू नका. जर हॉर्मोन्सच्या (संप्रेरकांच्या) असंतुलनामुळे आणि मानसिक ताणामुळे नैसर्गिक स्निग्धता, ओलावा पुरेसा मिळत नसेल तर जंतुसंसर्ग टाळण्यासाठी पाण्याच्या नव्हे; तर तेलाच्या माध्यामातील लुब्रिकंट्स (स्निग्धता आणणारी मलमं) योनिमार्गासाठी वापरावीत. तिला फारच त्रास होत असेल, तर संप्रवेशाखेरीज अन्य मार्गांचा उपयोग करावा.

याबद्दलच्या अधिक माहिती / सल्ल्यासाठी वेबसाईट आहे: www.netdoctor.co.uk/sex_relationships/facts/sexdelivery.htm

तुम्ही समागमासाठी उत्सुक आहात?

अपत्यजन्मानंतर अनेकदा पुरुषांनासुद्धा समागम हवासा वाटत नाही. बिछान्यात पसरलेल्या पत्नीकडे पाहून तिच्या प्रसूतिच्या वेळची आठवण येऊ लागते किंवा मातेच्या भूमिकेतील पत्नी तेवढीशी आकर्षक वाटत नाही.

टोकाचं वर्णन केल्याबद्दल मी क्षमा मागतो, परंतु हार्मोन्सच्या असंतुलनामुळे ती बेडौल दिसत असेल, प्रसूतिनंतर सहा आठवड्यांपर्यंत रक्तस्राव होणं शक्य असतं, त्यामुळे त्याची घृणा वाटू शकते आणि ती बाळाला स्तनपान देत असेल, तर तिच्या वक्षातून केव्हाही दूध ठिबकण्याची शक्यता असते. तिचा स्वभावसुद्धा चिडचिडा झाला असण्याची शक्यता असते. तिच्यातले हे शारीरिक आणि मानसिक बदल पाहून तुम्ही घाबरून जाणं अगदी स्वाभाविक आहे. तुम्ही ज्या स्त्रीच्या प्रेमात पडला होता, तशी ती पुन्हा कधीच होणार नाही की काय अशी तुम्हाला काळजीसुद्धा वाटू शकते. ती तिच्या आईसारखी तर बनणार नाही? अशी तुम्हाला धास्ती वाटू लागते.

तुम्हाला अशी धास्ती वाटली तर अस्वस्थ होऊ नका. काही काळ लागला, तरी तुमच्या पत्नीचं देहसौष्ठव बरचसं पूर्ववत होईल.

परंतु काही फूट अंतरावरच तुमचं बाळ चोंदलेल्या नाकाचे आवाज करत झोपलेलं असताना, समागम करण्याची तुम्हाला इच्छा होत नसेल, तर दिवे घालवून किंवा इतर ठिकाणी तसं करता येईल.

नि:संदिग्धपणे, मनमोकळा संवाद साधणं हे अशा नाजूक बाबतीत अत्यंत महत्त्वाचं असतं. परंतु एक गोष्ट लक्षात ठेवा. प्रसूतिनंतर प्रत्येक स्त्रीला एका गोष्टीची खूपच काळजी वाटत असते, ती म्हणजे आपण अजूनही पतीला आकर्षक वाटत असू की नाही? त्यामुळे परखड बोलून आपण तिला दुखवणार नाही, याची काळजी घ्या. तुम्हाला समागम हवासा वाटत नसेल, तर तिच्याबद्दल काळजी वाटतेय असं भासवून तो पुढे ढकला.

सोफीला समागमामुळे इजा होईल किंवा वेदना होतील अशी मला खरीखुरी काळजी वाटत असे, त्यामुळे निदान दोन महिने त्याचा विचार करायचा नाही, असं मी निक्षून सांगितलं.

कार्ल- क्लाउडचा पिता

अनुभवाचे बोल

जरी तुम्हाला समागमाबद्दल पूर्वीप्रमाणे उत्कटता वाटत नसली, तरी एक गोष्ट विसरू नका. लैंगिक जीवनातला उणेपणा तात्पुरता असतो, परंतु तुम्ही मिळवलेलं अपत्यसुख चिरंतन टिकणारं असतं.

भविष्यातील लैंगिक नातं -

प्रसूतिमुळे आलेला थकवा ओसरला, तरी समागमात पूर्वीसारखी उत्कटता अनुभवाला येणार नाही; याचं प्रमुख कारण आहे- तुम्ही दोघेही थकून गेलेले असाल आणि तुम्हाला क्षणाचीही फुरसत लाभत नसेल तर समागमात पूर्वीएवढी सहज ओढसुद्धा राहणार नाही, परंतु वैवाहिक जीवनाचा तो अविभाज्य भाग असतो, त्यामुळे त्यासाठी वेळ बाजूला काढणं आवश्यक असतं. मग मुलाला कुणाजवळ तरी ठेवून वीकएण्डला कुठेतरी दूर जावं लागलं तरी चालेल!

तुमचं मूल मोठं होऊ लागलं, की त्याला तुमच्याच पलंगावर झोपायची परवानगी देऊ नका; त्यांच्या पलंगाखाली कितीही राक्षस लपले आहेत असं त्याला वाटत असलं, तरी त्याबाबतीत सूट देऊ नका आणि तुमच्या बेडरूमच्या दरवाजाला कडी घालण्याची सोय नसेल, तर ती करून घ्या.

तुमच्या समागमाच्या वेळीस तुमचं मूल तुमच्या खोलीत आलं, तर ते गोंधळून जाणं स्वाभाविक आहे. तुमच्या मुलाला खोलीबाहेर जायला सांगाल ते शांतपणे सांगा. त्याच्यावर ओरडून बोलू नका. सर्वांत महत्त्वाची गोष्ट म्हणजे तुम्ही त्याबद्दल शरमिंदं होण्याची गरज नाही. अजून समागमाबाबत मुलाशी मोकळेपणानं बोलता येत नसलं, तरी तुमच्या आताच्या प्रतिक्रियेवर याबाबतचा भविष्यातला संवाद अवलंबून राहील.

गर्भनिरोधक साधनं

अनुभवाचे बोल

तुमची पत्नी अजूनही बाळाला अंगावर पाजत असली आणि तिची पाळी आलेली नसली, तरी समागमाच्या वेळीस गर्भनिरोधक साधन वापरणं गरजेचं असतं.

ती अंगावर पाजत असली, तरी ती पूर्वीप्रमाणेच गर्भनिरोधक गोळ्या घेऊ शकते, परंतु डॉक्टर तिला बहुधा प्रोजेस्टेरॉनच्या गोळ्या घ्यायचा सल्ला देतील म्हणजे, दूध येण्यात बाधा येणार नाही. सुरुवातीला 'कॉण्डोम'चा पर्याय सर्वांत

चांगला ठरेल. तुम्हाला अन्य पर्यायांबद्दल माहिती करून घ्यायची असेल, तर तुमच्या वैद्यकीय सल्लागाराशी बोला. अधिक माहितीसाठी वेबसाईट आहे.

www.babycentre.co.uk/baby/youafterthebirth/sexandrelationships/contraception

---

तुमच्या पत्नीची मनःस्थिती

तुमच्या बाळाला सतत लक्ष दिलं जावं असं वाटत असेल, तर बाळामागे खूपच वेळ जातो. दिनक्रमातला तोचतोपणा हळूहळू खूपच जाचक वाटू लागतो. जर तुमची पत्नीच प्रामुख्यानं बाळाची काळजी घेत असेल, तर तिच्यावर प्रचंड शारीरिक आणि मानसिक ताण पडू शकतो.

> ***बाळ दोन महिन्यांचं झालं, तेव्हा रचेलला एकच दिवस अगदी मोकळा मिळावा असं तीव्रतेनं वाटू लागलं. त्या दिवशी तिची ती मुखत्यार असावी, इच्छा होईल तेव्हा आणि इच्छा होईल ते तिला खाता यावं, बाळाच्या रडण्यामुळं जागं व्हावं लागू नये आणि दैनंदिन जीवनातून सुटका व्हावी अशी तिला तळमळ वाटू लागली.***
>
> रिचर्ड- रिकचा पिता

- *तुमच्या अपेक्षा अवाजवी असू नयेत आणि आपण कळत नकळत पत्नीकडून ज्या अपेक्षा ठेवतो, त्या प्रयत्नपूर्वक कमी कराव्यात.*
- *शक्य होईल तेव्हा तिला विश्रांती घेऊ द्या आणि घरातच न घुटमळता तिला घराबाहेर जायला प्रवृत्त करा. तिला बाळाचं दूध, डायपर्स, दुधाच्या वेळा याबद्दल बोलायला कितीही आवडत असलं, तरी त्यातून तिला सुटका मिळवून देणं गरजेचं असतं.*
- *तुम्ही कामावर जाऊ लागलात, की कामाची वेळ संपताच इतर कुठे न रेंगाळता तडक घर गाठा आणि तुमच्या पत्नीला मदतीचा हात द्या.*
- *मातृत्वाचा प्रत्येक क्षण हवासा वाटायची गरज नाही हे तिच्या मनावर बिंबवा. काळजी वाटणं, दडपण येणं आणि थकून जाणं ही अगदी नैसर्गिक प्रतिक्रिया असते, हे तिला समजावून सांगा.*
- *मुलं असलेल्या आपल्या वयाच्या जवळपासच्या आयांशी तिची ओळख करून द्या.*
- *तिच्या आप्तमित्रांना तिला मदत करण्याची संधी मिळवून द्या.*

अनुभवाचे बोल
तुम्हाला आस्था वाटतेय आणि शक्य तेवढी मदत करण्याची तुम्हाला तळमळ वाटतेय हे कृतीनं सिद्ध केलंत, म्हणजे तुमच्या पत्नीवरची आणि कुटुंबावरची तुमची निष्ठा आणि समर्पितता सिद्ध होईल. तसं वागून तुम्ही सिद्ध कराल की ज्या दिव्यांमधून जावं लागणार आहे, त्यात तुमच्या पत्नीला तुमची मनापासून साथ असणार आहे.

'बेबी ब्लूज' (बाळाच्या जन्मानंतर येणारी उदासी)

८५% आया या अनुभवातून जातात. मुलाच्या जन्मानंतर एक दोन दिवसांतच अशी खिन्नता जाणवू लागते. आणि चिंता, चिडचिड, गोंधळ, सारखे डोळे भरून येणं, भूक न लागणं, झोप न येणं, मन:स्थिती दोलायमान होणं अशी लक्षणं दिसू लागतात.

अशी मन:स्थिती फार काळ टिकत नाही. एक दोन दिवसांपासून ते एक दोन आठवड्यांपर्यंत अशी लक्षणं जाणवतात. अपुरी झोप, मानसिक ताण आणि हार्मोन्सच्या पातळीतील बदल यामुळे असं होतं असं समजलं जातं. असं घडणं अपरिहार्य आहे. त्याचा स्वीकार केला की अशा मन:स्थितीला तोंड देणं सोपं जातं.

अनुभवाचे बोल
तात्त्विक चर्चेनं तुमच्या पत्नीची मन:स्थिती बदलता येत नाही. कारणावाचून तुमची पत्नी रडतेय हे पाहणं कितीही त्रासदायक वाटलं तरी भावना आणि तर्कशास्त्र यांची नेहमीच सांगड घालता येत नाही.

सहनशीलतेनं वागणं, तिच्या तक्रारी ऐकून घेऊन तिला चुचकारणं, तिला आधार देणं एवढंच तुमच्या हाती असतं. ती तुमच्याशी बोलते, तेव्हा दिवसभरात प्रथमच तिला कुणा सुज्ञ व्यक्तीशी बोलण्याची संधी मिळालेली असते. हे लक्षात घ्या आणि तिला शक्य तेवढी विश्रांती द्या.

आर्चीच्या जन्मानंतर लगेचच जॅक मला म्हणाली, की आई म्हणून ती पुरेशी कार्यक्षम नाही आणि त्यामुळे आर्चीचं संगोपन नीटपणे होत नाही. ती तिची जबाबदारी अगदी उत्तम प्रकारे पार पाडतेय असं तिला समजावून सांगायचा मी प्रयत्न केला आणि

आर्ची किती निरोगी आणि आनंदी दिसतोय हे पुराव्यादाखल तिच्या निदर्शनाला आणून दिलं, परंतु मी कितीही प्रयत्न केले तरी तिची समजूत पटेना.

गॅरी- आर्ची आणि सॅमचा पिता

'बेबी ब्लूज' दोन आठवड्यांहून जास्त काळ टिकत नाहीत, त्यामुळे दोन आठवड्यांपेक्षा ही मन:स्थिती जास्त काळ टिकली, तर तुमच्या पत्नीला डॉक्टरकडे न्या.

प्रसूतिनंतर येणारी वैफल्यग्रस्तता (पोस्ट-नेटल-डिप्रेशन)

तुम्ही अजूनही अननुभवी असलात, तर तुम्हाला पालकत्व हा प्रेम आणि साफल्याचा ठेवा आहे, असं वाटणं शक्य नाही, त्यामुळे आदर्श मातृत्वाच्या संकल्पनांपेक्षा वास्तव निराळं वाटलं- तर पाचांपैकी एका स्त्रीला वैफल्याची भावना येऊ लागते. यालाच प्रसूतिनंतर येणारी वैफल्यग्रस्तता (पोस्ट-नेटल-डिप्रेशन) असं म्हणतात. ही भावना प्रसूतिनंतर अल्पकाळातच जाणवू लागते. असं असलं तरी चारातली फक्त एकच स्त्री यासाठी वैद्यकीय सल्ला घेते. मातृत्व नीटपणे पार पाडता येत नाही याची कबुली दिली, की आपल्यावर 'वाईट आई' असा शिक्का बसेल अशी त्यांना भीती वाटते.

प्रसूतिनंतर येणाऱ्या या वैफल्यग्रस्ततेच्या लक्षणांची तीव्रता कमी-अधिक असली, तरी खालील लक्षणं सर्वसाधारणपणे दिसून येतात.

- *थकवा आणि चिडचिड*
- *नेहमीच्या कामांबद्दल निरुत्साह*
- *लक्षात येण्याजोगे वजनातील वाढ किंवा घट*
- *भूक न लागणं*
- *झोप न येणं*
- *सतत डोळे भरून येणं*
- *निराश मन:स्थिती*
- *आपण क:पदार्थ आहोत असं वाटणं किंवा अपराधी वाटणं*
- *समागमाबाबत निरुत्साह*
- *बाळाबद्दल अवाजवी काळजी*
- *लक्षात न राहणं आणि चित्त एकाग्र न होणं*
- *बाळाबद्दल आत्मीयता न वाटणं*

तुमच्या पत्नीला असा त्रास होत असेल, तर तिचा मानसिक तणाव कमी करायला मदत करण्याखेरीज आणखी काही गोष्टी तुम्ही करू शकता. खालील गोष्टींबद्दल दक्ष राहा :

- *ती पुरेशी विश्रांती घेत आहे.*
- *ती डॉक्टरकडे जाऊन त्याच्या सूचनांप्रमाणे वागते आहे.*
- *भूक नसली तरी ती भरपूर फळं आणि भाज्यांचा समावेश असलेला पौष्टिक आहार घेत आहे.*
- *तुमच्याजवळ किंवा अन्य कोणाजवळ ती आपल्या काळज्यांना वाचा फोडत आहे.*
- *ती दारू पीत नाही. (यासाठी तुम्हीसुद्धा तिच्यासमोर दारू न घेतलेली बरी)*
- *ती बागेत फिरण्यासारखा हलकासा व्यायाम करत आहे.*
- *या 'पोस्ट नेटल डिप्रेशन'वर इलाज आहेत आणि ती तात्पुरती गोष्ट आहे हे तिला ठाऊक आहे. पोस्टनेटल डिप्रेशन आणि बेबी ब्लूज यांवरील अधिक माहितीसाठी - http://apni.org ही वेबसाईट उपयुक्त ठरेल.*

पोस्ट नेटल डिप्रेशन आणि तुम्ही स्वत:

मुलाच्या जन्मानंतर अनेक पित्यांनासुद्धा मुलाबद्दल अलिप्ततेची किंवा या आगंतुकामुळे आपल्याच घरात आपल्याकडे कुणीही पुरेसं लक्ष देत नसल्याची भावना जाणवू लागते. वरील लक्षणं पाहता, अनेक पित्यांनासुद्धा पोस्ट नेटल डिप्रेशनचा त्रास अपत्यजन्मानंतर जाणवू शकतो.

दुर्दैवाने अनेक पित्यांना वाटत असतं की पत्नीपेक्षा आपण खंबीर असायला हवं, त्यामुळे आपल्या भावनांवर इलाज करण्याऐवजी ते या भावना दाबून ठेवायचा प्रयत्न करतात. त्यामुळे गोष्टी हाताबाहेर जाऊ शकतात.

अनुभवाचे बोल

तुम्हाला अशा भावनांचा त्रास होत असेल, तर असं वाटणारी तुम्ही एकमेव व्यक्ती नव्हेत, हे लक्षात असूद्या आणि शक्य तेवढ्या लवकर तुमच्या डॉक्टचा सल्ला घ्या.

तुमच्या पत्नीला तुमच्या भावनांची जाणीव करून द्या. त्याबद्दल कुणावर ठपका ठेवणं किंवा कुणाला दोषी ठरवणं टाळा. व्यायाम करा आणि पौष्टिक आहार

घ्या. स्वत:ला क्षमा करा. दररोज काही चांगली गोष्ट साध्य केलीत, तर त्यांची नोंद ठेवा. सध्याच्या परिस्थितीत आनंददायक वाटणाऱ्या घटना मनात जपून ठेवा आणि ही मन:स्थिती चिरकाल टिकणारी नसते, याबद्दल मनात विश्वास असूद्या.

घरातील कामात उत्साहानं भाग घ्या

घरकामाबद्दल तुम्हाला ओढ वाटत नसली, तरी ते तुम्हाला जमणार नाही असं गृहीत धरू नका. मुलाच्या जन्मापूर्वी तुम्ही त्यात भाग घेत नसलात तरी आता तुम्ही त्यात मनापासून भाग घ्यायला हवात. तुमची आणि तुमच्या पत्नीची भूमिका परस्परपूरक आहे. ती तुमच्या बाळाकडे बघत असताना बाकीच्या गोष्टींमध्ये शक्य तेवढी मदत करण्याची जबाबदारी तुमच्यावर आहे.

तुम्ही केलेल्या कामांबद्दल पत्नीनं कृतज्ञता दाखवावी अशी अपेक्षा ठेवू नका. आणि तुमचं मूल मोठं होऊन आपापल्या गोष्टी करू लागलं, की घरकामातील सहभागातून तुमची मुक्तता होणार आहे, असं अजिबात समजू नका. सध्याच्या कामाच्या वाटणीबद्दल (पत्नीनं मुलाकडे पाहणं आणि तुम्ही घरकामात मदत करणं) मनात कृतज्ञता राखा. तेच ते बडबडगीत पंधराव्या वेळीस गाऊन दाखवायला सध्या तुम्हाला लागत नाही याबद्दल आनंद माना.

घरकाम

घर स्वच्छ ठेवून आरोग्य जपणं महत्त्वाचं आहे, परंतु त्याबरोबरच आपल्या मुलासाठी वेळ देता येणंसुद्धा तितकंच महत्त्वाचं आहे. मुलांना स्वच्छ घराहून आनंदी घर हवंहवंस वाटतं, त्यामुळे कशाला अग्रक्रम द्यावा याबाबत तुमच्या पत्नीबरोबर चर्चा करा आणि सुवर्णमध्य शोधा.

अनुभवाचे बोल
घरातली कोळ्यांची जाळी झटकणं आणि मुलासाठी वेळ देणं यात निवड करायची वेळ आली, तर मुलाबरोबर वेळ घालवता येण्याला अग्रक्रम द्या.

कपडे धुणं

मुलासाठी कापडी डायपर्स वापरण्याचा तुम्ही उभयतांनी निर्णय घेतला असेल, तर लाँड्री वापरा किंवा मोलकरणीची मदत घ्या. गोड बोललात, तर या कामी तुमची आई किंवा सासूसुद्धा मदत करतील.

स्वयंपाक

स्वयंपाक हे वेळखाऊ काम असलं, तरी पौष्टिक आहार घेणं अत्यंत महत्त्वाचं आहे. तुम्ही वीकएण्डला भरपूर प्रमाणात स्वयंपाक करून तो दर दिवसासाठी लहान डब्यांमध्ये ठेवून डीपफ्रीज केलात, तर रोज ते डब्बे बाहेर काढून अन्न गरम करणं, एवढंच काम उरेल. पाश्चात्त्य जीवनपद्धतीत हे शक्य आहे. आपल्याकडे पोळीची कणीक भिजवून फ्रीजमध्ये ठेवणे, भाज्या निवडून ठेवणे यांसारख्या गोष्टी करता येतील. घरात भरपूर फळं आणि कोशिंबिरींसाठीच्या भाज्या असू द्याव्यात. म्हणजे पौष्टिक आहार घेता येईल.

बाजारहाट

मुलाला घेऊन बाजारहाट करणं हे सोपं काम नव्हे. मोठ्या शहरांमध्ये इंटरनेटवर ऑर्डर दिली की घरपोच सामान येऊ शकतं. त्याचा लाभ घेता येईल.

लक्षात ठेवायच्या महत्त्वाच्या दहा गोष्टी

- मुलाला जन्म दिल्यावर, तुमची पत्नी शारीरिक आणि मानसिक दृष्ट्या थकून गेलेली असते, त्यामुळे संधी मिळताच, तुम्ही तिच्या पाठीशी आहात, हे कृतीनं सिद्ध करा.
- प्रारंभीपासूनच मुलाची काळजी घेण्यात भाग घ्या म्हणजे तुम्ही पत्नीच्या बरोबरीनं मुलाचं संगोपन करू शकाल.
- पतिपत्नींच्या संबंधात या नव्या पाहुण्यामुळे व्यत्यय आलाय असं तुम्हाला सध्या वाटत असलं, तरी ही भावना तात्पुरती असते. कालांतरानं पालकत्वामुळे पतीपत्नींमधलं नातं अधिक दृढ बनतं.
- कोणत्याही मुद्यांबाबत दुमत झालं, तरी त्याबद्दल मनमोकळी चर्चा करा. अशी चर्चा करताना दोषारोप न करता तडजोड घडवून आणण्याकडे लक्ष द्या.
- तुम्ही कितीही थकलेले किंवा चिंतित असलात तरी एकमेकांशी क्षमाशीलतेनं वागा. यापूर्वी तुम्ही कधीही या अनुभवांमधून गेला नाहीत आणि त्यामुळे मूल वाढवणं ही सोपी गोष्ट नाही, हे लक्षात ठेवा.
- अपुरी झोप मिळणं ही तात्पुरती गोष्ट असणार आहे, त्यामुळे आता तुम्हाला कितीही चिंता वाटत असली, तरी अपत्यसंगोपन तुम्ही नीटपणे पार पाडणार आहात.
- अंगावर दूध पाजणं हे ताण आणणारं असू शकतं. विशेषत: त्यात सुरुवातीलाच अडचणी आल्या, तर तुमची पत्नी त्यामुळे अस्वस्थ होईल. अशा वेळीस तिला आधार आणि उत्तेजन द्या.
- दिवसाकाठी ठरावीक वेळीस तुमच्या मुलाला बाटलीनं दूध पाजायची जबाबदारी घ्या आणि पत्नीला तेवढी विश्रांती मिळवून द्या.
- पोस्ट नेटल डिप्रेशन आणि बेबी ब्लूज या वेगळ्या गोष्टी आहेत. त्यांच्या लक्षणांवर लक्ष ठेवा आणि तुमच्या पत्नीला तसा त्रास होत असेल, तर त्यावर ताबडतोब वैद्यकीय उपचार द्या.
- झाडलोड, बाजारहाट, स्वयंपाक यात शक्य तेवढी मदत करा. घर स्वच्छ ठेवून पौष्टिक आहार घेणं आरोग्याच्या दृष्टीनं अत्यंत महत्त्वाचं आहे.

८

तुम्ही आणि तुमचं बाळ (भाग पहिला)

ह्या प्रकरणात खालील गोष्टींबाबत माहिती दिलेली आहे.

- तुमच्या बाळाच्या प्रगतीच्या प्रत्येक टप्प्यावर कोणत्या अपेक्षा ठेवाव्यात
- तुम्ही आणि तुमच्या बाळानं, एकत्रितपणे करण्याजोग्या गोष्टी कोणत्या आहेत
- दुडदुडत्या बालकांबाबतच्या समस्या कोणकोणत्या आहेत

अंगावर पिणं थांबवणं, दात येणं, शी-शू लागलीय हे सांगायला शिकवणं आणि आक्रस्ताळेपणा आटोक्यात ठेवणं याबद्दल माहिती

तुमच्या बाळाचा विकास

प्रत्येक टप्प्यावर पोहोचलेल्या मुलाला काय काय करता यायला हवं याबद्दलचे तक्ते खूप उपयुक्त वाटतील आणि तुमच्या मुलाच्या नजरेतून जगाकडे पाहायला तुम्ही शिकलात की मुलांच्या गरजा आणि अपेक्षा समजून घेऊन त्या पूर्ण करणं तुम्हाला शक्य होईल.

याबद्दल खूपशी माहिती वेबसाईटवर मिळू शकेल.

www.childdevelopmentinfo.com/development/normaldevelopment.shtml किंवा www.babycentre.co.uk/stages

परंतु यात ढोबळमानानं माहिती दिलेली असते आणि कोणत्या वयात मुलानं प्रगतीचा कोणता टप्पा गाठणं अपेक्षित आहे याचं वेळापत्रक प्रत्येक मूल गाठू शकेलच असं नाही. सर्वदृष्ट्या निरोगी मूल असलं, तरी मुलामुलांमधली प्रगतीची गती वेगळी असू शकते आणि ढोबळ अनुमानानुसार त्याची प्रगती घडली नाही तर मनात अकारण चिंता उत्पन्न होऊ शकते.

अनुभवाचे बोल
मुलांच्या प्रगतीच्या वेगामध्ये प्रचंड भिन्नता असू शकते, त्यामुळे त्याबाबतचे ठोकताळे ढोबळमानानं दिलेले असतात हे लक्षात ठेवावं. निरोगी मुलांची प्रगती भिन्न गतीनं होत असली, तरी सरतेशेवटी ती जवळजवळ समान पातळी गाठतात.

आणखी एक लक्षात घ्यायची गोष्ट म्हणजे प्रगती दोन पावलं पुढं, तर एक पाऊल मागे अशा प्रकारे होत असते. आपल्या मुलानं प्रगतीचा विवक्षित टप्पा गाठला आहे, हे ओळखण्यासाठी कोणतंही परिमाण नसतं. बऱ्याचदा कोणत्यातरी कारणामुळे- बहुधा आजारपणामुळे तुमचं मूल मागे पडतंय असं तुम्हाला वाटू लागतं, तेवढयात तुमचं मूलं झपाट्यानं पल्ला गाठून पुढे जातं.

बरेचदा आम्हाला वाटणारी काळजी एक-दोन आठवडे टिकते न टिकते, तोच मुलं झपाट्यानं प्रगतीचा टप्पा पूर्ण करायची आणि पुढल्या टप्प्याबाबतची आमची काळजी सुरू व्हायची.

लुकास- एथन आणि बेनचा पिता

इतर मुलं

तुमच्या आप्तमित्रांच्या मुलांशी तुमच्या मुलाची तुलना करण्यात काहीही अर्थ नसतो, हे माहीत असूनही अगदी हितैषी आई-वडीलसुद्धा तुलना करतच असतात.

मुलाच्या अन्य बाबतीतल्या दौर्बल्यांवर पांघरूण घालण्यासाठी किंवा मुलाच्या प्रगतीच्या वेगावरून लोक आपलं पालकत्वाबद्दलचं यश मापतील या कल्पनेनं अनेक लोक आपल्या मुलाच्या प्रगतीबद्दल डांगोरा पिटत असतात. खूप बढाई मारणाऱ्यांच्या वल्गनांवर विश्वास ठेवू नये आणि आपल्या मुलाशी तुलना करण्याची उबळ दाबावी. प्रत्येक मूल वेगळं असतं, प्रत्येक मुलाचा कमकुवतपणा आणि बलस्थानं वेगवेगळी असतात, त्यामुळे आपलं मूल वाढवणं हे प्रत्येक मुलाच्या मातापित्यांपुढलं एक आव्हानच असतं.

प्रगतीसाठी मुलांवर दडपण आणणारे पालकत्व

आपल्या मुलानं उत्तम प्रगती करावी असं साऱ्याच आई-वडिलांना वाटत असतं, परंतु प्रगतीचा पुढला टप्पा (मग तो रांगण्याबाबत असो की दुसऱ्या भाषेत

दहापर्यंत आकडे मोजण्याबाबत असो.) गाठण्यासाठी त्यांच्यावर आवाजवी दडपण आणलं की कधीकधी त्याचा विपरीत परिणामसुद्धा होऊ शकतो. हे आपण सर्वांनी लक्षात ठेवणं गरजेचं आहे. ज्या पद्धतीनं आणि ज्या गतीनं, नैसर्गिकपणे मूल प्रगती करेल, त्याच पद्धतीनं आणि गतीनं त्याला विकसित होऊ देणं शहाणपणाचं ठरतं आणि लक्षावधी वर्षे तेच शहाणपणाचं ठरलं आहे. चार वर्षांच्या मुलाला कॅल्क्युलस शिकवायचा खटाटोप करण्यानं त्याचा फायदा होणं शक्य तरी आहे का?

तुम्ही मुलाला अवाजवी बौद्धिक चालना देऊ गेलात, तर त्यामुळे त्याचा त्याच्या झोपेवर विपरीत परिणाम होऊ शकेल. त्याची झटपट प्रगती व्हावी म्हणून तुमच्यावर तणाव आला, तर त्यामुळे तुमचं मूलसुद्धा तणावग्रस्त होईल, त्यामुळे तुमच्या मुलाला त्याच्या गतीनं परिपक्व होऊद्या आणि त्याच्या विकासाच्या वेगानुसार तुमच्या अपेक्षा ठेवा. ती काहीही करत नाहीयेत, असं वरवर पाहता वाटलं, तरी तुमची मुलं आजूबाजूच्या जगाचा अन्वयार्थ लावण्यात मग्न असतात.

अनुभवाचे बोल

प्रगतीचे टप्पे भरभर गाठणं आणि भविष्यातलं यश यांचा परस्परसंबंध असल्याचं कोणत्याही संशोधनानं सिद्ध झालेलं नाही, परंतु झटपट प्रगतीसाठी मुलावर दडपण आणणारे आई-बाप आणि दडपलेली, कमी सृजनशील मुलं यांचा परस्परसंबंध संशोधनानं सिद्ध केलेला आहे.

पहिले सहा आठवडे

पहिल्या सहा आठवड्यांमध्ये मुलाला दूध पाजणं, त्याचे डायपर्स बदलणं, त्याचं कोडकौतुक करणं आणि शक्य होईल तेव्हा झोप घेणं यापलीकडं इतर काहीही फारसं करण्याजोगं नसतं.

स्वभावधर्म

या टप्प्यावर मुलं दिवसाचे १६ ते २० तास झोपत असतात. उताणं झोपून त्यांच्या डोक्याच्या मागच्या बाजूचे केस गळून जातात. जागेपणी ती हातपाय हलवत असतात, त्यामुळे त्यांनी स्वत:ला ओरबाडून घेऊ नये म्हणून त्यांची नखं वरचेवर कापावीत. ती हातांची उघडमीट करायला आणि हातात वस्तू घट्ट धरायला शिकतात आणि संधी मिळताच अंगठा किंवा बोट चोखू लागतात.

जन्मानंतर लगेचच ती हुंकारे देऊन संवाद साधू लागतात. तुमच्या आवाजातला फरक ती ओळखू लागतात आणि प्रतिसाद देऊ लागतात. सुरुवातीला त्यांच्या चेहऱ्यापासून आठ ते बारा इंचांवरच्याच गोष्टींची प्रतिमाच त्यांना स्पष्टपणे दिसत असली, तरी हळूहळू ती डोळ्यांनी तुमच्या हालचालींचा मागोवा घेऊ लागतात आणि दुसऱ्या महिन्यात हसून प्रतिसाद देऊ लागतात.

तुम्हा दोघांना कोणत्या गोष्टी एकत्रितपणे करता येतील?

नवजात अर्भकाला उचलून घेण्याची सुरुवातीला त्याच्या आईला आणि वडिलांना खूप भीती वाटत असते. ही भीती घालवण्याचा उत्तम मार्ग म्हणजे सुरुवातीपासूनच त्याचं सर्व करायला प्रारंभ करणं. तुम्ही काहीही विशेष करायची गरज नसते. फक्त त्याच्याबरोबर वेळ घालवायचा असतो. तुमच्या भविष्यातील नात्याचा तो पायाच ठरणार असतो.

सुरुवातीला बाळाकडे बघण्यामागचा तुमचा हेतू, त्यायोगे पत्नीला विश्रांती मिळवून देण्याचा असतो, परंतु मुलांना तुमचा लळा लागतो, हे लगेचच तुमच्या लक्षात येईल आणि त्याच्या समवेत वेळ घालवलात की तुमच्या मनातली भीतीसुद्धा लगेचच नाहीशी होते.

खालील गोष्टी करून पाहा

- *त्यांच्या नैसर्गिक प्रतिक्रिया आजमावा. त्यासाठी मार्गदर्शक वेबसाईट आहे.* www.baby-can-read.com/baby-reflexex.html.
- *एका वेळीस काही मिनिटांसाठी त्यांच्या पंचेंद्रियांना उद्दीपित करण्यासाठी वेगवेगळे गंध, आवाज, वेगवेगळ्या गोष्टींचे स्पर्श इत्यादींचा त्यांना अनुभव द्या. परंतु केव्हा थांबायचं याकडे लक्ष द्या.*
- *त्यांच्या घशात अडकायचा धोका नसलेल्या वेगवेगळ्या गोष्टी त्यांना चोखायला द्या.*
- *डोळ्यांनी पाहता येण्याजोग्या गोष्टी त्यांना सर्वाधिक उत्तेजित करतील, त्यामुळे न फुटणारे आरसे, काळ्या-पांढऱ्या रंगांचा विरोधाभास असलेल्या वस्तू, मोबाइल्स यासारख्या वस्तू दाखवून त्यांना खेळवा.*
- *बाळाला मालिश करा. या माहितीसाठी उपयुक्त वेबसाईट आहे :* www.babymassage.com
- *त्यांना आपल्या देहाची शक्य तेवढी ऊब द्या. त्यांना हातात घेऊन छातीशी धरा किंवा छातीशी अडकवा, परंतु अचानक जोराची हालचाल करू नका आणि त्याच्या मानेला आधार द्या. त्यांना हवेत उडवू नका*

किंवा जोरानं हलवू नका.

- *तुम्हाला जे आवडेल ते मोठ्यानं वाचून दाखवा. ही गोष्ट ठरावीक वेळीत नेमानं करा म्हणजे वाचतानाचा तुमचा आवाज ऐकला की हा दिवसाचा शांत, निवांत, कालखंड आहे असं त्यांना वाटू लागेल.*
- *मृदू आवाजात गा किंवा वेगवेगळ्या प्रकारचं, वेगवेगळ्या स्वर-लयीचं संगीत त्यांना ऐकवा.*
- *त्यांच्या खुणांनुरूप बोलून, स्पर्श करून, हसून किंवा तोंडं वेडीवाकडी करून त्यांना प्रतिसाद द्या. त्यांच्या हालचालींचा त्यांच्या भोवतालच्या जगावर परिणाम होऊ शकतो याबाबतचा हा पहिला धडा असेल.*
- *त्यांच्याशी प्रेमानं परंतु मातृभाषेत बोला. मुलांच्या बोबड्या भाषेत बोलू नका, कारण त्यांची मातृभाषेशी ओळख होणं गरजेचं असतं. चारचौघांमध्ये त्यांच्याशी बोलण्याची लाज बाळगू नका.*
- *त्यांना ठरावीक वेळेत पालथं टाका म्हणजे त्यांच्या कमरेवरच्या भागातही जोर येईल.*
- *त्यांच्याशी 'बुवा कुक' अशी लपाछपी खेळा. हा खेळ त्यांना प्रदीर्घकाळ रिझवत राहील.*
- *त्याच गोष्टी पुनःपुन्हा केल्यानं त्यांचा क्रम त्यांच्या ओळखीचा होऊ लागतो आणि त्यामुळे आजूबाजूच्या गलबल्यात त्यांना सुरक्षित वाटू लागतं, त्यामुळे तीच गाणी किंवा बडबडगीतं वारंवार गा आणि तुम्हाला ते अतिशय कंटाळवाणं होऊ लागलं तर त्यात थोडेसे पण ठरावीक बदल करा. मूल मोठं होऊ लागलं की जास्त बदल करायला हरकत नाही.*

बाळाला दूध पाजल्यावर ढेकर काढणं

दूध पिताना सारीच बाळं हवा गिळत असतात, त्यामुळे दूध पाजून झालं की त्यांना ढेकर काढणं आवश्यक असतं. हे खूप वेळखाऊ काम असतं, त्यामुळे ते करताना तुमची बाळाशीसुद्धा जवळीक होते आणि तुमच्या पत्नीलासुद्धा विश्रांती देता येते.

बाळाला ढेकर काढताना त्याचं डोकं तुमच्या खांद्यांपाशी घेऊन त्याला उभं धरा आणि त्याच्या पाठीवर हलके हलके थोपटा, किंवा त्याला तुमच्या मांडीवर आडवं झोपवा किंवा त्याला थोडं पुढे रेलतं ठेवून बसतं करा. काहीही केलंत तरी त्याच्या मानेला आधार द्या आणि जोरजोरात त्याच्या पाठीवर थोपटू नका. ढेकर काढताना

बाळ ओकण्याचा संभव असतो- हवेबरोबर प्यायलेल्यातलं थोडंसं दूधसुद्धा कधीतरी बाहेर येतं, त्यामुळे बाळाच्या तोंडापाशी मऊ फडकं ठेवा.

ठरावीक गोष्टी ठरावीक वेळीस करणं

ठरावीक गोष्टी ठरावीक वेळीत केल्यामुळे तुमच्या बाळाप्रमाणेच तुम्हाला स्वत:ला सुद्धा निर्धास्त वाटू लागतं. दिवसाच्या प्रत्येक क्षणी ती काय करत असणार आहेत याचा तुम्हाला अंदाज आला की तुम्हाला स्वत:चा दिनक्रम आखणं सोपं वाटू लागतं आणि बाळाला पुरेशी झोप आणि दूध-पाणी मिळतंय याबद्दल तुमची खात्री होते. पहिल्या बाळाच्या वेळेस तुम्ही पूर्णपणे अननुभवी असता आणि तुमच्या ठायी पुरेसा आत्मविश्वास नसतो, त्यामुळे ठरावीक वेळेस ठरावीक गोष्टी करणं उपयुक्त ठरतं.

परंतु ठरावीक वेळेत ठरावीक गोष्टी करण्याची एकदा सवय लागली की त्यात थोडासाही बदल नकोसा वाटू लागतो. मूल भरभर आणि त्याच्या स्वत:च्या वेळापत्रकाप्रमाणे लहानाचं मोठं होत असतं. अशा वेळेस वेळांबाबतचा काटेकोरपणा फार बंधनकारक आणि जाचक ठरू शकतो. तुमचं मूल झोपेच्या वेळेस दूध मागू लागलं आणि दुधाच्या वेळी झोपू लागलं की तुम्ही सैरभैर होऊ लागता.

त्यामुळे ठरावीक गोष्टी ठरावीक वेळेत करण्याची सवय काही बाबतीत बरी असली तरी त्याचं दडपण घेऊ नका.

अनुभवाचे बोल

आपल्याला वाटतं, त्याहून मुलं नव्या परिस्थितीत खूपच चटकन रुळतात. त्यामुळे ठरावीक वेळी ठरावीक गोष्टी करणं सोयीचं वाटलं, तरी त्याबाबत फार काटेकोरपणे राहून ते बंधनकारक होऊ देऊ नका. तुमच्या मुलाच्या भूक-झोपेच्या वेळा तुमच्या शिस्तीच्या वेळेहून वेगळ्या आहेत हे लक्षात आलं, तर तसा बदल करा. तो सर्वांच्याच दृष्टीनं सुखावह ठरेल.

याबदलच्या अधिक माहितीसाठी

www.askamum.cc.uk/Baby/Sarch-Result/baby-basics/Is-a-routine-right-for-your-baby.

झोप

- *ठरावीक गोष्टी जवळ असल्या तरच झोपायचं, अशी तुमच्या बाळाला*

सवय लावू नका. ठरावीक गाणं, ठरावीक खेळणं, किंवा तुम्ही जवळ असणं अशा गोष्टींची झोपण्यासाठी त्याला सवय लावलीत की रात्री ते जागं झालं की आपलं आपण पुन्हा झोपी जाणार नाही.

- *रात्री एका ठरावीक क्रमानं गोष्टी केल्या म्हणजे - रात्रीची आंघोळ, गोष्ट वाचून दाखवणं - की आता झोपायची वेळ झालीय, हे तुमच्या बाळाला आपोआप कळू लागेल.*
- *त्यांच्या झोपेच्या वेळेआधी ऑफिसातून धावतपळत घर गाठून त्याच्याशी दंगामस्ती करू नका. त्यामुळे ती उत्तेजित होतील आणि चटकन झोपणार नाहीत.*
- *दिवसा ती कोणत्या वेळेस आणि किती वेळ झोपताहेत, यावर लक्ष ठेवा. दिवसा ती कमी झोपली आहेत म्हणून ती रात्री लवकर, शांत झोपतील असं धरून चालू नका. कधी कधी जास्त वेळ झोपल्यामुळेच आणखी झोप येऊ शकते.*
- *मुलांबाबत सहनशील राहिलात तरी ठाम राहा. मुलांनी स्वत:चं स्वत: झोपी जायला शिकणं आवश्यक असलं तरी कधी कधी त्यांना झोप येतच नाही हे लक्षात ठेवा.*
- *मूल तीन वर्षांचं झालं, की त्याच्या पलंगाजवळ त्याच्या हाताला येतील अशा ठिकाणी काही पुस्तकं ठेवावीत, म्हणजे मूल जागं झालं तरी थोडावेळ स्वत:ला रमवू शकेल.*
- *बाळ झोपलंय म्हणून अजिबात आवाज न करणं, कुजबुजत बोलणं, पावलांचा आवाज अजिबात न करता चवड्यांवर चालणं अशा प्रकारचा वेडेपणा करू नका. घरातल्या नेहमीच्या आवाजांमध्येच झोपी जायची त्याला सवय लावा.*

बाळाला आपल्याच खोलीत किंवा आपल्याच पलंगावर घेऊन झोपणं:

बाळाला रात्री कुठे झोपवायचं याबाबत तीन पर्याय असतात, तुमच्याच खोलीत परंतु वेगळ्या पाळण्यात (किंवा बाळाचा चारही बाजूंना कठडे असलेला छोटा पलंग) मध्ये, तुमच्याच खोलीत तुमच्याच पलंगावर किंवा त्याच्या स्वत:च्या वेगळ्या खोलीत, त्याच्या स्वत:च्या पलंगावर तुम्ही झोपवू शकता. सुरुवातीला आपल्याच खोलीत बाळाला झोपवावं असं वाटणं स्वाभाविक आहे. आपल्याच खोलीत बाळ असलं की त्याला रात्री दूध पाजणं सोयीचं पडतं, परंतु बाळं झोपेत मोठ्यानं आवाज करत असतात, अधूनमधून रडत असतात, त्यामुळे सर्वांचीच

झोपमोड होते. आणि बाळाला कुशीत घेऊन झोपणं आई आणि बाळ या दोघांनाही सुखावह वाटत असलं तरी त्यामुळे काळजी वाटू शकते आणि झोपेत आपल्या अंगाखाली बाळ चेंगरेल अशी भीतीसुद्धा उद्‌भवते. पती-पत्नीच्या मधोमध बाळाला झोपवलं की प्रणयजीवनाला बाधा आणतं. त्याहूनही त्रासदायक गोष्ट म्हणजे एकदा का बाळाला तुमच्याजवळ झोपायची सवय लागली, की ते वेगळ्या खोलीत झोपायला तयार होणं अशक्य होऊन बसतं. आपल्याजवळ बाळाला घेऊन झोपण्यामधले फायदे-तोटे बघण्यासाठी www.babyconter.co.uk/baby/sleep/cosleepingpras&cons ह्या वेबसाईटवर जा.

'कॉट डेथ' (याची माहिती पुढे दिली आहे.) टाळण्यासाठी पहिले सहा महिनेतरी बाळाला तुमच्याच खोलीत, पण वेगळ्या पलंगावर झोपवणं श्रेयस्कर ठरेल. या काळात बाळाच्या सुरक्षिततेला सर्वाधिक महत्त्व देणं गरजेचं असलं, तरी यानंतर बाळाला त्याच्या स्वत:च्या खोलीत झोपवायला सुरुवात करावी. त्यांना आपलं आपण झोपायला शिकणं अतिशय महत्त्वाचं असतं. झोपताना आई-वडील जवळ असायला हवेत अशी त्यांना एकदा सवय लागली की ती त्यांच्या खोलीत झोपलेली असताना त्यांना जाग आली, तर ती रडून गोंधळ घालतील. पाश्चात्त्य देशांतील रिवाजाप्रमाणे ही माहिती आहे, हे लक्षात घ्या.

बाहेर नेताना

प्रारंभीच्या काळात मुलांना सहजपणे घराबाहेर नेता येतं, त्यामुळे या संधीचा शक्य तेवढा लाभ घ्या आणि त्यांना घेऊन जेवायला, पायी फिरायला, कारनं चक्कर मारायला बाहेर पडा, परंतु बाळाच्या रडण्याचा इतरांना त्रास होणार नाही याकडे लक्ष ठेवा. तुमची पत्नी बाळाला अंगावर पाजत असेल, तर त्यासाठी तिला योग्य जागा मिळवून द्या.

तुम्हाला किती कपड्यांचं आवरणं हवंसं वाटतंय, त्यावरून तुमच्या मुलाला किती थंडी वाजत असेल किंवा किती उकडत असेल, याचा अंदाज घ्या. त्यांना सुगंधी क्रीम्स लावू नका, कारण त्यामुळे कीटक आकृष्ट होतील. पहिले सहा महिने तरी, त्यांना थेट सूर्यप्रकाशापासून दूर ठेवा.

मुलांकडे पाहणं हे स्त्रियांचं काम आहे हे सर्वसाधारणपणे गृहीत धरलं जात असलं, तरी (इंग्लंडमध्ये) बाळांचे कपडे, डायपर्स बदलण्यासाठी आई-वडील या दोघांनाही चेंजिंग रूम्समध्ये स्वच्छतागृहामध्ये प्रवेश दिला जाऊ लागला आहे. मुलांचे कपडे बदलताना लक्षात ठेवावं की अपंग लोकांसाठीची स्वच्छतागृहे खूपच प्रशस्त असतात.

अनुभवाचे बोल
अधिकाधिक वडील मुलांचं करण्यात सहभाग घेऊ लागले की सध्या फक्त आयांनाच दिल्या जाणाऱ्या सुविधा त्यांना उपलब्ध होऊ लागतील.

डायपर रॅश

डिस्पोजेबल डायपर्समुळे पुरळ उठण्याचा अधिक संभव असतो. डिस्पोजेबल डायपर्स आपण पटपट बदलत नाही, त्यामुळे मूत्राच्या आणि विष्ठेच्या आम्लतेमुळे - बाळांच्या नाजूक त्वचेला इजा पोहोचते.

त्यामुळे ठरावीक कालावधीनंतर आणि विशेषतः दूध पाजल्यानंतर बाळाचा डायपर बदलायला झाला आहे का, हे तपासून पाहणं अत्यंत गरजेचं असतं. बाळाला स्वच्छ करताना ओला कापूस वापरावा. पुरळ उठलं असेल तर कापूस पाण्यानं ओला न करता बेबी ऑईल किंवा ऑलिव्ह ऑईलनं भिजवून बाळाला स्वच्छ करावं. पुरळ बरं करणारी अनेक औषधी मलमं बाजारात उपलब्ध असतात. काहींचा जाड थर द्यायचा असतो तर काहींचा अगदी हलका थर द्यायचा असतो. सूचना नीटपणे वाचून त्यानुसार या मलमांचा वापर करावा.

पुरळाचा बाळाला खूपच त्रास होत असेल, तर काही तास डायपर न बांधता बाळाला उघडं ठेवून हवा लागू द्यावी. त्यांनंसुद्धा पुरळ कमी झालं नाही, तर डॉक्टरचा सल्ला घ्यावा.

सहा ते बारा आठवडे

तुमचं बाळ तीन महिन्यांचं झालं, की त्याला धरून उभं करता येऊ लागेल, परंतु त्यांना काही सेकंदांहून जास्त वेळ असं उभं करू नये, कारण त्यांच्या पृष्ठभागाच्या स्नायूंमध्ये वजन पेलण्याएवढे बळ आलेले नसते. बाळं कुशीवर वळतात किंवा घोडाघोडा करतात. त्यामुळे त्यांना पलंगावर एकटे सोडू नये. त्यांची दृष्टी आता स्थिर झालेली असते, त्यामुळे आपल्या स्वतःच्या हातांची आणि बोटांची हालचाल त्यांना मंत्रमुग्ध करते. आजूबाजूच्या गोष्टींची ती दखल घेऊ लागतात. हलत्या गोष्टींबरोबर त्यांची नजरही हलते.

बाळं सहा ते बारा आठवड्यांची झाली की त्यांच्या रडण्यातले फरक (भुकेचं रडणं, झोप आल्यावरचं रडणं, पोटात दुखल्यामुळे रडणं इ.) तुम्हाला ओळखता येऊ लागतात. तुमच्या हसण्याला ती प्रतिसाद देऊ लागतात. ओळखीच्या लोकांकडे जाणं

ती पसंत करतात. तुमचं बोलणं ऐकून ती हुंकार देऊन प्रतिक्रिया व्यक्त करू लागतात.

तुमच्या बाळाबरोबर तुम्ही खालील गोष्टी करू शकता.

- *त्यांना गाणी गाऊन दाखवा किंवा त्यांना संगीत ऐकवा. गाणी फक्त बडबडगीतांसारखीच असण्याची आवश्यकता नाही.*
- *तुमच्या बाळाच्या हातात खेळणी द्या, परंतु ती खेळणी मऊ असूद्या. कारण या वयात बाळं खेळणी कपाळावर आणि डोक्यावर आपटत असतात.*
- *बाळांना उचलून घेऊन घरात फिरा. फिरत असताना घरातल्या वस्तू दाखवून त्यांची ओळख करून द्या. त्यांच्याशी बोलत रहा.*
- *त्यांना रोज काही गोष्टी वाचून दाखवायचा नित्यक्रम ठेवा. ह्या गोष्टीच्या पुस्तकांमध्ये चित्रं असावीत. बाळाबरोबर बसलेले असताना त्याच्याशी जवळीक साधण्यासाठी त्याला आपलं बोट पकडायला द्या.*
- *तुमची पत्नी बाळाला अंगावर पाजत असेल, तर तिचं दूध बाटलीत करून ठेवा आणि एका वेळेस तुम्ही बाळाला बाटलीनं ते दूध पाजा.*

चोखणी

बाळाला चोखणं (रबरी निपल) चोखायला दिल्यावर ते गप्प राहात असेल तर त्यातून कोणते धोके उद्‌भवतील असं तुम्हाला वाटू शकेल. काही सर्वेक्षणांनुसार चोखण्यामुळे 'कॉट डेथ'चा धोकाही कमी होतो, परंतु त्यामुळे काही अन्य समस्या उद्‌भवू शकतात.

पहिलं म्हणजे, कधीतरी चोखणं तोंडात धरायची त्यांची सवय काढावीच लागते आणि ते मोठं अवघड काम होऊन बसतं. त्यांना तोंडात चोखणं घेऊन झोपी जायची सवय लागली की आणखी एक त्रासदायक समस्या उभी राहते. दर वेळेस तोंडातलं चोखणं पडलं की ती रडू लागतात आणि हातातलं काम सोडून ते चोखणं पुन्हा त्यांच्या तोंडात देण्यासाठी तुम्हाला धावत जावं लागतं. त्याच्या वापरामुळे मुलं स्पष्ट शब्दोच्चार करू शकत नाहीत, असंसुद्धा आढळलं आहे.

चोखणं वापरायचंच झालं, तर ते बाळाच्या अंगाला बांधून ठेवू नका. ते झिजतंय का याकडे लक्ष असूद्या. याबद्दल अधिक माहितीसाठी ही वेबसाईट पहा: www.babyworld.co.uk/features/dummy.htm

कॉट-डेथ ऊर्फ सडन इन्फ्रण्ट डेथ सिण्ड्रोम (SIDS)

मुलं अचानक दगावण्याचा संभव दुसऱ्या ते चौथ्या महिन्यादरम्यान असतो. परंतु मूल वर्षाचं होईपर्यंत अशी भीती असते. यामागचं कारण अजून कळलेलं नाही. आणि असं घडलं की सुखाच्या शिखरावरून दु:खाच्या गर्तेत कडेलोट होत असल्यामुळे आई-बापांना अशा दुर्घटनेबाबत मनात फार धास्ती वाटत असते. अशी भीती स्वाभाविक असली तरी २५००पैकी एकच मूल अशा प्रकारे दगावतं, हे लक्षात ठेवावं. असं घडू नये म्हणून खालील बाबतीत काळजी घ्यावी.

- *धूम्रपान करू नये.*
- *मुलांना पाठीवर (उताणं) झोपवावं.*
- *त्यांची गादी घट्ट असावी. लेवाळी नसावी.*
- *मुलांना उकडेल एवढे कपडे घालू नयेत किंवा खोली खूप गरम ठेवू नये.*
- *ती आणखी खाली सरकत येऊ नयेत यासाठी त्यांना पाळण्याच्या किंवा पलंगाच्या अगदी खालच्या अंगाला ठेवावं.*
- *मुलाला अंगावर पाजावं. याबद्दल अधिक माहितीसाठी वेबसाईट आहे.* www.sids.org.uk.

असा प्रसंग कुणावरही येऊन नये. तसा कुणावर आलाच तर आपल्या हातून घडलेल्या कोणत्यातरी चुकीमुळे असं झालंय, असा स्वत:लाच दोष देण्याकडे अशा दुर्दैवी आई-बापांचा कल असतो. अशांनी खालील वेबसाईटची समुपदेशनासाठी अवश्य मदत घ्यावी. www.uk-sands.org.

तीन ते सहा महिने

स्वभावधर्म

या वयात तुमचं बाळ टाळ्या वाजवू लागेल, पालथं पडू लागेल, आधाराशिवाय बसू लागेल आणि घोडाघोडासुद्धा करू लागेल. घोडाघोडा करून हातांवर आणि पायांवर भार टाकून अंग उचलणं ही रांगण्याची पूर्वतयारी असते. प्रत्यक्ष रांगता यायला लागण्यापूर्वी मुलं घोडाघोडा करून मागंपुढं झुलू लागतात. ती उठून उभी राहण्याचासुद्धा प्रयत्न करू लागतात, त्यामुळे वरून खाली लटकत सोडलेल्या वस्तुंजवळ त्यांना सोडू नये.

ती प्रत्येक गोष्ट उचलून घेऊन न्याहाळू लागतात. ती असं करताना पाहणं मोठं

मौजेचं असतं, कारण त्यांना वस्तू हातात घट्ट धरून ठेवता येते, पण मूठ उघडून ती वस्तू खाली टाकायला जमत नसतं.

तुमच्याशी गप्पा मारत असल्याप्रमाणे मुलं या वयात खूप वेगवेगळे आवाज काढतात. बरेचदा ती ओळीनं व्यंजनांचाच उच्चार करतात आणि क्वचितच एखादा स्वर उच्चारतात. ती सहा महिन्यांची झाली की अधूनमधून त्यांच्या तोंडून 'मा' असा उच्चारसुद्धा होऊ लागतो, परंतु या टप्प्याला ती आईला 'मा' म्हणताहेत असं समजून रागावू नका. 'मा' ह्या शब्दाचा उच्चार करणं 'दा' या शब्दोच्चाराहून सोपं असतं. (त्यांनी 'म' हा शब्द आधी उच्चारला म्हणजे त्यांना तुमच्यापेक्षा त्यांची आई प्रिय आहे असं समजू नये.) तुमच्या बाळाला नावानं हाक मारली की ती तुमच्याकडे पाहू लागतील. त्यांच्या इच्छा ती रडून व्यक्त करू लागतील. हात हलवून 'उचलून घ्या' असं दर्शवू लागतील आणि नको असलेली वस्तू हातानं दूर ढकलू लागतील.

तुमच्या बाळासमवेत तुम्हाला खालील गोष्टी करता येतील.

आतापर्यंत बहुधा तुमचा बाळाला सांभाळण्याबाबतचा आत्मविश्वास वाढलेला असेल आणि बाळ अधिक चांगलं झोपू लागल्यामुळे तुमचा थकवासुद्धा कमी होऊ लागला असेल. बाळाला खेळवताना खालील गोष्टी करून पाहा.

- *वेगवेगळे आवाज, हावभाव आणि हातवारे करून तुमच्या बाळाला तुमचं अनुकरण करण्याची संधी द्या.*
- *त्यांच्या हाताच्या टप्प्याच्या थोडंसंच बाहेर येईल, अशा जागी वस्तू ठेवून त्या पकडण्यासाठी त्यांना हालचाल करायला लावा, त्यामुळे त्यांचे स्नायू तयार होतील, परंतु त्यांना फारच यातना होईल एवढे प्रयत्न करायला लावू नका.*
- *त्यांच्याशी सतत बोलत राहा, त्यांना संगीत ऐकवा, त्यांच्याशी 'बुवा कुक' अशी लपाछपी खेळा. दिसत नसलेल्या वस्तूसुद्धा अस्तित्वात असतात, असं या खेळांमुळे त्यांना जाणवू लागेल.*
- *त्यांना सतत पुस्तकं वाचून दाखवण्याचा परिपाठ चालू ठेवलात की ती पुस्तक हातात घेऊ पाहतात. तुम्ही बोटानं जे दाखवाल त्याकडे ती लक्ष देऊ लागतात आणि पुस्तक हातात घेऊन चुरगाळण्याचा प्रयत्न करू लागतात, त्यामुळे त्यांच्या हातात दुसरी काहीतरी वस्तू देऊन त्यांचं लक्ष तिकडे वळवावं. लय आणि अनुप्रास असलेली बडबडगीतं आणि गोष्टी शोधून काढून त्यांना ऐकवाव्यात, त्यांना कोणतं गाणं किंवा गोष्ट अधिक प्रिय आहे, हे तुमच्या लगेचच लक्षात येईल.*

- ▶ *त्यांच्यावर सतत लक्ष ठेवण्याची गरज नसते. त्यांनी आपलं आपण खेळायला शिकणं आणि आपल्या आवडीची खेळणी त्यांना निवडता येणं गरजेचं असतं.*

> **अनुभवाचे बोल**
> (इंग्लंडमधलं) आरोग्यखातं असं सुचवतं, की पहिले सहा महिने बाळाला मातेचं दूध द्यावं. आपल्या सोयीनुसार ह्या सूचनेच्या कालखंडाचा स्वीकार करावा.

स्तनपान थांबवणे

स्तनपान देणं थांबवणं काही कारणानं आवश्यक ठरेल, तेव्हा बाळापेक्षा त्याच्या मातेलाच ते अधिक अवघड वाटणं शक्य आहे. बाळाला इतर पौष्टिक आहार आवडू लागेल, परंतु त्याच्या आईला मात्र स्तनपान देता येत नसल्याचं दुःख होईल. नोकरीवर रुजू होण्याची वेळ आल्यामुळे स्तनपान देणं थांबवावं लागलं असेल, तर या दुःखाला अपराधीपणाची किनारही असेल.

तुम्ही जर तुमच्या बाळाला आधीपासूनच एक वेळेला बाटलीनं दूध पाजण्याची सवय ठेवली असली तर बाटलीनं त्याला वरचं दूध पाजण्याचं काम त्याचे बाबा जास्त वेळा करू शकतील. बाटल्या उकळणं, दुधाच्या पावडरमध्ये योग्य प्रमाणात पाणी मिसळून बाळाला दूध पाजणं, ते पुरेसं कोमट करणं या गोष्टी तुम्हाला नव्यानं शिकाव्या आणि कराव्या लागतील. बाळाचं दूध तयार करताना दुधाची भुकटी आणि पाणी यांचं योग्य प्रमाण राखण्याकडे काटेकोरपणे लक्ष पुरवावं लागतं. भुकटी जास्त घातली तर बाळाला शी नीट होत नाही, बद्धकोष्ठ होतं आणि शरीराची शुष्कता होते. भुकटी खूपच कमी घातली तर बाळाचं पोषण नीट होत नाही आणि त्याला जुलाब होऊ लागण्याची शक्यता असते. शिवाय वरचं दूध देण्यामुळे खर्चसुद्धा वाढतो.

बाळाला अंगावर पाजणं बंद करण्याची वेळ आली की पत्नीला भावनिक आधार देणं गरजेचं ठरतं. त्यासाठीच कोणतंतरी सयुक्तिक कारण शोधून काढून तिची समजूत घालावी. बाटलीनं दूध पाजू लागल्यावर ही जबाबदारी तुम्हाला जास्त वेळा उचलता येईल आणि तिला विश्रांती देता येईल, असं सांगून तिची समजूत घालावी.

प्रवास

अंगावर पिणाऱ्या मुलांना घेऊन प्रवास करणं सोपं जातं, असं म्हणतात.

त्याचा अर्थ एवढाच घ्यायचा की इकडे तिकडे दुडदुडणाऱ्या मुलांना घेऊन प्रवास करण्यापेक्षा ते अधिक सोपं असतं. अंगावर पिणाऱ्या मुलासाठी प्रवासात बाटल्या आणि स्टरिलायझर (त्या उघडून निर्जंतुक करण्यासाठीची सामुग्री) लागत नसली तरी इतर भरपूर गोष्टी बरोबर न्याव्या लागतात. बाळाला घेऊन प्रवास करायचं ठरवलंत तर :

- *प्रवासाचा कार्यक्रम ठरवत असताना तुमच्या इच्छेपेक्षा बाळाच्या गरजांना अधिक प्राधान्य द्या.*
- *प्रवासासाठी विविध आरक्षणं करताना, तुमच्याबरोबर लहान मूल आहे याचा उल्लेख करावा म्हणजे बाळासाठी उपलब्ध असणाऱ्या साऱ्या सुविधा (बेबीकॉट्स, मायक्रोवेव्ह ओव्हन इ.) तुम्हाला मिळतील.*
- *शक्य तेवढी तिकिटं आधीपासून विकत घेऊन रांगेत उभं राहणं टाळा.*
- *तुम्ही जिथे प्रवासासाठी जाणार आहात, तिथली स्थानिक वेळ तुमच्या वेळेहून निराळी असली तर प्रवासाला निघण्याच्या एक आठवडा आधी, तुमच्या बाळाला तिथल्या वेळेप्रमाणे झोपवायला आणि खायला घालायला प्रारंभ करावा. किंवा प्रवासाला जाऊन तिथेसुद्धा आपल्या पूर्वीच्या वेळेनुसारच बाळाचा दिनक्रम राखावा.*
- *बाळाला वरचं दूध देत असाल तर त्यासाठी बाटलीतलं निर्जंतुक केलेलं पॅकबंद पाणी वापरावं. अंगावर पाजणाऱ्या मातांनी आपल्या आहाराची विशेष काळजी घ्यावी.*
- *कारनं प्रवास करताना मुक्कामाला पोहोचण्याची घाई न करता सावकाश टप्प्या-टप्प्यानं प्रवास करावा.*
- *कारमध्ये बाळाला जखडून ठेवताना त्याच्या झोपेच्या वेळा लक्षात घ्याव्यात.*
- *आणीबाणीसाठी एक बॅग सतत स्वत:जवळ ठेवा आणि त्यात बाळाला पुरेल एवढे दूध, डायपर्स आणि कपडे ठेवा, म्हणजे तुमचं मुख्य सामान हरवलं तरी बाळाचे हाल होणार नाहीत.*
- *बाळाचं चित्त गुंतवण्यासाठी पुरेसा खाऊ आणि खेळणी बरोबर ठेवा आणि ती जपून वापरा.*
- *प्रवासात संपूर्ण कुटुंबासाठी वैद्यकीय विमा काढलेला असावा.*
- *नेहमीचा दिनक्रम शक्य तेवढा चालू ठेवावा.*
- *प्रत्येक देशाबाबतच्या सल्ल्यासाठी आणि आवश्यक लशीकरणाच्या माहितीसाठी वेबसाईट आहे.*

  www.fco.gov.uk/en/travel-and-living-abroad.
- *नेहमी पुरेसे बेबी-वाइप्स हाताशी ठेवावेत.*

तुम्हाला नेहमीचेच डायपर्स, बाळाचं दूध आणि खाद्य आणि अन्य गोष्टी हव्या असतील तर त्यांचा पुरेसा साठा बरोबर न्यावा, परंतु मुलांना घेऊन लोक जगभर प्रवास करत असतात. त्यामुळे मुलांसाठीच्या गोष्टी जगभरात सर्वत्र उपलब्ध असतात, हे लक्षात ठेवावं.

मुलांना घेऊन प्रवास करायचा असेल तर अधिक माहितीसाठी वेबसाईट आहे- www.babygoes2.com.

एक गोष्ट पक्की लक्षात ठेवा, मुलांना घेऊन प्रवास करणं हा एक वेगळाच अनुभव असतो.

> ***बेकी चार महिन्यांची असताना आम्ही तिला घेऊन आयर्लंडला जायचं धाडस केलं. तो प्रवास आम्हाला सुट्टी न वाटता हाताशी कोणतीही गोष्ट नसताना परक्या जागी तिला सांभाळायचा खटाटोपच वाटला!***
>
> सीन- बेकीचा पिता

विमान प्रवास

दोन वर्षे वयाखालची मुलं विमानातून बहुधा फुकट प्रवास करू शकतात, परंतु विमान-प्रवासभर तुम्हाला त्यांना मांडीवर बसवून पट्टा बांधून ठेवावा लागतो. बऱ्याचशा विमानकंपन्या तुम्हाला बेबी-कॉट, बाबागाडी आणि कारसीट विनामूल्य बरोबर नेऊ देतात, परंतु यासंदर्भात आधीपासून चौकशी करून ठेवलेली बरी. विमानतळावर सुरक्षा-तपासणीतून पार पडण्यासाठी हाताशी भरपूर वेळ ठेवावा. विमान हवेत उड्डाण करतं तेव्हा आणि ते जमिनीवर उतरतं तेव्हा (हवेच्या दाबात अचानक फरक होत असल्याकारणानं) मुलांच्या तोंडात दूध किंवा पाण्याची बाटली द्यावी (म्हणजे आंवढे गिळावे लागून कानात दडे बसणार नाहीत.)

आपल्या मुलांच्या वयाचीच मुलं असलेल्या मित्रांसोबत प्रवास करणं :

ह्याचे फायदे उघड आहेत, त्यामुळे अनेक खर्च वाटून घेतले जातात आणि मुलांकडे बघण्यासाठी एकमेकांची मदतही होते. मुलं थोडी मोठ्या वयाची झाली की ती एकमेकांशी खेळून आपल मन रमवत असल्यामुळे, तुम्हाला थोडा सुटवंगपणा लाभतो.

आवडतं खेळणं

या वयाच्या मुलांना कोणतं तरी एक खेळणं विशेष आवडू लागतं. कोणत्या खेळण्याबद्दल त्यांना विशेष प्रेम वाटतंय हे तुम्हाला पक्कं ठाऊक झालं, की जास्तीची तशीच एकदोन खेळणी संग्रही ठेवावीत. म्हणजेच एक खेळणं मळले, हरवले, किंवा त्याची तोडमोड झाली, तर त्याची जागा नवं खेळणं भरून काढेल.

तुमचं मूल जसजसं मोठं होऊ लागेल, तसतशी ही खेळणी त्यांना अधिक आधार देऊ लागतील. तुमच्या मुलाला जेव्हा मनोमन ठाऊक असेल, की त्याच्या हातून चूक झाली आहे तेव्हा ते आपली चूक या खेळण्यावर ढकलू शकेल.

अशा वेळी अशा वागण्यातला विनोद लक्षात घेऊन, खेळीमेळीनं मुलांशी वागताना, त्यांना त्यांच्या जबाबदारीची जाणीव करून द्यायला विसरू नये. तुमचं मूल त्याच्या आवडत्या टेडीबेअरला सगळीकडे नेत असेल तर एरवी हे ठीक आहे, परंतु बरोबर इतर लोक असतील, तेव्हा त्यांना ते आवडणं शक्य नाही याची जाणीव असू द्यावी.

सहा ते नऊ महिने

यावेळच्या विशेष गोष्टी :

तुमच मूल सहा महिन्यांचं झालं की त्यानंतर बहुधा त्याचा पहिला दात बाहेर पडतो; याच सुमारास ती घरभर रांगू लागतात, धरून उभी राहू लागतात. आणि फर्निचरचा आधार घेऊन उभं राहून आडवं आडवं सरकू लागतात आणि त्यानंतर त्यांच्या लक्षात येतं की त्यांचं त्यांना खाली बसता येत नाही.

ती खूप वळवळ करू लागली की ती चटकन थकून जातात आणि रडू लागतात. काही मुलं रात्री दहा ते बारा तास सलग झापू लागली तरी एक वर्षाच्या वयाला फक्त ३८% मुलं रात्री नऊला झोपू लागतात.

आता ती असंबद्ध उच्चार करताना 'दादा' हा शब्द वारंवार उच्चारू लागतात. ती तुमच्या आवाजाला अधिक प्रतिसाद देऊ लागतात. ती तुमच्या आवाजाची नक्कल करून तुम्ही त्याला हसून प्रतिसाद द्याल अशा अपेक्षेनं तुमच्याकडे बघू लागतात. कधी कधी 'जा माझ्या स्लिपर्स आण बघू' अशासारख्या साध्या वाक्यानुसार त्या गोष्टी ती करू लागतात.

त्यांच्या समवेत तुम्ही काय करू शकाल?

- *त्यांना तुमच्या मांडीवर बसवा आणि त्यांना गोष्टीचं पुस्तक वाचून दाखवा. वाचताना आवाजात चढउतार करून, 'काय दिसतंय बरं?' असे चित्राबाबतचे प्रश्न विचारून त्यांचं लक्ष वेधून घ्या. त्यांना शक्य असलं, तर त्यांना पुस्तकाचं पान उलटवायला सांगा.*
- *वस्तू लावणं आणि लपवलेली वस्तू शोधून काढणं अशांसारखे सोपे खेळ त्यांच्याशी खेळा आणि त्यांना तुमचं अनुकरण करायला शिकवा.*
- *सुसूत्र हालचाल आणि स्नायुंमधील शक्ती वाढेल असे खेळ खेळा. ठोकळे एकावर एक रचणं, पाणी ओतणं, कागद फाडणं, लाटणं अशासारखी कामं आणि शिवाशिवी असे खेळ उपयुक्त ठरतात. ठोकळे एकावर एक रचणं आणि घर बनवणं हे बुद्धी आणि स्नायूंच्या विकासासाठी अत्यंत उपयुक्त आहे, असं तज्ज्ञांचं म्हणणं आहे.*
- *त्यांना वेगवेगळ्या प्रकारचं संगीत ऐकवा आणि त्यांच्याशी गप्पा मारा. या वयाच्या मुलांना खुणेची भाषा शिकवणं शक्य होतं. याबद्दलच्या अधिक माहितीसाठी www.tinytalk.co.uk. ही वेबसाईट उपयुक्त ठरेल.*

त्यांना रडू देणं

तुमच्या हातात किंवा तुमच्या जवळ आडवं पडून झोपी जायची तुमच्या मुलाला सवय लागली असेल आणि ती आपलं आपण झोपी जात असेल तर त्यांना रडू द्या म्हणजे त्याला त्याची हळूहळू सवय लागेल.

ती रडू लागली की ताबडतोब धावत न जाता त्यांना एकट्यानं रडू द्या. आणि हा वेळ हळूहळू वाढवा. ते थोडा वेळ रडल्यानंतर त्यांच्या खोलीत जा आणि त्यांच्याशी बोलताना अगदी हळू आवाजात बोला आणि त्यांना अजिबात उत्तेजित करू नका. त्यांच्या खोलीतून बाहेर जाण्यापूर्वी त्यांना दिलासा देण्यासाठी हलकेच थोपटा. पुढच्या वेळेस त्यांना आणखी जास्त वेळ रडू द्या आणि त्यानंतरच त्यांच्या खोलीत जा.

असं करण्यासाठी मन घट्ट करावं लागतं. आपल्या मुलाला नुसतं उचलून घेतल्यानं ते शांत होणार आहे हे मनोमन ठाऊक असताना त्याला रडू देण्यासाठी काळीज दगडाचं करावं लागतं, परंतु पतीपत्नी या दोघांनी मन खंबीर केलं, तरच मुलाला ही शिस्त लावणं शक्य होतं.

याबद्दल अधिक माहितीसाठी www.babycentre.co.uk/baby/sleep/crying-it-out या वेबसाईटवर जा.

दात येणं

> **अनुभवाचे बोल**
> सर्वसाधारणपणे मूल सहा महिन्यांचं होतं, तेव्हा त्याचा पहिला दात फुटतो. मूल दोन वर्षांचं होईपर्यंत त्याला सर्व जाणारे दात येतात.

मुलाला दात येतात, तेव्हा त्याच्या हिरड्या खूप शिवशिवतात, सुजतात. मुलांना खूप लाळ सुटते, दिसेल ती गोष्ट ती हिरड्यांनी चावू लागतात, त्यासाठी आत बर्फ असलेली रिंग, हिरड्यांना लावायचं खास मलम किंवा पॅरॅसिटेमॉल असलेलं कॅलपॉलसारखं वेदनाशामक देऊन मुलांच्या वेदना कमी करता येतात. यासाठीच्या अधिक माहितीसाठी ही वेबसाईट पाहावी.

दातांची काळजी घेण्यासाठी मुलाचे दात दिवसातून दोनदा फ्लुरॉइड टूथपेस्टनं घासावे. बाळाला पहिला दात आला की लगेचच ही सवय लावावी आणि त्याला खळखळून चूळ भरायला शिकवावं.

आपण दंततज्ज्ञांकडे जाऊ, तेव्हा आपल्याबरोबर आपल्या मुलाला न्यावं. त्या वातावरणाची त्याला सवय झाली, की त्याला तिथे दात तपासून घेण्यासाठी नेलं असता, ते न घाबरता तोंड उघडेल. दातांबद्दलच्या अधिक काळजीबाबत वेबसाईट पाहा.www.nhs.uk/live well/dentalhealth/pages/carestkidsteeth.aspx.

परक्या माणसांना पाहून आणि आई-वडील जवळ नसल्यामुळे घाबरणं:

या सुमाराला तुमच्या मुलाला पूर्वी वाटत नसलेल्या नव्याच भीती वाटू लागतील. अनोळखी माणसं पाहून किंवा आई किंवा वडील जवळ नसलेले पाहून ती रडू लागतील. त्यांना अशा गोष्टींची अजिबात सवय नसली तर त्यांना भीती जास्तच वाटेल.

त्यांच्या सभोवताली ओळखीचे वातावरण राखून आणि त्यात अगदी हळूहळू बदल घडवून त्यांना अनोळखी गोष्टींची सवय लावावी. ही गोष्ट हळूहळू आणि सहनशीलपणे करावी लागेल. अनोळखी लोक हळू हळू त्यांच्या जवळ येऊन त्यांच्याशी मृदु स्वरात बोलू लागले की मुलं घाबरून रडू लागण्याचा संभव कमी होतो. अनोळखी लोकांपुढे नेताना, आपल्या मुलाला आपल्या कुणाजवळ सोडून जाताना, त्यांच्या नकळत निघून जाऊ नये. त्यांना नव्या जागेची /व्यक्तीची सवय होण्यासाठी पुरेसा वेळ द्यावा. आपली स्वत:ची चिंता लपवावी आणि नव्या

नित्यक्रमाची त्यांना सवय लावावी.

मुलांच्या दृष्टीनं सुरक्षितता बाळगणं

मूल हालचाल करू लागलं की वेगवेगळ्या गोष्टींना आपला हात लावून स्वत:ला इजा करून घेण्याची शक्यता वाढते. त्यामुळे अशा गोष्टी, मुलाच्या हाती लागणार नाहीत अशा जागी ठेवाव्यात

मुलाला अंगावर पाजणं बंद करताना:

मुलाला इतर अन्न देण्याची घाई करायचं काहीही कारण नाही. त्यांची पचनसंस्था पुरेशी सक्षम झाल्याशिवाय त्यांना इतर अन्न देणं योग्य नव्हे. त्यांना इतर अन्न फार लवकर द्यायला प्रारंभ केला तर ते घशात अडकून त्यांना ठसका लागायची शक्यता असते. वरचं इतर अन्न द्यायला सुरुवात केली की आपलं कामही वाढतं.

> ***बेनला आम्ही सालं काढलेलं पीच देण्यापासून प्रारंभ केला. त्याला इतर गोष्टीसुद्धा हव्या आहेत, हे त्यानं लवकरच सूचित केलं.***
>
> मार्क- बेनचा पिता

मुलाचं अंगावर पिणं थांबवायला खूप वेळ लागतो. त्यासाठी घाई करू नये. ते दमलेलं किंवा खूप भुकेलेलं असताना त्याला आईचं दूध नाकारू नये.

- *बाळाला वरचं अन्न देताना समजुतीनं घ्या. त्यानं यापूर्वी वरचं अन्न घेतलेलं नसल्यामुळे आणि त्याला अजून सुसूत्रपणे हालचाली करता येत नसल्यामुळे त्याला इतर गोष्टी भरवताना ते तोंड, कपडे बरबटवून घेईल हे लक्षात ठेवा.*
- *प्रारंभी एकाच धान्याचं कॉर्नफ्लेक्स दुधात भिजवून द्या आणि बाळ सात महिन्यांचं झाल्यावर दही द्यायला सुरुवात करा.*
- *त्याला बद्धिकोष्ठता तर होत नाही ना, याकडे लक्ष द्या.*
- *ब्लेंडरचा वापर करून बाळाला अनेक गोष्टी भरवता येतील. नव्या चवीचं अन्न देताना त्याबरोबरच ओळखीच्या चवीचंसुद्धा अन्न द्यावं.*
- *आपल्या बाळाला कधीकधी भूक नसेल, तेसुद्धा एक मनुष्यप्राणीच आहे, ही गोष्ट लक्षात ठेवावी.*

- *मूल एक वर्षाचं होईपर्यंत त्याला गायीचं दूध देऊ नये. त्यानंतर स्निग्धांश असलेले दूध द्यावे.*
- *बाळाला द्यायच्या अन्नात साखर, मीठ, मसाले किंवा प्रिझर्व्हेटिव्हज् घालू नयेत.*
- *शक्य असेल तर बाळ आणि त्याचे आई, बाबा आणि भावंडं या सर्वांनी एकाच वेळेस जेवायला बसावं. हा परिपाठ बनवावा.*
- *जेवताना आनंदाचं वातावरण ठेवावं, मुलाला गोष्ट सांगावी, त्याच्या जेवणाचे अनेक आकार करावेत. मूल जेवलं की त्याचं कौतुक करून त्याला जवळ घ्यावं.*
- *मुलाला तुमच्याखेरीज इतर कुणी भरवत असेल, तर त्यांनी तुम्ही भरवता त्या पद्धतीनंच भरवावं.*

अनुभवाचे बोल

मुलाला पोटभर खाऊ घालणं अत्यंत महत्त्वाचं असतं आणि त्याला अंगावर पाजणं थांबवायला आणि त्याला त्याची सवय लावायला जो प्रदीर्घ वेळ लागतो, तो आपल्या दृष्टीनं अत्यंत काळजीचा कालखंड असतो, परंतु तुम्ही त्याला इतर अन्न भरवताना जितकी वाजवीपेक्षा जास्त चिंता व्यक्त कराल, तेवढंच ते अधिक अडून बसेल.

त्यामुळे अवाजवी चिंता करू नये आणि मुलानं एखादं जेवण घेणं नाकारलं, तर पालकत्वात तुम्ही अयशस्वी झाला आहात, असंही समजू नये. प्रयत्न करत रहावे.

अंगावर पिणं थांबवण्याबाबतची अधिक माहिती खालील वेबसाईटवर मिळेल.
www.eatwell.gov.uk/agesandstages/baby/weaning

नवव्या महिन्यापासून बाळ एक वर्षाचं होईपर्यंतचा टप्पा

या टप्प्यातील स्वभावविशेष

तुमचं मूल वर्षाचं होईपर्यंत चालताना त्याचं बोट धरावं लागेल. वेगवेगळ्या गोष्टींना हात लावून पाहणं आणि तुमचं अनुकरण करणं या दोन गोष्टींची त्यांना इतक प्रचंड ओढ वाटत असते की तुमचा मोबाईल हाताला लागताच ती बटण

दाबून फोन करत सुटतात. तुम्ही विचारलंत की ती त्यांच्या वेगवेगळ्या अवयवांकडे बोटानं निर्देश करून दाखवू लागतात. माझी मुलगी 'डोकं कुठं आहे?' असं विचारताच इतक उत्साहानं डोक्याकडे बोट नेत असे, की बरेचदा ते बोट तिच्या डोळ्यात जात असे.

निरर्थक बडबडीच्या अक्षरामधून आता एखादा शब्द उमटू लागतो आणि ती मानेनं 'हो' 'नाही' सांगू लागतात. ती 'डॅड' आणि 'ममा' हे शब्द सर्रास उच्चारू लागतात. कोणता शब्द ती अधिक वेळा उच्चारतात याबद्दल त्यांच्या आई-वडिलांनी एकमेकांशी स्पर्धा न केलेलीच बरी!

ती विविध भावना व्यक्त करू लागली की माया, मत्सर, अपराधीपणा आणि विनोद यांची चिन्हं तुम्ही ओळख शिकता. तुमचे राग-लोभ, त्यांना ओळखता येऊ लागले की ती रडून, हसून किंवा आक्रस्ताळेपणा करून तुमच्या सहनशक्तीची परीक्षा पाहू लागतात.

तुम्ही तुमच्या मुलासमवेत या टप्प्यावर काय काय करू शकता?

त्याच्याशी सतत बोलत राहा आणि तुमचं मूल बोलण्याचा प्रयत्न करू लागलं की त्याला उत्तेजनाच्या शब्दांनी प्रतिसाद द्या. त्याच्याशी गप्पा मारण्याच्या पद्धतीनं बोलताना सोपे शब्द वापरा.

- *त्यांना गोष्ट वाचून दाखवाल, तेव्हा पुस्तकाचं पान त्यांना उलटू द्या पुस्तकातली प्राण्यांची चित्रं दाखवून त्यांना प्रत्येक प्राण्यासारखा आवाज काढायला शिकवा. उदा. कुत्रा काय करतो? भू भू.*
- *त्यांच्याबरोबर नित्यक्रमाने करण्याच्या गोष्टींमध्ये खंड पडू देऊ नका. दिवसागणिक तुमचं मूल अधिक प्रतिसाद देऊ लागेल, ते पाहण्याचा आनंद वेगळाच असेल.*
- *तुम्ही मुलाला ज्या सूचना कराल, त्या नेमक्या शब्दात करा. नुसतं नको असं न म्हणता 'तो कप खाली ठेव बरं!' असं म्हणा.*

रात्री झोपेत रडत उठणं

तुमचं मूल वर्षाचं झालं की रात्री कधी कधी घाबरून रडत जागं होईल. कधीकधी रडत ते उठूनही बसेल, परंतु हे सारं करताना ते झोपेतच असेल.

सकाळी उठल्यावर तुमच्या मुलाला यातलं काहीही आठवत नसेल. त्यामुळे आई-वडिलांना त्याबाबत मदत करणं अशक्य होईल आणि त्यांना असहाय्यतेची

भावना त्रास देईल. रात्री घाबरून रडत उठणं हे कोणत्याही समस्येचं लक्षण नसतं. बऱ्याच मुलांच्या बाबतीत तसं घडत असतं, एवढंच लक्षात ठेवावं.

मुलानं रात्री घाबरून रडत उठणं हे बहुधा ठरावीक वेळीच घडत असतं. त्यामुळे त्या वेळेआधी मुलाला जागं केलं आणि थोडा वेळ जाऊ देऊन पुन्हा झोपवलं की हे घाबरणं टाळता येईल. अधिक माहितीसाठी वेबसाईट आहे. http:/ /kidshealth.org/parait/growth/sleep/terrors.html

लैंगिकदृष्ट्या उत्तेजित होणं

चर्चा करण्याच्या दृष्टीनं हा अत्यंत नाजूक विषय असला, तरी मुलांना जवळ घेतल्यावर किंवा त्यांच्याशी खेळत असताना लैंगिकदृष्ट्या क्षणकाल उत्तेजित होण्याचा अनुभव अनेक पित्यांना येतो, त्यामुळे ह्या विषयाबद्दल चर्चा करणं आवश्यक झालं आहे.

अशा उत्तेजनेमुळे कितीही अस्वस्थपणाची किंवा अपराधीपणाची टोचणी लागली, तरी देहाची ती नैसर्गिक प्रतिक्रिया असते हे लक्षात घेऊन त्याकडे दुर्लक्ष करणंच श्रेयस्कर ठरेल. अशी भावना अनुभवाला आली म्हणून मुलांना जवळ घेणं किंवा त्यांच्याशी खेळणं अजिबात थांबवू नये.

अशी भावना पित्याच्या मनात उत्पन्न होणं ही अयोग्य किंवा असह्य गोष्ट आहे असं तुम्हाला वाटत असेल तर त्यासाठी व्यावसायिकाचा सल्ला घ्यावा.

पालकत्व पार पाडताना चुरशीची स्पर्धा करणं

काही लोकांना जसं खूप महागडी कार विकत घेण्यात भूषण वाटत असतं, तसंच त्यांना मुलांवर वारेमाप पैसा खर्च करण्यात भूषण वाटत असतं. मुलांवर पैसे उधळले की आपण उत्तम पालक झालो, असं त्यांना वाटत असतं. मुलांचे वाढदिवस थाटामाटात साजरे करताना त्यांना अशी संधी आपसूकच लाभत असते.

मुलाच्या वर्षाच्या वाढदिवसाला त्याला अजिबात गम्य नसलेल्या गोष्टींवर वारेमाप पैसा उधळणाऱ्या अशा पालकांकडे दुर्लक्ष करायला शिकावं. त्यांनी काहीही उधळपट्टी केली तरी आपण आपल्या आर्थिक कुवतींचं भान ठेवून त्यांची बरोबरी करण्याचा मूर्खपणा करू नये. प्राप्त परिस्थितीत संतोषानं वागण्याचा सुज्ञपणा ठेवावा आणि इतरांनी हिणवलं तरी त्याकडे अजिबात लक्ष देऊ नये.

त्याचा वर्षाचा वाढदिवस तुम्ही किती थाटामाटात साजरा केलात याचं तुमच्या अपत्याला अजिबात आकलन होत नसतं किंवा त्याबद्दल त्याच्या लक्षातही काहीही राहात नसतं, त्यामुळे असा वायफळ खर्च करणं टाळावं.

पहिल्या वर्षापासून दुसऱ्या वर्षापर्यंतचा कालखंड

या काळातले स्वभावविशेष

दुसरं वर्ष पूर्ण होईपर्यंत तुमचं मूल घरभर धावू लागतं. ते दरवाजे उघडू लागतं. जिन्यातून वर-खाली धावू लागतं आणि जिथे जाईल तिथे खेळण्यांचा पसारा मांडून ठेवू लागतं.

तुमचं बरचंस बोलणं जरी त्याला समजू लागलं असलं आणि त्याच्या शब्दभांडारात पन्नास शब्दांचा भरणा झालेला असला तरी त्याचा सर्वांत आवडता शब्द असतो नो किंवा नको! त्याचं बोलणं तुम्हाला कळावं म्हणून धडपडता धडपडता तुमचं मूल थकून जाईल आणि ते काय मागू पाहतंय हे समजून घेताना तुम्ही शिणून जाल. त्यामुळे संधी मिळताच त्याच्याशी सोप्या शब्दात बोलायचा परिपाठ ठेवा. त्याला कपडे चढवणं, भरवणं, साफ करणं ही कामं करत असताना एकीकडे त्याबद्दल त्याच्याशी बोलत राहा.

तुमच्या मुलाची विनोदबुद्धी वाढेल आणि त्याबरोबरच त्याची मन:स्थिती आनंद आणि संताप या दोन टोकांमध्ये सतत दोलायमान होत राहील. एका क्षणी ती साखरेसारखी गोड वागतील तर दुसऱ्या क्षणी आडमुठेपणाचा कळस गाठतील. आपल्या मनासारखंच व्हावं म्हणून ती थयथयाट करू लागतील तर एकीकडे ती नित्यक्रमाला चिकटून बसतील. याबद्दल अवाजवी काळजी करू नये.

त्यांची कल्पनाशक्ती वाढू लागेल आणि पूर्वी ज्या गोष्टींची त्यांना भीती वाटत नव्हती, अशा गोष्टींची आता त्यांना भीती वाटू लागेल. आंघोळ करणं, केस कापणं, अंधार यांसारख्या गोष्टींबाबत त्यांना वाटणारी काळजी कितीही अकारण असली तरी त्याकडे आपण गांभीर्यानं बघून त्यांना धीर दिला पाहिजे, परंतु योग्य तिथे ठामपणे वागायचं धोरणं ठेवणंसुद्धा गरजेचं ठरेल. ह्या वयाच्या मुलांबरोबर तुम्ही काय काय करू शकाल?

- *शरीराला व्यायाम होईल अशी कोणतीतरी गोष्ट तुमच्या मुलाला रोज करायला लावा.*
- *मुलांच्या कल्पनाशक्तीला वाव देण्यासाठी बतावणी करण्याचे खेळ शोधून काढा.*
- *शारीरिक कौशल्यं वाढवणारे खेळ खेळा. विटा एकावर एक रचून मनोरे करणं, वाळूशी आणि प्ले डो, (रबरासारखा पदार्थ) बरोबर खेळणं, चित्रं रंगवणं, चित्र काढणं आणि लुटूपुटीचा स्वयंपाक करणं अशांसारखे खेळ*

खेळताना अशी कौशल्यं वाढतात.

- *वेगवेगळे रंग ओळखता यावेत म्हणून क्रेयॉन्स आणि वॉटर कलर्स वापरून चित्र रंगवायला शिकवताना ते रंग विषारी नाहीत आणि धुवून टाकण्यासारखे आहेत याबद्दल खात्री करून घ्यावी.*
- *कोणतं पुस्तक वाचायचं याची निवड करायला तुमच्या मुलाला उत्तेजन द्या. ते पुस्तक वाचून दाखवताना तुम्हाला जांभया येऊ लागल्या तर एखादा शब्द बदलून वाचा आणि त्याच्या ते लक्षात येतंय का हे पाहा किंवा त्याच्याशी संवाद साधत त्याला वाचून दाखवा. गोष्ट वाचून दाखवताना त्याला प्रश्न विचारा. त्यांची आवडती पुस्तकं त्याच्या हाताला येतील अशा जागी ठेवा-म्हणजे तुमचं मूल अधूनमधून स्वतःच ते पुस्तक घेऊन त्याची पानं उलटून वाचत बसेल.*
- *त्याला संगीत ऐकवा आणि त्याबरोबरच त्याला शांततेचा आस्वाद घ्यायलासुद्धा शिकवा.*
- *त्याच्यावर खेळ खेळायची किंवा खेळण्यांशी खेळायची सक्ती करू नका. एकाच गोष्टीत ती खूप वेळ रमली म्हणजे ती जास्त हुशार आहेत असं नव्हे!*
- *त्याची शारीरिक शक्ती वाढत गेली की तुम्ही त्याच्याबरोबर दंगामस्ती करू शकाल. मुलांप्रमाणे मुलींनासुद्धा दंगामस्ती करणं प्रिय असतं. फक्त असं करताना स्वतःची पाठ लचकत नाही ना याची तुम्ही काळजी घ्या.*
- *ती सहजतेनं सर्वसंचार करू लागली की त्यांच्या सुरक्षिततेकडे अधिक लक्ष पुरवणं आवश्यक ठरतं.*
- *त्यांची समज वाढली की तुम्हाला तुमच्या शब्दप्रयोगांवर आणि प्रतिक्रियांवर नियंत्रण ठेवावं लागतं.*
- *इतर मुलं असलेल्या जागी खेळायला त्यांना उत्तेजन द्या, परंतु अजून त्यांना इतर मुलांबरोबर खेळता येणार नाही हे लक्षात घ्या. या वयाची मुलं एकाच खोलीत आपापले खेळ खेळत असतात, परंतु आजूबाजूला आपल्याच वयाची मुलं असणं त्यांना आवडत असतं.*

खेळ

आपण पुस्तक वाचत असताना किंवा टी.व्ही. पाहण्यात मग्न असताना आपलं मूल आपल्याजवळ बसून जेव्हा स्वतःचंच मन रमवत असतं, तेव्हा त्याला मुलाशी 'खेळणं' असं बिरुद लावू नका. आणि मुलांशी खेळणं म्हणजे त्याला सतत

काहीतरी शिकवणं नव्हे! आपण थकलेले असतो किंवा आपल्यापुढे शेकडो कामं पडलेली असतात तेव्हा निरुद्देश खेळणं किती महत्त्वाचं असतं, याचा आपल्याला विसर पडू शकतो.

निरुद्देश खेळण्यामुळे अनेक वेगवेगळे फायदे होतात. मुलं हातापायांच्या सुसूत्र हालचाली करायला शिकतात. ती इतरांशी संवाद साधू लागतात. त्यांना इतरांशी कसं वागा-बोलावं हे समजू लागतं आणि त्यांची कल्पनाशक्तीसुद्धा वाढू लागते. खेळाच्या माध्यमातून मूल जग ओळखू लागतं, ते विविध भूमिका करून पाहू लागतं. त्याचा आत्मविश्वास आणि त्याच्या ठायीची विशिष्ट कौशल्यं वाढतात. त्यांच्याबरोबर मजेचे खेळ खेळता खेळता या साऱ्या गोष्टी साध्य करून घेता येतात.

त्यामुळे ठरावीक नियमांनुसारच त्यांच्याशी खेळायला हवं आणि नेमक्या उद्दिष्टांचा पाठपुरावा करायला हवा असं समजू नये. मुलाच्या कलाकलानं घेत, सृजनशीलतेला उत्तेजन देत त्याला नवनव्या अनुभवातून नेत, नवनवीन शोधांची त्याला मजा चाखवा आणि एकत्र मौज करा.

टी.व्ही.

कुटुंब म्हणून एकत्रितपणे जो वेळ तुम्ही घालवू शकता, त्यावर टी.व्ही. मुळे गदा येते. तुमचं मूल टी.व्ही. वर डोळे खिळवून जितकी मिनिटं बसेल, तोच वेळ त्याच्याबरोबर आनंदानं संवाद साधण्यात अधिक सत्कारणी लागला असता आणि तेव्हा वेळ वाया गेल्याची खूणगाठ बांधावी! टी.व्ही. बघण्यात वेळ वाया घालवल्यामुळे फक्त आई-वडिलांशी खेळण्याच्या आनंदालाच ती पारखी होत नसतात तर अनेक अयोग्य गोष्टी ती टी.व्ही. वर बघत असतात आणि त्यांच्या संवेदनशील मनावर अनेक अयोग्य गोष्टींचे ठसे उमटत असतात, हे सुद्धा लक्षात ठेवावं. इतक्या लहान मुलाला बरे-वाईट पारखता येत नसतं आणि त्यांच्या मनावर सहजपणे कुसंस्कार घडू शकतात.

एका जागी बसून टी.व्ही. पाहात राहिल्यामुळे (पुरेशी हालचाल न घडल्यामुळे) मूल लठ्ठ होण्याची शक्यतासुद्धा वाढते. टी.व्ही. वरच्या कार्यक्रमामुळे त्याच्या बुद्धीला चालना मिळण्याचीही फारशी शक्यता नसते, म्हणून मुलांपुढे टी.व्ही. न लावणंच श्रेयस्कर ठरतं.

आपल्या आवडत्या टी.व्ही. तारकांचे फोटो छापलेले ब्रँडेड कपडेच घालायचा शोना हट्ट धरून बसली होती. असे कपडे प्रचंड महाग असतात, त्यामुळे आमची झोपच उडून गेली होती.

इयान- शोनाचा पिता

परंतु टी.व्ही. वरचे सारेच कार्यक्रम टाकाऊ नसतात. त्यावर मुलांचं मनोरंजन करणारे आणि त्यांना शैक्षणिक मदत करणारे कार्यक्रमसुद्धा दाखवले जातात. अशा कार्यक्रमांची काळजीपूर्वक निवड करून, थोडा वेळ त्यांना टी.व्ही. पाहू दिला तर त्यांना त्याचा फायदा होतो. आणि ती कमी आक्रमक आणि अधिक मनमिळावू बनतात असं काही सर्वेक्षणांनी सिद्ध केलं आहे. तुमचं मूल तल्लख बुद्धीचं असेल तर असे कार्यक्रम दाखवल्यामुळे त्यांची प्रगती अधिक वेगानं घडण्याची शक्यता असते.

आजकालचं मूल टी.व्ही.च्या आणि इण्टरनेटच्या प्रचंड सर्वव्यापी प्रभावाखाली आहे ही गोष्ट खरी असली तरी आजकालच्या आई-वडिलांनासुद्धा अनेक कामं एकाच वेळेत पार पाडण्याची तारेवरची कसरत करावी लागतेय, तेसुद्धा अभूतपूर्वच म्हटले पाहिजे, त्यामुळे टी.व्ही. वर संपूर्ण बंदी टाकता आली नाही तरी त्याचे दुष्परिणाम टाळण्याचा प्रयत्न करावा.

अनुभवाचे बोल

कधीकधी सारी कामं पार पाडण्यासाठी तुम्हाला अनेक क्लृप्त्या लढवाव्या लागतात, त्यामुळे वास्तववादी राहा आणि टी. व्ही. चालू ठेवावा लागला, म्हणून स्वत:लाच अवाजवी दोष देऊ नका.

- *टी.व्ही.चा वापर शक्य तेवढा कमी करा. अमेरिकन ॲकॅडमी ऑफ पेडियाट्रिक्सची (अमेरिक बालतज्ज्ञांचं मंडळ) सूचना आहे की दोन वर्षे वयाखालच्या मुलांना अजिबात टी.व्ही. दाखवू नये आणि त्यानंतर दिवसाकाठी जास्तीत जास्त फक्त एक ते दोन तास टी.व्ही. पाहू द्यावा. आणि त्यावर फक्त मुलांसाठीचे उत्तम कार्यक्रमच पाहू द्यावेत.*
- *मुलं कोणता कार्यक्रम पाहात आहेत यावर बारीक नजर ठेवावी. टी.व्ही. म्हणजे मुलांना फक्त योग्य असे कार्यक्रम दाखवणारी दाई नव्हे, हे लक्षात ठेवावं.*
- *ती जो कार्यक्रम बघत आहेत, त्याबद्दल त्यांना प्रश्न विचारून आणि त्यांच्याशी त्याबद्दल बोलून, त्यांच्या बुद्धीला चालना द्यावी. या दृष्टीनं डी.व्ही.डी. अधिक बरा ठरेल, कारण तो थांबवून पुन्हा चालू करता येतो आणि वारंवार दाखवता येतो, त्यामुळे भाषा शिकणं सोपं जातं.*
- *तुमच्या मुलाच्या बेडरूममध्ये टी.व्ही. ठेवू नये.*
- *टी.व्ही. समोर बसून जेवायला त्यांना परवानगी देऊ नये. टी.व्ही. पाहता पाहता मूल जेवत असेल, तर आपलं पोट भरल्याची त्याला जाणीव होणार नाही, ते जास्त जेवेल आणि लठ्ठ होईल.*

टी.व्ही. पाहता आला नाही, तर तुमच्या मुलाचं काहीही नुकसान होणार नाही, हे लक्षात ठेवावं. अधिक माहितीसाठी वेबसाईट आहे :

http://kidshealth.org/parent/positive/family/tv_effects_child.html.

दोन ते तीन वर्षांमधील काळ

भावविशेष

या वर्षात मुलात प्रचंड बदल घडेल. शारीरीक दृष्ट्या मूल खूपच विकसित होईल. ते चवड्यांवर चालू शकेल, नाचू शकेल, उड्या मारू शकेल, परंतु त्याला अजूनही भावनांवर नियंत्रण ठेवता येत नसेल, त्यामुळे त्यांच्या मन:स्थितीत चटकन चढ-उतार होत राहील.

जरी या टप्प्यावरचं मूल अधिक सहकार्यानं वागू लागलं असलं तरी त्यांचा आत्मविश्वास कमी-जास्त होत राहील, त्यामुळे कधीकधी त्याला त्यांच्या मनाप्रमाणेच स्वतंत्रपणे वागायचं असेल तर कधीकधी ते तुम्हाला चिकटून बसेल. एका क्षणाला त्याला हवं तेच जेवायचं असेल आणि हवा तोच कपडा घालायचा असेल, तर पुढच्याच क्षणाला तुम्हाला बिलगून बसेल आणि थोपटून घेईल. यासोबतच आपलंच खरं करून दाखवण्याची प्रवृत्ती त्याच्यात निर्माण होईल आणि त्याच्या जगावर त्याला नियंत्रण ठेवता यावे म्हणून ते ठरावीक पद्धतीनंच दिनक्रम पार पाडण्याबाबत हटून बसेल. एखादी गोष्ट ठरलेल्या पद्धतीनं केली गेली नाही असं त्याला वाटलं, तर पहिल्यापासून ठरावीक पद्धतीनंच ती गोष्ट पुन्हा करण्याचा तो आग्रह धरेल!

भाषा हे माहिती करून घेण्यासाठीचं प्रमुख माध्यम असेल, परंतु दिसेल ती नवी गोष्ट उचलून घेऊन बारकाईनं पाहण्याचा त्याचा छंदसुद्धा चालूच असेल. त्याच्या तिसऱ्या वाढदिवसापर्यंत त्याचं ८०% बोलणं अनोळखी लोकांनासुद्धा समजू लागेल. तो सारा वेळ स्वत:शीच गात, गुणगुणत किंवा बोलत राहील. त्याला दहापर्यंतचे, किंवा अधिकही, आकडे सांगता येतील, पण त्यांचा अर्थ त्यांना ठाऊक असेलच असे नाही.

त्यांचं स्थान तुम्हा पती-पत्नींच्या खास वर्तुळाबाहेरचं आहे, अशी जाणीव त्यांना या सुमारास होऊ लागेल आणि त्याबद्दल त्यांच्या मनात मत्सराची भावनासुद्धा जागी होऊ लागेल. मुलींना आपल्या आईशी आणि मुलांना आपल्या वडिलांशी

साधर्म्य जाणवून त्यांच्याबद्दल अधिक जवळीक वाटू लागेल, त्यामुळे ज्यांना मुलगी आहे, अशा पित्यांना मुलींकडून डावललं जाण्याला सामोरं जावं लागेल.

तुम्ही त्यांच्यासमवेत कोणत्या गोष्टी करू शकाल?

- *त्यांच्याशी खेळत राहा आणि हालचालीची मोठी (लाथेनं उडवणं, उडी मारणं, नाचणं) त्याप्रमाणेच लहान (मणी ओवणं, फणी ओतून पेला भरणं, एकावर एक वस्तू रचणं.) कौशल्यं वाढतील असे खेळ शोधून काढा. त्यांच्याशी मधूनमधून दंगामस्ती करायला अनमान करु नका.*
- *त्यांच्याबरोबर पोहणं, लपाछपी खेळणं, सहलीला जाणं, प्राणिसंग्रहालय बघायला जाणं, अशा गोष्टी करुन त्यांच्याबरोबर आनंदानं वेळ घालवा.*
- *त्यांच्याबरोबर स्वयंपाक करणं.- आपण स्वयंपाक करत असताना त्यांच्याशी त्याबद्दल सतत बोलून लहानसहान गोष्टी करण्यात त्यांना सहभागी करुन घेणं खूप आनंदाचं ठरेल आणि स्वयंपाक घरातून सुट्टी मिळाली म्हणून तुमची पत्नीसुद्धा खूश होईल.*
- *तुमच्या मार्गदर्शनाखाली त्यांना अवघड कामं करायची सवय लावा. त्यांना नवी कौशल्यं आत्मसात करायला लावून त्यांचा आत्मविश्वास वाढवा.*
- *त्यांना दररोज वाचून दाखवण्याचा परिपाठ चालू ठेवा.*
- *तुमच्या मुलाच्या नजरेतून जगाकडे पाहायला शिका आणि त्यानुसार तुमच्या अपेक्षा असूद्या.*
- *काही कारणांनी तुम्ही त्यांना नेहमीप्रमाणे एखादी गोष्ट करू दिली नाहीत तर ते कारण समजून घेणं त्याच्या आवाक्याबाहेरचं असतं आणि त्यामुळे ती चिडण्या-रडण्याचा संभव असतो. उदा. रोज त्यांना आपले आपण बूट घालायला तुम्ही परवानगी देत असाल, परंतु एखादे दिवशी बाहेर जाण्याची घाई असल्यामुळं, तुम्ही त्यांना बूट घालू दिलेत तर त्यामागचं कारण त्यांच्या आकलनशक्तीबाहेरचं असतं आणि ती रडू लागतात.*
- *तुमचं मूल तुम्हाला प्रश्नामागून प्रश्न विचारू लागलं, तर त्यामागचा त्यांचा हेतू काय आहे हे ओळखायला शिका. नवी माहिती करून घेण्यासाठी ती प्रश्न विचारत असतील, तर ती तुमच्यावर विश्वास टाकून हे प्रश्न विचारत आहेत ही गोष्ट लक्षात घ्या. तुम्ही चिडावं अशा व्रात्य हेतूनं ती प्रश्न विचारत असली, तर त्यांच्या इतर नकारात्मक वर्तणुकीवर तुमची जी प्रतिक्रिया असते, तशाच प्रतिक्रियेनं उत्तर द्या. (अधिक*

विवेचन नवव्या प्रकरणात)

- *त्याच्याशी सहनशीलतेनं वागा. एखादी गोष्ट करताना धडपड करावी लागून त्याला खूप वेळ लागत असला, तर आपण स्वतःच ती गोष्ट पटकन करून टाकावी, असं तुम्हाला वाटू शकेल. परंतु मुलानं वेळ लावून का होईना, ती गोष्ट स्वतःची स्वतः केली की त्याला त्याचा खूप अभिमान वाटेल आणि त्याचा आत्मविश्वास वाढेल. सरावानं त्यांना ती गोष्ट पटपट करता येऊ लागेल.*

बाहुलीची बाबागाडी पायऱ्यांवरून खेचत वरच्या मजल्यावर नेतानेता रडकुंडीला आली होती डेनिस, तरीही तिला यासाठी माझ्याकडून कोणतीही मदत नको होती.

ऑली- लॅरा आणि डेनिसचा पिता

शौचालयाला जाण्याचे प्रशिक्षण

मुलांना शी-शू लागलीय हे सांगता येऊन त्यांना डायपरची गरज लागू नये याची आई-वडिलांना घाई होणं स्वाभाविक आहे, परंतु फार लवकर प्रारंभ केल्यास, या प्रक्रियेला अधिक वेळ लागू शकतो.

अनुभवाचे बोल -
दोन आणि अडीच वर्षे वयाच्या दरम्यान मूल शारीरिक आणि भावनिकदृष्ट्या शी, शू विषयीच्या प्रशिक्षणासाठी योग्य वयाचं होतं. परंतु प्रत्येक मूल वेगळं असतं. त्यामुळे आपलं मूल यासाठी तयार आहे की नाही, याचा अंदाज आपणच बांधायला हवा.

या प्रक्रियेला दडपण न आणता, हळूहळू प्रारंभ करावा. प्रथम बाळासाठीची वेगळी टॉयलेटपॉटी बाथरूममध्ये ठेवून, ती त्याला दाखवावी. मग कपड्यासकट त्याला त्यावर बसायची सवय लावावी. त्यानंतर डायपर काढून त्याला त्यावर बसवावं. दिवसा डायपर कोरडा ठेवायची सवय प्रथम लावावी. त्यानंतर रात्रभर डायपर कोरडा ठेवण्याची सवय लावावी. शू वर असं नियंत्रण प्रथम आणून त्यानंतर शी वर नियंत्रण आणावं. ही गोष्ट हळूहळू घडते. काही मुलांना काही दिवसांतच पॉटी वापरायची सवय होते तर काहींना ती सवय होण्यासाठी अनेक महिने लागतात आणि कोणत्यातरी बाबतीत पुढची अनेक वर्षे, आई-वडिलांना

त्यासाठी त्यांना मदत करावीच लागते.

पॉटी-ट्रेन होण्यास मुलींपेक्षा मुलांना थोडा जास्त वेळ लागतो, याचं एक कारण असं आहे की मुलींना मुलांहून जास्त सहजतेनं संवाद साधता येतो. पाच वर्षे व याखालच्या मुलींकडे मुलांपेक्षा अधिक भाषाप्रभुत्व असतं. दुसरं महत्त्वाचं कारण असं आहे, की पॉटी ट्रेनिंग द्यायचं काम बरेचदा आई करत असते आणि मुलाहून मुलगी आईचं जास्त ऐकते. त्यामुळे मुलाचं पॉटी ट्रेनिंग करताना पित्यानं अधिक सक्रिय सहभाग घेतला, तर त्याचा फायदा होईल.

- *पॉटी ट्रेनिंग देतेवेळी कमीतकमी व्यत्यय येतील अशी वेळ निवडावी.*
- *मुलांनी जे करावं अशी तुम्ही अपेक्षा करत असता ती गोष्ट तुम्ही स्वतः करून त्यांना अनुकरण करायला लावावं.*
- *अनेक वेळा मूल अजाणता डायपरमध्ये शू-शी करेल हे धरून चालावं आणि असं घडलं तर त्याबद्दल रागावू नये. त्याचबरोबर, त्यांनी वेळेत शू-शी लागल्याचं सांगितलं तर त्याबद्दल त्यांचं कौतुक करावं.*
- *तुमच्या बाळाच्या पलंगावर चादरीखाली प्लास्टिक घालावं.*
- *तुमच्या वागण्याचा त्यांच्या मनावर प्रचंड परिणाम होत असतो. त्यामुळे त्यांनी न सांगता चुकून डायपरमध्ये किंवा अंडरवेअरमध्ये शू-शी केल्यास त्याबद्दल किळस किंवा चिंता व्यक्त करू नये.*
- *पॉटी ट्रेनिंग हसत खेळत करावं. सकारात्मक मनोवृत्ती राखावी.*
- *काही आठवडे पॉटी ट्रेनिंग देऊनही म्हणण्यासारखी प्रगती होत नसली, तर ही गोष्ट थोडी लांबणीवर टाकावी.*

टॉयलेटवर बसून नताशानं शू केली, की गंमत म्हणून मी वेडेवाकडे अंगविक्षेप करून नाचत असे, मात्र तिला सार्वजनिक स्वच्छतागृहात नेल्यावर तिथेसुद्धा मी तसाच नाच करावा म्हणून ती हटून बसली.

केव्हिन- नताशाचा पिता

पॉटी ट्रेनिंगबद्दल अधिक माहितीसाठी वेबसाईट आहे.
www.babycentre.co.uk/toddler/pottytraining

आक्रस्ताळेपणानं थयथयाट करणं.: टँट्रम्स (रागाचा झटका)

दोन वर्षाखालील वयाच्या मुलांपैकी वीस टक्के मुलं दररोज दोन किंवा त्याहून अधिक वेळा आक्रस्ताळेपणानं थयथयाट करतात. काहींचा हा थयथयाट नियंत्रणाखाली असतो, तर काहीजणं श्वास कोंडून घेऊन बेशुद्धसुद्धा पडतात. श्वास कोंडून मूल

निपचित पडलं की आई-वडील अगदी घाबरून जातात, परंतु घाबरण्याचं कारण नसतं, कारण बेशुद्ध पडलं, की श्वसनक्रिया आपोआप पुन्हा सुरू होते.

रागाचा असा झटका अनेक कारणांनी येऊ शकतो आणि कारणानुसार तुमची प्रतिक्रिया वेगळी असायला हवी. त्यामुळे या थयथयाटामागचं कारण काय आहे, हे शोधून काढण्याचा तुम्ही प्रयत्न करायला हवा. जर थकून, भुकेमुळे, गोंधळून जाऊन किंवा कुवतीबाहेरची गोष्ट करण्यात यश न मिळाल्यामुळे तुमचं मूल असं वागत असेल, तर त्याला रागावून शिस्त लावण्याऐवजी त्याला समजावून घेऊन त्याला जवळ घेणं आणि त्याला आवश्यक ती मदत करणं गरजेचं ठरेल.

परंतु तुमच्या अधिकाराला आव्हान देण्याच्या हेतूनं मूल आक्रस्ताळेपणा करत असेल, तर त्याला ठामपणे आणि सातत्याने शिक्षा ठोठावणं गरजेचं ठरेल. अशा वेळेस सर्वप्रथम त्याचं चित्त दुसरीकडे वेधून हा थयथयाट थांबवण्याचा प्रयत्न करावा. जर या क्लृप्तीचा उपयोग झाला नाही आणि तुमचं मूल स्वत:लाच इजा करून घेईल अशी परिस्थिती नसेल, तर त्याच्याकडे चक्क दुर्लक्ष करावं. निदान दुर्लक्ष केल्याची बतावणी करावी. त्याच्याकडे दुर्लश केल्यामुळे ते कंटाळून गप्प बसेल, तर काहीच न घडल्याप्रमाणे त्याच्याशी नेहमीप्रमाणे वागायला सुरुवात करावी. त्याचं फाजील कौतुक करू नये. नाहीतर वाईट वागलं की कौतुकच होतं असं त्याला वाटू लागेल.

त्यांच्या खोलीत त्यांना एकट्याला बसायला लावणं

तुमच्या अनुपस्थितीतही त्याचा आक्रस्ताळेपणा थांबला नाही तर त्याच्यापाशी जाऊन तुमच्या मुलाला त्याच्या खोलीत न्यावं आणि ठामपणे त्याला सांगावं की शांत होईपर्यंत त्यानं खोलीबाहेर पडायचं नाही. हे सांगून झाले, की तुम्ही चटकन खोलीबाहेर पडावं, बाहेर दाराशीच घुटमळू नये. तुम्ही तसे घुटमळलात, की तुम्ही लेचेपेचे असल्याचं मूल लगेच ओळखेल आणि जास्तच त्रास देईल.

खोलीत त्यांना एकटं सोडण्यामागचा हेतू असतो तणाव कमी करणं. त्यामुळे एकांतात सोडल्यावर मूल एकटंच खेळू लागलं, तर तो तुमचा पराजय आहे असं समजू नये. एकटे सोडून तुम्ही कोणता धडा शिकवला आहे, हे त्यांना बरोबर कळलेलं असतं.

ती शांत होऊन तुमच्या म्हणण्याप्रमाणे वागू लागली की त्यांना क्षमा करून सारं विसरून जावं आणि तणाव नाहीसा करावा.

चारचौघांपुढे आक्रस्ताळेपणा करणं

तुम्ही घराबाहेर असता, तेव्हा आक्रस्ताळेपणा करणाऱ्या मुलाला खोलीत एकटं बसवणं शक्य नसतं. तेव्हा तुमच्यापुढे वेगळाच प्रश्न उभा राहतो. मूल

बरेचदा तुम्ही दुकानात बिल द्यायला रांगेत उभं असताना नेमक संधी साधून मोठ्यानं रडायला सुरुवात करतं.

आई-वडिलांची ही अग्निपरीक्षाच असते. तुम्ही त्यांच्याकडे दुर्लक्ष केलंत किंवा शिस्तीचा बडगा दाखवला, तरी आजूबाजूचे लोक तुमच्याकडे विचित्र नजरेने पाहणार ही गोष्ट अटळच! तुम्ही यापैकी काहीही केलंत, तरी लोक पुटपुट करणार. परंतु आजूबाजूच्या लोकांनी काहीही केलं, तरी मुलाला गप्प करण्यासाठी नमून जाऊन त्यांच्या इच्छेप्रमाणे अजिबात वागू नका. नाहीतर भविष्यातही ती हीच युक्त वापरून स्वतःच्या मनासारखं करून घेतील.

त्यामुळे आजूबाजूचे लोक कितीही पुटपुट करोत किंवा कितीही विचित्र नजरेने पाहोत! तुम्ही सुसंगतपणेच वागा आणि त्याला नियंत्रणाखाली आणायचा प्रयत्न करा. आणि शक्य तेवढे चटकन तिथून घरी जा. शक्य असेल तर बाजारहाट करायला एकट्यानंच बाहेर पडा.

अनुभवाचे बोल

तुम्ही ठामपणे आणि सुसंगतपणे सातत्याने त्यांच्या आक्रस्ताळेपणावर घरात नियंत्रण आणू शकलात की घराबाहेर असतानासुद्धा तुमचं त्यांच्यावर नियंत्रण राहू शकतं.

दुडदुडणाऱ्या वयाच्या मुलांचं हिंसक वागणं (टॉडलर व्हॉयेलन्स)

या वयाची काही मुलं चावणं, चिमटे काढणं, दिसेल त्याला मारणं, अशा गोष्टी करू लागतात. त्यावर तीव्र प्रतिक्रिया व्यक्त केली तर त्यांना आपण केंद्रस्थानी आहोत असं वाटू लागेल. त्यामुळे अशी तीव्र प्रतिक्रिया व्यक्त करणं किंवा त्यांना मारणं टाळा. त्यांनी मारल्यावर तुम्ही मारलंत, ती चावली की तुम्ही तसंच प्रत्युत्तर दिलंत, तर असं वागणं स्वीकारार्ह आणि क्षम्य आहे अशी त्यांची समजूत होते. त्यांना अशी प्रतिक्रिया हा हिरवा कंदिलच वाटतो! त्याऐवजी त्यांच्यापासून त्याचं सावज दूर करा आणि इतर दुर्वर्तनावर वापरत असलेल्या तोडग्यांचाच वापर करा.

मुलाला शिस्त लावण्याबाबतची अधिक माहिती पुढच्या प्रकरणात दिली आहे.

बोलणं

आजूबाजूच्या लोकांचं बोलणं ऐकून मुलं त्याचंच अनुकरण करत असतात,

त्यामुळे मुलांशी शक्य तेवढं बोलत राहावं. त्यांच्याशी बोलावं आणि आजूबाजूच्या गोष्टींबद्दल त्यांना सांगत राहावं, म्हणजे त्यांचं शब्दभांडार वाढेल.

- *बोलण्यातली चूक सतत सुधारू नये किंवा त्याबद्दल सतत टोकत राहू नये. त्यांचे शब्द नव्या वाक्यात वापरून दाखवावेत आणि त्यांना योग्य शब्दप्रयोग करायला शिकवावे.*
- *एकसारखे प्रश्न विचारत राहून मुलावर संभाषणाची सक्ती करू नये.*
- *त्यांनी प्रश्न विचारून संभाषणाला प्रारंभ केला, तर त्यांना प्रश्नातच उत्तर देऊन त्यांना विचार करायला प्रवृत्त करावं. उदा. त्यांनी विचारलं, ते काय आहे? तर तुम्ही विचारावं, ते काय आहे असं तुला वाटतंय?*
- *प्रयत्न केल्याबद्दल भरपूर स्तुती करा, परंतु ती नेमकी कशाबद्दल करत आहात, हे स्पष्टपणे सांगा.*
- *थोडक्या शब्दात सूचना द्या.*
- *त्यांना काय हवंय याचा अंदाज बांधून त्या विषयांबद्दल संभाषण करा.*
- *त्यांना दोहोपैकी एका पर्यायाची उत्तरासाठी निवड करूद्या. त्यायोगे ती संभाषणात उत्साहानं सहभागी होतील.*
- *संभाषणात व्यत्यय आणणं टाळा आणि उत्तर अभिप्रेत असलेले प्रश्न विचारणंसुद्धा कटाक्षानं टाळा. म्हणजे संभाषण सुरू राहील.*
- *प्रश्नांची उत्तरं द्यायला तुम्ही स्वतःच धावत सुटू नका. (त्यांना विचाराला अवधी द्या.)*
- *बोलणं रंजक व्हावं म्हणून प्रयत्न करा. तुम्ही त्यांच्याशी खेळत असलेल्या खेळात बोलण्याचा समावेश करा.*
- *तुमच्या मुलाचं बोलणं लक्षपूर्वक ऐकून घ्या, त्यामुळे त्याला बोलण्यास उत्तेजन मिळेल.*
- *ती सतत 'नाही' ह्या शब्दाचा प्रयोग करत आहेत हे पाहून वैतागून जाऊ नका, त्याकडे प्रगतीचा एक टप्पा म्हणून पाहा.*
- *त्यांना बोलतं करायला विविध क्लृप्त्या वापरा. उदा. तुकडे जुळवायचा पझल्‌चा (कोड्याचा) शेवटचा तुकडा लपवून ठेवणं किंवा जवळजवळ रिकामी असलेली किटली त्यांना देणं*
- *स्वतः विचारलेल्या प्रश्नांची स्वतःच उत्तरं देऊ नका.*
- *त्यांना वाचून दाखवत राहा. बोलणं किती महत्त्वाचं आहे हे त्यांच्या मनावर बिंबवण्यासाठी त्याचा खूप उपयोग होईल.*

वेगवेगळी मुलं कमी-जास्त वेगानं बोलायला शिकतात. त्यामुळे इतरांपेक्षा

आपल्या मुलाची बोलण्याची प्रगती-थोडी संथपणे होतेय असं वाटलं, तरी त्यामुळे चिंता करू नका, परंतु सहाव्या महिन्यापर्यंत ते कोणताही आवाज करत नसले, तर त्याला डॉक्टरकडे तपासणीसाठी न्या. त्याप्रमाणेच पंधराव्या महिन्यापर्यंत तुमचं मूल एकही शब्द उच्चारत नसेल किंवा त्याचं बोलणं तुम्हाला अजिबात समजत नसेल तर त्याबद्दल तुमच्या डॉक्टरचा सल्ला घ्या.

याबद्दलची अधिक माहिती खालील वेबसाईटवर मिळेल.

www.babycentre.co.uk/toddler/development/speechandlanguage/milestonetalking. यासाठीची आणखी एक वेबसाईट आहे. www.afasic.org.uk.

कंप्युटर्स (संगणक)

तुमच्या मुलाचं भविष्य घडवण्यासाठी संगणकांचा वापर अत्यंत महत्त्वाचा आणि अपरिहार्य आहे. त्यामुळे मुलाला झेपेल तेवढा वेळ त्याची कंप्युटरशी ओळख करून देणं उपयुक्त ठरेल. परंतु अशी ओळख करून देताना, त्याला बोलतं करुन विचारलेल्या प्रश्नांची उत्तरं द्यायला लावावी. त्याचं कुतूहल जागं करावं, परंतु त्याच्यावर कसलीही सक्ती करू नये. तुम्हाला तुमचा संगणक मोलाचा वाटत असेल तर त्याच्या वापराबाबतचे नियम स्पष्टपणे सांगून ते नियम मुलाच्या गळी उतरवावे. उदा. संगणकाजवळ बसवून खायला-प्यायला बंदी घालावी. मुलाची समज तेवढी वाढली की इंटरनेटबाबतच्या सुरक्षिततेचे नियम त्याला समजावून सांगावेत. याबद्दलच्या अधिक माहितीसाठी :

www.kidsandcomputers.co.uk पाहा.

डावं-उजवं /पक्षपात

कोणत्या तरी टप्प्यावर या वयाचं प्रत्येक मूल आई-वडिलांपैकी एकाला जास्त पसंती देतं ही गोष्ट खरी असली, तरी तुमचं मूल त्याच्या बाबांना डावलून प्रत्येक गोष्टीसाठी आईकडे धाव घेऊ लागलं की बाबांना ते दुःखद वाटणं स्वाभाविक आहे.

माझ्या मुलीच्या तिसऱ्या वाढदिवसाच्या सुमारास ती नेमकी अशीच वागू लागली. मी एकटा असताना ती माझ्याजवळ आनंदानं बसत असे, परंतु तिची आई दिसली की ती माझी हकालपट्टी करून प्रत्येक- अगदी प्रत्येक- गोष्ट आईकडूनच करून घेत असे. तिला बालमंदिरातून घरी नेण्यासाठी तिच्या आईऐवजी मला आलेलं पाहून ती चक्क रडायला सुरुवात करत असे. मी तिला कोणती तरी गोष्ट

आणून दिली की ती मला ती गोष्ट जागेवर नेऊन ठेवायला सांगत असे. आणि तिच्या आईला ती गोष्ट पुन्हा आणून द्यायला लावत असे.

चारचौघात हे कितीही शरमेचं वाटलं किंवा त्यामुळे मनाला कितीही यातना झाल्या, तरी सारीच मुलं एका टप्प्यावर असंच वागत असतात. ही गोष्ट लक्षात ठेवावी. यामागचं कारण असं आहे की तीन वर्षे वयाखालची मुलं, त्यांची नित्य काळजी घेणाऱ्या व्यक्तीलाच जवळचं मानतात आणि त्यानंतर समानलिंगी पालकाकडे- मुली आईकडे, मुलगे वडिलांकडे - त्यांचा ओढा असतो. तिसऱ्या वर्षानंतर एकतर समानलिंगी पालकाकडे नाहीतर अधिक संप्रेरणा किंवा आधार देणाऱ्या पालकाकडे त्यांचा ओढा असतो. कधीकधी असा पक्षपात ती डावललेल्या पालकाला प्रतिक्रिया व्यक्त करायला लावण्याच्या हेतूनेसुद्धा करत असतात.

अनुभवाचे बोल

असा पक्षपात हा काही महिने टिकणाराच टप्पा असतो आणि तो तुमच्या बाळाच्या विकासाचा ठोस पुरावा असतो. तुम्हाला त्यानं अस डावललं तरी तुम्ही क्षमाशीलतेनं त्यांना शेवटी जवळच घेणार आहात अशा वाटत असलेल्या विश्वासाच्या भावनेचा तो दृश्य पुरावाच असतो.

पक्षपाताचा असा प्रयोग करू पाहणारं मूल त्यांचं तुमच्याशी असलेलं नातं आजमावून पाहात असतं. विचार आणि भावना शब्दात व्यक्त करत असतं, पर्यायी निवड करत असतं आणि आजूबाजूच्या परिस्थितीवर प्रभाव पाडू पाहात असतं. एकाच पालकाबरोबर वेळ घालवता आला, की त्या पालकाचं संपूर्ण लक्ष अपत्यावर केंद्रित झालेलं असतं. या वास्तवाचा त्यांना बोध होऊ लागल्याचं हे दृश्य चिन्ह असतं. आजूबाजूच्या परिस्थितीचा अन्वयार्थ लावण्यासाठी त्यांनी केलेला एक प्रयत्न असं या पक्षपाताचं स्वरूप असतं.

परंतु तुमच्या मुलाच्या इच्छेपुढे तुम्ही नेहमीच मान तुकवायला हवी, असं अजिबात नाही. तुम्ही आणि तुमच्या पत्नीनं सहकार्याची फळी उभारावी आणि त्याचा हेका त्यांना किती चालवता येईल याच्या मर्यादांची तुमच्या मुलाला स्पष्ट जाणीव करून द्यावी.

या वयाची मुलं अत्यंत चंचल स्वभावाची असतात, त्यामुळे त्यांनी तुम्हाला झुकतं माप दिलं म्हणून हुरळून न जाता, त्यांना तुमच्या पत्नीबरोबर एकट्यानं खूप वेळ काढूद्या आणि तुम्हाला त्यांनी डावललं म्हणून त्याबद्दल वाईट वाटून घेऊ नका. त्यांनी तुमच्याबद्दल दाखवलेल्या प्रेमाची तुलना न करता उत्साहानं आणि आनंदानं स्वीकार करा आणि तुम्हाला त्यांनी डावललं तरी त्यांच्याशी सातत्यानं

हातचं राखून न ठेवता मायेनं वागा आणि त्यांच्याबरोबर आनंदानं वेळ घालवून त्यांना जिंकून घ्या. हे धोरण राखलंत की तुमच्या मुलाशी जवळीक साधता येईल.

तीन ते पाच वर्षे वयाचा टप्पा

स्वभावविशेष

या वयात तुमच्या मुलाची भाषा विकसित होऊन ते अव्याहतपणे बोलू लागेल. प्रश्न विचारेल आणि शेरेबाजी करेल. ते खूपवेळ तक्रारीच्या स्वरातलं रडगाणंसुद्धा गाईल. त्यामागचा हेतू तुमचं लक्ष वेधून घेणं हा असल्यामुळे त्यासाठीचे अधिक प्रभावी मार्ग सापडल्यावर असं रडणं कमी होऊ लागेल.

या टप्प्यावर त्यांची कल्पनाशक्ती अत्यंत सुपीक असल्यामुळे वेगवेगळ्या गोष्टींचं त्यांना हसू येतं, तशीच काही गोष्टींची त्यांना अनाकलनीय भीतीही वाटू लागते. त्यांना वाटणाऱ्या अशा भीतीची गांभीर्याने दखल घ्या. त्यांना सहानुभूतीनं वागवा आणि कल्पना आणि वास्तव यातला भेद समजावून देताना त्यांच्याशी मृदुतेनं वागून त्यांना दिलासा द्या.

तुमचं मूल खेळाच्या माध्यमातून विविध भूमिकांमध्ये संचार करू पाहात असतं, त्यामुळे ते एकाच खेळण्याशी सतत खेळताना दिसलं, तर त्यातून फार अर्थ काढायच्या फंदात पडू नका.

या वयाच्या मुलाबरोबर कोणकोणत्या गोष्टी करता येतील?

- *मुलांना पुस्तकं वाचून दाखवायचा उपक्रम चालू ठेवा. पुस्तकातील कथांमध्ये येणाऱ्या विविध पात्रांच्या भावनांबद्दल चर्चा करून त्यांना विचार करायला प्रवृत्त करा.*
- *तुमचं मूल दररोज शारीरिक हालचाल पुरेशा प्रमाणात करत आहे याबद्दल दक्ष राहा. विविध खेळांपासून दंगामस्तीपर्यंत सर्व गोष्टींचा त्यात समावेश असूद्या.*
- *त्यांची भाषा प्रगल्भ करण्यासाठी त्यांना अनुकरण करण्याजोगा वस्तुपाठ घालून द्या आणि त्यांनी दाखवलेल्या प्रगतीबद्दल त्यांची पाठ थोपटा.*
- *मुलाचा पुरेसा शारीरीक विकास झालाय असं वाटलं की त्यांना दुचाकी सायकल चालवायला शिकवा, परंतु ती शिकवताना सर्वांच्या सुरक्षिततेकडे आणि तुमची पाठ लचकत नाही ना याकडे लक्ष द्या.*

- तुमच्या मुलाच्या स्वभावधर्माकडे लक्ष देऊन त्यानुसार धोरण ठेवा. आणि त्यात गरजेनुरूप बदल करण्याची मानसिकता ठेवा.
- खेळांमध्ये वैविध्य असूद्या. कल्पनाशक्तीला वाव देणाऱ्या खेळांपासून ते विविध भूमिका वठवायला लावणारे, कलाकुसरीपासून ते लाथेनं बॉल उडवण्यासारखे, बॉल फेकणं आणि ते झेलणं यासारखे विविध खेळ त्यांना खेळायला लावा.
- त्यांनी इतर मुलांमध्ये वावरायला आणि त्यांच्याशी खेळायला शिकावं यासाठी इतर मुलांना आपल्या घरी बोलवा. इतर मुलं आपल्या आयुष्यात महत्त्वाची असतात हे तुमच्या मुलाच्या मनावर बिंबवा, परंतु या वयाची मुलं बरेचदा एकमेकांशी न खेळता शेजारी आपापले खेळ खेळत असतात, हे विसरू नये. चौथ्या वर्षापर्यंत मुलं एकमेकांशी खेळायला शिकत नाहीत.
- त्यांच्या खेळांबद्दल आणि दैनंदिन घटनांबद्दल त्यांच्याशी चर्चा करून त्यांच्या पुस्तकांमधील आणि टी.व्ही.तील पात्रांच्या भावनांबद्दल त्यांना विचार करायला लावा.
- त्यांच्या सहवासाचं आणि पर्यायानं त्यांचं तुम्हाला किती मोल वाटतंय हे कृतीनं सिद्ध करा. त्यासाठी तुमची कामं करायला घराबाहेर पडाल, तेव्हा त्यांनासुद्धा तुमच्याबरोबर घेऊन जा.
- त्यांना गाणी ऐकवणं आणि गायला लावणं आणि चित्रे काढायला लावणं सुरू ठेवा. चित्र काढताना, त्या द्वारे, ती त्यांच्या स्वत:बदलचा आणि जगाबद्दलचा दृष्टिकोन व्यक्त करत असतात हे लक्षात ठेवून त्यांच्या चित्रांकडे बारकाईने पाहा.
- तुम्हा दोघांना उर्वरित आयुष्यभर जोडीनं जोपासता येईल असा एखादा छंद शोधून काढा.
- घरातील गप्पांमध्ये तुमच्या मुलालासुद्धा सहभागी करून घ्या.
- समाजात वावरण्याचं कौशल्य आणि जी नीतिमूल्यं तुम्हाला महत्त्वाची वाटत आहेत, ती त्यांना आपल्या उदाहरणानं शिकवा.
- त्यांच्या वाढत्या आत्मविश्वासाला आधार आणि उत्तेजन द्या आणि तो किती सहजपणे डळमळीत होऊ शकतो हे लक्षात ठेवा.
- तुमच्या अपत्याच्या शिक्षणात मनापासून रस घ्या.
- त्यांच्या आजूबाजूच्या जगाबद्दल, निसर्गाबद्दल आणि इतरांबद्दल त्यांच्या मनात निकोप आदर निर्माण करा.

रूढी/परंपरा/प्रथा

तुमच्या पत्नीशी चर्चा करून काही कौटुंबिक रूढींचा पायंडा पाडा. ठरावीक वेळचं जेवण सर्वांनी एकत्र बसून घेणं, आठवड्याच्या बाजारहाटासाठी सर्वांनी मिळून जाणं, एखाद्या ठरावीक स्थळाला सर्वांनी मिळून भेट देणं, झोपताना पाळायचा (पुस्तक वाचून दाखवण्यासारखा) दैनंदिन नित्यक्रम ठेवणं - अशा परिपाठामुळे आपसूकच सर्व कुटुंबीय एकत्र येऊन एकमेकांच्या सहवासात वेळ घालवतात.

> ***माझे आई-वडिल आम्हाला नेहमी रविवारी दुपारी फिरायला घेऊन जात असत. कुटुंबीयांची जवळीक साधण्याचा तो उत्तम मार्ग होता.***
>
> मॅट- ग्रेसचा पिता

अशा विविध प्रथा ठेवल्यामुळे मुलांना कुटुंबीयांबद्दल आस्था वाटू लागते आणि त्यांना त्यांच्या वेगळ्या व्यक्तित्वाची जाणीव होते. तुमच्या मुलाच्या जीवनाला त्यायोगे स्थैर्य आणि जिव्हाळासुद्धा लाभतो. या परिपाठाच्या स्मृती ही त्यांची अमूल्य ठेव बनते. तुमच्या बालपणी तुम्हाला अत्यंत मोलाची वाटणारी अशी एखादी प्रथा तुम्ही अपत्य जन्मानंतर तुमच्या नव्या कुटुंबातही सुरू ठेवलीत, तर अनेक पिढ्या सुरू ठेवली गेलेली मोलाची प्रथा जपता आपल्याबद्दल तुमचं मन आनंदानं भरून येतं.

तुमचं भाग्य फळफळलं तर अशी एखादी प्रथा तुमच्या मुलालासुद्धा वर्षानुवर्षं जपण्याएवढी मोलाची वाटेल आणि त्या दिवशी ते असेल तिथून धडपडत तुमच्यापाशी येत राहील.

हस्तमैथुन

दुडदुडत्या मुलांना (पॉटी ट्रेन करताना शी शू लागल्याचं सांगून बाथरूममध्ये त्यासाठी जाणं शिकवताना) त्यांचं लक्ष त्यांच्या जननेंद्रियांकडे वेधलं जातं आणि ती त्याच्याशी चाळा करू लागतात. पाहणाऱ्याला ते विचित्र वाटलं, तरी त्यात काहीही गैर नाही आणि त्याबद्दल काळजी करायचं काहीही कारण नाही. (ही गोष्ट इतरांनी पाहिली तर त्यांना खूप विचित्र वाटू शकेल हे जरी खरं असलं, तरी त्याबद्दल अवाजवी चिंता करू नये.)

अनुभवाचे बोल

लहान मुलांचं स्वत:च्या लिंगाशी खेळणं हे अंगठा चोखण्याच्या पठडीतलं समजावं. मुलं थकलेली किंवा कसली तरी काळजी करत असली, की अशा क्रियांद्वारे ती स्वत:वरचा ताण कमी करू पाहात असतात. त्यात काहीही लैंगिक भाग नसतो, मुलं लिंगाशी खेळू लागली की शक्य झालं तर त्यांचं चित्त दुसरीकडे वेधून घ्यावं परंतु तीव्र प्रतिक्रिया दर्शवू नये आणि त्यांना शिक्षा तर अजिबात करू नये.

तुमचा स्वत:च्या देहाकडे आणि नग्नतेकडे पाहण्याचा जो दृष्टिकोन असतो, त्याचा प्रभाव तुमच्या मुलावर पडत असतो, त्यामुळे या गोष्टीला फार महत्त्व देऊ नये. लहान मुले आणि मोठी माणसं यांच्या शारीरिक भिन्नतेबद्दल मोकळेपणानं बोलावं आणि काय करणं योग्य आहे आणि कोणत्या गोष्टी करणं अयोग्य आहे, हे त्यांना शांतपणे समजावून सांगावं. स्वत:च्या लिंगाशी चाळा करण्याची सवय, मूल शाळेत जाईपर्यंत, हळू हळू नाहीशी होत जाते.

तुमच्या मुलाचं वागणं त्याला नियंत्रणाखाली आणणं शक्य होत नाही असं वाटलं (compulsive behaviour) तर त्याला तज्ज्ञाकडे न्यावं. कोणत्यातरी अनुभवामुळे मनात उडलेला पराकोटीचा गोंधळ किंवा उद्भवलेली चिंता, हे अशा वागण्यामागचं कारण असण्याची शक्यता असते.

याबद्दलच्या अधिक माहितीसाठी www.babycentre.co.uk/toddler/development/socialemotional/masturbation. पाहा.

लक्षात ठेवण्याजोग्या दहा गोष्टी :

- बालकाच्या प्रगतीबाबतच्या आडाख्यांचे तक्ते मार्गदर्शनासाठी वापरावेत त्या तक्त्यानुसार तुमच्या अपत्याच्या प्रगतीचं वेळापत्रक नसलं, तर उगीच चिंता करू नये.
- दैनंदिन उपक्रमासाठी, आपल्या मुलाच्या आवडी आणि कल लक्षात घेऊन, धोरण आखावं.
- मुलाला झोपवताना कुशीत घेऊन, ठरावीक अंगाई गीत ऐकवून किंवा त्याच्या कुशीत मऊ बाहुलं देऊन झोपवू नये. अशी सवय लावलीत की वेगळ्या खोलीत झोपणारं मूल रात्री जागं झाल्यावर आपलं आपण झोपी जाणार नाही.
- वडील एकट्यानं जेव्हा बाळाला बाहेर घेऊन जातात, तेव्हा वडिलांना मुलाचे डायपर्स बदलता येतील अशा सुविधा उपलब्ध नसतात. त्याबाबत सर्व वडिलांनी हाकारी केली, तरच यंत्रणेकडून अशा सुविधा पुरवल्या जातील.
- अगदी सुरुवातीपासूनच दररोज तुमच्या मुलाला पुस्तक वाचून दाखवण्याचा परिपाठ ठेवावा. त्याचे अगणित फायदे होतात.
- तुमची पत्नी बाळाला अंगावर पाजत असेल तर ते थांबवण्याची वेळ येईल, तेव्हा तिला प्रचंड मानसिक ताणाला सामोरं जावं लागेल. अशा वेळेस तिच्याशी सहानुभूतीनं वागा.
- तुमच्या बाळाला घेऊन प्रवास करताना, त्याला लागणाऱ्या सर्व गोष्टी एका वेगळ्या बॅगेत भरून, ती बॅग सतत तुमच्यापाशी ठेवावी. म्हणजे इतर सामान चुकून हरवलं तरी बाळाचे हाल होणार नाहीत. परंतु जिथे तुम्ही प्रवासाला जाल, तिथे बाळासाठी लागणाऱ्या सर्व गोष्टी विकत मिळू शकतील, हे लक्षात ठेवावं.
- अगदी निर्हेतुकपणे खेळलेले खेळसुद्धा तुमच्या बालकाचा अनेकांगी विकास घडवत असतात आणि बाळाबरोबर असं खेळण्याचा आनंद अवर्णनीय असतो.
- तुमच्या अपत्याला पॉटी ट्रेन करायला सुरुवात करताना त्यासाठी त्याची पुरेशी शारीरिक, मानसिक तयारी झाली आहे की नाही याचा अंदाज घ्यावा.
- तुमचं मूल तुमच्याहून तुमच्या पत्नीला अधिक पसंती दर्शवू लागलं की चारचौघात ते शरमेचं वाटू शकतं किंवा त्यामुळे वाईटही वाटू लागतं, परंतु मुलांच्या वाढीचा हा एक अटळ टप्पा असतो, त्यामुळे त्याबद्दल दु:ख करू नये आणि तुमचं मूल तुमच्याहून तुमच्या पत्नीला झुकतं माप देतंय म्हणून रागावून तुम्ही तुमचं प्रेम आवरतं घेऊ नये.

९

तुम्ही आणि तुमचं बाळ (भाग दुसरा)

ह्या प्रकरणात आपण खालील गोष्टींबाबत चर्चा करणार आहोत :

- *तुमच्या अपत्याच्या आत्मसन्मानाला पुष्टी कशी द्यावी आणि शिस्तीद्वारे त्याच्या मनात सुरक्षिततेची भावना कशी निर्माण करावी*
- *आरोग्याबाबतच्या सर्वसाधारण चिंतांसाठी कोणती पावलं उचलावीत*
- *तुमचं मूल घरात आणि घराबाहेर सुरक्षित राहावं, यासाठी कोणती खबरदारी घ्यावी*
- *भावंडांबाबत कोणत्या समस्या उद्‌भवणं शक्य असतं*

आत्मसन्मान

आपल्या मुलाचा आत्मसन्मान वाढावा, त्याला आपल्या स्वतःच्या योग्यतेची रास्त जाणीव व्हावी. अशी सर्वच माता-पित्यांची इच्छा असते. परंतु याबद्दलचा पारंपरिक सल्ला असा की कौतुक करण्याची प्रत्येक संधी साधून मुलाचा आत्मविश्वास वाढवावा. असा सल्ला - असा बचाव लोकांना चुकीचा वाटू लागला आहे.

जरी रास्त आत्मविश्वास मोलाचा असला, तरी आत्मविश्वास आणि आत्मकेंद्रित वृत्ती यात अगदी रेषभरच अंतर असतं आणि सयुक्तिक कारणावाचून स्तुतीची खैरात करत गेलं, की मुलाला तो त्याचा हक्कच वाटू लागतो. त्याबाबतच्या त्याच्या अपेक्षा पूर्ण झाल्या नाहीत तर त्यावर त्याची नकारात्मक प्रतिक्रिया होऊ लागते आणि अपयशाचा धोका टाळण्यासाठी मूल आव्हानांकडे पाठ फिरवू लागतं.

अनुभवाचे बोल

मुलाचा आत्मसन्मान, आत्मविश्वास वाढवण्यासाठी त्याच्या मातापित्यांएवढा हातभार अन्य कुणीही लावू शकणार नाही, परंतु आत्मविश्वास वाढवणं

हे तुमच्या संगोपनामागचं ध्येय असता कामा नये. उत्तम संगोपनाचं हे सहज फलित असायला हवं. आणि तुमच्या अपत्याचा आत्मविश्वास खऱ्याखुऱ्या कर्तबगारीवर अधिष्ठित असायला हवा. खोट्या स्तुतीवर त्याचा डोलारा उभा असता कामा नये.

आपल्या मर्यादा आणि जबाबदाऱ्यांच्या जाणिवेतून इतरांबद्दल आपल्याला वाटणाऱ्या आदरातून, आपल्या ठायीच्या सामाजिक बांधीलकतून आणि आपण अपयशी झालो तरी अपत्यावर आपली माणसं प्रेमच करत राहतील या विश्वासातून प्रामाणिक आत्मसन्मान उगम पावत असतो. अशा आत्मसन्मानाला खतपाणी घालण्याच्या दृष्टीनं

- *स्वयंप्रेरणेनं एखादी गोष्ट करण्यासाठी पुढाकार घ्यायला तुमच्या मुलाला उत्तेजन द्या, त्यासाठी त्याला धोके पत्करावे लागले आणि आव्हानं स्वीकारावी लागली, तरी त्यानं त्यांना धीटपणे सामोरं जावं अशी त्याला शिकवण द्या. परंतु असा निकराचा प्रयत्न करताना त्या वाटेवर त्याला थोडंफार यश मिळवता येण्याजोगं आहे की नाही, याचा तुम्ही स्वत: अंदाज घ्या. (पालक या नात्यानं, आकाशाला गवसणी घालण्याच्या अव्यवहार्य फंदापासून त्याला दूर ठेवा.)*
- *त्याच्या यशाचं कौतुक करालच, परंतु यशानं हुलकावणी दिली आणि त्यासाठी त्यांनी मनापासून प्रयत्न केला आहे, असं जाणवलं तर त्या प्रयत्नांसाठीसुद्धा त्यांची पाठ थोपटा. अपयश पचवून, त्या अनुभवातून बोध घेऊन, पुन्हा निकराच्या प्रयत्नासाठी उभं राहणं हे आयुष्याची लढाई लढूनच शिकता येतं. अशा अनुभवातून त्यांना जाता यावं, यासाठी त्यांच्या पाठीशी उभे राहा.*
- *तुमची टीकासुद्धा विधायक असायला हवी, ती तारक असावी. मारक असू नये. त्या टीकेमुळे मुलाचे पंख छाटले जाऊ नयेत. टीकेचा रोख मुलावर नसावा, तो रोख त्याच्या आक्षेपार्ह वागण्यावर असावा. उदा. तू नेहमीच आरडाओरडा करत असतोस, अशी टीका न करता तू ज्याप्रकारे ओरडतोस, ते मला आवडत नाही असं म्हणावं.*
- *तुम्ही तुमच्या मुलांवर बिनशर्त निखळ प्रेम करताय याची त्याला जाणीव करून द्या. मायेचा हात पाठीवर फिरवणं कधीही थांबवू नका.*
- *आपल्या भावना स्पष्टपणे व्यक्त करायचा तुम्ही स्वत: परिपाठ ठेवलात, की तुमचं मूलसुद्धा त्याच्या भावना मोकळेपणानं व्यक्त करू लागेल.*

- *त्यांचं म्हणणं मनापासून काळजीपूर्वक ऐकून घ्या आणि त्यांच्या बोलण्या-वागण्याची आदरानं आणि सहानुभूतीनं दखल घ्या.*
- *तुम्ही ज्या सीमारेषा आखून द्याल त्याची स्पष्टपणे आणि सुसंगतपणे सातत्यानं अंमलबजावणी करा.*
- *तुमच्या आयुष्यात तुम्ही त्यांना अग्रक्रम देत आहात असा त्यांच्या मनात विश्वास निर्माण व्हावा, यासाठी त्यांना हवा असेल तेव्हा तुम्ही त्यांना वेळ द्यायला हवा.*
- *तुमच्या मुलाचा त्याचा असा वैयक्तिक स्वभावधर्म आहे, हे विसरू नका आणि इतर मुलांबरोबर त्याची कधीही तुलना करू नका किंवा त्यांच्यावर अवाजवी अपेक्षांचं ओझंसुद्धा लादू नका.*

स्तुती

स्तुतीचा योग्य वापर केला तर टीका किंवा धमक यांपेक्षा ते अत्यंत उपयुक्त साधन ठरतं. परंतु

- *टीका जशी मुलाबाबत न करता त्यांच्या वागण्याबाबत करणं आवश्यक असतं, तीच गोष्ट स्तुतीलासुद्धा लागू असते. स्तुती मुलाची न करता त्याच्या वागणुकीची केली जावी.*
- *'ते चित्र रंगवताना तू अपार प्रयत्न केलेस,' असं कौतुक केलंत, तर त्याच्या मनावर प्रयत्नांचं महत्त्व ठसेल. त्या उलट तुझ्याठायी जन्मजात कलागुण आहेत असं म्हटलंत तर आपण कोणताही प्रयत्न करण्याची गरज नाही, असं त्याला वाटू लागेल.*
- *एखादी गोष्ट साध्य केल्याबद्दल काही वेळा कौतुक करून झालं, तरी त्यात अधिक सुधारणा झाल्याखेरीज पुन्हा कौतुक करू नका.*

शिस्त

वाईट वर्तणुकीबद्दल शिक्षा करणे एवढाच काही शिस्तीचा अर्थ नसतो. आपण ज्या जगात राहतो त्या जगात वावरण्याची क्षमता मुलांमध्ये निर्माण करणं आणि त्यांच्या मनात सुरक्षिततेची भावना निर्माण करणं या गोष्टींचा अंतर्भाव शिस्त लावण्यात असतो.

अनुभवाचे बोल
वर्तणुकीबाबत ज्या सीमारेषा तुम्ही मुलाला आखून द्याल, त्याची स्पष्टपणे आणि सुसंगतपणे सातत्यानं अंमलबजावणी केल्यामुळे मुलांना त्याबाबत खात्री वाटू लागते. त्यांच्या सभोवतालच्या जगाची ओळख करून घेताना, मूल या सीमारेषा, हे नियम झुगारून देण्याचा प्रयत्न करेल. त्यांनी तसा प्रयत्न केला, की पालक या नात्यानं आपण त्यांना त्यांच्या सीमारेषांची स्पष्टपणे जाणीव करून द्यायला हवी.

आपण गटांचा एक घटक म्हणून जगत असतो, काम करत असतो आणि खेळत असतो. घालून दिलेल्या मर्यादांच्या परिघातच वावरायला मुलं शिकली नाहीत, तर समाजाचे नीतिनियम पाळण्यासाठी आवश्यक अशी कौशल्यं ती कधीच आत्मसात करू शकणार नाहीत. गरज पडल्यास इतरांच्या गरजांना प्राधान्य देऊन आपल्या इच्छांना मुरड घालायला ती शिकणार नाहीत. अगदी लहानपणापासूनच नीतिनियमांच्या मर्यादा पाळायला ती शिकली, तरच ती इतरांच्या गरजांबद्दल आणि हक्कांबद्दल मनात आदरभाव दाखवू लागतील आणि त्यांच्या सभोवतालच्या जगात नीटपणे वावरू लागतील.

प्रेमानं वागणं आणि मर्यादांमध्ये राहायला लावणं या दोहोंमधला शिस्त हा संघर्ष आहे, अशा दृष्टीनं शिस्तीकडे पाहू नये. मुलाला अशा मर्यादा घालून देणं, हे प्रेमाचंच द्योतक असतं. प्रेम करणं म्हणजे माणूस म्हणून मुलाला घडवण्यास कचरणं असं नव्हे! त्यांना मार्गदर्शनासाठी पालकाची गरज असते, परंतु मुलाला मर्यादा पाळायला लावताना तुमच्या निखळ प्रेमाला त्यामुळे उणेपणा येऊ देऊ नका. मुलाला योग्य मार्गानं जायला शिकवताना चूक झाल्यास त्याचा कान पकडताना, त्यामागची तुमची भावना मुलाचं हित साधायचीच असते. त्याच्या हातून चुका झाल्या, तरी तुमच्या अंत:करणातलं त्याच्याबद्दलचं प्रेम कधी उणावत नसतं.

म्हणून तुमचं मूल योग्य प्रकारे वागत असेल तेव्हाच त्याचं कौतुक करायचं, असं धोरण ठेवू नका. प्रेमाच्या वातावरणात मर्यादांचं पालन करायला लावलं की ते उभयपक्षी सोपं जातं. प्रेमानं आणि स्पष्टपणे मुलाला वर्तणुकीचे नियम घालून दिले आणि पाळायला लावले, की मुलांचा विकास उत्तम प्रकारे घडेल.

सद्‌वर्तनाला उत्तेजन देण्यासाठी

- *सद्‌वर्तनाचं उदाहरण स्वत:च्या वागण्यातून घालून द्या. मुलं शिकतात*

पाहिलेल्या उदाहरणावरून, त्यामुळे त्यांनी जे गुण आत्मसात करावेत असं तुम्हाला वाटत असेल, ते गुण तुमच्या वागण्याद्वारे त्यांना शिकवा, इतरांबद्दल आदरभाव राखणं यासारखे गुण ती अनुकरणानं शिकतील.

- मुलांना चांगल्या वागणुकीचे धडे शिकवायचं काम बालमंदिरातील शिक्षिका किंवा आजी-आजोबा यांच्यावर सोपवू नका. ते काम तुम्ही स्वतःच पार पाडायला हवं.
- मुलांच्या चांगल्या वागणुकीबद्दल त्यांचं कौतुक करून अशा वागणुकीचं महत्त्व त्यांच्या मनावर ठसवा. मुलं चुकीची वागली की त्यांच्यावर रागवण्याऐवजी त्यांनी कसं वागावं याबद्दल त्यांना सांगत राहा. उदा. 'रस्त्यावरून चालू नको' असं न म्हणता 'फूटपाथवरून चाल' असं सकारात्मक बोलावं.
- मुलांच्या वर्तणुकीबाबत स्पष्ट मर्यादा घालून द्या आणि योग्य वाटल्यास असे नियम आखण्यात मुलालासुद्धा सहभागी करून घ्या.
- तुमच्या वागण्यात सुसंगत सातत्य असू द्यावं. एखाद्या मुद्यावर तुमचं आणि तुमच्या पत्नीचं एकमत होत नसेल, तर मुलं समोर नसताना त्याबाबत चर्चा करावी. मुलांपुढे अशी चर्चा केली, तर मुलांचा गोंधळ उडतो आणि पती-पत्नीमधील मऊ स्वभावाची व्यक्ती कोण आहे हे ओळखून मुलं त्याचा फायदा घेऊ लागतात.
- वास्तवाचं भान ठेवा-कधीकधी मुलं अकाली परिपक्व झाली आहेत असं वाटलं, तरी ती अजून कोवळ्या वयाचीच आहेत हे विसरू नये आणि त्यांच्याकडून मोठ्यांसारखी परिपक्वता अपेक्षू नये. त्यांच्या वागणुकीवर प्रतिक्रिया व्यक्त करताना त्यावेळच्या परिस्थितीची जाणीव ठेवावी. ती भुकेनं व्याकूळ होऊन किंवा थकून किंवा अत्यंत उत्तेजित होऊन तर अशी वागत नाहीत ना याबद्दल विचार केला जावा.
- मुलांनी चांगलं वागावं यासाठी त्यांना प्रलोभन दाखवण्याचा (यालाच लाच देणं असं म्हणता येईल.), चांगलं वागल्याबद्दल त्यांना खाऊ-खेळणं देण्याचा प्रयोग काही पालक करत असतात, परंतु त्यामुळे चांगल्या वागणुकीचं महत्त्व पटल्यामुळे चांगलं न वागता, केवळ बक्षिसाच्या आशेनं मूल चांगलं वागू लागतं. प्रलोभन दाखवायचंच झालं, तर अधिक सृजनशील पर्याय शोधावेत उदा. झोपण्यापूर्वी कोणतातरी विशेष आवडीचा खेळ त्यांना काही मिनिटं खेळू द्यावा.
- त्यांना मोह पडेल अशा गोष्टी त्यांच्या नजरेला पडणार नाहीत अशा जागी

ठेवाव्यात. मुलाचं चित्त सदा कशाततरी गुंतवून ठेवावं आणि त्यांना क्रियाशील ठेवावं.

वाईट वर्तणुकीबद्दल कोणतं धोरण ठेवावं

स्पष्टपणे नियम घालून दिलेले असताना, तुमचं मूल मर्यादांचं उल्लंघन करू लागलं तर त्याबद्दल काय करायचं ते तुम्हाला ठरवावं लागेल.

> **अनुभवाचे बोल**
> पोकळ धमक्या देऊ नका, त्यांनी दिलेल्या धमक्यांमुळे नमू नका, आणि ही शेवटचीच ताकद आहे असं म्हणत राहू नका. आणि शिक्षा करणं लांबणीवर टाकू नका, कारण या वयाच्या मुलांना वेळ ही संकल्पना ओळखीची नसते. चूक होता क्षणी त्याबद्दल शिक्षा केली, तरच त्यांना चुकीची जाणीव होते. कोणती चूक केली तर कोणती शिक्षा होते हे त्यांना ताबडतोब आणि सुसंगतपणे सातत्यानं दाखवून देणं आवश्यक असतं.

त्याचबरोबर तुमचं मूल अशाप्रकारे का वागलं असेल, याचं कारण शोधून काढायचा प्रयत्न करा. तुमच्या मुलाला कोणती भावना शब्दात व्यक्त करता आली नाही, हे शोधून काढा.

दुर्लक्ष करा

जरी सुसंगतपणे सातत्यानं प्रतिक्रिया व्यक्त करणं आवश्यक असलं तरी वारंवार उच्चारल्यामुळे नको या शब्दाकडे मूल दुर्लक्ष करू लागण्याचा संभव असतो. त्यामुळे सतत 'नको' हा शब्द न वापरता अन्य उपाय शोधावेत. मुलाच्या वाईट वर्तणुकीवर अवाजवी प्रतिक्रिया व्यक्त करणं टाळावं, नाहीतर काय केलं की तुम्ही चिडता याचा अंदाज येऊन मूल सतत तसं वागत राहील. त्यांच्या अपेक्षेनुसार तुमची प्रतिक्रिया आली नाही, की बरेचदा मुलं कंटाळून व्रात्यपणा थांबवतात. हे धोरण यशस्वीपणे राबवण्यासाठी पालकांच्या अंगी सहनशीलता असणं आवश्यक आहे.

रेचलला झोपवू लागलो की ती ट्विंकल ट्विंकल लिटल् स्टार या बडबडगीताचं अनेकदा पारायण करत असे. तिच्याकडे संपूर्ण दुर्लक्ष केल्यावर तीन आठवड्यांनी ती असं करायची थांबली.

जॉनी- रेचलचा पिता

त्यांचं लक्ष दुसरीकडे वेधून घ्या

विनोदबुद्धी वापरून किंवा सुपीक डोक्यानं त्यांचं चित्त अन्यत्र वेधून तुम्ही मुलाला हवं ते करायला लावू शकता. उदा. मी दहा आकडे मोजेपर्यंत तुझा तुला अंगात कोट चढवता येतोय का? किंवा तुला ताटातला प्रत्येक वाटाणा मोजता येतोय का? अशांसारख्या क्लृप्त्या वापरता येतील. ज्या गोष्टींबाबत मुलाचा असहकार असतो, त्या गोष्टींना घाबरत सामोरं जाऊ नका, नाहीतर या गोष्टींबद्दल हटून बसणं गरजेचं आहे असा चुकीचा संदेश मूल घेईल.

मुलाला स्पष्ट शब्दांत थोपवणं

मुलांना समजेल अशा भाषेत स्पष्टपणे परंतु शांत स्वरात, त्यांच्या नजरेला नजर भिडवून सकारात्मक पद्धतीनं बोला. तुमच्या आज्ञांचं समर्थन करण्याच्या भानगडीत पडू नका. त्यांना नियम समजले, तर ती त्या नियमांचं पालन अधिक तत्परतेनं करतील ही गोष्ट खरी असली तरी सुज्ञपणे चर्चा करण्याची त्यांची तयारी नसते, त्यामुळे त्यांनी बंडखोरपणे एखादा प्रतिप्रश्न विचारला तर मी सांगतोय म्हणून तसं कर! एवढंच खडसावून सांगितलं तरी पुरेल.

चर्चेनंतर मुलांना नियमांचं पालन करायला लावण्याचा प्रयत्न करता येण्यासाठी, त्या मुलाला आपल्या भावना शब्दांत मांडता येणं गरजेचं असतं. तीन वर्षे वयाखालच्या मुलांना भावना शब्दात व्यक्त करता येणं दूरच, पण त्या भावनांमागचं कारणही कळत नसतं.

त्यांना निवडीचा पर्याय द्या.

तीन वर्षांखालील मुलाला निवडीचा पर्याय देणं शक्य नसलं, तरी त्याहून जास्त वयाच्या मुलाला निवडीचा पर्याय देता येतो. तसा पर्याय दिला, की त्याला महत्त्व मिळाल्यासारखं वाटतं आणि परिणामांच्या जबाबदारीची जाणीवही होऊ लागते, परंतु निवडीसाठी त्याच्यापुढे विविध पर्याय न ठेवले तरच बरं, कारण त्यामुळे त्याचा गोंधळ उडू शकेल.

तडजोड करायला शिकवणं

मुलाला तडजोडीचा पर्याय दिल्यामुळे त्याला आपल्या कृतीची जबाबदारी उचलायची सवय होते. उदा. आणखी फक्त पाच मिनिटांत मी माझा बाजारहाट उरकेन, असं वचन तुम्ही मुलाला दिलंत, तर त्याच्यावरसुद्धा ते बंधनकारक ठरतं, परंतु तुम्ही मात्र कबूल केल्याप्रमाणे पाच मिनिटांत बाजारहाट आटोपायला पाहिजे, नाहीतर भविष्यात मूल तुमच्या वचनावर विश्वास ठेवेनासं होईल.

शिक्षा करणं

इतर कोणतीही क्लृप्ती उपयुक्त ठरली नाही की मुलाला शिक्षा करण्यापलीकडे तुमच्या हाती काहीही उरत नाही. शिक्षा अनेक प्रकारे ठोठावता येते. त्यांना जास्तीची काम करायला लावणं, त्यांच्या आवडत्या गोष्टीपासून त्यांना वंचित ठेवणं, त्यांना त्यांच्या खोलीत एकट्यानं बसायला लावणं, त्यांच्याशी अबोला धरणं, हे शिक्षेचे काही प्रकार आहेत.

त्यांच्या खोलीत त्यांना एकटं ठेवताना, तिथे ती सुरक्षित राहतील याची काळजी घ्यावी लागते.

'नीट वागलं, तरच अबोला सोडीन' अशी धमकीसुद्धा कधीकधी प्रभावी ठरते.

अनुभवाचे बोल

तुम्ही त्यांच्याकडे सतत लक्ष पुरवावं, अशी मुलांची इच्छा असते. चांगल्या मार्गांनी तुमचं लक्ष वेधून घेता आलं नाही तर मुलं वेडेपणा करून तुमचं लक्ष वेधून घेण्याचा प्रयत्न करतात. पूर्णपणे दुर्लक्षिलं जाण्यापेक्षा, त्यांना ते अधिक चांगलं वाटतं.

मुलाला शिक्षा करण्याचा जो मार्ग, तुम्ही आणि तुमची पत्नी एकमतानं निवडाल, त्याची पूर्णपणे अमंलबजावणी केली गेली पाहिजे. तसं करणं तुम्हाला जड जाता कामा नये. तुम्ही मुलाच्या नजरेला नजर भिडवा. कोणत्या चुकीबद्दल कोणती शिक्षा तुम्ही करत आहात, हे त्याला स्पष्टपणे, परंतु शांत आवाजात समजावून सांगा. शिक्षा देऊन झाली, की पुन्हा एकदा त्यामागचं कारण तुमच्या मुलाच्या मनावर बिंबवा आणि त्यानंतर ते उगाळत न बसता, पूर्ववत् वागू लागा. मुलानं पुन्हा तशीच चूक केली, तर सुसंगतपणे सातत्यानं शिक्षा केली जात आहे, हे त्यांच्या मनावर बिंबवा. मुलाला शिस्त लावण्याबाबत अधिक माहितीसाठी- http://kidshealth.org/parent/emotions/behavior/discipline.html ही वेबसाईट पाहा.

फटका देणं

फटका देण्याबाबत वर्षानुवर्षं उलट सुलट चर्चा चालू आहे, त्यामुळे त्याच्या उपयुक्ततेबद्दल खात्रीपूर्वक काहीही सांगता येणं शक्य नाही. ज्या लोकांनी लहानपणी स्वत: फटके खाल्ले आहेत, त्यांना ते मर्यादांची जाणीव करून देणारं प्रभावी आणि योग्य माध्यम वाटतं. त्यावर कायद्यानं बंदी आणली जावी असं म्हणणारे लोकसुद्धा भरपूर असतात. त्यांना ती प्रथा कालबाह्य आणि रानटीपणाची वाटते.

फटका देताना लोक बहुधा रागाच्या भरात किंवा भीतीपोटी (उदा. मूल रस्त्यावर धावत गेलं की) हात उगारत असतात. फटका देण्यापूर्वी मुलाला त्यामागचं कारण नीटपणे सांगितलं जात नाही. फटका दिल्यामुळे, नकारात्मक रीतीनं का होईना, पालकांचं लक्ष मुलाकडे वळलेलं असतं. पालकांचं अशा प्रकारे लक्ष वेधण्यासाठी मूल पुन्हा तसंच वागण्याची शक्यता नाकारता येत नाही.

स्पष्टपणे संदेश देण्यासाठी आपल्या प्रेमाच्या किंवा आपल्याहून लहान वयाच्या व्यक्तीवर हात उगारण्यासारखं हिंसक कृत्य करायला काही हरकत नाही. असा चुकीचा अर्थ त्यातून तुमचं मूल काढेल, ही शक्यतासुद्धा नाकारता येणार नाही. हाच मुद्दा उचलून धरणारे लोक युक्तिवाद करतात की मुलाला समजावून सांगण्याऐवजी फटके देण्याचं धोरण तुम्ही स्वीकारलंत, तर मोठं झाल्यावर तुमचं मूलसुद्धा त्याच प्रकारे वागणार नाही का?

फटका देण्याबाबत माझं स्वत:चं स्वानुभवावर आधारित मत असं आहे की, रागापोटी नव्हे, तर त्याच्या पद्धतीनं दिलेल्या फटक्यामुळे मुलांना त्यांच्या मर्यादांची पूर्णपणे जाणीव करून देता येते आणि अशी जाणीव होणं त्यांच्या हिताचंच असतं. फटका कधीच मारू नये या विधानाचा अर्थ असा होतो, की अन्य मार्गांनी सर्व मुलांनाच वागणुकीच्या सीमारेषा समजावून देता येतील, परंतु साऱ्याच गोष्टी साऱ्याच मुलांना युक्तिवादानं पटवून देता येत नाहीत.

लहानपणी मी दोन-तीन वेळा जे फटके खाल्ले आहेत, ते न्याय्य कारणास्तव खाल्ले आहेत. त्या फटक्यांमुळे बळी तो कान पिळी किंवा प्रेमाच्या माणसांना मारणं क्षम्य आहे, अशी माझी अजिबात समजूत झालेली नाही. काही परिस्थितींत फटका हे संदेशाचं सर्वोत्कृष्ट माध्यम आहे, अशी माझी खात्री पटली आहे.

फटका देण्यामागचं तात्त्विक कारण मला पटलेलं असलं, तरी मी स्वत: त्याचा अजूनपर्यंत वापर केलेला नाही. भविष्यात कधी काळी मी माझ्या मुलांना फटका दिलाच, तर त्यामुळे त्यांना झालेलं दु:ख पाहून मला खूपच अपराधी वाटू लागेल, यात शंका नाही. एवढंच नव्हे, तर या मुद्यावर इतके प्रचंड मतभेद आहेत की माझ्या मुलांना मी मारलं असं कळल्यावर माझे आप्तमित्रसुद्धा नाराज होण्याची शक्यता आहे. बालतज्ज्ञांचं तर नावच घ्यायला नको!

थोडक्यात म्हणजे मुलाला फटका द्यावा की नाही याचा निर्णय तुम्ही स्वत:च घ्यायला हवा. तो निर्णय घेताना तुमच्या मुलाचा स्वभाव आणि त्यासाठीची परिस्थिती याचं पूर्ण आकलन झालेलं असायला हवं. शिवाय फटका द्यायचा पर्याय तुम्ही स्वीकारलात तर त्यापूर्वी अन्य सर्व पर्यायांचा वापर तुम्ही केलेला असायला पाहिजे. शेवटचा उपाय म्हणूनच या पर्यायाकडे वळावं. फटका देताना लक्षात ठेवावं, की इंग्लंडसारख्या देशात, फटका दिल्यामुळे वळ किंवा व्रण उमटले, तर

कायद्यानं तो गुन्हा ठरतो. याबद्दल अधिक माहितीसाठी वेबसाईट आहे. www.kidsbehaviour.co.uk/smackingandchildren.html

तुमच्या स्वत:च्या भावना

तुमच्या स्वत:च्या भावनांचा तुमच्या अपत्याच्या वागण्यावर प्रचंड प्रभाव पडत असतो आणि त्याच्या वागण्यावर तुमची जी प्रतिक्रिया असते तीसुद्धा तुमच्या भावनांनुसारच घडत असते. तुमच्या भावना, तुमच्या अपत्याचं वागणं आणि तुमच्या अपत्याच्या वागण्यावरील तुमच्या प्रतिक्रिया यांचा परस्पर संबंध असतो आणि भावनिक नकारात्मकतेमुळे एका नकारात्मक दुष्टचक्राला प्रारंभ होऊ शकतो.

तुम्ही आनंदी मन:स्थितीत असाल, तर आपला आनंद आपल्या अपत्याबरोबर वाटून घ्या. परंतु तुम्ही थकलेले, त्रासलेले असाल, तर तुम्ही स्वत:वर नियंत्रण ठेवण्याचा शक्य तेवढा प्रयत्न करून आपल्या अस्वस्थ मानसिकतेची झळ मुलाला लागू न देण्याची धडपड करायला हवी. अशा वेळीस मुलाशी वागता-बोलताना, तुमच्या मनातील नकारात्मकतेला दूर ठेवणं अगत्याचं असतं. नाहीतर तुम्ही त्याच्या भल्यासाठी नव्हे, तर तुमच्या सोयीनुरूप आखलेले निर्बंध त्याच्यावर लादाल आणि घालून दिलेल्या नियमांनुसार तुमचं मूल वागलं नाही तर टोकाची प्रतिक्रिया व्यक्त कराल.

आपण सारेजणच अधूनमधून संतापत असतो, परंतु आपला राग आपण मुलावर काढू पाहतोय याची जाणीव होताक्षणीच तुम्ही मुलापासून दूर जाऊन वास्तवाचं भान दाखवलं पाहिजे. असं केलंत, की तुमचं मूलसुद्धा शांत होईल आणि तुमचा राग तुमच्या मुलाच्या नजरेला पडलाच, तर तुमच्या रागावर तुम्ही नियंत्रण कसं मिळवताय, हेसुद्धा त्याला दिसूद्या. तुम्हाला स्वत:च्या रागावर काबू मिळवताना पाहून तुमचं मूल भावना नियंत्रणात ठेवण्याचा महत्त्वाचा धडा शिकेल.

अनुभवाचे बोल

मुलाला शिस्त लावताना अवाजवी ताण घेऊ नका. कोणतेही आई-वडील मुलाच्या वागण्यावर, प्रत्येक क्षणी नियंत्रण ठेवू शकत नाहीत.

आरोग्य

आईच्या दुधाद्वारे मिळणारी नैसर्गिक प्रतिकारशक्ती पुरेनाशी झाली की साऱ्या बाळांनाच विविध प्रकारच्या आजारांना आणि समस्यांना सामोरं जावं लागतं. मूल

अंगावर प्यायचं थांबलं की त्याला सतत सर्दी-खोकला होऊ लागतो.

मुलांची रोगप्रतिकारशक्ती अजून पूर्णपणे विकसित झालेली नसते आणि स्वच्छतेबाबत त्यांना काही कळत नसल्यामुळे दिसेल त्या वस्तूला ती हात लावत असतात आणि दिसेल ती वस्तू ती तोंडात घालत असतात. बालमंदिरात ती जाऊ लागली की इतर मुलांच्या आजारांचा संसर्ग होण्याची शक्यता खूपच वाढते.

चार्ली खोकला नाही किंवा शिंकला नाही असा गेल्या तीन महिन्यांतला एकही दिवस मला आठवत नाही.

ल्युगो- चार्लीचा पिता

अनुभवाचे बोल

तुम्हाला काळजी वाटू लागली की ताबडतोब तुमच्या डॉक्टरशी बोला. नव्यानं आई-बाप झालेल्यांच्या मनात काळजी उत्पन्न होणार, हे त्यांना पूर्णपणे ठाऊक असतं आणि त्या काळजीचं निवारण करणं हेच त्यांचं काम असतं.

डॉक्टर तुमच्या काळजीकडे पुरेशा गांभीर्याने लक्ष देत नाहीत, असं तुम्हाला वाटलं, तर तुमच्या आतल्या आवाजाचा कौल घ्या. आणि तसं वाटत असेल तर ताबडतोब तुमच्या मुलाला हॉस्पिटलमध्ये न्या. मुलाच्या प्रकृतीच्या बाबतीत नंतर पस्तावण्यापेक्षा वेळीच जागरूकता दाखवलेली बरी!

मुलाला होणाऱ्या यातना पाहणं, विशेषत: त्या यातनांचं कारण उमजत नसताना त्या यातना पाहणं, ही कोणत्याही आई-वडिलांच्या दृष्टीनं अत्यंत दु:सह गोष्ट असते. अशा वेळेत पती-पत्नींनी एकमेकांना आधार देऊन संकटातून मार्ग काढायला हवा.

अनुभवाचे बोल

बरेचदा जन्मत:च मुलांना प्रकृतीबाबतच्या समस्या असतात किंवा त्या जन्मानंतर निर्माण होतात, परंतु फारच क्वचित वेळा, त्या दीर्घकाळ टिकतात.

माहिती आणि सल्ला

डॉक्टरांना भेटून किंवा त्यांना फोन करून तुम्ही केव्हाही सल्ला विचारू शकता. यासाठी www.nhsdirect.nhs.uk or www.nhs24.com या वेबसाईट्स पाहा.

बाळं

बाळाच्या जन्मानंतरची पहिली काही वर्षं हा अननुभवी आई-वडिलांच्या दृष्टीनं अत्यंत कसोटीचा कालखंड असतो, कारण कोणती गोष्ट अपेक्षित धरावी आणि कोणती धरू नये हे सांगणं फार अवघड असतं. मुलांच्या वस्तुमानाहून त्यांच्या शरीराचा बाह्यभाग अनेकपटींनी मोठा असल्यामुळे, हवेतील बदलांचा त्यांच्यावर फार त्वरित परिणाम होतो आणि प्रकृती बिघडली की फार झपाट्यानं नियंत्रणाबाहेर जाऊ लागते. अंगावरचे चट्टे, सूज, डाग, किंवा द्राव यांसारखे फरक बऱ्याचदा आपोआप बरे होत असल्यामुळे यांपैकी कोणत्या गोष्टी गंभीर स्वरूपाच्या आहेत हे समजणं सोपं नसतं, परंतु खालीलपैकी कोणतंही धोक्याचं लक्षण आढळल्यास, ताबडतोब डॉक्टरांशी संपर्क साधावा.

- *मूल अस्वस्थ असेल किंवा सारखं अंग टाकत असेल*
- *त्याचे डोळे मलूल दिसत असतील, डोळ्यांत असमंजसपणाचे भाव असतील किंवा ते कोणतीही प्रतिक्रिया व्यक्त करत नसेल.*
- *रडायचं थांबत नसेल किंवा नेहमीपेक्षा वेगळ्या स्वरात रडत असेल*
- *खूप वेळ झोपून राहात असेल; सर्वसाधारणपणे, नवजात बालक भूक लागून दर दोन-तीन तासांनी जागं होतं.*
- *त्याची त्वचा आणि डोळ्यांचा पांढरा भाग अधिकाधिक पिवळा पडताना दिसत असेल (सौम्य कावीळ आपोआप बरी होत असली तरी तीव्र काविळीसाठी उपचार गरजेचे असतात.)*
- *त्याच्या अंगात ३८° सेंटिग्रेडपेक्षा जास्त ताप असेल.*
- *त्याची त्वचा फिकुटलेली दिसत असेल आणि ताप नसतानासुद्धा त्याला घाम येत असेल.*
- *त्याला डीहायड्रेशनचा (शरीरातलं पाण्याचं प्रमाण घटण्याचा) त्रास होत असेल (असा त्रास बऱ्याच उलट्या, खूप जुलाब झाले तर किंवा मूल दूध पीत नसेल तर उद्‌भवतो. अशा वेळेस त्याला पिवळी शू होते आहे का किंवा शूलापण वास येतो का याकडे लक्ष द्यावे. त्याचे डोळे खोल गेलेले दिसले, तोंड आणि जीभ कोरडी पडली असली, चिमटा काढला असता कातडीला पडलेली सुरकुती जात नसली तर डीहायड्रेशन झालंय असं समजावं.)*
- *तुमच्या बाळाच्या टाळूवरती नरम जागा डीहायड्रेशन झालं असता खोल जाते आणि मेनिंजायटिस झाला तर वर उचलली जाते. कधीकधी मूल खूप रडत असलं तरी असं होतं.*

- *बाळ शू किंवा शी करत नसेल (जन्मानंतर पहिला आठवडा संपतासंपता बाळाला दिवसाकाठी दोनदा शी होते आणि निदान चार वेळा शू होते.)*

लशीकरण

बाळाचं लशीकरण न करणं धोक्याचं असतं. काही व्याधी इतक्या क्वचित होतात, की त्यासाठी लस टोचणं अनावश्यक आहे, असं तुम्हाला वाटू शकेल, परंतु लशीकरण केल्यामुळेच ह्या व्याधींचा प्रादुर्भाव कमी झाला आहे, हे लक्षात ठेवावं.

अनुभवाचे बोल

तुमच्या बाळाला लस न टोचणं म्हणजे त्याच्या जिवाशी खेळणं ही वस्तुस्थिती लक्षात ठेवावी. लशीकरणानं तात्पुरता त्रास झाला, तरी त्याचे दीर्घकालीन फायदे भरपूर असतात आणि लशीकरण न केलेली बाळं, दरवर्षी, गंभीर रोगांना आणि कधीकधी मृत्यूलासुद्धा बळी पडतात.

अनेक लशी आता एकत्रितपणे दिल्या जात असल्यामुळे एकाच लशीकरणामुळे तुमचं बाळ अनेक रोगांना प्रतिकार करू शकते. लशीकरणाचं वेळापत्रक आखताना वेगवेगळ्या लशींचा एकमेकांवर अनिष्ट प्रभाव पडू नये, ही खबरदारी घेतलेली असते. शक्य तेवढ्या कमी वेळा बाळाला इंजेक्शन दिलं गेलं, की सर्वांच्यांच दृष्टीनं ते सोयीचं पडतं.

प्रत्येक लशीकरणाच्या वेळी दंडावर किंवा पृष्ठभागावर इंजेक्शन दिलं जातं. त्यानंतर अंगात तापाची कणकण येणं किंवा सुई टोचलेल्या भागावर थोडी सूज येणं शक्य असतं.

तरीही त्याबद्दल तुम्हाला काळजी वाटली, तर डॉक्टरांशी बोलून शंकानिरसन करून घ्यावं.

तुमच्या लहानग्या बाळाच्या देहात सुई खुपसली जाताना पाहणं तुम्हाला कितीही दुःखद वाटलं, तरी बाळ ते चटकन विसरूनसुद्धा जातं.

आम्ही लशीकरणाची आतुरतेनं वाट पाहात असू. कोणत्या कारणानं ते ठाऊक नाही, परंतु लस टोचल्यावर पुढले काही दिवस मॅडी अगदी शांत झोपत असे.

जॉन- मॅडीचा पिता

नेहमीची लशीकरणं

खाली नेहमीच्या लशीकरणांचं वेळापत्रक दिलं आहे (हे इंग्लंडमधील वेळापत्रक आहे. देशांप्रमाणे त्यात थोडाफार फरक असणं शक्य आहे.)

दुसरा महिना संपता संपता

* घटसर्प, धनुर्वात, डांग्या खोकला, पोलिओ आणि हीमोफिलस एन्फ्लुएन्झा टाइप बी (HiB) ह्या पोच रोगांची एकत्रित लस तीन टप्प्यांत द्यायची असते. त्यांपैकी पहिलं लशीकरण.
* न्यूमोकॉकल जंतुसंसर्गाविरुद्धची लससुद्धा तीन टप्प्यात दिली जाते. त्यातलं पहिलं लशीकरण.

तिसरा महिना संपता संपता

* वर उल्लेख केलेल्या पाच एकत्रित लशींचं दुसऱ्या वेळेचं लशीकरण
* मेनिंजायटिस सी याला प्रतिबंध करण्यासाठी तीन वेळा लस टोचली जाते. त्यांपैकी पहिलं लशीकरण

चौथ्या महिन्यात

* पाच एकत्रित लशींचं तिसरं म्हणजे शेवटचं इंजेक्शन
* मेनिंजायटिस सी प्रतिबंधक - दुसरे लशीकरण
* न्युमोकॉकल जंतुसंसर्गाविरुद्धचं दुसरं लशीकरण

एक वर्षाच्या वयाला

* मेनिंजायटिस सी साठी लशीकरण
* पाच एकत्रित लशी न देता, त्यांपैकी फक्त HiB आणि C बूस्टर

तेराव्या महिन्यात

* एमएमआर लशीकरण– गालगुंड, गोवर, जर्मन मीझल्स होऊ नयेत म्हणून एमएमआर लस देतात.
* न्युमोकॉकल व्हॅक्सीनचं शेवटचं इंजेक्शन

तीनचार वर्षं चार महिने झाल्यावर

* डिप्थेरिया, टिटॅनस, पर्ट्युसिस आणि पोलिओ होऊ नये यासाठीचं शेवटचं लशीकरण
* एमएमआर बूस्टर

याबद्दलच्या अधिक माहितीसाठी www.immunisation.nhs.uk वेबसाईटवर जावं.

एमएमआर

तुमच्या बाळाला एमएमआर होऊ नये म्हणून लशीकरण करतेवेळी, ह्या तीन रोगांची वेगवेगळी इंजेक्शन्स टोचण्याची विनंती करता येईल, कारण एकत्रितपणे दिलं की काही मुलं ऑटिस्टिक होऊ शकतात असा समज खूपच फैलावला आहे.

असा समज असला, तरी विस्तृत संशोधनानंतरसुद्धा लस आणि ऑटिझम यांचा कोणताही परस्पर संबंध असल्याचं सिद्ध होऊ शकलेलं नाही. एवढंच नव्हे तर, ह्या तिन्हींची एकत्रित लस टोचण्याऐवजी त्यांची वेगवेगळी इंजेक्शन्स द्यावीत, असं जगातला कोणताही देश सांगत नाही. एकत्रित लस टोचल्यामुळे ह्या तीनही रोगांविरुद्ध देहात प्रतिकारशक्ती निर्माण होते असं संशोधनानं सिद्ध केलं आहे. वेगवेगळ्या लशी टोचल्या तर त्या तितक्याच प्रभावी ठरतील असं संशोधनानं सिद्ध झालं नाही.

एमएमआर लशीबद्दल अधिक माहितीसाठी वेबसाईट आहे. www.immunisation.nhs.uk/vaccines/mmr

प्रकृतीबाबतच्या अन्य चिंता

सर्दी-खोकला:

वेगवेगळ्या विषाणुंमुळे सर्दी होऊ शकते. त्यामुळे तुमच्या मुलाला सततच सर्दी आहे असं वाटलं तरी प्रत्यक्षात ती वेगवेगळ्या विषाणुंमुळे होत असणं शक्य आहे. सर्दीसोबत खूप ताप चढणं, श्वसनाला त्रास होणं, उलट्या होणं अशी लक्षणं दिसली नाहीत, तर काळजीचं कारण नाही.

अखेरीस सर्दी आपोआप बरी होते, त्यासाठी प्रतिजैविकांचा (अँटीबायॉटिक्सचा) उपयोग होत नाही, परंतु मुलांना देण्याजोग्या मात्रेतील पॅरॅसिटमॉल असलेली औषधं सर्दीपासून होणारा त्रास कमी करायला मदत करतात.

अशा प्रकारची सर्दी वारंवार उद्भवू नये आणि त्याचा संसर्ग इतरांना होऊ नये, यासाठी शक्य तेवढ्या लवकर, मुलाला खोकता-शिंकताना आपल्या तोंडावर हात धरायला आणि वारंवार त्याचे हात धुवायला शिकवावं.

ताप

कानाच्या मधल्या भागाला किंवा मूत्रमार्गाला किंवा फुप्फुसं किंवा टॉन्सिल्स यांना जंतुसंसर्ग झाला की ताप येतो. अन्य व्याधींमुळे सुद्धा ताप येऊ शकतो. तुमच्या मुलाला ताप जाणवतोय की नाही यावरून त्याला ताप आलाय की नाही हे ठरवू नये. चांगला थर्मोमीटर (तापमापक) वापरून अंगात किती ताप आहे हे मोजावं. त्याबरोबरच एक गोष्ट मात्र विसरू नका. जेवढा ताप जास्त, तेवढं दुखणं अधिक गंभीर असं धरून चालू नये.

> **अनुभवाचे बोल**
> मुलाच्या जन्मानंतर, पहिल्या चार आठवड्यांत, बाळाच्या शरीराचं तापमान ३७.५° सेंटिग्रेडपेक्षा वाढलं, की त्याच्यावर ताबडतोब वैद्यकीय इलाज केले जावेत. मूल चार आठवड्यांचं झाल्यावर शरीराचं तापमान ३८° सेंटिग्रेडपेक्षा वर गेलं, तरच त्याला डॉक्टरकडे न्यावं, ताप ४८ तासांहून अधिक वेळ टिकला किंवा तुमचं मूल खूपच अस्वस्थ दिसलं, तर ताबडतोब डॉक्टरचा सल्ला घ्यावा.

ताप अचानक खूप चढला,तर त्यानं फेफरं (फिट) येऊ शकते. त्याला त्याला (febrile convulsion) म्हणतात. असं फेफरं सर्वसाधारणपणे सहा महिने ते तीन वर्षे या दरम्यानच्या वयात येतं. त्याचे कायमस्वरूपी दुष्परिणाम होत नाहीत. असं फेफरं पाच मिनिटांपेक्षा कमी वेळ राहतं. या वेळी तुम्ही मुलाजवळ थांबावं, त्याला कुशीवर वळवावं, त्याला कसलीही इजा पोहोचणार नाही याकडे लक्ष पुरवावं. मूल शुद्धीवर आलं, की त्याला डॉक्टरकडे न्यावं.

ॲलर्जी-

(काही गोष्टींचे देहाला वावडे असल्यामुळे देहाची घडणारी प्रतिक्रिया) मुलाच्या कोणत्याही व्याधीमागचं ॲलजी हे कारण असावं, अशी शंका बरेचदा आई-वडिलांच्या मनात येत असते. प्रत्यक्षात फक्त ५% मुलांना विशिष्ट अन्नपदार्थाची ॲलर्जी असते आणि पाच वर्षांपेक्षा जास्त वयाच्या मुलांमध्ये अन्नाच्या ॲलर्जीचं प्रमाण फक्त २% आढळतं.

ज्या थोड्या मुलांना विशिष्ट अन्नाची प्रचंड ॲलर्जी असते, त्यांनी असं देहाला वावडं असलेलं अन्न खाल्लं की ॲनॅफिलॅक्टिक शॉक नामक प्रतिक्रिया दिसून येते. अंगावर गांधी उठून त्या खाजणं, ओठ सुजणं, जीभ-घसा सुजणं, रक्तदाब कमी होणं, आणि सरतेशेवटी बेशुद्ध पडणं. अशा स्वरूपाची ही प्रतिक्रिया असल्यामुळे बऱ्याच आई-वडिलांना ॲलर्जीबाबत खूप धास्ती वाटत असते. तुम्हाला तशी शंका आली, तर ताबडतोब रुग्णवाहिका बोलवावी.

उलट्या

मुलांना दूध पाजल्यावर त्यांच्या तोंडातून खूपसं दह्यासारखं दिसणारं दूध बाहेर येऊ शकतं. जठरात अन्न राहावं यासाठी जठराच्या तोंडाशी जे गोलाकार स्नायू असतात, ते पुरेसे विकसित झालेले नसल्यामुळे जठरात गेलेलं दूध पुन्हा अन्ननलिकेतून तोंडात येऊ शकतं. असं वर आलेलं दूध म्हणजे उलटी नव्हे.

उलटीमुळे खूप जोरानं आणि जास्त प्रमाणात दूध बाहेर पडतं. ते बाळाला दूध पाजल्याबरोबर बाहेर पडत नाही. बाळाला काहीतरी होत असलं तर उलटी होते. कोणत्याही रोगामुळे उलटी होऊ शकते. त्यामुळे उलटी झाली की त्याबाबत डॉक्टरचा सल्ला घ्यावा. दरम्यानच्या काळात मुलाला एका वेळेस थोडं थोडं असं भरपूर पाणी पाजावं.

अधिक माहितीसाठी वेबसाईट आहे. www.babycentre.co.uk/baby/health/vomiting

Croup (क्रूप- लहान मुलांना होणारा घशाचा एक आजार)

संसर्गामुळे मुलाची श्वासनलिका आणि स्वर-यंत्र यांना सूज येते. त्याचा परिणाम म्हणून एका वेगळ्याच आवाजाचा खोकला येतो. त्याचा आवाज भुंकणाऱ्या सील प्राण्यासारखा वाटतो. ह्या व्याधीचा त्रास वाढला, की श्वास घेताना उंच स्वरातला खरखरीत आवाज उमटू लागतो.

सहा महिने ते तीन वर्षे या वयोगटादरम्यान क्रूप होण्याचा अधिक संभव असतो. अनेक दिवस सर्दीची लक्षणं दिसून आल्यानंतर हा रोग उद्‌भवतो. त्याचा जास्त त्रास बहुधा रात्री दिसून येतो आणि एका आठवड्यानं हा रोग कमी होऊ लागतो.

क्रूप ही गंभीर प्रकारची व्याधी नव्हे. परंतु तरीसुद्धा तुमच्या मुलाला डॉक्टरकडे नेलेलं बरं, विशेषत: मुलाला श्वसनाला जास्त त्रास होत असेल, तर त्याला डॉक्टरकडे अवश्य न्यावं. क्रूप फार गंभीर स्वरूपाचा नसेल तर मुलावर घरीच उपचार करावेत, असा डॉक्टर सल्ला देतात. त्याला वाफ दिली (खूप वाफ कोंडलेल्या बाथरूममध्ये मुलाला उभं धरुन किंवा वाफ येत असलेल्या भांड्याजवळ त्याला नेऊन) की त्याला आराम वाटतो. मुलाच्या बेडरुममध्ये ह्युमिडिफायर बसवूनसुद्धा फायदा होतो. हा विषाणुजन्य विकार असल्यामुळे प्रतिजैविक उपयुक्त ठरत नाहीत, परंतु मुलांनी भरपूर पाणी व अन्य द्रवपदार्थ प्यायले पाहिजेत. अधिक माहितीसाठी www.mayoclinic.com/health/croup/ds00312 ही वेबसाईट पाहा.

दमा

बालपणी होणाऱ्या अनेक आजारांची लक्षणं दम्यासारखीच असतात, त्यामुळे विशेषत: दोन वर्षे वयाखालील मुलांना दमा झालाय हे ओळखणं कठीणं जातं. इंग्लंडमधील पाचांपैकी एका कुटुंबात ही व्याधी त्रास देत असली, तरी नशिबानं तो सौम्य स्वरूपातला दमा असतो. त्यावर इनहेलरसारख्या सोपा आणि प्रभावी उपाय सापडल्यामुळे, पूर्वीप्रमाणे दैनंदिन जीवन त्रासदायक होत नाही. माहितीसाठी किंवा

सल्ल्यासाठी खालील वेबसाईट उपयुक्त ठरेल.

टाळूवरील त्वचा, खपल्या किंवा खवले पडल्याप्रमाणे निघू लागणं (क्रेडल कॅप)

ही नेहमी घडणारी गोष्ट असल्यामुळे आपोआप बरी होते. ह्या खपल्या/खवले हातानं ओरबाडून दूर करण्याचा प्रयत्न करू नये. टाळूवर थोडं ऑलिव्ह ऑईल चोळलं की ह्या खपल्या सुट्या होऊन निघायला मदत होईल, परंतु त्यानंतर पाण्यानं डोकं चोळून त्या धुवून काढून टाकायला विसरू नये. यासाठीचे खास शँम्पू विकत मिळतात. त्यासाठी डॉक्टरचं प्रिस्क्रिप्शन लागत नाही. याबद्दल अधिक माहितीसाठी www.babycentre.co.uk/baby/health/cradlecap ही वेबसाईट पाहा.

डोळे चिकटणं

तुमच्या बाळाच्या डोळ्यांतील अश्रु वाहून नेणाऱ्या नलिका तुंबल्या, तर त्याच्या पापण्यांवर तुम्हाला चिपडं दिसू लागतील. अशी चिपडं दिसली, तर उकळून गार केलेल्या पाण्यात कापूस भिजवून त्यानं ती चिपडं दूर करावीत. स्वच्छ हातानं हलकेच मालीश करून ह्या अश्रुनलिका मोकळ्या कराव्यात. तुमचा डॉक्टर त्यासाठी आय ड्रॉप्स किंवा डोळे धुण्यासाठी एखादं औषधही देऊ शकेल.

चिपडं येऊन डोळे चिकटण्याबरोबरच डोळ्यांभोवती सूज किंवा डोळ्यांच्या पांढऱ्या भागात लालसर रंग आला असेल, तर ते डोळे येण्यामुळे झालं असण्याची खूप शक्यता असते. त्यावर त्वरित वैद्यकीय उपचार करणं गरजेचं असतं.

बाळाच्या चेहऱ्यावर येणाऱ्या पुटकुळ्या

जन्मल्याबरोबर अर्ध्याअधिक बाळांच्या चेहऱ्यावर, नाकाच्या आजूबाजूला छोटेसे पांढरे-पिवळे डाग उठू लागतात. ते काही आठवड्यांनी नाहीसेही होतात. त्यांना मिल्क स्पॉट्स म्हणतात.

जन्मानंतर तिसऱ्या किंवा चौथ्या आठवड्यात तुमच्या बाळाच्या तोंडावर पुटकुळ्या उमटू लागतील. त्यांचं टोक पांढरट आणि आजूबाजूची त्वचा लालसर दिसेल. मोठ्या माणसांच्या चेहऱ्यावर मुरूम उठतात. त्यासारख्या दिसणाऱ्या ह्या पुटकुळ्या बाळाच्या गालांवर, कपाळावर, हनुवटीवर आणि कधी कधी पाठीवरसुद्धा उमटतील. त्यांमागचं नेमकं कारण अद्याप ठाऊक नाही. जरी दिसायला ह्या पुटकुळ्या भीषण वाटल्या तरी एकदोन आठवड्यांत त्या आपोआप नाहीशा होतात. बाळ तीन महिन्यांचं होईपर्यंत त्या नाहीशा झाल्या नाहीत, तर डॉक्टरांचा सल्ला घ्यावा.

भाजणं

> **अनुभवाचे बोल**
> प्रौढांच्या त्वचेहून बालकांची त्वचा खूपच नाजूक आणि पातळ असते, त्यामुळे त्यांना गरम गोष्टींपासून दूर ठेवावं आणि गरम गोष्टींमुळे त्यांना भाजलं तर त्वरित वैद्यकीय उपचार करावेत.

लहान बाळांना भाजलं, तर भाजलेल्या जागेवरचे कपडे ताबडतोब दूर करावेत. (कपडा कातडीला चिकटून बसला असेल तर गोष्ट वेगळी) त्यानंतर भाजलेल्या जागेवर, निदान वीस मिनिटे, गार किंवा कोमट पाणी ओतत राहावं. त्यानंतर भाजलेल्या जागेवर हलक्या वजनाचं न चिकटणारं प्लास्टिक बॅगेसारखं आवरण घालून बाळाला डॉक्टरांकडे न्यावं.

क्लिगफिल्म नावाचं निर्जंतुक केलेलं पारदर्शक आवरण ह्या दृष्टीनं उपयुक्त ठरतं. भाजलेली जागा सुजण्याचा संभव असल्यामुळे क्लिगफिल्म घट्ट न गुंडाळता हलकेच गुंडाळावे. अधिक माहितीसाठी www.patient.co.uk/health/burns-and-scalds.htm ही वेबसाईट उपयुक्त ठरेल.

गुदमरणे

तुमचं मूल गुदमरू लागलं की तुम्ही घाबरून जाऊन निष्क्रिय होणं शक्य असतं, परंतु अशा वेळेस ताबडतोब इलाज करणं आवश्यक असतं. घशात अडकलेली गोष्ट हातानं काढून टाकणं जमत नसेल, तर मुलाला खाली वाकवून किंवा मांडीवर पालथं झोपवून दोन खांद्यांमधोमध जोरानं थप्पड मारावी. पाचवेळा असं मारूनही घशातली वस्तु बाहेर पडली नाही, तर Heimlich manoeuvreचा प्रयोग करावा. मुलाच्या पाठीमागे उभं राहून तुमचे दोन्ही बाहू मुलाच्या कमरेभोवती वेढून मुलाला खोकायला सांगावं आणि त्यावेळेस तुमची बोटं एकमेकांत गुंफून मुलाच्या बरगड्या खालून वर ढकलाव्यात.

वर्षाहून कमी वयाच्या मुलांवर वरील प्रयोग न करता त्यांना उताणं झोपवावं आणि छातीच्या उभ्या हाडाच्या (sternum) खालच्या भागावर, दोन बोटांनी पाच वेळा जोरात दाब द्यावा.

तरीसुद्धा फायदा झाला नाही,तर ताबडतोब वैद्यकीय मदत घ्यावी आणि मूल बेशुद्ध पडलं तर CPR (कार्डिओ पल्मनरी रीसस्किटेशन) सुरू करावं.

घशात अडकलेल्या गोष्टी काढण्यासाठी आणि गुदमरण्यापासून सुरक्षित राहण्यासाठी या संदर्भातील अधिक माहितीसाठी www.patient.co.uk/doctor/

choking-andforeign-body-airway-obstruction-(fbao).htm ही वेबसाईट पाहा.

इन्फंट रीसस्किटेशन (बाळांना पुन्हा चेतना देणे) यासाठी प्रशिक्षण मिळू शकते. त्याचं प्रशिक्षण मिळेल असे व्हिडीओ www.youtube.com या वेबसाईटवर उपलब्ध असतात.

डोक्याला मार बसणं

मुलं घरातल्या टणक गोष्टींवर सतत डोकं आपटून घेत असतात. नशिबानं बरेचदा त्यातून त्यांना गंभीर स्वरूपाची इजा होत नाही. डोक्यावर असा मार बसल्यानंतर ती शुद्धीवर असली आणि त्यांना कापणं किंवा त्यासारखी इतर इजा झालेली दिसत नसली, तर काळजीचं कारण नसतं.

परंतु त्यांना एका वस्तुच्या जागी दोन वस्तू दिसू लागल्या किंवा ऐकू येईनासं झालं किंवा त्यांना गुंगी किंवा चक्कर येऊ लागली, त्यांची डोकेदुखी सतत वाढतच गेली, त्यांना वारंवार उलट्या होऊ लागल्या, त्यांना फेफरं (फिट) येऊ लागलं किंवा बोलण्यात, समजण्यात अडचण येऊ लागली, श्वसनाला त्रास होऊ लागला किंवा नाका-डोळ्या-कानातून द्रव बाहेर पडू लागला तर तुमच्या अपत्याला ताबडतोब डॉक्टरकडे न्यावं.

पडल्यानंतर बरीचशी मुलं रडतात. मग शांत होतात आणि मग त्यांना झोप येऊ लागते. जोवर त्यांचा श्वासोच्छ्वास नेहमीप्रमाणे चाललेला दिसत असेल तोवर यात काळजी करण्यासारखं काहीही नसतं.

तुम्हाला त्यांच्याबद्दल काळजी वाटत असली, किंवा झोपेच्या वेळेपूर्वी थोडाच वेळ त्यांना असा अपघात झाला असला, तर तुमच्या मुलाला तासभरानं एकदा झोपेतून जागं करावं. मूल नीटपणे जागं झालं की काळजीचं कारण नाही असं समजावं.

विषबाधा

इंग्लंडमध्ये दरवर्षी एक लाख मुलं विषबाधा होऊन हॉस्पिटलमध्ये भरती केली जातात. पाच वर्षांखालच्या मुलांना अन्नातून झालेल्या विषबाधेपासून सर्वाधिक धोका उद्भवू शकतो. नशिबानं यातली फारच थोडी मुलं दगावतात. बऱ्याच मुलांना अन्नातील विषबाधेमुळे पोट बिघडण्यासारखा मामुली त्रास होतो.

मनात शंका असेल तर मुलानं खाल्लेल्या/गिळलेल्या वस्तूबाबत नेमकी माहिती देऊन त्याला हॉस्पिटलमध्ये भरती करावं. असा विषारी पदार्थ पोटात गेल्यानंतर तुमच्या मुलाला श्वसनाला त्रास होऊ लागला, अंगावर पुरळ उठलं, चक्कर येऊ लागली, मळमळू लागलं किंवा तोंडाभोवती आणि गळ्याला सूज आली तर

ताबडतोब रुग्णवाहिका बोलवावी आणि त्याला हॉस्पिटलमध्ये न्यावं.

विषबाधेबद्दल आणि ती कशी टाळावी याबद्दल अधिक माहितीसाठी वेबसाईट आहे www.nhs.uk/conditions/poisoning/pages/introduction.aspx

रात्री नकळत अंथरुणात शू होणं

वयाची तीन वर्षे पूर्ण झाली की मूल रात्री बिछाना भिजवेनासं होतं, परंतु साधारणत: २०% मुलं पाच वर्षांची झाल्यावरही त्यांचं अंथरूण रोज रात्री ओलं करतात आणि जंतुसंसर्ग किंवा मनोघातामुळे पूर्वी बिछाना न भिजवणारं मूलसुद्धा रात्री बिछाना भिजवू लागतं.

ही गोष्ट मूल शू साठी उठायच्या आळसामुळे करत नसतं. त्यामुळे त्याबद्दल त्यांना रागे भरून त्यांच्या मनात अपराधीपणाची भावना निर्माण केल्यानं काहीही फायदा होत नाही. त्याऐवजी खालील गोष्टी करून पाहाव्या:

- *झोपण्यापूर्वी ती खूप पाणी किंवा अन्य द्रवपदार्थ पीत नाहीत ना याकडे लक्ष ठेवावं.*
- *त्यांच्या पलंगावरच्या चादरीखाली रबर घालावं.*
- *झोपण्यापूर्वी मुलाला शू करायला लावावी.*
- *त्यांच्या पलंगाजवळ पॉटी, विजेरी, बदलण्यासाठी पायजमा आणि धुतलेल्या चादरी-ठेवाव्यात. म्हणजे अंथरूण ओलं केलं तरी कपडे-चादर बदलून त्यांना पुन्हा स्वत:चं स्वत: झोपी जाता येईल.*
- *तुम्ही झोपी जाण्यापूर्वी झोपलेल्या मुलाला उठवून पुन्हा एकदा शू करण्यासाठी न्यावं, हळूहळू रात्री आणखी आणखी उशिराचा गजर लावून त्याला शू करण्यासाठी न्यावं.*

अधिक माहितीसाठी वेबसाईट आहे. www.eric.org.uk

पोटदुखी किंवा पोटशूळ

अगदी निरोगी असलेल्या बाळालासुद्धा हा त्रास होऊ शकतो. बाळाच्या जन्मानंतर साधारणत: तिसऱ्या आठवड्यात बहुधा संध्याकाळी त्याच्या पोटात दुखायला सुरुवात होते. पोटात दुखलं की बाळ सतत रडू लागतं. कधीकधी तर त्याला आकडी येतेय की काय अशी भीती वाटू लागते, इतकं ते सतत रडत असतं.

या पोटशुळामागचं नेमकं कारण ठाऊक नसलं, तरी दुधाबरोबर हवा गिळली गेल्यामुळे पोट दुखतं असा समज आहे. त्यामुळे दूध पिताना बाळाच्या पोटात हवा जाऊ नये यासाठी दूध पाजताना बाळाला उभं ठेवावं किंवा बाटलीच्या निपलला

वेगवेगळ्या आकारांची भोकं पाडून प्रयोग करून पाहावं असं सुचवलं जातं.

पोटदुखी ही काही कोणती भयावह व्याधी नसते, त्यामुळे त्याचे कोणतेही कायमस्वरूपी दुष्परिणाम होत नाहीत. बाळ पाच महिन्यांचं झालं, की त्याला असा त्रास होईनासा होतो. याबद्दलच्या अधिक माहितीसाठी वेबसाईट आहे. www.mayoclinic.com/health/colic/ds00058 याबद्दल औषधोपचार जाणून घेण्यासाठीwww.babycentre.com/0_colic-how-to-cope_1369745.bc वेबसाईट पाहा. अधिक सल्ल्यासाठी तुमच्या डॉक्टरांशी बोला.

अंगावर पुरळ उठणं

मुलांच्या अंगावर पुरळ उठणं ही उलटी किंवा तापासारखीच नेहमीची घटना असते. त्यामागे कमी-अधिक गंभीर स्वरूपाची अनेक कारणं असू शकतात. विषाणूचा संसर्ग हे सर्वांत जास्त वेळा आढळणारं कारण असतं. श्वसनमार्गाला किंवा अन्नमार्गाला जंतुसंसर्ग होणं, गोवर, कांजण्या, जर्मनमीझल्स अशा अनेक कारणांनी अंगावर पुरळ उठू शकतात. जिवाणूंच्या संसर्गामुळे इम्पेटिगो किंवा मेनिंजायाटिससारख्या व्याधी होऊन पुरळ उठू शकतं.

खरूज व इतर बुरशीजन्य संसर्ग (उदा.नायटा) डायपर-रॅश, ॲलर्जी, कटकदंश किंवा क्षोभकारक रसायन यापैकी कशानेही पुरळ उठू शकतं.

पुरळ कशा प्रकारचं आहे आणि ते कशा प्रकारे पसरत जात आहे यावरून त्यामागचं कारण समजू शकतं, परंतु त्याबद्दल खात्रीनं काही सांगता येत नाही. निदानावर इलाज अवलंबून असतो, त्यामुळे काळजी वाटत असली तर डॉक्टरांचा सल्ला घ्यावा.

कांजण्या

कांजण्यांच्या विषाणुंचा संसर्ग झाल्यावर एक ते तीन आठवड्यांनंतर तुमच्या मुलाच्या अंगावर खाजणाऱ्या लाल रंगाच्या कांजण्यांच्या गांधी उठू लागतात. त्यांची सुरुवात बहुधा पाठीवर आणि पोटावर / छातीवर होते. कधीकधी त्यांच्यासोबत पोटदुखी आणि अस्वस्थपणा यांचाही त्रास होतो. कधीकधी सौम्य तापही येतो, पण इतरदृष्ट्या तुमचं मूल अगदी ठीक असतं.

कांजण्यांच्या गांधी आणखी अंगभर पसरतात, मोठ्या होतात, त्या फोडांमध्ये पाणी होतं आणि अखेरीस त्यांच्यावर खपली धरते. दोन आठवड्यांत कांजण्यांचा त्रास बंद होतो. कांजण्या झालेल्या असताना त्या भीषण दिसतात, खाजतात त्यांच्या खपल्या पडून गेल्यावर त्यांचे व्रण राहू शकतात. त्यांचा संसर्ग झपाट्यानं होऊ शकतो. मुलांनी कांजण्यांचे फोड खाजवू नयेत म्हणून काही पालक मुलांच्या हातावर हातमोजे चढवतात.

थंड पाण्यानं आंघोळ घातली की थंडावा लाभतो आणि खाज कमी होते. कॅलॅमाइन लोशन लावलं की खूप आराम वाटतो. अँटिहिस्टॅमीन दिल्यावर खाज कमी होऊन मुलाला झोप लागते.

अनुभवाचे बोल

अंगावर पुरळ उठण्यापूर्वी ४८ तासांपासून ते फोडांवरच्या खपल्या धरल्या जाईपर्यंत कांजण्या आलेल्या मुलाचा इतरांना संसर्ग होण्याची खूपच शक्यता असते. त्या वेळी तुमच्या मुलाला(कांजण्या येऊन न गेलेल्या) गर्भार स्त्रियांपासून आणि रोगप्रतिकारक शक्ती असलेल्या व्यक्तींपासून (इम्युनो सप्रेस्ड) दूर ठेवावं. त्यांना शाळेत किंवा बालमंदिरात पाठवू नये.

याबद्दलच्या अधिक माहितीसाठी www.patient.co.uk/health/chickenpox-in-children-under-12.htm ह्या वेबसाईटवर भेट द्या.

मेनिंजायटिस

मेनिंजायटिसला फ्लू किंवा सर्दी समजलं जाण्याची खूप शक्यता असते, त्यामुळे मेनिंजायटिसबद्दल खूप जागरूक राहणं गरजेचं असतं. जंतुसंसर्ग हे बहुधा मेनिंजायटिसमागचं कारण असतं. मेंदुभोवतालच्या आवरणाला त्यामुळे सूज येते. डोकं दुखणं, ताप खूप चढणं, झोप आल्यासारखं वाटणं, गोंधळ उडणं आणि मान अवघडणं ही त्याची महत्त्वाची लक्षणं आहेत.

ही लक्षणं एक दोन दिवसांत जाणवू लागतात आणि मेनिंजायटिसच्या प्रकारानुसार तो आपोआप बरा तरी होतो किंवा जिवावर तरी बेततो.

अगदी लहान वयाची मुलं आणि अर्भक यांच्यात या रोगाची वरील लक्षणं दिसणार नाहीत. ती सारखी रडू लागली, सारखी झोपू लागली, बाळाच्या टाळूवरच्या नरम भागाला फुगवटा आल्यासारखा दिसला, ती दूध पिईनाशी झाली, त्यांना नजरेला नजर मिळवणं जड जाऊ लागलं आणि त्यांचं शरीर ताठरलं तर ती मेनिंजायटिसची लक्षणं समजावीत. काही मुलांच्या अंगावर पुरळही उठू शकतं. त्यांच्या अंगावरच्या पुरळावर काचेचा ग्लास दाबून धरावा. ते पुरळ न दबता, जसंच्या तसंच राहिलं किंवा वरीलपैकी अन्य लक्षणं दिसली, तर त्यांना ताबडतोब डॉक्टरकडे न्यावं, उपचार लगेच चालू केले की दुखणं गंभीर स्वरूप धारण करणार नाही. अधिक माहितीसाठी www.meningitis-trust.org ही वेबसाईट पाहा.

मेदवृद्धी - लठ्ठपणा

इतक्या लहानपणापासून तुमच्या बाळाच्या वजनाबाबत चिंता करायची गरज

नाही असं तुम्हाला वाटू शकेल, परंतु ज्या घरात ती लहानाची मोठी होतात, तिथल्या संस्कारांचा त्यांच्या स्वास्थ्यावर खूपच प्रभाव पडतो. प्रारंभापासूनच त्यांना तुम्ही योग्य सवयी लावल्यात, तर ते त्यांच्या भल्याचं ठरतं.

इंग्लडंमध्ये सध्या २७% मुलं लठ्ठ आहेत. त्यांचं वजन प्रमाणाबाहेर असल्यामुळे त्यांच्या काळजीत आरोग्यविषयक समस्या जास्त प्रमाणात उद्‌भवू शकतात. खूप शर्करायुक्त पदार्थांचं प्रमाणाबाहेर सेवन करणं आणि साखरेच्या ज्वलनासाठी पुरेसा व्यायाम न करणं हे लठ्ठपणामागचं मुख्य कारण असतं.

अनुभवाचे बोल

आरोग्याच्या दृष्टीने योग्य अशा सवयी लावायला आतापासूनच प्रारंभ करावा. तुमचं मूल खूप लठ्ठ आहे अशी तुम्हाला काळजी वाटत असली तर त्याची उपासमार करू नये. त्याऐवजी त्याच्या आहारातील शर्करायुक्त पदार्थ कमी करून त्याला संतुलित चौरस आहार द्यायला प्रारंभ करावा आणि तुमच्या मुलाला दररोज नियमितपणे व्यायाम करायला लावावा.

अधिक माहितीसाठी वेबसाईट आहे-
www.eatwell.gov.uk/agesandstages/children

प्रथमोपचार

स्वत:च्या उपयोगासाठी आपल्या घरात प्राथमिक वैद्यकीय उपचारांसाठीच्या सर्व गोष्टी एका पेटीत एकत्र ठेवाव्यात. एक चांगल्या दर्जाचा थर्मामीटर (तापमापक) पिरिटॉनसारखी अँटिहिस्टॅमिन्स, कॅलपॉल सारखी पॅरॅसिटमॉल असलेली औषधं आणि थोडं इबुप्रोफेन अशी औषधं ठेवावीत. परंतु मुलाला त्यातील औषधं देण्यापूर्वी त्यावरच्या सूचना वाचाव्यात. काही औषधं ठरावीक वजनापेक्षा अधिक वजन असलेल्या मुलांनाच देता येतात.

प्रथमोपचार करण्याचं प्रशिक्षण घेणंसुद्धा उपयुक्त ठरेल. अर्भक आणि लहान मुलं यांचे प्राण वाचवण्याचं प्रशिक्षण देणाऱ्या संस्था अस्तित्वात आहेत. इंग्लंडमध्ये असे उपक्रम कुठे चालू आहेत हे www.babycentre.co.uk/baby/safety/firstaiddirectory या वेबसाईटवरून कळेल.

प्रतिजैविकं (अँटिबायॉटिक्स)

मुलाला होणाऱ्या प्रत्येक आजारावर अँटिबायॉटिक्स दिली जावीत, अशी

मागणी काही आई-वडील करत असतात, परंतु अनेक कारणांमुळे डॉक्टर त्याला राजी नसतात.

- *त्यांच्या नावाप्रमाणेच प्रत्यक्षात अँटिबायॉटिक्स फक्त बॅक्टेरियांचा (सूक्ष्म रोगजंतूंचा) नाश करतात; त्यांचा विषाणूंवर (व्हायरसवर) काहीही परिणाम होत नाही.*
- *सर्व प्रकारच्या बॅक्टेरियांना अँटिबायॉटिक्स लागू पडत नाहीत.*
- *काही पर्यायी औषधं अँटिबायॉटिक्सएवढीच प्रभावी असतात.*
- *तुमच्या मुलाची नैसर्गिक रोगप्रतिकारकशक्ती अँटिबायॉटिक्सपेक्षा अधिक प्रभावीपणे लढा देऊ शकेल ही शक्यता लक्षात घेणं आवश्यक असतं.*
- *सूक्ष्म रोगजंतूंबरोबरच रोगप्रतिकारकशक्ती वाढवणारे बॅक्टेरियासुद्धा अँटिबायॉटिक्समुळे नष्ट होत असतात.*
- *अयोग्य पद्धतीनं अँटिबायॉटिक्सचा वापर केला गेला, तर त्याला दाद न देणारे बॅक्टेरिया तयार होतात.*
- *वाजवीपेक्षा जास्त प्रमाणात अँटिबायॉटिक्सचा वापर केला तर जुलाबांसारखे दुष्परिणाम घडू शकतात.*

तुमच्या मुलाला अँटिबायॉटिक्स द्यायला प्रारंभ केलात, तर जितके दिवस ती देत राहावीत अशी सूचना असते, त्या सूचनांचे तंतोतंत पालन करावं. तेवढे दिवस पूर्ण होण्यापूर्वीच मुलाला बरं वाटू लागलं म्हणून ती देणं बंद करू नये. ही औषधं अर्ध्यावर बंद केल्यास या औषधांना दाद न देणारे बॅक्टेरिया तयार होतात आणि डोकं वर काढतात.

औषधं देताना

बऱ्याचदा औषध नेमकं कसं द्यावं याबद्दल डॉक्टर पुरेशी माहिती देत नाहीत. औषधाच्या बाटलीवरच्या लेबलवरून याचा नीटपणे बोध होत नाही.

एखाद्या औषधाची चव तुमच्या मुलाला अगदी नकोशी वाटत असेल, तर तुमचा डॉक्टर अधिक घेववण्यासारख्या चवीचं पर्यायी औषधं सुचवू शकेल. किंवा अधिक तीव्रतेचं, कमी मात्रेत पुरणारं औषध सुचवू शकेल. लहान बाळांना औषध देताना सिरींजनं दिलं (पिचकारीनं तोंडात सोडलं) तर सोप जाईल. त्याची चव वाईट असली तर ते औषध देणं अवघड पडेल.

औषध केव्हा द्यावं, याबद्दलच्या सूचना पाळणंसुद्धा बऱ्याचदा अवघड होऊन बसतं. काही औषधं रिकाम्या पोटी द्यायची असतात. परंतु अगदी तान्ही बाळं दर काही तासांनी दूध घेत असतात. अशा वेळेस रिकाम्या पोटी औषध कसं देणार?

या गोष्टींची काळजी करण्यापेक्षा बाळाच्या पोटात ते औषध जाईल याकडे आणि फक्त याकडेच लक्ष देणं गरजेचं ठरतं.

तुमचं मूल आजारी असताना, इतर बाबतीतसुद्धा व्यवहार्य निर्णय घ्यावेत. उदा. तुमच्या मुलाला फार गंभीर स्वरूपाचा आजार झालेला नसेल, किरकोळ ताप आला असेल, तर खूप आटापिटा करून त्याच्या घशाखाली औषध उतरवायलाचं हवं का? नाहीतरी ते ताबडतोब उलटून बाहेरच पडणार आहे असं वाटलं तर याबाबतचा निर्णय तुम्हीच घ्यायचा आहे.

सुरक्षितता

मूल जन्माला येताक्षणी त्याच्या सुरक्षिततेबाबतची चिंता तुम्हाला सतावू लागते. त्याच्यावरलं प्रेम जेवढं वाढतं, तेवढीच ही चिंतादेखील वाढते. सर्व प्रकारची सुरक्षिततेबाबतची काळजी घेणं महत्त्वाचं असतंच, परंतु अवाजवी काळजी करणं टाळून तुमच्या मुलाला चारचौघांसारखं आयुष्य जगू द्यावं. मुलांच्या सुरक्षिततेसाठी आणि स्वास्थ्यासाठी अधिक माहिती हवी असेल तर (www.childalert.co.uk) ह्या वेबसाईटला भेट द्या.

मुलांच्या दृष्टीनं सुरक्षितता राखणं

अनुभवाचे बोल

मुलांची काळजी घेणं आणि त्यांना हालचालीचं स्वातंत्र्य देणं यात समतोल राखण्यासाठी धोके टाळण्याच्या दृष्टीनं सर्व प्रकारची खबरदारी घेणं आवश्यक आहे. रोग आणि व्याधींपेक्षा अपघातांमुळे अधिक मुलं मृत्युमुखी पडतात, त्यामुळे त्यांच्या सुरक्षिततेसाठीच्या दृष्टीनं काळजी घ्यायला हवी.

तुम्हाला फ्रीजचं दार उघडायला जेवढा वेळ लागतो, त्याहूनही कमी वेळात तुमचं मूल स्वयंपाकघरात तिथवर पोहोचू शकतं. हे तुमच्या लक्षात येण्याची वाट पाहू नका. त्यापूर्वीच अशी कल्पना करा, की दिसेल ती गोष्ट ओढणारं, कशालाही धरून उभं राहणारं आणि अशा गोष्टींमधले धोके अजिबात ठाऊक नसलेलं आणि झालेली नासधूस किती महागात पडते याची काहीही कल्पना नसलेलं, धोक्याच्या ठरतील अशा गोष्टी करू पाहणारं तुम्ही एक मूल आहात. असं मूल सुरक्षित राहावं

म्हणून काय काय करणं आवश्यक आहे याबद्दल पूर्ण विचार करा. विचारांती खालील गोष्टी करणं आवश्यक आहे असं तुमच्या लक्षात येईल.

- *वीजवाहक (इलेक्ट्रिकल) वायर्स जर गालिच्याखाली आणि जमिनीच्या फळ्यांखाली लपवून ठेवता येत नसतील तर त्या एकत्र बांधून ठेवा.*
- *फुटण्यासारख्या मौल्यवान गोष्टी मुलांच्या हाती लागणार नाहीत इतक्या उंचीवर ठेवा.*
- *मुलांच्या उलटीमुळे महागडा गालिचा खराब होऊ नये, यासाठी तो गुंडाळून ठेवून द्या.*
- *मुलांची खेळणी घरभर पसरू नयेत म्हणून ती एका वेगळ्या टोपलीत किंवा पेटीत ठेवून द्या.*
- *स्वयंपाकघरातील मिक्सरसारखी यंत्रं बंद करून ठेवणं, कपाटांचे दरवाजे बंद ठेवणं, चार बर्नर्स असलेल्या गॅसच्या शेगडीवरचे मागच्या बाजूचे बर्नर्स वापरणं, त्यावरील कढ्यांचे कान भिंतीकडे करून ठेवणं अशा प्रकारची खबरदारी घ्या.*
- *मुलांनी खेचायचा प्रयत्न केल्यास टी.व्ही. किंवा पुस्तकांची शेल्फ्स खाली पडणार नाहीत अशी काळजी घ्या. शक्य असेल तर शेल्फ किंवा टी.व्ही. भिंतीत पक्का बसवून टाका.*
- *मुलाला सहज चढता येईल असं फर्निचर ठेवायची जागा काळजीपूर्वक निवडा. उदा. अशा गोष्टी खिडकीजवळ ठेवू नयेत.*
- *सारी औषधे, प्रसाधनं, साबण, कीटकनाशकं, बागेची अवजारं, सफाईचं फिनेलसारखं सामान कुलपात किंवा मुलांच्या हाती सहज लागणार नाही, अशा जागी ठेवावं. घरात ठेवायच्या झाडांच्या कुंड्यांबाबतसुद्धा हीच काळजी घ्यावी. काही झाडांची पानं विषारी असल्यामुळे लहान मुलानं ती तोंडात घातली तर ते धोक्याचं असतं. अशी झाडं मुलांच्या हाती लागणार नाहीत, अशा जागी ठेवावी.*
- *जिन्याच्या तोंडांशी दरवाजे करून घ्यावेत. मुलाला जिन्याच्या पायऱ्या चढायला शिकवताना ते उघडता येतील.*
- *आग लागली तर वापरण्यासाठी फायरगार्ड हा अग्निशामक फवारा घरात ठेवावा.*
- *मुलांच्या दृष्टीनं सुरक्षित अशीच खेळणी आणावीत. त्यांच्या घशात अडकण्याजोग्या बारीकसारीक गोष्टी त्यांच्या हाताला लागणार नाहीत अशा जागी ठेवाव्यात.*
- *खिडक्या नीट बंद होतील अशा खिट्ट्या बसवून घ्याव्यात, म्हणजे त्या*

अचानक उघडून मूल बाहेर पडण्याचा धोका उद्‌भवणार नाही.

- *आणीबाणीच्या वेळी उपयुक्त ठरतील (रुग्णवाहिका, हॉस्पिटल इ.) असे फोन-नंबर्स फोनजवळ चटकन दिसतील अशा प्रकारे ठेवावेत.*
- *मुलानं चुकून नळ सोडला तर मूल भाजेल, इतकं गीझरचं पाणी गरम होऊ देऊ नये.*
- *अपघातामुळे घराचं नुकसान झालं, तर ते भरून काढण्याएवढं विम्याचं संरक्षण असावं.*
- *तुमचे मोबाईल फोन्स नेहमी चार्ज आणि पुरेसं सिमकार्ड असलेले असावेत.*

मुलांनी सॉकेटमध्ये बोट घालून त्यांना विजेचा झटका बसू नये, यासाठी सॉकेटमधील प्लगवरचं आवरण बाजारात मिळतं. टेबलांच्या धारदार कोपऱ्यामुळे बाळाला इजा होऊ नये म्हणून कोपऱ्यांवर चढवण्याजोगी बोथट आवरणं मिळतात. कपाटांना लावायला कुलपं मिळतात. आणि दार ओढले जाऊन त्यात लहान बाळाचं बोट चेंगरू नये म्हणून दारांमध्ये घालायला पाचर मिळते. या गोष्टी वापरून घर सुरक्षित करावं.

मुलांचं अपहरण आणि छळ

पाच वर्षांखालील मुलं चौकस बुद्धीची आणि इतरांवर चटकन विश्वास ठेवणारी असतात. कोणती परिस्थिती धोक्याची असू शकेल, या वस्तुस्थितीची त्यांना पटकन जाणीव होत नाही, त्यामुळे शक्य तेवढ्या लवकर अनोळखी माणसांबरोबर संपर्क आल्यास कोणते नियम पाळावेत, हे मुलाला स्पष्टपणे समजावून द्यावं.

परंतु प्रसारमाध्यंमाच्या भडक चित्रणामुळे वस्तुस्थितीबद्दलचं तुमचं भान सुटू देऊ नये. मुलांचं अपहरण आणि त्यांचा छळ याबाबतच्या बातम्या रंगवून छापल्या की वर्तमानपत्राचा खप वाढत असल्यामुळे अशा बातम्यांना प्राधान्य दिलं जातं. मदत करणाऱ्या अनोळखी व्यक्तीनं मुलाला सुखरूपपणे आई-वडिलांपाशी पोहोचतं केल्याची बातमी क्वचितच छापली जाते. त्यामुळे स्वत: अवाजवी काळजी करणं टाळा आणि आपली अवास्तव काळजी मुलापर्यंत पोचवून त्याचं बाल्य करपवून टाकू नका.

कार-सीट

(ही संकल्पना पाश्चात्त्य देशातली आहे.)

तुमचं मूल बारा वर्षांचं किंवा १३५ सेंटिमीटर उंचीचं होईपर्यंत त्यांनी

कारमध्ये योग्य असे पट्टे बांधावेत किंवा वेगळ्या कारसीटमध्ये पट्टे बांधून बसावं असं कायद्याचं बंधन असतं. तुमच्या मुलाच्या वजन/उंचीला अनुरूप अशी कारसीट विकत आणावी. (पाश्चात्त्य देशात ते कायद्यानं अनिवार्य आहे.)

अधिक माहितीसाठी www.childcarseats.org.uk ही वेबसाईट उपलब्ध आहे.

रस्त्यांवरून जाताना मुलाला पाळायला लावायचे सुरक्षिततेचे नियम -

अगदी अलीकडेच माझ्या मुलीला बालमंदिरात नेताना, मी कारचा दरवाजा उघडून माझी बॅग आत टाकली आणि वळून फूटपाथवर उभ्या असलेल्या माझ्या मुलीकडे नजर टाकली. पाहतो तर ती तिथून नाहीशी झाली होती! तिची समजूत झाली होती की नेहमीप्रमाणे कारमधून उतरल्याबरोबर, आम्ही बालमंदिराकडे जायला निघू आणि त्यामुळे ती रस्त्यावर थांबली होती. समोरून येणाऱ्या गाड्यांकडे लक्ष देऊन चालावं, हे तिला अनेकदा सांगितलेलं असूनही, ती रस्त्यावर आमच्या कारच्या बाजूला माझी वाट पाहात थांबलेली होती आणि समोरून भरधाव वेगानं एक कार तिच्या दिशेनं येत होती.

नशिबानं, त्या कारचालकाचं तिच्याकडे लक्ष गेलं आणि त्यानं त्याच्या गाडीचा वेग कमी केला, परंतु त्या अनुभवामुळे मी मात्र अगदी हादरून गेलो होतो. कुत्र्यांना बांधायचे पट्टे असतात तसेच लहान मुलांच्या कमरेभोवती बांधायचे पट्टे बाजारात मिळतात. पूर्वी ते अत्यंत बंधनकारक आहेत असं वाटून मी ते बाद केले होते, परंतु आता मी त्यांच्या उपयुक्ततेबाबत नव्यानं विचार करू लागलो होतो. इंग्लंडच्या रस्त्यांवर, अपघातात, दरवर्षी ५०० मुलं मरण पावतात आणि आणखी २४००० मुलं जखमी होतात, ही वस्तुस्थिती गंभीर आहे.

अनुभवाचे बोल

तुमच्या मुलाला चालता येण्यापूर्वीच रस्त्यावर पाळायच्या नियमांचं प्रात्यक्षिक त्याला करून दाखवायला सुरुवात करावी. (खेळण्यातला) हिरवे दिवे चमकवणारा माणूस आणि त्याबरोबर ऐकू येणारा कारचा हॉर्न ऐकत, योग्य वेळीस रस्ता क्रॉस करण्याचं प्रात्याक्षिक करून दाखवलं की मुलाला ते मौजेचं तर वाटेलच, परंतु त्यातून ते आयुष्य वाचवण्यासाठीचे सुरक्षिततेचे नियमसुद्धा शिकेल.

आग

घरातील बालकाला आपल्याबरोबर पेटलेल्या घरातून सुखरूप बाहेर काढणं ही किती अवघड गोष्ट असू शकेल, याकडे दुर्लक्ष होणं ही अगदी सहज शक्य गोष्ट आहे, त्यामुळे अशा परिस्थितीत काय केलं पाहिजे हे अगाऊ ठरवणं महत्त्वाचं आहे. धूर झाल्याबरोबर सूचनेसाठी वाजणारी धोक्याची घंटा बसवून घेऊन ती नीटपणे चालत असल्याची अधूनमधून खात्री करून घेणं आवश्यक आहे. (या स्मोक-अलार्मची बॅटरी वर्षाकाठी निदान एकदा तरी बदलावी लागते.) अग्निशामक फवारे संग्रही ठेवणं उपयुक्त ठरेल. या खेरीज विजेचे हीटर्स आणि अन्य गरम होणारी उपकरणं भिंतीपाशी पडद्याजवळ ठेवणं टाळावं.

आगीपासून सुरक्षितता राखण्याबद्दलची अधिक माहिती www.direct.gov.uk/firekills या वेबसाईटवर मिळेल.

आपल्या अपत्याला भावंडं आणणं

या क्षणी एकच मूल वाढवण्याची चिंताच तुम्हाला पुरेपूर व्यग्र ठेवत असली, तरी तुमच्या मुलाच्या आणि तुमच्या स्वत:च्या हिताच्या दृष्टीने, दुसऱ्या अपत्याबाबत तुम्हाला लवकरच विचार करायला लागणार, हे धरून चालावं .

दोन मुलांमधलं सर्वांत योग्य असं अंतर

पहिल्या मुलानंतर जितक्या अधिक काळानं दुसऱ्या मुलाचा जन्म होईल, तेवढाच तुमच्या पत्नीला पहिल्या गर्भारपणाचा प्रसूतीचा आलेला क्षीण दूर होईल. दोन मुलांच्या बाळंतपणासाठी करावा लागणारा खर्चसुद्धा जास्त वर्षांमध्ये विभागला जाईल. दुडदुडतं मूल आणि नवजात तान्हं बाळ या दोघांकडेही एकाच वेळी लक्ष पुरवण्याची बिकट वेळ तुमच्यावर येणार नाही. शिवाय शिणवणाऱ्या पहिल्या अनुभवानंतर लगेचच अशा दुसऱ्या अनुभवातून जाण्याची तुमची मानसिक तयारीसुद्धा कदाचित नसेल.

परंतु पती-पत्नी दोघेही तरुण वयातच उमेदीत असताना लहान मुलांना पाहणं सोपं जातं. दुसरी गोष्ट म्हणजे पती-पत्नींचं वय जसजसं वाढत जाईल, तसतसं स्त्रीला दिवस जाणं कठीण होत जाईल. आईचं वय वाढलं की प्रसूतीच्या वेळेत आई-बाळाला अधिक त्रास होईल. तुमच्या पत्नीला पहिल्या वेळेस लगेचच दिवस गेले, म्हणजे दुसऱ्या वेळेसही तसंच घडेल असं धरून चालू नका. तुम्हा दोघांचंही वय तेव्हापेक्षा वाढलेलं असतं आणि पहिल्या अपत्यजन्मानंतर आणि त्याला

वाढवण्याच्या दगदगीनंतर तुम्हा दोघांची प्रकृतीसुद्धा पहिल्यावेळेसारखी अगदी उत्तम नसते.

दोन मुलांमध्ये कमी-अधिक अंतर असण्याचे फायदे-तोटे जाणून घेण्यासाठी www.babycentre.co.uk/preconception/ref/siblingagegaps या वेबसाईटवर भेट द्या.

पहिल्या मुलाएवढंच दुसऱ्या मुलावर प्रेम करू शकू की नाही, ही लेअनीला भेडसावणारी सर्वांत मोठी चिंता होती. जणू काही तिच्या अंत:करणातील प्रेमाचा साठा मर्यादितच होता.

लुकास- एथन आणि बेनचा पिता

दुसऱ्या अपत्याबाबत विचार करणाऱ्या पतीपत्नींच्या मनात आणखी एक मोठी काळजी असते : भांवडांमधील मत्सरी भावनेबद्दलची. दोन भांवडांमध्ये दोन वर्षांचं अंतर असलं, तर हा मत्सर भाव सर्वाधिक असतो, कारण मूल दोन वर्षांचं झालं की त्याच्या मनात स्वत:बद्दलची निराळी ओळख निर्माण झालेली असते. आणि आजवर आपण आई-वडिलांच्या प्रेमाच्या केंद्रस्थानी होतो, आणि आता ती जागा नवा अगांतुक पटकावू पाहात आहे, याची त्यांना स्पष्टपणे जाणीव होते.

परंतु मूल एकदा तीन वर्षांचं झालं, की त्यांना आजूबाजूच्या परिस्थितीची अधिक चांगली जाण येऊ लागते. घराबाहेर ते अधिक सहजतेनं आणि आत्मविश्वासानं वावरू लागतं. आणि नव्या पाहुण्याच्या आगमनामुळे त्याला तितकंसं असुरक्षित वाटत नाही. अर्थात याबद्दल खात्री देता येत नाही.

दोन भावंडांमधील नात्यामध्ये खूप फरक दिसून येतो. भावंडांचं लिंग (भाऊ, भाऊ -बहिणी, बहिणी -भाऊ - बहिण) कुटुंबीयांचे परस्परसंबंध, मुलांचे वैयक्तिक स्वभावधर्म यांवर भांवडांमधील नातं अवलंबून असतं. एका कुटुंबात पाठोपाठ जन्मलेल्या भावंडांमध्ये खूप जवळीक निर्माण झालेली दिसते, तर दुसऱ्या एखाद्या कुटुंबात पाठीला पाठ लावून आलेल्या भावंडांमध्ये सतत धुसफुस होताना दिसते. आणि कधीकधी सुरुवातीच्या काळात ज्या गोष्टी फायद्याच्या वाटतात, त्या नंतर तशा राहातही नाहीत किंवा त्या उलटही घडू शकतं.

अनुभवाचे बोल

दोन भावंडांमधील वेगवेगळ्या अंतराचे वेगवेगळे फायदे-तोटे असतात. एकदा तुम्ही त्याबद्दल निर्णय घेतलात की तुम्हा उभयतांची दुसऱ्या मुलासाठी मनाची तयारी झालीय की नाही हा कळीचा प्रश्न असतो.

भावंडांमधील मत्सरावर उपाय शोधताना

पाठच्या भावंडांच्या जन्माचा काही मुलं सहजतेनं स्वीकार करतात, तर काहींना त्यासाठी वेळ द्यावा लागतो आणि त्यांच्याशी हळुवारपणे वागावं लागतं. त्यांना मनातलं बोलून दाखवता येत असलं, तरी अंतर्यामी ती अस्वस्थ असण्याची शक्यता असते.

पाठच्या भावंडांमुळे भविष्यात आपला काय फायदा होईल, याची जाणीव इतक्या लहान मुलांना होणं शक्य नसतं. आणि नवं बाळ फक्त झोपतंय, रडतंय आणि आईचं प्रेम बळकावून बसतंय असं वाटत असताना लहान मुलाला भावंडामुळे होणारे फायदे समजावून देणं केवळ अशक्य असतं.

मोठ्या मुलाच्या दृष्टीनं हा अत्यंत अस्वस्थ करणारा काळ असतो हे समजणं अवघड नाही. तुमच्या पहिल्या मुलाच्या जन्मानंतर तुमचं आयुष्य किती बदलून गेलं होतं ते एकदा आठवून पाहा आणि काय घडतंय त्याचं आकलन न करता येणाऱ्या आणि नव्या परिस्थितीनंतर कोणतंही नियंत्रण न ठेवता येणाऱ्या तुमच्या पहिल्या मुलाला आपल्या लहान भावंडाच्या आगमनानंतर किती हरवल्यासारखं वाटतं असेल, याची कल्पना करा!

कल्पना करा की तुमची पत्नी तुम्हाला सांगतेय की ती तिच्या निकटच्या मित्राला कायमचे तुमच्या घरी आणतेय हे ऐकून तुमची जी मनःस्थिती होईल तशीच मनःस्थिती आपल्या प्रेमात भागीदार होऊन आलेल्या आपल्या लहान भावंडाबद्दल तुमच्या पहिल्या अपत्याची असेल, यात आश्चर्य ते काय?

डॉमिनिक - मिली आणि टॅमसिनचा पिता

दुसऱ्या अपत्याच्या जन्मापूर्वी

- *आईचं पोट जेवढं अधिक मोठं झालेलं दिसेल, तेवढंच तुमच्या पहिल्या अपत्याला वस्तुस्थितीचं जास्त आकलन होईल. म्हणून तुमच्या पत्नीचं पोट दिसू लागल्यानंतरच मोठ्या मुलाला त्याबद्दल सांगावं.*
- *तुमच्या मोठ्या मुलाला पोटातल्या बाळाचे स्कॅनदरम्यानचे फोटो दाखवावेत आणि आईच्या पोटावर हात ठेवून बाळाची हालचाल त्याला जाणवू द्यावी. बाळाच्या जन्माला अजून किती दिवस राहिले आहेत हे कॅलेंडरवरच्या तारखांवर फुल्या मारायला लावून त्याला मोजायला लावावं.*
- *मुलानं शब्दात विचारलं नाही तरी आईच्या पोटात बाळ कुठून आलं*

आणि ते बाहेर कसं येणार याबद्दल त्याच्या मनात नक्कीच शंका असतात. त्यांची उत्तरे काय द्यायची याबद्दल विचार करून ठेवा.

- नव्या बाळाबद्दल मोठ्या भावंडाच्या मनात कोणते भाव निर्माण होऊ शकतील, याबद्दल नीटपणे विचार करूनच तुम्हाला वागावं लागेल. घरात काही बदल करायचे असले, तर दुसऱ्या बाळाच्या जन्माच्या खूप दिवस आधी ते करून टाकावेत. नवं बाळ आल्याबरोबर आपल्याला नवा सवंगडी लाभणार आहे याची मोठ्या मुलांना कल्पना येत नाही. याबद्दल दक्ष राहावे. नेहमीप्रमाणे आपल्याशी न खेळता, या नव्या उपटसुंभाला पोटात वागवावं लागत असल्यामुळे, आपली आई सतत झोपते असं तुमच्या मोठ्या मुलाच्या मनात येता कामा नये. त्यादृष्टीनं काळजी घ्या.
- आताचाच दिनक्रम दुसऱ्या अपत्याच्या जन्मानंतर चालू ठेवला की मोठ्या मुलाला आश्वस्त वाटत राहील. ही गोष्ट खरी असली, तरी दुसऱ्या अपत्याच्या जन्मानंतर तो तसाच चालू ठेवणं शक्य होणार आहे की नाही, याबद्दल आधीपासूनच विचार केला जावा. माझी पत्नी माझ्या मुलीला दररोज सकाळी उठवत असे. आमच्या दुसऱ्या अपत्याच्या जन्मानंतर तिला हे शक्य होणार नाही, याची आम्हाला जाणीव झाल्यामुळे आमच्या दुसऱ्या मुलाच्या जन्माच्या कितीतरी पूर्वी हे काम मी करू लागलो.
- नव्या बाळाच्या आगमनापूर्वी जी तयारी कराल, त्याच्या निर्णयात मोठ्या भावंडाला सहभागी करून घ्या. उदा. नव्या बाळासाठीची काही खेळणी त्याला निवडू द्या.
- मोठ्या मुलाला खास वेळ देऊन त्याच्याशी असलेलं नातं दृढ करा.
- मोठ्या दादानं / ताईनं लहान बाळाशी कसं वागायचं याबद्दल अनेक पुस्तकं उपलब्ध असतात. त्यातलं एखादं पुस्तक दररोज तुमच्या मोठ्या मुलाला वाचून दाखवा.
- दुसऱ्या प्रसुतीसाठी तुम्ही पत्नीला हॉस्पिटलमध्ये घेऊन जाल तेव्हा मोठ्याची काय सोय करायची हे आधीपासून ठरवून ठेवा. त्याला एखाद्या नातेवाइकाकडे किंवा मित्राकडे ठेवणार असाल, तर त्याची सवय लागावी म्हणून त्याला एकदोनदा तिथं एकटं ठेवा.

दुसऱ्या अपत्याच्या जन्मानंतर

- नव्या बाळाला बघायला मोठ्या भावंडाला हॉस्पिटलमध्ये अवश्य न्या. परंतु त्यावेळेस नव्या बाळाला पाळण्यात ठेवा. हा आगंतुक आपल्या

आईच्या किंवा बाबांच्या हातात हक्कानं विराजमान झालाय हे दृश्य त्यानं सुरुवातीलाच पाहिलं तर लहान बाळाकडे तुमचं मोठ मूल एक स्पर्धक या नजरेनं पाहू लागेल.

- मोठ्या दादाबरोबर, ताईबरोबर लहान बाळाचे खास फोटो घ्या. बाळाचं आगमन झाल्यामुळे दादाचा मुकुट आपल्याला लाभला आहे हे मोठ्याच्या मनावर ठसवा.
- बाळाच्या नावानं मोठ्याला भेटवस्तू द्या. आणि मोठा दादा (किंवा ताई) नव्या बाळाला किती आवडतो/आवडतं हे त्याच्या किंवा तिच्या मनावर ठसवा.
- लहान बाळाचं करण्यात मोठ्या भावंडाला सुरुवातीपासूनच सहभागी करून घ्या. बाळासाठीच्या गोष्टी आणून देणं, बाळाच्या आगमनाची बातमी शेजारी-पाजारी सांगायला लावणं अशा गोष्टींद्वारे त्याची बाळामधली आत्मीयता वाढवा. परंतु मोठं मूल यात विशेष उत्सुक नाही असं वाटलं, तर त्याच्यावर कोणतीही जबरदस्ती करू नका.
- नव्या बाळाला पाहायला येणारे लोक मोठ्याचंसुद्धा भरपूर कोडकौतुक करत आहेत, अशी तजवीज करा. ते शक्य झालं नाही, तर मोठं झोपलेलं असेल, तेव्हा अशा लोकांना येऊ द्या.
- लहान भावंडांच्या आगमनानंतर मोठं मूल थोडी तक्रार/कुरकुर करेल. चिडेल/रागावेल हे गृहीत धरून चाला. त्याच्या मनात निर्माण झालेल्या मत्सराला परिपक्वतेने हाताळता येण्याएवढं त्याचं वय मोठं नाही हे लक्षात घ्या.
- मोठं मूल शहाण्यासारखं वागलं, की त्याचं कौतुक करा. ते वाईट वागलं तर त्याबद्दल रागवताना त्यात सुसंगती आणि सातत्य असावं. लहान बाळाला खेळवताना कोणत्या मर्यादा पाळायच्या याची त्याला स्पष्टपणे जाणीव करून द्यावी.
- मोठ्या भावंडानं आपल्या भावना व्यक्त करायला हरकत नाही याची त्याला जाणीव करून द्या आणि चित्रं काढण्यासारख्या अन्य मार्गांनी त्या व्यक्त करायला त्याला शिकवा.
- मोठं मूल लहान बाळ असतानाचे त्याचे फोटो त्याला दाखवा आणि तेव्हा, त्याचीसुद्धा कशी काळजी घ्यावी लागत होती, हे समजावून सांगा.
- शक्य असेल तर फक्त मोठ्या मुलाबरोबर घालवण्यासाठी थोडा वेळ राखून ठेवा आणि दादा असण्याचे फायदे त्याच्या मनावर ठसवा.

त्यासाठी त्याला काही खास अशा सवलती द्या.

- *दोहोंपैकी एका गोष्टीची बाळासाठी निवड करण्याचा बहुमान मोठ्याला देऊन, बाळाचं करण्यात त्याला सहभागी करून घ्या. उदा. त्याला विचारा, बाळाला आज लाल पँट घालायला आवडेल की निळी?*
- *लहान बाळाला मोठ्याजवळ कधीही सोडू नका आणि मोठं मूल बसलेलं असताना आणि तुम्ही तिथे उपस्थित असतानाच त्याच्या मांडीवर ठेवा.*
- *घरात लहान बाळ आलं, की मोठं काही बाबतीत पुन्हा पीछेहाट करेल (अंथरूण भिजवणं/अंगठा चोखणं) हे धरून चाला आणि त्याच्याशी मायेनं वागून त्याच्या या सवयी दूर करा.*

'बाळा, आता तुझी पाळी नाही, आता क्लोची पाळी आहे.' असं आम्ही अधूनमधून कटाक्षानं म्हणत असल्यामुळे आपण नेहमीच दुय्यम स्थानावर असणार असं क्लोला कधीही वाटलं नाही.

ॲलन- क्लो आणि जो यांचा पिता

तुमची मुलं मोठी होत असताना त्यांच्यात जो मत्सरभाव जागृत होईल त्याबद्दल अधिक मार्गदर्शन तुम्हाला www.familiesonline.co.uk/locations/surrey-west/articles/how-to-manage-sibling-rivalry या वेबसाईटवर मिळेल.

कोणतीही दोन मुलं एकसारखी निपजत नाहीत.

पहिलं मूल वाढवण्यापेक्षा दुसरं मूल वाढवणं अधिक सोपं जाईल, असं तुम्हाला वाटणं स्वाभाविक आहे, कारण एक मूल वाढवण्याचा अनुभव तुमच्या गाठीशी असतो, परंतु लिंगामध्ये फरक नसला म्हणजे भावाच्या पाठीवर भाऊ किंवा बहिणीच्या पाठीवर बहीणच जन्माला आलेली असली तरीही प्रत्येक मूल वेगळा स्वभाव आणि वेगळे गुणधर्म घेऊन जन्माला येत असतं. त्यामुळे गेल्यावेळी ज्या क्लृप्त्या आणि युक्त्या यशस्वी ठरल्या असतात त्याच यावेळीसुद्धा यशस्वी ठरतील, असं धरून चालता येणार नाही.

जरी आई-वडिलांचा मुलांवर प्रचंड प्रभाव पडत असला, तरी प्रत्येक मुलाचं वेगळ्या प्रकारचं व्यक्तिमत्त्व विकसित होत असतं आणि प्रत्येक मुलाचे कौतुकास्पद असे वेगळे गुण असतात. एक मूल जिन्यापाशी फिरकणारही नाही तर दुसरं जिना चढून बेधडकपणे खाली उडी ठोकेल. एक अगदी साधकबाधक, तर्कशुद्ध विचार

करणारं असेल, तर दुसरं अंत:प्रेरणेनं अपारंपरिक प्रकारचे निर्णय घेत असेल.

अनुभवाचे बोल

तुमचं मूल त्याच्या आजूबाजूच्या जगाकडे कोणत्या दृष्टिकोनातून बघतंय, हे ओळखून त्याच्या बलस्थानांना पुष्टी देणं, त्यानं निवडलेल्या मार्गानं जायला त्याला उत्तेजन देणं आणि त्यासाठी मार्गदर्शन करणं ह्या गोष्टी केल्या पाहिजेत. त्याचा विकास होताना आणि ती स्वतंत्रपणे आपल्या पायांवर उभी राहताना पाहून त्याबद्दल त्यांचा अभिमान बाळगणं हे तुमचं कर्तव्य आहे.

याचाच अर्थ असा, की तुमच्या एका मुलाची दुसऱ्याशी किंवा इतर मुलांशी तुम्ही कधीही तुलना करता कामा नये. मुलांवर शिक्के मारले की त्यांच्यावर दडपण येतं आणि त्यांचे पंखसुद्धा छाटले जातात हे लक्षात ठेवावं. याचाच अर्थ असा, की तुमच्या अपेक्षांनुसार वागण्याची तुम्ही कधीही तुमच्या मुलावर सक्ती करू नका. प्रत्येक मुलाच्या वेगळ्या प्रकारे विकसित झालेल्या व्यक्तिमत्त्वानुसार, तुम्ही तुमच्या स्वत:च्याच अपेक्षा बदलायला हव्यात. त्यांच्या ठायीच्या आत्मविश्वास आणि स्पर्धात्मकतेपासून विनय आणि अनुकंपेपर्यंतच्या विविध गुणांचं तुम्हाला आकलन व्हायला हवं.

पाच वर्षे वयाचा असताना मी फ्लॉपी बेकनची मागणी करत असे. आज माझं वय अठ्ठावीस वर्षांचं आहे. अजूनही माझे कुटुंबीय मला अर्धवट शिजलेले बेकनचे नरम तुकडे (यालाच मी लहानपणी फ्लॉपी बेकन म्हणत असे.) खाऊ घालत असतात.

मार्क- बेनचा पिता

लक्षात ठेवण्याजोग्या दहा गोष्टी :

- तुमच्या मुलाला उत्तेजन देण्याच्या दृष्टीने आणि त्याला मार्गदर्शन करण्यासाठी त्याचं कौतुक केलं, तर ते अत्यंत उपयुक्त साधन ठरेल, परंतु ते कौतुक अनाठायी नसावं, योग्य गोष्टीसाठी केलं जावं. मुलांच्या आत्मसन्मानातून उभारी देण्यासाठी किंवा अपयशापासून त्यांना पूर्णपणे सुरक्षित ठेवण्यासाठी कधीही खोटी स्तुती करू नये.
- प्रेमाच्या पायावर परिणामकारक शिस्त उभारता येते आणि अशी शिस्त आपल्या मुलाच्या भल्यासाठी त्याला स्पष्ट आणि युक्तीनं मर्यादांचं पालन करायला लावते.
- मुलानं चांगलं वागावं यासाठी त्याच्यापुढे आपल्या सदाचरणाचा आदर्श आपण निर्माण करायला हवा.
- जेव्हा शिस्तीसाठीची अन्य अधिक सकारात्मक साधनं निरुपयोगी ठरतात, तेव्हाच अखेरचं शस्त्र म्हणून शिक्षेचा अवलंब केला जावा.
- आपल्या सर्वांच्याच वाट्याला भले-बुरे अनुभव येत असतात. चांगले अनुभव आपल्या अपत्याबरोबर वाटून घ्या आणि वाईट अनुभवांना कसं सामोरं जावं हे त्याला आपल्या वागण्याद्वारे शिकवा.
- तुम्हाला तशी गरज वाटली, तर व्यावसायिक वैद्यकीय मदत घ्यायला विलंब लावू नका.
- मुलाच्या अंगात नेमका ताप किती आहे, हे मोजायला तापमापकच (थर्मामीटर) आवश्यक असतो. गळ्याला नुसता हात लावून नेमका ताप कधीही कळत नसतो.
- आपल्या घरात प्रथमोपचाराची औषधं/साहित्य एका पेटीत तयार ठेवावीत. आणीबाणीच्या वेळीस लागणारे फोननंबर्स फोनजवळ सहज सापडतील अशा जागी ठेवा.
- दररोजच्या आयुष्यात तुमच्या मुलाच्या वाट्याला येऊ शकतील अशा धोक्याच्या सर्व गोष्टीच तुम्हाला टाळता येणार नाहीत, परंतु त्या नियंत्रणात ठेवायचा प्रयत्न करता येईल.
- दुसरं अपत्य मोठ्या मुलानंतर किती काळानं झालेलं बरं, हे ठरवताना दुसऱ्या अपत्यजन्माचा पहिल्या अपत्याच्या मनावर केवढा आणि कोणता परिणाम होईल, याबद्दल अवास्तव चिंता करू नका. हे ठरवताना लक्षात घेण्याची मुख्य गोष्ट असते तुम्ही आणि तुमची पत्नी यांची त्यासाठी मनाची तयारी झाली आहे किंवा नाही.

१०

तुमची आर्थिक स्थिती आणि मिळणाऱ्या कायदेशीर सवलती

(ही माहिती इंग्लंडबद्दल आहे, याची कृपया नोंद घ्यावी.)

या प्रकरणात तुम्हाला खालील बाबींबद्दल माहिती दिली आहे.

- *तुम्हाला आणि तुमच्या पत्नीला (अपत्यजन्मापूर्वी /नंतर) कोणत्या आर्थिक सवलती (इंग्लंडमध्ये) मिळू शकतात याबद्दल कुठे व कसा शोध घ्यायचा*
- *मुलाचा पिता या नात्यानं तुम्हाला (इंग्लंडमध्ये) नोकरीच्या कामाच्या तासांमध्ये किती सूट मिळते*
- *तुमची आर्थिक स्थिती ठीक आहे याची खात्री कशी करून घ्यायची.*
- *तुमच्या मुलाला पैशांबद्दल माहिती कशा प्रकारे करून द्यायची*

मुलांना जन्माला घालणं आणि त्यांना वाढवणं हे खर्चीक काम आहे, यात शंकाच नाही. मुलाच्या जन्मापासून ते एकवीस वर्षांचं होईपर्यंत, त्याच्यावर होणाऱ्या इंग्लंडमधील खर्चाचा आकडा दोन लाख पौंड असल्याचं एका सर्वेक्षणानं नुकतंच शोधून काढलं आहे. आणि यात महागड्या खाजगी शाळा हिशोबात धरलेल्या नाहीत.

जेव्हा अपत्यजन्मासाठी आणि नंतर, तुमचा खर्च प्रचंड वाढत असतो, तेव्हाच नेमकी तुमच्या पत्नीची प्राप्ती (रजेमुळे) कमी होते किंवा (तिनं नोकरी सोडून दिल्यास) पूर्णपणे थांबते.

घरातील आर्थिक स्थिती हा महत्त्वाचा मुद्दा असतो. आमचंच उदाहरण घ्या. आम्ही दोघे कमावणारे आणि खाणारी तोंडंसुद्धा दोनच या परिस्थितीतून कमावणारा एक आणि खाणारी तोंडं तीन या स्थितीवर घसरलो.

नॅरेथ- मार्क आणि कॅरिसचा पिता

मोकळेपणानं चर्चा करा

घरातील आर्थिक स्थिती हा महत्त्वाचा- विशेषत: पुरुषासाठी- आणि विवादास्पद मुद्दा असू शकतो. ज्या कुटुंबात स्त्री ही मुख्य कमावणारी व्यक्ती असते, तिथेसुद्धा पुरुषानं कमावून घर चालवावं ह्या पारंपरिक विचारांचा थोडाफार प्रभाव असण्याची शक्यता असते.

अनुभवाचे बोल

तुमच्या आर्थिक परिस्थितीबाबत तुम्हाला चिंता वाटत असली तर तुम्ही त्याबद्दल तुमच्या पत्नीशी मोकळेपणानं चर्चा करणं गरजेचं ठरेल. आपल्या कुटुंबानं कुठे व कशा प्रकारच्या सुट्ट्या घ्याव्यात, नाताळात किती महागाच्या भेटवस्तू द्याव्यात अशा अनेक मुद्यांबाबत तुम्हा दोघांचे विचार भिन्न असू शकतील. मुलाला कोणत्या ब्रँडचं बेबीफुड द्यावं अशा मुद्यावरसुद्धा दुमत असणं शक्य आहे.

आता तुमचा जेवढा जास्त सुसंवाद होईल, तेवढीच भविष्यात कमी मुद्यांवर तुमची भांडणं होतील.

खर्चाबाबतचे आणि उत्पन्नाबद्दलचे विविध मुद्दे

इंग्लंडमध्ये मुलाच्या जन्मानंतर आई-वडिलांना करात आणि अन्य बाबतींत अनेक सवलती दिल्या जातात. तुम्हाला कोणत्या सवलती मिळणं शक्य आहे हे शोधण्यासाठी तुमच्या सद्य: आर्थिक स्थितीची तुम्हाला पूर्ण माहिती असायला हवी.

तेव्हा शक्य तेवढ्या लवकर तुमच्या पत्नीबरोबर बसून तुमच्या संयुक्त आमदनीचं आणि खर्चाचं अंदाजपत्रक तयार करा व सारी माहिती, अगदी वर्षाच्या आकड्यासह एकत्र करावी. आता पुरेसा वेळ खर्च करून असा आढावा घेतला, की भविष्यात त्याचा खूपच फायदा होईल. असं खर्चाचं अंदाजपत्रक तयार करण्यासाठी वेबसाईट आहे. www.moneysavingexpert.com/banking/budget-planning

फायनान्शियल सर्व्हिसेस ऑथोरिटी पैशांबद्दल आई-वडिलांना जे मार्गदर्शन करते त्यासाठीची वेबसाईट आहे. www.fsa.gov.uk/financial_capability/pgtm

सरकारकडून मिळणारी अनुदानं

तुमच्या मुलाच्या जन्मापूर्वी आणि जन्मानंतर तुम्हाला आणि तुमच्या पत्नीला (इंग्लंडमध्ये) सरकारकडून अनेक प्रकारची मदत मिळू शकते. याची संपूर्ण माहिती काढून, तुम्हाला मिळण्याजोगी सारी मदत मिळवा.

इंग्लंडचं सरकार आई-वडिलांना कोणती आर्थिक मदत पुरवतं याच्या संपूर्ण माहितीसाठी:

www.direct.gov.uk/en/parents/moneyandworkentitlements/yourmoney/index.htm या वेबसाईटला भेट द्या.

तुम्हाला मिळू शकणारी कोणतीही मदत तुमच्या नजरेतून सुटत तर नाही, याबद्दल खात्री करून घेण्यासाठी www.entitledto.co.uk या वेबसाईटला भेट द्या.

अविवाहित जोडप्यांना आर्थिक बाबतीत मार्गदर्शन हवे असेल, तर www.advicenow.org.uk/living-together/money या वेबसाईटला भेट द्यावी.

कायद्यांमध्ये सतत बदल घडत असतात, त्यामुळे या प्रकरणात दिलेली माहिती ग्राह्य धरण्यापूर्वी कायद्यांमध्ये काही बदल घडलेत की नाही याबद्दल खात्री करून घ्यावी.

इंग्लडमध्ये आई-वडिलांना अपत्यजन्मानंतर विविध आर्थिक सवलती दिल्या जातात.

मुलांसाठी मदत

या मदतीसाठी आई-वडिलांच्या उत्पन्नावर निर्बंध नाहीत. तुमचं कितीही उत्पन्न असलं, तरी तुम्हाला आणि तुमच्या पत्नीला तुमच्या पहिल्या मुलाच्या पालनपोषणासाठी सरकारकडून दर आठवड्याला २०.३० पौंड मदत केली जाते. त्यानंतरच्या प्रत्येक मुलासाठी याहून कमी रकमेची ठरावीक मदत मिळू शकते. याबद्दलची अधिक माहिती:

www.direct.gov.uk/en/moneytaxandbenefits/taxcreditsandchildbenefit/childbenefits/index.htm या वेबसाईटवर मिळेल.

करात सवलत

इंग्लंडमधील कर-नियमांनुसार मुलं असलेली तिथली दहातील नऊ कुटुंबं करातील सवलतीसाठी पात्र असतात. त्याबद्दलची माहिती www.hmrc.gov.uk/

taxcredits या वेबसाईटवर मिळेल.

गर्भारपणातील स्वास्थ्यासाठी अनुदान

हे अनुदान आता थांबवण्यात आलं आहे. १ जानेवारी, २०११ रोजी ज्या स्त्रिया २५ आठवड्यांच्या गर्भवती होत्या त्यांना हे अनुदान मिळू शकलं. त्यानंतर हे थांबवलं गेलं.

मुलांसाठीचा ट्रस्ट-फंड

हा तुमच्या मुलासाठीचा दीर्घकालीन बचत आणि गुंतवणुकचा इंग्लंडमध्ये उपलब्ध असलेला पर्याय आहे.

मुलाच्या जन्माची नोंद झाली की त्यांना आपोआप पन्नास पौडांचं एक व्हाऊचर मिळतं. ते देऊन हे खातं उघडता येतं. ह्या खात्यातले पैसे बचत खात्यात किंवा शेअर्समध्ये गुंतवता येतात. दर वर्षी ह्या बचत खात्यात तुम्ही १२०० पौंडांपर्यंतची रक्कम मुलाच्या नावे टाकू शकता. परंतु मुलाखेरीज अन्य कुणीही त्या रकमेला हात लावू शकत नाही. आणि तुमच्या मुलालासुद्धा अठराव्या वर्षांनंतर ती रक्कम काढता येते. जानेवारी, २०११ पासून हा बचत पर्याय बंद करावा असा इंग्लंड सरकारचा विचार होता. यासाठीची वेबसाईट आहे. www.childtrustfund.gov.uk ह्यातला सर्वोत्कृष्ट बचतपर्याय पुरवणाऱ्या संस्थेबद्दलची माहिती मिळेल. www.moneysavingexpert.com/childtrustfund या वेबसाईटवर!

हा उपक्रम अत्युत्तम आहे. संभोगासाठी मिळणारं हे आर्थिक बक्षीसच म्हणा ना!

रिक्- फ्रेडीचा पिता

मुलांसाठीची बक्षीस- कूपन्स (इंग्लंडमधील सुविधा)

मुलांचा (डे-केअरमध्ये) सांभाळ करण्यासाठी या योजनेचा उपयोग करून घेता येतो. तुमच्या करपूर्व पगारातून या योजनेत दरमहा पैसे टाकले जातात. (त्यामुळे त्या पैशांवर कर लागू होत नाही.) या योजनेत तुम्ही टाकलेले पैसे मुलाच्या डे-केअर मध्ये सांभाळ करण्यासाठी वापरता येतात. कधीकधी तुमच्या पत्नीलासुद्धा या योजनेचा लाभ करून घेता येतो. तसा आल्यास तुमची बचत दुपटीने होते.

यापैकी काही योजनांमध्ये तुम्ही पैसे टाकलेत, तर तुम्हाला मुलासाठीची

करसवलत आणि अन्य कर सवलतींना मुकावं लागतं, त्यामुळे वित्तीय सल्लागाराशी बोलल्यानंतरच योजनेची निवड करावी. याबद्दलची अधिक माहिती. www.hmrc.gov.uk/childcare ह्या वेबसाईटवर मिळू शकेल. यासाठी अधिक माहिती हवी असल्यास www.hmrc.gov.uk/leaflets/wtc5.pdf या वेबसाईटला भेट द्यावी www.payingforchildcare.org.uk या वेबसाईटवर अधिक माहिती मिळेल.

माझा बॉस सुरुवातीला चाइल्डकेअर व्हाऊचर स्कीम सुरू करायला राजी नव्हता, त्यामुळे मी या योजनेचे फायदे त्याच्या निदर्शनाला आणून दिले. कर्मचारी आजारपणासाठी कमी रजा घेतात, त्यांच्या कामाचा दर्जा सुधारतो, अधिक लोक कंपनीत कर्मचारी म्हणून येऊ इच्छितात इ. हे फायदे त्याच्या लक्षात आणून दिल्यामुळे या योजनेबद्दल त्याची खात्री पटली.

राफाइल- पॉलचा पिता

लहान मुलांना मोफत शिक्षण

इंग्लंडमधील कायद्यानुसार तुमचं मूल तीन किंवा चार वर्षांचं झालं की दर आठवड्याला त्याला काही तास फुकट किंवा कमी दरानं शिक्षण देण्याची सवलत उपलब्ध आहे. ठरावीक नर्सरी स्कूल्स (बालमंदिर)मध्ये किंवा नोंदणीकृत पाळणाघरांमध्ये ही सुविधा उपलब्ध करून दिली जाते.

इंग्लंडमधील फुकट बालवाडी शिक्षणाबद्दलची अधिक माहिती www.direct.gov.uk/en/parents/preschooldevelopmentandlearning/nurseriesplaygroupsreceptionclasses/dg10016103 या वेबसाईटवर मिळेल. आयर्लंड, स्कॉटलंड, वेल्स येथील फुकट बालवाडी शिक्षणासाठी वेगळ्या वेबसाईट्स उपलब्ध आहेत.

प्रसूतीसाठीची सरकारी मदत

निम्न आर्थिक स्तरातील मातांसाठी इंग्लंडमध्ये प्रत्येक मुलामागे पाचशे पौंडांचे सरकारी अनुदान दिलं जातं. (एप्रिल, २०११पासून हे अनुदान फक्त पहिल्या अपत्यासाठी दिलं जाऊ लागलं आहे.) यासाठी अधिक माहिती-

www.direct.gov.uk/en/moneytaxandbenefits/benefitstaxcreditsandothersupport/expectingorbringinguochildren/

dg_10018854 या वेबसाईटवर मिळेल.

कम्युनिटी बेअर ग्रँट (सामाजिक साहाय्य अनुदान)

ज्या आई-वडिलांना आधीच काही सवलती मिळत असतानासुद्धा त्यांच्यावर प्रतिकूल परिस्थितीचा विलक्षण ताण पडत असेल (कुटुंब विभक्त होणं किंवा दीर्घकालीन आजार) अशांना वेगवेगळी मदत एकरकमी मिळू शकते. यासाठी अधिक माहिती हवी असल्यास-

www.direct.gov.uk/en/moneytaxandbenefits/benefitstaxcreditsandothersupport/caringforsomeone/dg_10018921 ह्या वेबसाईटला भेट द्या.

हेल्दी स्टार्ट स्कीम (आरोग्यवर्धन योजना)

तुमचं उत्पन्न आणि तुमच्या मुलाचं वय यानुसार तुम्हाला दूध, ताजी फळं, भाज्या, बालकांसाठीच्या दुधाची भुकटी, जीवनसत्त्वं इत्यादी गोष्टी मोफत मिळू शकतात. हे पुस्तक लिहिताना ही योजना चालू ठेवायची की नाही यावर यंत्रणा विचार करत होती. यासाठीची माहिती हेल्दी स्टार्ट वेबसाईटवर- www.healthystart.nhs.uk वर मिळेल.

शिक्षणासाठी मदत

तुम्ही अजून शिकत असाल, तुमचं वय वीसहून कमी असेल आणि तुम्ही इंग्लंडमध्ये राहात असाल तर तुम्हाला तुमचं मूल सांभाळण्यासाठी सरकार आर्थिक मदत पुरवतं.

अधिक माहितीसाठी www.direct.gov.uk/en/educationandlearning/14t019/moneytolearn/caretolearn/dg_066556 या वेबसाईटला भेट द्या.

मूल सांभाळण्यासाठी अनुदान आणि पालकांना मिळणारा शिक्षण भत्ता:

जर तुम्ही पदव्युत्तर अभ्यासक्रमात पूर्णवेळ शिक्षण घेत असाल, आणि तुम्हाला आर्थिक दृष्ट्या तुमच्यावर अवलंबून असणारी मुलं असली, तर या मुलांना सांभाळण्यासाठी तुम्हाला सरकारकडून आर्थिक मदत मिळू शकते. याबद्दल www.direct.gov.uk/en/parents/preschooldevelopmentandlearning/

nurseriesplaygroupsreceptionclasses/dg_10016103 ह्या वेबसाईटवर माहिती मिळू शकेल.

शारीरिक अक्षमतेसाठी(अपंगत्वासाठी) मिळणारं आर्थिक साहाय्य :

तुमचं मूलं शारीरिक दृष्ट्या अकार्यक्षम, अपंग असेल किंवा त्याला कोणतीही गंभीर व्याधी असेल, तर असं मूल वाढवणं अवघड असतं. परंतु अशा वेळेस (इंग्लंडमध्ये) सरकारकडून आर्थिक साहाय्य पुरवलं जातं. यासाठीचा सल्ला www.cafamily.org.uk ह्या वेबसाईटवर मिळेल.

मुलाच्या शारीरि असहाय्यतेसाठी अर्थसाहाय्य मिळवण्याबाबतची माहिती www.disabilityalliance.org ह्या वेबसाईटवर मिळेल.

इतर स्वास्थ्यसुविधा (इंग्लंडमधील)

गर्भारपणात तुमच्या पत्नीला डॉक्टरनं लिहून दिलेली औषधं आणि दंतचिकित्सा फुकट मिळेल. तुमच्या मुलाला वयाच्या निदान सोळाव्या वर्षापर्यंत, डॉक्टरनं लिहून दिलेली औषधं, दंतचिकित्सा, डोळ्याची तपासणी आणि चष्मा ह्या गोष्टी फुकट दिल्या जातील. अधिक माहितीसाठी वेबसाईट: www.direct.gov.uk/en/moneyraxandbenefits/benefitstaxcreditsandothersupport/illorinjured/dg_10018978ला भेट द्या.

पित्याला मिळणारी रजा

प्रसूतीनंतर माता-पित्यांना कामाच्या ठिकाणी जी रजा मिळते, त्यात वास्तव लक्षात घेतले जात नाही. आजकालच्या दिवसात मूल वाढवण्यात पत्नीच्याएवढाच पतीचा सहभाग असतो. अनेक वडील बाळाची दैनंदिन काळजी घेण्यात पत्नीच्या बरोबरीनं भाग घेऊ इच्छितात, परंतु मातांना नोकरीवर दिल्या जाणाऱ्या सवलतीं एवढ्या सवलती वडिलांना दिल्या जात नाहीत.

नशिबानं या सवलतींमधली तफावत समाजाच्या लक्षात येऊ लागली आहे आणि या परिस्थितीत सुधारणा करण्याकडे कल दिसू लागला आहे, त्यामुळे या बाबत कायद्यातले होणारे बदल लक्षात घेणं गरजेचं आहे. पित्याला अपत्यजन्मानंतर मिळणाऱ्या रजेबद्दलची सर्वांत ताजी माहिती हवी असल्यासwww.direct.gov.uk/

en/parents/moneyandworkentitlements/parentalleaveandpay/dg_10029398 या वेबसाईटला भेट द्यावी.

सध्याचे कायदे (ऑगस्ट २०१० पर्यंतचे)

> **अनुभवाचे बोल (पित्यांसाठी)**
> तुम्ही नोकरी करत असलात, तर तुमच्या अपत्याच्या जन्मानंतर तुम्हाला एक किंवा दोन आठवड्यांची हक्काची पगारी रजा मिळू शकते.

ह्या रजेसाठी पात्र ठरण्यासाठी

- *तुमची पत्नी १५ आठवड्यांची गर्भार होईपर्यंत, तुम्ही सध्याच्या नोकरीत निदान २६ आठवडे काम केलेलं असलं पाहिजेत.*
- *मुलाला वाढवण्याची जबाबदारी तुम्ही स्वीकारलेली असली पाहिजे.*
- *तुम्ही ह्या अपत्याचा रक्ताचा पिता असायला हवं किंवा बाळाच्या आईबरोबर तुम्ही राहात असायला हवं किंवा बाळाच्या आईबरोबर तुमचा विवाह झाला असला पाहिजे.*

तुम्ही मूल दत्तक घेतलंत, तरीसुद्धा तुम्हाला कायद्यानं हेच हक्क/सवलती मिळतात. यासाठी वेबसाईट आहे-

www.direct.gov.uk/en/parents/moneyandworkentitlements/workandfamilies/adoptionrightsintheworkplace/index.htm

याबद्दल खालील नियम लक्षात घेणं आवश्यक आहे.

- *पूर्ण दोन आठवड्यांची पितृत्वरजा घेणं पित्याला सक्तीचं नाही. परंतु तुम्ही आता फक्त आठवडा रजा घेतलीत तर उरलेली एक एकच आठवड्याची रजा नंतर केव्हातरी घ्यायची परवानगी दिली जात नाही.*
- *तुम्हाला वाटेल तेव्हा अधूनमधूनही सुट्टी घेता येत नाही.*
- *अपत्य जन्मापूर्वी निदान १५ आठवडे तुमच्या मालकाला तुम्ही किती दिवस आणि कोणत्या लेखी तारखेपासून रजा घेऊ इच्छिता हे सांगायला हवंत.*
- *स्त्रियांना प्रसूतीच्या आधीपासून बाळंतपणाची रजा सुरू करता येते. पुरुषांना मिळणारी पितृत्वाची रजा अपत्यजन्मापूर्वी घेता येत नाही.*

- *तुमच्या अपत्याचा जन्म झाल्यानंतर, ५६ दिवसांतच तुम्हाला ही रजा घ्यावी लागते.*
- *तुम्हाला जुळं, तिळं, चौपाळं (एका वेळीस एकाहून अधिक) अशी अपत्यं झाली, तरी तुम्हाला ठरावीकच रजा दिली जाते. (जुळं झालं म्हणून दुप्पट रजा मिळत नाही.)*

पितृत्व रजेच्या काळात मिळणारा हक्काचा पगार

सध्याच्या नियमांनुसार तुमचा पगार आठवड्याला निदान ९७ पौंड असेल, तर पितृत्व रजेच्या काळात तुमच्या सरासरी साप्ताहिक पगाराच्या ९०% किंवा आठवड्याला १२४.८८ पौंड यांपैकी जी रक्कम कमी असेल, तेवढी रक्कम तुम्हाला पगार-स्वरुपात मिळेल. कधीकधी तुमच्या नोकरीच्या नियमांनुसार तुम्हाला याहून जास्त पगारही पितृत्व रजेच्या काळात मिळू शकतो. तुमच्या कंपनीचे ह्याबाबतचे नियम काळजीपूर्वक वाचावे.

तुमचा आठवड्याचा पगार ९७ पौंडापेक्षा कमी असेल, तर तुम्हाला पितृत्व रजेच्या काळात हक्काचा पगार दिला जात नाही, परंतु अशा परिस्थितीत तुम्हाला करसवलत किंवा आर्थिक मदत नक्कीच दिली जाते.

तुमच्या हक्काच्या सवलतींबाबत संपूर्ण माहितीसाठी www.citizensadvice.org.uk/index/getadvice.htm ह्या वेबसाईटला भेट द्या. नोकरी करणाऱ्या पित्यांना हक्कानं मिळणाऱ्या सवलतींची माहिती दर महिन्याला सुधारित स्वरूपात दिली जाते. त्यासाठी www.adviceguide.org.uk/e_right_of_working_fathers.pdf ह्या वेबसाईटवरून माहिती काढावी.

पितृत्व रजेचं महत्त्व:

अनुभवाचे बोल
तुम्हाला शक्य होत असेल तर कायद्यानं तुम्हाला मिळू शकणारी संपूर्ण पितृत्व-रजा घ्यावी. तुमच्या मदतीशिवाय आपल्याला धकवता येईल असा तुमच्या पत्नीला विश्वास वाटत असला, तरीही तुम्ही हक्काची संपूर्ण रजा घेतलेली बरी.

मुलाच्या जन्मानंतरचे पहिले काही आठवडे फक्त तुमच्या मुलाशी नातं जोडायच्या दृष्टीनंच महत्त्वाचे असतात, असं नव्हे! तुमच्या पत्नीबरोबरचं तुमचं

नातं संतुलित राखण्याच्या दृष्टीनंसुद्धा हा कालखंड अतिशय महत्त्वाचा असतो. आई-वडील या नात्यानं तुमच्या भूमिका ठरण्याच्या दृष्टीनं हा कालखंड अत्यंत महत्त्वाचा असतो.

तुमच्या मुलाला जन्माच्या वेळीस रजा घेऊन तुम्ही बाळाचं करण्यात हातभार लावलात की तुमचा आत्मविश्वास वाढेल. तुमच्या बाळाशी असलेलं नातं दृढ होईल, तुमच्या पत्नीवरचा कामाचा ताण तुमच्या मदतीमुळं हलका होईल. घरात आधिक चांगलं कौटुंबिक वातावरण निर्माण करण्यासाठी तुमची मदत होईल.

> ***लॉरेनचा जन्म होण्यापूर्वी काही दिवस माझी नोकरी गेली, त्यामुळे दोन महिने मी घरीच होतो. त्या कालखंडात माझी माझ्या लेकीशी खूपच जवळीक झाली आणि पिता म्हणून आत्मविश्वासानं, मी तिचं सारं करू लागलो.***
>
> ब्लेअर- लॉरेनचा पिता

दुर्दैवानं, मुलाच्या जन्माच्या वेळीस 'रजा घ्या' असं सांगणं सोपं असलं, तरी प्रत्यक्षात तसं करणं तितकंसं सोपं नसतं.

अनुभवाचे बोल

अलीकडच्या सर्वेक्षणातून सिद्ध झालं आहे की नोकरी करणारे जवळजवळ अर्धे लोक कायद्यानं त्यांना मिळू शकणारी हक्काची दोन आठवड्यांची पितृत्व रजा घेतच नाहीत आणि त्यामागचं मुख्य कारण असतं की तसं करणं त्यांना परवडत नाही.

त्या ऐवजी नव्यानं बाबा झालेले अनेक लोक, त्यांची हक्काची पितृत्व रजा पगारी रजा या स्वरूपात घालवतात आणि त्यामुळे मुलाच्या जन्मानंतर त्यांना कुटुंबाबरोबर पुरेसा वेळ घालवताच येत नाही. असं केल्यामुळे नव्यानं आई झालेल्या स्त्रीला पतीची मदत मिळत नाही. नव्यानं बाबा झालेल्या पुरुषाला आपल्या नवजात अर्भकाबरोबर वेळ घालवण्याच्या संधीला मुकावं लागतं आणि त्यामुळे कुटुंबावरचा एकूण ताण वाढतो.

मातृत्व-रजा (इंग्लंडमधील)

तुमची पत्नी नोकरी करत असेल तर कायद्यानं तिला हक्काची बाळंतपणासाठीची

ठरावीक रजा (सध्या ५२ आठवडे) मिळते. त्यापैकी थोडी रजा पूर्ण पगारी असते. पगारी रजेचा कालखंड सध्या ३९ आठवडे आहे. यापैकी पहिल्या सहा आठवड्यांसाठी ९०% पगार मिळतो आणि उरलेल्या काळात कायद्यानं ठरवलेला, आठवड्याला १२४.८८ पौंड, एवढा पगार दिला जातो. तुमच्या पत्नीच्या नोकरीच्या ठिकाणी बाळंतपणाच्या रजेची आणखी कोणती सवलत असल्यास, त्याचा लाभ घेता येईल.

योग्य नियोजन करण्याच्या दृष्टीनं तुमची पत्नी अपत्यजन्मानंतर किती आठवडे घरी राहण्याच्या विचारात आहे, हे कळणं उपयुक्त ठरेल, परंतु याबद्दलचा निर्णय पत्नीला घेऊद्या आणि तुमची कितीही आर्थिक ओढाताण होत असली तरी कामावर लवकर परत जाण्यासाठी पत्नीवर अवाजवी दडपण आणू नका.

जेननं नेहमीची तिच्या हक्काची महिन्याची पगारी सुट्टीसुद्धा जोशच्या जन्माच्या सुमारास बाळंतपणाच्या सुट्टीला जोडून घेतली, त्यामुळे तिला त्याच्या जन्माच्या वेळेस आणखी चार आठवड्यांची भरपगारी रजा घेता आली.

लुईस- जोशचा पिता

इंग्लंडमधील गर्भारपणातील हक्कांबाबतची अधिक माहिती www.direct.gov.uk/en/parents/moneyandworkentitlements/workandfamilies/pregnancyandmaternityrights/index.htm या वेबसाईटवर मिळेल.

कामाच्या वेळीस घेतल्या जाणाऱ्या प्रसूतीपूर्व प्रशिक्षण वर्गांना जाण्यासाठी तुमच्या पत्नीला काही तासांची पगारी सुट्टी घेता येते. त्यासाठी तिच्या सध्याच्या नोकरीत तिनं ठरावीक काळ असण्याची अट नाही. परंतु याबाबतीत सुज्ञपणे वागावं आणि असं जाता येण्यासाठीच्या सवलतीबद्दल विनंती करावी, तो आपला हक्कच आहे असं वागू नये. प्रसूतीपूर्व प्रशिक्षणाबद्दल तुमच्या पत्नीचे हक्क कोणते आहेत, हे जाणून घेण्यासाठी:

www.worksmart.org.uk/rights/can_i_take_time_off_work_to या वेबसाईटला भेट द्यावी.

कामाच्या तासांचं लवचीक धोरण

> **अनुभवाचे बोल**
> तुमचं मूल १७ वर्षे वयाखालचं असलं (अपंग मूल १८ वर्षांखालील वयाचं असलं) तर तुम्हाला कामाच्या वेळेबद्दल लवचीक धोरण राखण्याची मागणी करता येते. अर्ध वेळ काम करणं, घरी राहून काम करणं, अध्ये-मध्ये थोडा वेळ जाऊ देऊन कामाचे तास पूर्ण करणं किंवा कमी तास काम करणं अशा सवलती तुम्हाला मागता येतात.

कामाचे तास मनाप्रमाणे निवडता येणं ही पित्याच्या दृष्टींन अत्यंत महत्त्वाची गोष्ट ठरते आणि कुटुंबजीवनासाठी त्याचा प्रचंड फायदा होतो. दुर्दैवानं अशा विनंतीचा नोकरी देणाऱ्यानं गांभीर्यानं विचार करायचा असला, तरी ते मान्य करण्याची कायद्यानं त्याच्यावर सक्ती नसते. आणि अशा विनंतीमुळे कामाबद्दलची आपली आच कमी आहे असं समजलं जाईल या भीतीमुळे आपली व्यावसायिक प्रगती धोक्यात आणायला सारेच नव्यानं पिता झालेले लोक उत्सुक नसतात.

कामाच्या तासांमध्ये लवचिकता असावी, अशी मी माझ्या बॉसला विनंती केल्यावर त्यांन तडजोडीचा जो मध्यम मार्ग सुचवला, तो मार्ग मी स्वीकारला असता, तर माझी व्यावसायिक प्रगती खुंटली असती.

जेरेमी- इन्ही आणि डॅनचा पिता, पीट आणि ट्रिशचा सावत्र पिता

अशा कारणामुळे कामाचे तास लवचीक असण्याचा हक्क नोकरीवर असलेल्या ५०% पित्यांना मिळत असला, तरी प्रत्यक्षात फक्त ३०% लोकच त्याची मागणी करतात, परंतु तुमच्या बॉसच्या गरजा लक्षात घेऊन आणि तुम्ही वेगळे कामाचे तास निवडल्यामुळे येऊ शकणाऱ्या अडचणींवर पर्यायी तोडगे सुचवून, तुम्ही वेगळ्या कामाच्या तासांची मागणी केलीत, तर तुमच्या बॉसने तुमची विनंती मान्य करण्याची शक्यता वाढेल.

याबद्दलची अधिक माहिती: www.direct.gov.uk/en/employment/employees/flexibleworking/dg_10037051 किंवा www. dad.info/work/yourworkplace-rights/flexible-working ह्या वेबसाईटवर मिळेल.

पालकांना मिळणारी रजा

तुम्ही काही अटींमध्ये बसत असाल तर तुम्हाला किंवा तुमच्या पत्नीला, तुमचं मूल पाच वर्षांचं होईपर्यंत, एकूण १३ आठवड्यांची बिनपगारी सुट्टी घेता येते. याबद्दलच्या माहितीसाठी:

www.direct.gov.uk/en/parents/moneyandworkentitlements/workandfamilies/parentalleaveandflexibleworking/dg_10029416 या वेबसाईटला भेट द्यावी.

कंपॅशनेट लीव्ह (दयेपोटीची रजा)

तुमचं मूल आजारी पडल्यामुळे पाळणाघरात जाऊ शकत नसेल, तर तुम्हाला किंवा तुमच्या पत्नीला मुलाच्या शुश्रुषेसाठी रजा मिळू शकेल. याबद्दलची अधिक माहिती: www.direct.gov.uk/en/employment/employees/timeoffandholidays/dg_10026555 ह्या वेबसाईटवर मिळेल.

अनुभवाचे बोल

नोकरीच्या ठिकाणचे तुमचे हक्क आणि माता-पित्यांना मिळणारी पगारी रजा आणि कामाच्या तासांची निवड यासारखे हक्क जाणून घ्यायचे असतील तर अॅडव्हायजरी कन्सीलिशन अँड अर्बिट्रेशन सर्व्हिस (ACAS) यांची www.acas.org.uk ही वेबसाईट वापरावी.

आपलं मृत्युपत्र तयार करण्याबाबत

तुमच्या मालमत्तेचा वारसदार कोण असेल आणि तुमच्या मृत्युनंतर तुमच्या अपत्याचं पालकत्व कोण पार पाडेल या गोष्टी स्पष्टपणे नमूद करणारा कायदेशीर दस्तावेज म्हणजे तुमचं मृत्युपत्र.

तुम्ही मृत्युपत्र केलं नसेल, तर तुमच्या मालमत्तेचे वारसदार तुमच्या इच्छेनुसार न ठरता ती मालमत्ता कायद्यानुसार वाटली जाईल. त्यामुळे तुमच्या स्वत:च्या मृत्युबद्दल विचार करणं कितीही विचित्र वाटलं, तरी पालक या नात्यानं आपल्या मुलाचं हित जपण्यासाठीचं आपलं ते कर्तव्य आहे, अशा भावनेनं मृत्युपत्र करावं. आपल्या पश्चात आपल्या अपत्याची नीटपणे सोय लावली गेली असेल, तर

आपल्या मृत्यूमुळे त्याचं आयुष्य उद्ध्वस्त होणार नाही, हे लक्षात घ्यावं.

मृत्युपत्र करण्यासाठीचे दस्तऐवज, नेटवरून काढता येतात, परंतु त्यासाठी व्यावसायिक तज्ज्ञांचा सल्ला घेतलेला अधिक चांगला. किमानपक्षी नीटपणे चौकशी करून, माहिती जमा करून त्यानंतर आपलं मृत्युपत्र करावं. खालीलपैकी कोणतीही गोष्ट असल्यास, तज्ज्ञ व्यावसायिकावरच हे काम सोपवावं.

- *आपली मालमत्ता (इंग्लंडमधील) इनहेरिटन्स-टॅक्स मर्यादेहून जास्त असेल.*
- *आधीच्या विवाहापासूनची अपत्यं असतील.*
- *काही विशिष्ट लोकांसाठी पैसे ठेवण्याची आपली इच्छा असेल.*
- *कोणा अपंग व्यक्तीची तुमच्यावर जबाबदारी असेल.*

परदेशातील मालमत्तेसारखी गुंतागुंतीची आर्थिक स्थिती असेल.

इंग्लंडमधील कायद्यांची मृत्युपत्र संदर्भातली माहिती या: www.direct.gov.uk/en/goernmentcitizensandrights/death/preparation/dg_10029800 किंवा www.adviceguide.org.uk/index/family_parent/family/wills.htm#importanttomakeawill वेबसाईटवर मिळेल.

खर्च करणं, शिल्लक टाकणं, विकणं आणि कर्ज काढणं

कितीही पैसे शिल्लक टाकले तरी सर्व संभाव्य घटनांची शक्यता लक्षात घेऊन, त्यासाठी तरतूद करणं अशक्य आहे, ही गोष्ट लक्षात येईपर्यंत मी पैशांबाबत सतत चिंता करत असे.

रॉब- ब्रिजीतचा पिता

खर्च करणं

तुमच्या मुलांना तुम्ही दिलेल्या भेटवस्तुंची नव्हे, तर तुमची गरज असते ही गोष्ट खरी असली तरी त्यांना नुसताच तुमचा वेळ देऊन भागत नाही, त्यांच्या पालनपोषणासाठी खर्चसुद्धा करावा लागतो. परंतु त्या खर्चावर नियंत्रण ठेवण्यासाठी तुम्ही खालीलपैकी काही गोष्टी करू शकता.

- *स्वस्तातील पर्याय विचारात घ्यावेत : सिनेमावर खर्च करण्याऐवजी मुलाबरोबर बागेत फेरफटका मारावा. महागडी खेळणी विकत आणायला*

लावण्याऐवजी मुलाबरोबर एखादं खेळणं घरी बनवावं.

- *घाऊक खरेदी करावी. एका वेळेस भरपूर अन्न शिजवून फ्रीजरमध्ये ठेवावे. ही इंग्लंडमधील शक्य स्थिती आहे, हे लक्षात घ्या. आपल्याकडे ताज्या स्वयंपाकाला महत्त्व असते. तरीही भाज्या निवडून ठेवणे, कणीक मळून ठेवणे या गोष्टी आपण करू शकतो. त्यासाठी फ्रीजचा वापर उपयुक्त ठरतो.*
- *शक्य होईल तेव्हा फुकट मिळालेल्या कूपन्सचा वापर करावा.*
- *पुस्तकं, सी.डी., डी.व्ही.डी.साठी स्थानिक लायब्ररीचा उपयोग करावा.*
- *क्रेडिट कार्डचं बिल ताबडतोब चुकतं करावं. (म्हणजे अवाच्या सव्वा व्याज द्यावं लागणार नाही.)*
- *तसं करणं जमत नसेल तर व्याज दराबद्दल घासाघीस करावी किंवा क्रेडिट कार्ड वापरूच नये.*
- *आता विकत घ्या नंतर पैसे द्या अशांसारख्या योजनांपासून चार हात दूरच राहावं.*
- *शिल्लक टाकलेल्या पैशांतून जुनी कर्ज फेडून टाकावीत.*
- *नीट चौकशी, किमतीबद्दल घासाघीस करून त्यानंतर खरेदी करावी.*

पैसे शिल्लक टाकणे

तुमचं उत्पन्न तुमच्या खर्चाहून जास्त असेल तर तुम्ही पैसे शिल्लक टाकू शकाल. पगारातून ठरावीक रक्कम थेट एखाद्या बचत खात्यात टाकण्याची सुविधा उपलब्ध असते. तसं केल्यास, तशी गुंतवणूक केली जाऊन त्यानंतर उरलेला पगारच हाती येतो.

तुमच्या पगारातून आणखी पैसे शिल्लक टाकता येणार असले तर प्राप्तीकर वाचवणाऱ्या गुंतवणूक पर्यायांमध्ये टाकावेत आणि मुलांच्या नावे वेगळी बचत करत असलात, तर त्यात आणखी पैसे टाकत जावे.

निवृत्तीवेतन

निवृत्तीनंतर आर्थिक दृष्ट्या तुम्ही तुमच्या मुलांवर अवलंबून राहू इच्छित नसता. त्यासाठी शक्य तेवढ्या लवकर निवृत्तीवेतन देणाऱ्या बचत पर्यायांमध्ये गुंतवणूक करण्यास प्रारंभ करावा. इंग्लंडमध्ये याविषयक सल्ला www.pensionsadvisoryservice.org.uk या वेबसाईटवर मिळेल. याखेरीज अशा सल्ल्यासाठी:

www.direct.gov.uk/en/pensionandretirementplanning/

index.htm ह्या वेबसाईटवर भेट द्यावी.

इतर बचत पर्याय

बचत करण्यासाठी पगारातले तुमचे भरपूर पैसे शिल्लक राहणं गरजेचं नसतं. आपल्या राहणीमानाला कात्री न लावता तुमचा नेहमीचा खर्च कमी करणं आणि पैसे शिल्लक टाकणं शक्य असतं. उदा. नीटपणे चौकशी करून बाजारहाट केला असता अन्नावरचा खर्च वाचवता येतो. नीटपणे विजेचा, गॅसचा वापर करून त्यावरील खर्चात बचत करता येते. वैद्यकीय विमा, घराचा विमा स्वस्तात मिळवता येतो आणि हप्त्यांवर कार विकत घेताना सवलतीचा व्याजदर मिळवता येतो. इंग्लंडमध्ये याबद्दलची विशेष माहिती www.moneysavingexpert.com/protect/money-help या वेबसाईटवर मिळेल.

घरातले सामान विकणे

मुलाच्या जन्मानंतर घरातली जागा अपुरी पडू लागते, त्यामुळे घरातली अनावश्यक अडगळ दूर करण्यासाठी हीच सर्वांत योग्य वेळ असते. नको असलेलं सामान ebay वर /स्थानिक पेपरमध्ये जाहिरात देऊन किंवा अन्य मार्गानं विकता येतं.

कर्ज घेणे

लहान सहान रक्कम उसनी हवी असेल तर क्रेडिट कार्ड कंपनीकडून पैसे कर्जाऊ न घेता आई-वडिलांकडून हातउसने घ्यावेत. तसं करणं कमीपणाचं वाटत असेल, तर पित्याच्या भूमिकेत जाऊन त्याबद्दल विचार करावा. तुम्ही तुमच्या मुलाला मदत करण्याच्या आर्थिक परिस्थितीत असाल, तर त्यांनी कर्जबाजारी होण्याऐवजी तुमच्यापाशी मदत मागितली तर तुम्हाला आनंद होईल की नाही? तुमच्या आई-वडिलांची सुद्धा तुमच्याबद्दल तीच भावना असेल.

गहाण टाकणे- कर्ज घेणे

घरासाठी कर्ज घेणे हा अत्यंत महत्त्वाचा निर्णय असतो. त्यासाठी अवाजवी अपेक्षा न ठेवता, कोणत्या गोष्टींना अग्रक्रम द्यायचा हे स्पष्टपणे ठरवणं महत्त्वाचं असतं. आजूबाजूला मोठी बाग असलेलं प्रशस्त घर विकत घेण्यासाठी, कामाच्या जागेपासून खूप दूरचं घर निवडावं लागत असलं आणि ते खूप महागात पडत असलं, तर त्याऐवजी कामाच्या जागेपासून जवळचं परंतु छोटंसं, खिशाला परवडलसं घर घेण्यातच शहाणपण आहे, हे जाणून त्याप्रमाणे निर्णय घ्यावा.

घरापासून नोकरीच्या जागी पोहोचण्याचा वेळ वाचवता आला तर तुमच्या मुलाबरोबर तुम्हाला अधिक वेळ घालवता येणार नाही का? घरासाठी किफायतीशीर व्याजदरात कर्ज कुठे मिळेल याची माहिती www.mortgagesorter.co.uk या वेबसाईटवर मिळेल.

कर्ज

काढलेलं कर्ज फेडता येत नसेल तर ज्यांच्याकडून कर्ज काढलंय त्या लोकांशी संपर्क साधावा आणि त्याबाबत व्यावसायिक सल्ला घ्यावा. समस्येला जितकं त्वरित सामोरं जाल, तितकाच लवकर त्यावरचा तोडगा शोधता येईल. या सल्ल्यासाठीची इंग्लंडमधील वेबसाईट आहे www.nationaldebtline.co.uk आणखी एक वेबसाईट आहे www.moneystuff.co.uk

अनुभवाचे बोल

माझ्या मुलासाठी सर्वोत्कृष्ट तेच विकत घेईन या वृत्तीमुळे किंवा शेजाऱ्यांशी बरोबरी करण्याच्या ईर्षेमुळे तुम्ही आमदनीला न परवडेल असा खर्च करू लागता. याबाबतीत व्यवहारीपणे वागा. आपल्याला परवडेल तेच आपल्या कुटुंबासाठी सर्वोत्कृष्ट ठरेल. अवास्तव पैसे उधळले म्हणजे तुम्ही चांगले पालक बनता असं अजिबात नसतं.

स्वतःच्या विकासासाठीसुद्धा पैसा खर्च करा.

तुमच्या कुटुंबासाठीच्या पैशाचा विनियोग कुठे करायचा हे ठरवताना स्वतःकडे दुर्लक्ष करू नका. तुमच्या व्यावसायिक प्रगतीसाठी उपयुक्त असं प्रशिक्षण घेण्यासाठी ज्या प्रशिक्षणामुळे तुमची आमदनी वाढेल किंवा तुमचा आत्मसन्मान वाढेल अशा प्रशिक्षणासाठी पैसा खर्च करणं तुमच्या आणि तुमच्या कुटुंबीयांच्या हिताचंच ठरेल.

अशा प्रशिक्षणाबद्दल अधिक माहिती हवी असेल तर www.learndirect.co.uk ह्या वेबसाईटवर जावे. अशा शिक्षणासाठी आर्थिक मदत हवी असल्यास www.direct.gov.uk/en/parents/moneyandworkentitlements/yourmoney/dg_10039513 ह्या वेबसाईटवर जावं.

सल्ला मिळवणे

तुमची आर्थिक स्थिती कशीही असो, तुम्हाला योग्य सल्ला मिळवता येतो. तुम्हाला वित्तीय सल्लागाराची मदत घेता येते आणि तुमची गुंतवणूक घराच्या कर्जावरील व्याजदर, प्राप्तीकरात बचत करणारे गुंतवणूक पर्याय, विमा या सर्व बाबतीत तज्ज्ञांचा सल्ला मिळवता येतो.

माझ्या वित्तीय सल्लागारानं मला आयुर्विमा आणि सुरक्षित गुंतवणूक पर्याय याबाबत योग्य सल्ला दिला. असा मला मनोमन विश्वास वाटतोय की माझं उद्या काही बरंवाईट झालं, तर माझ्या पत्नीला, मुलीला आमचं घर विकावं लागणार नाही आणि आतासारखंच राहणीमान राखता येईल.

डॅनिएल- हेदरचा पिता

वित्तीय सल्लागार, घरकर्ज सल्लागार किंवा सॉलिसिटर शोधायचा असेल तर www.unbiaded.co.uk ह्या वेबसाईटचा वापर करावा. खर्चाचं अंदाजपत्रक बनवणं,सर्वोत्कृष्ट गुंतवणूक पर्याय शोधणं, अर्थ नियोजन करणं याबाबतीत मदत हवी असल्यास फायनॅन्शियल सर्व्हिसेस ऑथोरिटीची:

www.moneymadeclear.fsa.gov.uk/tools ही वेबसाईट वापरावी.

आर्थिक बाबतीतील सर्वांत ताजी माहिती आणि स्पष्ट सल्ला यांसाठी www.moneysavingexpert.com ही वेबसाईट वापरावी.

पालकत्व ही काळजीत पाडणारी आणि खर्चाची बाब असते. परंतु तुमची व्यावसायिक प्रगती होईल, त्याबरोबर आमदनीसुद्धा वाढत जाईल आणि अपत्यजन्मानंतर तुमच्या बायकोनं नोकरी सोडून दिली असली, तरी तुमचं मूल शाळेत जाऊ लागल्यावर ती पुन्हा नोकरी करू लागण्याची शक्यता असते.

पॉकेटमनी

शाळेत जाण्यापूर्वीच्या वयाच्या मुलाला पैशांबद्दल काहीही समजणं शक्य नाही असं तुम्हाला वाटू शकेल. परंतु पैसा खर्च केली की तो संपतो; तो एकदाच खर्च करता येतो एवढं तुमच्या लहान मुलाला समजू लागलं की पैशांच्या बचत व्ययाबद्दल त्याला ज्ञान करून देणं शक्य होतं. पैसे कसे खर्च करावेत याबद्दलचं प्रशिक्षण मिळावं, म्हणून त्याला पॉकेटमनी द्यायला प्रारंभ करावा. पॉकेटमनी म्हणून

त्यांना हक्काचा पैसा मिळू लागला की त्या पैशांचा सांभाळ व विनियोग करायला मुलं शिकतील. हे पायाभूत कौशल्य आत्मसात करण्याचा तो सर्वोत्कृष्ट मार्ग आहे.

अनुभवाचे बोल

इतक्या लहान वयात मुलाला पॉकेटमनी द्यायचा नाही, किंवा तो कधीही द्यायचा नाही. असा तुम्ही निर्णय घेतलात तरी तुम्हाला पाहून मूलं खूप शिकत असतं. केव्हाही तुम्ही पैसा खर्च केलात, वाचवलात, बँकेतून काढलात किंवा इतर कुणाला दिलात की त्याबद्दल तुमच्या मुलाला तुम्ही सविस्तर माहिती देऊ शकता आणि या प्राथमिक गोष्टी शिकवू शकता.

सुपरमार्केटजवळ असलेल्या एटीएम मशीनमधून मी बरेचदा पैसे काढत असे, त्यामुळे जोशची समजूत झाली की बाजारहाट करताना मला पैशांचा लाभ होतो.

पीट- जोशचा पिता

घरात काही मदत केली की त्याची किंमत चुकवायला काही आई-वडील आपल्या मुलांना पैसे देत असतात, तर इतर काहींना वाटतं की आपल्या कुटुंबाचा एक घटक या नात्यानं मुलांनी एवढी मदत करायलाच हवी आणि असे लोक केलेल्या मदतीबद्दल मोबदला न देता, त्यांना भेट स्वरूपात पॉकेटमनी देतात. तुमच्या मुलाच्या बाबतीत कोणता पर्याय अधिक उजवा ठरेल, हे तुमचं मूल थोडं मोठं होईपर्यंत तुमच्या लक्षात येणार नाही.

परंतु अर्थनियोजनाचं वास्तव तुमच्या मुलाला जेवढं लवकर उमजेल, तेवढं लवकर ते आर्थिक जबाबदारी शिकून स्वतःला शिस्त लावून घेईल.

- *एका ठरावीक मर्यादेपर्यंत त्यांना चुका करून त्यातून बोध घेण्याची मुभा द्या. आता त्यांनी एखाद्या मासिकावर खूप पैसे उधळल्यामुळे त्यांना डी.व्ही.डी. विकत घेणं लांबणीवर टाकावं लागलं तरी हरकत नाही. महागड्या गाडीसाठी अव्वाच्यासव्वा कर्ज काढून ते फेडता न येणं अशी चूक त्यांनी भविष्यात करू नये, यासाठी त्यांनी आताच लहानसहान चुकांमधून बोध घेतलेला बरा.*
- *जाहिरातबाजी करणाऱ्यांचा मूळ हेतू काय असतो, हे त्यांना नीटपणे समजावून द्या आणि मोह आणि खरीखुरी गरज यातील फरक त्यांना समजावून द्या.*

- *काम केल्यानंतरच पैसा मिळतो हा कार्यकारणभाव त्यांना समजावून सांगा म्हणजे प्रयत्न आणि हक्क यातील भेद त्यांना उमजेल.*
- *त्यांना पैसे खर्च करण्याबाबत थोडं स्वातंत्र्य दिलं असलं, तरी कोणत्या गोष्टींवर पैसे खर्च करावेत आणि कोणत्या गोष्टींवर करू नयेत याबद्दल त्यांच्याशी चर्चा केलेली असावी.*
- *बचतीचे अल्पकालीन आणि दीर्घकालीन फायदे त्यांना समजावून सांगा आणि कर्जाऊ घेतलेले पैसे फेडणं किती महत्त्वाचं आहे, हेसुद्धा त्यांच्या मनावर ठसवा.*
- *मुलं एकमेकांशी तुलना करत असतात. त्यामुळे त्यांना किती पॉकेटमनी द्यायचा याचा आकडा ठरवताना इतर आई-वडिलांशी चर्चा करून निर्णय घ्या.*
- *दुसरा पर्याय म्हणजे त्यांच्या मित्रांना कितीही पॉकेटमनी मिळत असला, तरी तुम्हाला वाटेल आणि तुमच्या खिशाला परवडेल, एवढाच पॉकेटमनी तुमच्या मुलाला देत चला. यातून ती मोलाचा धडा शिकतील.*
- *केव्हा आणि किती पैसे द्यायचे यात सुसंगती आणि सातत्य ठेवा.*

मॅडी तीन वर्षांची झाली, तेव्हा आम्ही तिला काचेची, मोठी पिगी-बँक दिली, त्यामुळे त्यात किती पैसे जमा झाले आहेत, हे तिला पाहता येऊ लागलं. ती त्यात जोमाने पैसे जमा करू लागली.

जॉन- मॅडीचा पिता

पॉकेटमनीबद्दल अधिक माहितीसाठी www.growingkids.co.uk/pocketmoneyandallowances.html ही वेबसाईट उपयुक्त ठरेल.

लक्षात ठेवण्याजोग्या दहा गोष्टी

- तुमच्या आर्थिक स्थितीबद्दल तुमच्या पत्नीशी मनमोकळी चर्चा करा. बाळाचे डायपर्स बदलणं एवढीच तुमची जबाबदारी आहे आणि पैशांची चिंता करणं हे तुमचं कर्तव्य आहे, अशी पारंपरिक विचारसरणी ठेवू नका. ती विचारसरणी आता कालबाह्य झाली आहे.
- तुम्ही घेतलेली कर्जं, तुमचं उत्पन्न आणि खर्च यांचा प्रामाणिक आणि संपूर्ण आढावा शक्य तेवढ्या लवकर घ्या.
- मुलाच्या जन्माच्या वेळी मिळणारे सारे सरकारी/नोकरीतले फायदे/सवलती घेता याव्यात याबद्दल सर्व माहिती जमा करा आणि मिळेल तेवढी पॅटर्निटीलीव्ह (पितृत्व-रजा) घ्या. अपत्यजन्मानंतर सुरुवातीचे काही आठवडे तुमची मदत अत्यंत गरजेची असते.
- कामाच्या तासांच्या बाबत लवचीक धोरण राखण्याची तुमच्या वरिष्ठाला विनंती करा. कायद्यानं तुमचा तो हक्क आहे आणि ती सवलत मिळण्याचा तुम्ही प्रामाणिक प्रयत्न केला पाहिजे, कारण सोयीनुसार कामाचे तास निवडता आले, तर बाळाला वाढवण्याच्या दृष्टीनं ते अत्यंत उपयुक्त ठरेल.
- आपल्या बाळाचं भविष्य सुरक्षित राखण्याच्या दृष्टीनं आपलं मृत्युपत्र करणं हा सर्वांत सोपा मार्ग आहे.
- आपलं राहणीमान न उणावता पैसे वाचवण्याचं कौशल्य तुम्ही शिकून घ्यायला हवं.
- नोकरीत तुम्हाला पेन्शन (निवृत्तीवेतन) मिळण्याची सोय नसेल, तर तुम्ही तशा प्रकारच्या गुंतवणूक-पर्यायात पैसे टाकायला प्रारंभ केला पाहिजे.
- तुमच्या खर्चाबाबतचं धोरण सुज्ञपणे आखावं. मुलावर वारेमाप पैसा उधळला म्हणजे तुम्ही चांगला पिता बनलात, असं नसतं.
- जसे दिवस उलटतील आणि तुमची व्यावसायिक प्रगती होत जाईल, तशी तुमची आर्थिक स्थिती सुधारत जाईल.
- इतर सर्व गोष्टींप्रमाणेच अर्थनियोजनाचे धडेसुद्धा तुमचं मूल तुमच्याकडून शिकत असतं, त्यामुळे तुम्ही पैशांबाबत कसा व्यवहार करता याचं त्याला चांगलं उदाहरण घालून देणं महत्त्वाचं आहे.

११

व्यवसाय आणि कुटुंबजीवन

या प्रकरणात आपण खालील गोष्टींचा आढावा घेणार आहोत :

- *व्यवसाय आणि कुटुंबजीवन यातील नाजूक समतोल कसा साधावा.*
- *घरी असणारा पिता ही भूमिका कशी निभवावी.*
- *कामावर जाणाऱ्या पित्याच्या मनात नेहमी डोकावणारी अपराधीपणाची भावना कशी टाळावी.*

नोकरीचं महत्त्व

अनेक कुटुंबांमध्ये पती-पत्नी ह्या दोघांनी नोकरीवर जाण्याचं प्रमाण वाढताना दिसत आहे आणि तीन महिन्यांचं मूल पाळणाघरात ठेवून किंवा दाईवर सोपवून नोकरीवर जाणं भाग पडू लागलं आहे. पैशांच्या गरजेपोटी असं केलं जात आहे.

घरासाठी घेतलेल्या कर्जाचे हप्ते फेडण्यासाठी आणि -इतर खर्चासाठी दोन पगार गरजेचे ठरत आहेत.

जॉन- मॅडीचा पिता

तुमची पालकत्वाची (आर्थिक)जबाबदारी निभावण्यासाठी मुलाला दुसऱ्यावर सोपवून कामाला निघावं लागतं हे सत्य आहे, परंतु तुम्ही पती-पत्नींनी तुमच्या मुलाच्या अन्न, वस्त्र, निवारा आणि शिक्षण ह्या प्राथमिक गरजांसाठी पुरेसे पैसे शिल्लक टाकलेत, की पालकत्वाची जबाबदारी पार पाडण्यासाठी अर्थार्जन करायची गरज उरत नाही, कारण पालक या नात्यानं तुमच्यावर असलेल्या अन्य जबाबदाऱ्यांचा तुमच्या उत्पन्नाशी काहीही संबंध नसतो.

श्रीमंत पालक, गरीब पालक

> **अनुभवाचे बोल**
> अनेक सर्वेक्षणांवरून सिद्ध झालं आहे की 'पैसे म्हणजेच सुख' असं समीकरण मांडता येत नाही. एकदा आयुष्याच्या प्राथमिक गरजा भागल्या की आपलं इतरांशी असलेलं नातंच आपल्या आयुष्याला समृद्ध बनवत असतं. त्यामुळे गरजेपुरता पैसा उभा करणं शक्य असतं.

तुमच्या मुलाशी असलेलं तुमचं उत्तम नातं हा तुमच्या आयुष्यातला सुखाचा ठेवा असतो, परंतु मुलाबरोबर व्यतीत करण्यासारखे क्षण मोजकेच असतात आणि ते एकदा हातून निसटले की ते कधीही परत येत नसतात, मग तुम्हाला व्यावसायिक आयुष्यातून कितीही पैसा-मान-सन्मान किंवा आनंद मिळो, मुलाशी नातं जोडण्याचे गेलेले क्षण पुन्हा कधीही हाती येत नाहीत.

श्रीमंत मूल, गरीब मूल

जो वेळ तुम्ही तुमच्या मुलाबरोबर खर्च करता, तो त्यांना घडवण्याच्या दृष्टीनं अत्यंत मोलाचा असतो. अनेक सर्वेक्षणांवरून सिद्ध झालं आहे की तुमच्या मुलाला तुम्ही जेवढा वेळ देऊ शकाल, तेवढं ते अधिक चांगलं घडेल.

तुम्ही मुलापासून दूर कुठेतरी ऑफिसात व्यग्र असल्यामुळे तुम्ही त्याला महागडी युरो-डिस्ने सफर घडवली किंवा अगदी ताज्या कंप्युटर गेमवर त्यानं प्रभुत्व मिळवलं, तरी त्यामुळे त्याच्या ठायीचं माणूसपण जोपासलं जाणार नाही. मोठं होताना तुमचं मूल जी नीतिमुल्यं आत्मसात करील, स्वत:कडे आणि जगाकडे ते ज्या दृष्टीनं पाहू लागेल त्यासाठी पालक या नात्यानं तुम्ही त्याला घडवणं आवश्यक आहे. अशा सुसंस्कारित मुलाबद्दलच भविष्यात तुम्हाला अभिमान वाटू शकेल आणि असे सुसंस्कार घडवण्यासाठी तुम्ही त्यांना वेळ देणं गरजेचं आहे.

तुम्ही निवडलेल्या पर्यायांवरून मूल बोध घेत असतं.

तुमची जीवनशैली, तुमची वागणूक आणि तुमचे उद्गार यावरून तुमचं मूल खूप काही शिकत असतं, हे नेहमी लक्षात ठेवा. जर तुमच्या आयुष्यात पैशाला अग्रक्रम दिला जात असेल तर तुमचं मूलसुद्धा स्वत:च्या आयुष्यात पैशालाच अग्रक्रम देऊ लागेल. तुम्हाला व्यवसायाबद्दल प्रचंड आच वाटत असली, तर

नोकरी हेच तुमचं सर्वस्व आहे. अशी तुमच्या मुलाची गैरसमजूत होणं शक्य असतं.

इतरांशी नातेसंबंध जोडण्याचं महत्त्व तुमच्या मुलावर ठसवताना ऐहिक सुखोपभोगांच्या मार्गानं जाणं तुम्हाला टाळता आलं, तर तुमच्या मुलाला तुम्ही खऱ्याखुऱ्या समाधानाची शिकवण देऊ शकाल.

बदलते अग्रक्रम

सुख नेहमी पैशात मोजता येत नसतं, हा तुमच्या मुलाला शिकवण्याजोगा सर्वांत महत्त्वाचा धडा असतो. त्याची तुम्हाला स्वत:लाच जाणीव करून देणं हे त्या दिशेनं उचललेलं पहिलं पाऊल ठरतं. पैशात सुख मोजता येत नाही, या सत्याची तुम्हाला एकदा खरीखुरी जाणीव झाली, की तुम्ही कोणत्या गोष्टींना अग्रक्रम द्यायचा, याचा नव्यानं आढावा घ्याल. पती-पत्नी मिळून मुलाच्या प्राथमिक गरजांपुरते पैसे मिळवू लागले, की त्यानंतर कामाच्या जागी खर्च केलेला प्रत्येक क्षण पालक कर्तव्याच्या निकषावर तपासून पाहा.

अनुभवाचे बोल

व्यावसायिक प्रगतीच्या शिडीवर चढण्याजोग्या आणखी पायऱ्या नेहमीच शिल्लक असतील. परंतु तुमच्या मुलाला तुमच्यासमवेत व्यतीत करावेसे वाटणारे फारसे क्षण तुमच्या वाट्याला येतीलच असं नाही.

तारेवरची कसरत

आई-वडिलांवर प्रचंड ताण पडत असतो. बढती मिळणं दूरच आपली नोकरी टिकवून धरण्यासाठीच खूपजणांना अहोरात्र राबावं लागत असतं आणि त्यात मुलाला जास्त वेळ द्यावा अशा सल्ल्याचा तुमच्यावर भडिमार होत असतो.

काही लोकांना पोट भरण्यासाठीच अहोरात्र राबावं लागतं. अशा लोकांची ओढाताण लक्षात घेऊन, समाजानं त्यांच्या पाठीशी उभं राहायला हवं. परंतु तुम्ही तुमची गणना अशांमध्ये करत असाल, तर तुम्ही पालकत्व स्वीकारताना वास्तववादी अपेक्षा ठेवायला हव्यात.

अनुभवाचे बोल
तुमच्या मुलाच्या जन्मापूर्वी तुमचं जे राहणीमान होतं, तसंच मुलाच्या जन्मानंतर राहील, ही अपेक्षा व्यवहार्य आहे का? आता पालक या नात्यानं मुलाला जास्त वेळ देण्याची जबाबदारी पार पाडता यावी, यासाठी राहणीमान थोडं उणावलं, तर काय हरकत आहे?

व्यवसाय आणि कौटुंबिक जीवन यातील समतोल राखणं हे खरं तर खरी गरज आणि हव्यास यातील संघर्षावर अवलंबून असतं.

मला प्रांजळपणे वाटतं की शोनाला अन्न, वस्त्र, निवारा आणि शिक्षण या गोष्टी उपलब्ध करून देण्याबरोबरच तिच्याबरोबर वेळ व्यतीत करणं हीसुद्धा पालक या नात्यानं माझी जबाबदारी आहे आणि तुम्ही ज्या प्रमाणात पेराल, त्या प्रमाणात उगवेल.

नइथा- शोनाचा पिता

नवं आयुष्य

तुम्हाला आणि तुमच्या पत्नीला नोकरीपायी तुमच्या अपत्याला काहीही वेळ देता येत नसेल, तर त्यातून कोणता मार्ग काढता येईल, याचा विचार करा. तुम्हाला एकाच्याच पगारावर भागवता येणार नसेल, तर शक्य असल्यास तुमची जीवनशैली बदला. कामाच्या तासांची निवड करता यावी अशी विनंती करा. अर्ध-वेळ काम करा किंवा घरून आठवड्याला एक दिवस काम करण्याची सूट मिळवा. तुमच्या वरिष्ठांनी यांपैकी कोणताच पर्याय मान्य केला नाही, तर दुसरी नोकरी शोधा. घरासाठी घेतलेल्या कर्जाचे हप्ते फेडण्यासाठी पती-पत्नी दोघांनी नोकरी करणं गरजेचं असेल, तर याहून छोटं घर घेण्याचा पर्याय विचारात घ्या. सुट्ट्यांवरचा खर्च कमी करा. कुटुंबीयांची मदत घ्या.

अनुभवाचे बोल
तुमच्या मुलाबरोबर शक्य तेवढा वेळ घालवता यावा, या दृष्टीनं पूर्ण विचार करा आणि मार्ग शोधा. ते दिवस पुन्हा येत नाहीत आणि मुलाबरोबर व्यतीत केलेले क्षण आयुष्याला इतकी श्रीमंती मिळवून देतात, की त्याची बरोबरी इतर कशानंही होत नाही.

आम्ही शहरातून खेड्यात स्थलांतर केलं, त्यामागचा मुख्य हेतू आपल्या मुलांबरोबर वेळ घालवता येण्याजोगी जीवनशैली मिळवणं हा होता.

मायकेल- एमी आणि टॉमचा पिता

पूर्ण नोकरी करून पत्नीला साहाय्य करणं

कुणीतरी घरचा पोशिंदा म्हणून जबाबदारी उचलणं गरजेचं असतं. तुम्ही घर चालवण्यासाठी पूर्णवेळ नोकरी करण्याची जबाबदारी उचलून बाळाचं संगोपन आणि घराची व्यवस्था पूर्णपणे पत्नीवर सोडून दिलीत, तर तुम्हाला थोडं अपराधी वाटेल आणि मनातून थोडा आनंदही होईल की दररोज तुम्हाला घराबाहेर पडून ओळखीच्या जगात वावरता येतंय, कामावर जातानाचा प्रवास, जेवणाची सुट्टी आणि समवयस्कांशी संवाद यांचं सुख उपभोगता येतंय.

परंतु तुमच्या पत्नीनं पूर्णवेळ गृहिणी राहून घराची आणि बालसंगोपनाची सारी जबाबदारी कितीही मनापासून स्वीकारलेली असली, तरी तुमचं आयुष्य पूर्वीप्रमाणेच चालू ठेवता येईल असं अजिबात समजून चालू नका!

कामाच्या जागी

माझ्या हातून पहिल्यासारखं झपाट्यानं काम होत नाही. पूर्वी ज्या गोष्टी मी दोन तासांत पूर्ण करत असे, त्याच करण्यात आता माझी पूर्ण सकाळ खर्च होते.

जेम्स - ॲडमचा पिता

मुलाच्या जन्मानंतर तुम्ही पुन्हा कामावर रूजू होता, तेव्हा तुम्हाला जाणीव होते की प्रत्यक्षात तुम्ही किती थकून गेला आहात. आणि तुमचा मेंदू किती शिणून गेला आहे! तुमचे मित्र आणि सहकारी तुमच्याजवळ तुमच्या बाळाविषयी चौकशी करतात आणि त्यावेळेसच बहुधा त्यांच्या स्वत:च्या अपत्यजन्माबद्दलच्या आठवणी सांगून तुम्हाला सल्ला देतात. त्यामुळे बाळाविषयीच्या चर्चेतून आपली अजिबात सुटका होत नाही आणि कामासाठी वेळच मिळत नाही, अशी तुमची भावना होऊ लागते.

परंतु स्वत:कडे अवाजवी कठोर नजरेनं पाहू नका. आपल्याला किती काम झेपू

शकेल, याबद्दल व्यवहार्य धोरण ठेवा. मुलाबरोबर शक्य तेवढा वेळ खर्च करणं अत्यंत आवश्यक आहे ही वस्तुस्थिती लक्षात ठेवा आणि फुरसतीचा वेळ काढण्यासाठी नव्या क्लृप्त्या शोधून काढा.

- *ऑफीसच्या वेळेनंतर गप्पाटप्पा करण्याचा मोह टाळा.*
- *जेवणाच्या सुट्टीतसुद्धा काम हातावेगळं करा, म्हणजे तुमचं काम लवकर पूर्ण होऊन घरी लवकर जाता येईल.*
- *ऑफीस आणि घर यात फारसं अंतर नसेल, तर दुपारच्या जेवणाच्या सुट्टीत घरी जा.*
- *तुम्हाला मिळणारी हक्काची आणि बिनपगारी रजा, मिळेल तेवढी घ्या.*
- *स्वत:कडून वाजवी अपेक्षा ठेवा. दर वेळेस तुमच्या कामाचा दर्जा १००% चोख नसला, परंतु यानंतर तुमच्या हातून त्याची भरपाई होण्याजोगी असली, तर ते चालण्याजोगं असतं.*
- *तुम्ही जी योजना आखाल, ती पद्धतशीरपणे आखावी. प्रत्येक काम करताना त्यावर पूर्णपणे चित्त एकाग्र करा आणि फोन कॉल्स, ई-मेल्स, गप्पा करणारे सहकारी किंवा कॉफ पिणं यांमुळे चित्त विचलित होऊ देऊ नका.*
- *अनावश्यक कामं काढून, घरी मुलाबरोबर घालवता येण्याजोगा वेळ वाया घालवू नका.*
- *तुमच्या मुलाबाबतीतल्या महत्त्वाच्या तारखा एका रोजनिशीत टिपून ठेवा आणि त्या अत्यंत महत्त्वाच्या आणि टाळता न येण्याजोग्या आहेत अशी खूणगाठ बांधा.*

तुमचं मूल पुरेसं मोठं झालं, की त्याच्याबरोबर तुमच्या नोकरीविषयी चर्चा करा आणि तुमची कामाची जागा त्याला दाखवा, त्यामुळे तुम्ही दिवसभर कोठे असता, हे त्याला समजेल, तुमच्याबद्दल त्याला अधिक माहिती होईल आणि नोकरीबाबतचे नियम पाळण्याची गरज आणि फायदे याची त्याला उमज पडू लागेल.

तुमची पत्नी कामाच्या जागी तुम्हाला पूर्वीपेक्षा जास्त वेळा फोन करेल हे गृहीत धरा. मन मोकळं करण्याजोगं इतर कुणीही तिच्यापाशी नसेल किंवा वाटणारी चिंता अथवा झालेला आनंद क्षणभर तिला तुमच्याबरोबर वाटून घ्यावासा वाटत असेल तर त्याबाबत सहनशीलतेनं वागा आणि कधीकधी ती तुम्हाला फक्त तक्रारीच ऐकवेल त्याबद्दल मनाची तयारी ठेवा.

अनुभवाचे बोल
जास्तीचं काम अंगावर घेऊन तुमच्या वरिष्ठाला खूश करावंसं वाटणं ही स्वाभाविक गोष्ट आहे, पण एक गोष्ट लक्षात ठेवा : जर तुमच्या बाळाला तुमची गरज शब्दात व्यक्त करता येत असती, तर ते तुमच्या वरिष्ठापेक्षा दुप्पट मोठ्यानं ओरडलं असतं.

पिता झाल्यामुळे तुमच्या कामाचा दर्जा फक्त घसरतच जाणार आहे असं समजून चालू नका. अनेक लोकांचा असा अनुभव आहे की पिता झाल्यानंतर इतरांशी संवाद साधणं, निर्णय घेणं, परस्पर-विरोधी वागण्यांना तोंड देता येणं आणि वैयक्तिक नातेसंबंधांचं महत्त्व जाणणं यासारख्या गोष्टींमधील त्यांचं कौशल्य वाढतं.

घरी

आपण नोकरी आणि कौटुंबिक आयुष्य यातील समतोल राखण्याबद्दल चर्चा करत असलो, तरी प्रत्यक्षात ती नोकरी आणि कौटुंबिक आयुष्य यांमधील तडजोड असते. या दोन गोष्टींचा मेळ साधण्याची कसरत करता करता त्यातली कोणतीच गोष्ट तुम्हाला नीटपणे साधत नाही असं तुम्हाला वाटू लागतं.

शक्य होईल तेवढं, या दोन्ही गोष्टी अलग राखण्याचा प्रयत्न करत राहा. कधी कधी घरी राहून कामाची काळजी करण्यापेक्षा आणि चिडचिड करण्यापेक्षा कामाच्या जागीच जास्त वेळ थांबून ऑफिसचं काम हातावेगळं करणं श्रेयस्कर ठरतं. आणि एकदा घरी आलात की मोबाईल फोन बंद करून टाका. आणि घरातला प्रत्येक क्षण निर्विघ्नपणे आनंदानं उपभोगा. याचा अर्थ असा नव्हे की घरी असाल तो प्रत्येक क्षण तुम्ही कुटुंबियांना उत्तेजित करण्यासाठी खर्ची घालायलाच हवा किंवा त्यांच्यासाठी काहीतरी खर्चीक गोष्ट करायलाच हवी; असं अजिबात नाही. तुमच्या मुलाबरोबर दंगामस्ती करणं, त्याला पुस्तक वाचून दाखवणं, त्याच्याबरोबर आंघोळ करणं, त्याला जवळ ठेवून स्वयंपाक करणं आणि तुमचं पूर्ण चित्त तुमच्या मुलावर केंद्रित राहील अशी कोणतीतरी गोष्ट करणं यामुळे हा वेळ अत्यंत आनंदाचा वाटतो आणि त्या सुखद आठवणी दीर्घकाळ टिकतात.

मी घरी येईपर्यंत कितीही थकून गेलेला असलो, तरी मी तिच्याशी मनापासून खेळत नाही असं ब्रूकला वाटू न देण्याची काळजी मी घेतो. माझं सारं चित्त फक्त नोकरीतच असतं, तिची समजूत

झाली, तर मला फार दुःख होईल.

ॲरन- ब्रूकचा पिता

आणि आयुष्याचा एक ठरीव दिनक्रम जरी अंगवळणी पडला, तरी तो पाळणं सोपं जातं असं अजिबात नसतं. तुमच्या बाळाची वाढ होताना पाहणं आणि त्याला वेगवेगळे प्रतिसाद देताना पाहणं हे तुमच्या पत्नीच्या आणि तुमच्या दृष्टीनं जेवढं अधिक आनंददायी ठरू लागेल, तेवढंच सकाळी ऑफिससाठी घराबाहेर पडणं तुम्हाला अधिक अवघड वाटू लागेल.

अनेक गोष्टींना मी मुकलो यात शंकाच नाही; अर्थात त्यातील काही गोष्टी टाळता आल्याचा मला आनंद आहे, परंतु माझ्या पत्नीमधील आणि मुलामधील दृढ होत जाणारं नातंसुद्धा मला मोलाचं वाटत होतं आणि त्या नात्याइतकं मोलाचं आणखी काहीही असणं शक्यच नाही हे सुद्धा मला कळत होतं.

ऑलिव्हर- नेथनचा पिता

तिच्या क्षमतांबद्दल आदरभाव राखा

तुम्ही तुमच्या अपत्यासमवेत तुमच्या पत्नीपेक्षा कमी वेळ घालवत असल्याचा आणखी एक परिणाम असा होतो, की बाळाबद्दल तिला अधिक उमगू लागतं.

तुमची पत्नी तुमच्या बाळाबरोबर पूर्ण दिवस असल्यामुळे तिला बाळाच्या रडण्याचा, बोलायच्या प्रयत्नांचा किंवा ठरावीक प्रकारच्या वागणुकीचा अन्वयार्थ लावणं अधिक सोपं जातं. बाळाच्या भावना ओळखून त्यांना प्रतिसाद देताना तिच्या अंतर्ज्ञानावर विश्वास ठेवा. आणि अनुभवानं तिनं जे ज्ञान मिळवलं आहे, त्याबद्दल आदरभाव राखा.

अनुभवाचे बोल

जी व्यक्ती बाळाची अधिक वेळ काळजी घेत असेल, त्या व्यक्तीला बाळाच्या गरजांची आणि इच्छांची नेमकी जाणीव होऊ लागेल. त्याबद्दल मत्सरभाव न बाळगता, आदर राखा आणि बाळाच्या संगोपनात स्वतःचा सहभाग कसा वाढवता येईल, याबद्दल चर्चा करा.

वस्तुस्थितीचं आकलन

दिवसभर कामाच्या जागी असण्याचा एक फार मोठा फायदा होतो, त्यामुळे वस्तुस्थितीचं तुम्हाला यथार्थ आकलन होऊ लागतं. आणि त्याचा तुमच्या कुटुंबीयांना फायदा होतो. तुमचं बरचसं आयुष्य पूर्वीप्रमाणेच चालू असतं. तुमचा बाहेरील जगाशी संपर्क येत असतो, ओळखीच्या जगात वावरता येत असल्यामुळे तुमच्या मनात सुरक्षिततेची भावना जागी असते, तुम्ही साध्य केलेल्या गोष्टींचं मोजमाप करता येण्याजोगं असतं आणि घराच्या चार भिंतींबाहेरचं तुमचं स्वत:चं असं स्वतंत्र अस्तित्व असतं.

पहिल्या मुलाच्या जन्मानंतर आई-वडिलांचं लक्ष पूर्णपणे आपल्या अपत्यावर केंद्रित होऊ शकतं आणि मूल खोकलं-शिंकलं की त्यांचा जीव वरखाली होऊ लागतो. परंतु अपत्यजन्मानंतर तुमच्या पत्नीच्या शरीरातील हॉर्मोन्सची उलथापालथ झालेली असेल, तिचा देह प्रसूती यातनांनी पिळवटून निघालेला असतो. अपत्य-जन्माच्या आगळ्या वेगळ्या अनुभवामुळं तिची मन:स्थिती हळवी झालेली असते. ती दिवसभरात इतर कुणाशीही चार शब्दांची देवघेव करू शकलेली नसते. ती अगदी थकून गेलेली असते. बाळाला पाजण्यासाठी रात्रीचं खूप वेळाचं जागरण झालेलं असतं आणि अवघड गेलेल्या बाळंतपणातून ती अजून उठलेली नसते. ह्या सर्व गोष्टी तुम्ही लक्षात घ्यायला हव्यात.

तिची अशी परिस्थिती असताना तिच्या मनात भावनिक चढ-उतार होणं आणि बाळानं ओकून दूध बाहेर काढून टाकलं की जगाचा अंत जवळ असल्यासारखं तिला वाटणं अगदी स्वाभाविक असतं.

पहिल्या वेळेस ॲमोलिआनं सारं दूध ओकून बाहेर काढलं तेव्हा ॲना तिला हॉस्पिटलमध्ये न्यायला निघाली होती, असं मला आठवतंय. ॲमोलिया अजूनही आनंदानं हसत होती आणि अजिबात भुकेलेली दिसत नव्हती. तरीसुद्धा ॲनाचा जीव काळजीनं हैराण झाला होता. दूध पाजल्यानंतर मुलाच्या तोंडातून कधीकधी दही बाहेर पडतं, हे आम्हा दोघांनाही ठाऊक होतं. तरीसुद्धा बाळाला डॉक्टरकडे न्यायची गरज नाही, हे ॲनाला पटवून द्यायला मला अर्धा तास खर्चावा लागला.

बिल्- ॲमेलिआचा पिता

तुम्हीच तुमच्या पत्नीचा मुख्य आधारस्तंभ असता आणि बाहेरच्या जगाशी तिचा दुवा जोडणारी तुम्ही प्रमुख व्यक्ती असता, त्यामुळे शांत, अविचल आणि

भक्कम आधार देऊन तिला खऱ्या किंवा काल्पनिक संकटातून पार करणं ही तुमची जबाबदारी असते.

त्यामुळे तुम्हाला वस्तुस्थितीचं जे यथार्थ ज्ञान झालेलं असतं त्याचा तुमच्या पत्नीला लाभ करून देण्यासाठी शक्य होईल ते सारं काही तुम्ही करायला हवं. बाळाकडे तुम्ही स्वत: बघा आणि तुमच्या पत्नीला फिरायला किंवा मैत्रिणीशी गप्पा मारायला जाऊद्या. तिला अपत्यजन्मापूर्वीच्या आयुष्याची चव चाखायची संधी मिळवून द्या आणि बालसंगोपनाच्या कोशातून बाहेर पडायला तिला मदत करा. सारं जग तिला मागे ठेवून पुढे धावतं आहे, अशी तिच्या मनात दाटणारी भीती हलकी करा.

खरं पाहता एखाद्या दिवशी बाळाला भूक न लागल्यामुळं तुम्ही प्रेमानं बनवलेलं जेवण त्यानं उष्टावलं नसेल, तर काही आकाश कोसळत नसतं. परंतु जेव्हा तुमचं मूलच तुमच्या आयुष्याचा केंद्रबिंदू बनलेलं असतं, तेव्हा बारीकसारीक काळज्यासुद्धा अक्राळविक्राळ स्वरूप धारण करतात.

पत्नीसमवेत पालकत्व पार पाडणं.

अनुभवाचे बोल

तुमची पत्नी घरात किती कष्ट करते हे बहुधा तुमच्या लक्षात आलंच असेल, परंतु ही गोष्ट जरी तुमच्या लक्षात आली नसली, तरी क्षणभरसुद्धा असं धरून चालू नका, की तुमचं काम अधिक अवघड आहे! तुम्ही निदान ऑफिसबाहेरतरी पडू शकता.

जेव्हा घर आणि मूल माझ्यावर सोपवून माझी पत्नी कामावर जाऊ लागली, तेव्हा तिनं अगदी प्रामाणिकपणे कबूल केलं की कामावर परत जायला लागणं हा अधिक सोपा पर्याय होता.

क्रिस- रॉवेन आणि हॉलीचा पिता

कधी कधी मूल वाढवणं हे एकटं पाडणारं, थकवणारं, कधीही न संपणारं आणि कंटाळवाणं काम वाटू लागतं. तुम्ही घराचे पोशिंदे असाल, पण स्पष्ट असलेली वस्तुस्थिती कधीही नजरेआड करू नका की तुमची पत्नीसुद्धा आठवड्याचे सातही दिवस आणि दिवसाचे चोवीस तास कामाला जुंपलेली असते आणि तिचा बॉस तुमच्या बॉसपेक्षा अनेकपटीनं हुकूमशाही गाजवत असतो. ही गोष्ट लक्षात घ्या

आणि तिला शक्य तेवढा आधार द्या आणि तिच्याबद्दल कृतज्ञता व्यक्त करा.

तिला फक्त कृतज्ञता दाखवून थांबू नका, घरी तिला होईल तेवढी मदत करा. आणि तुम्ही ऑफिसातून घरी आलात, म्हणजे तुमचं कामं संपलं अशी समजूत करून घेऊ नका. ऑफिसातून संध्याकाळी घरी आल्यावर आणि आठवडया अखेरीसच तुम्हाला पत्नीला मदत करायची संधी लाभत असते. त्या संधीचा पुरेपूर फायदा घ्या.

माझ्यामागचं काम कधीच संपत नाही. मी ऑफिसमधून घरी येताक्षणी मी बाळाची जबाबदारी उचलावी अशी माझ्या पत्नीची अपेक्षा असते.

सीन- बेकीचा पिता

बाप असणं ही सोपी गोष्ट नव्हे. मग तुम्ही कामावर जात असा किंवा नसा! तुम्ही वेळेचं कितीही पद्धतशीरपणे नियोजन केलंत तरी दिवसाचे तीस तास असते तर बरं झालं असतं, असं तुम्हाला वाटू लागतं, परंतु तुम्ही आणि तुमच्या पत्नीनं संयुक्तपणे जबाबदारी उचलली तर ती पार पाडणं खूप सोपं जाईल, त्यामुळे तुझ्याहून मीच कामाचं जास्त ओझं पेलतोय अशा प्रकारचे वाद घालू नका. ही काही स्पर्धा नाही. तुम्हा दोघांना जितक्या उत्तम प्रकारे जमेल, तेवढं तुमच्या बाळाचं जोडीनं संगोपन करण्याची ही धडपड असते.

यासाठी खूप प्रयत्न करावा लागतो. जिभेला खूप लगाम घालावा लागतो. तुम्ही थकून गेलेले असता, तेव्हा बायकोच्या दृष्टिकोनातून प्रत्येक गोष्टीकडे पाहणं तुम्हाला सोपं जात नाही, त्यामुळे तडजोड करण्याची आणि त्याप्रमाणेच निर्णय घेण्यासाठी चर्चा करण्याची तयारी ठेवणं गरजेचं असतं. प्रत्येकानं एक दिवसाआड आळीपाळीनं बाळासाठी जागरणं करावी, ती कपडे वाळत घालणार असली तर आपण कचऱ्याचा डबा रिकामा करण्याची जबाबदारी उचलावी. एकमेकांनी समान उद्दिष्टं राखावीत; मग ते शुक्रवारी रात्री बाहेर जेवायला जाणं असो की बाहेरून जेवण मागवणं असो! आणि दिवसभराची कामं पार पाडण्याची धडपड करताना पती-पत्नीनं एकमेकांच्या सहवासात काही वेळ घालवणं किती महत्त्वाचं आहे, याचं विस्मरण होऊ देऊ नये.

तुमची पत्नी कामावर जात असताना घरी राहून घराकडे पाहणं

ऑफिस ऑफ नॅशनल स्टॅटिस्टिक्सच्या माहितीनुसार इंग्लंडमधील दोन लाखांहून अधिक पुरुष सर्व नोकऱ्या सोडून पूर्णवेळ त्यांच्या मुलांकडे बघत आहेत. १९९३ साली प्रथम ही आकडेवारी काढली, त्याहून हा आकडा जवळजवळ दुप्पट झाला आहे. आपल्या मुलांना वाढवण्यात सहभाग देता यावा, यासाठी आणखी लोक कामाचे तास बदलून मागत आहेत.

परंतु ही संख्या वाढत असली तरी ही टक्केवारी फार मोठी नाही. आणि पारंपरिक विचारसरणी झुगारून देऊन नोकरीऐवजी घराकडे लक्ष पुरवताना पुरुषांना अनेक शतकं स्त्रियांच्या वाट्याला येणाऱ्या समस्यांखेरीज अन्य समस्यांचासुद्धा सामना करावा लागत आहे.

अपेक्षा

कामाच्या जागी, पुरुषांच्या बरोबरीत समान दर्जा मिळावा, यासाठी स्त्रियांनी दीर्घकाळ लढत दिली आहे. आणि तसा हक्क मिळवण्यात आता त्यांना यश मिळू लागलं आहे. परंतु 'मुलाची काळजी घेणारी प्रमुख व्यक्ती' हे स्थान मिळवण्यासाठी पुरुषांना मात्र अजून खूप पल्ला गाठायचा आहे, त्यामुळे मुलाला वाढवण्याची पूर्णवेळाची जबाबदारी स्वीकारण्याची तुमची तयारी असली तरी पारंपरिकता झुगारून घेतल्या गेलेल्या निर्णयाला, इतरांचा पाठिंबा लाभेलच अशी खात्री देता येणार नाही.

> ***केवळ एक स्त्री असल्याच्या गुणामुळे, आया मुलांची काळजी घेण्यास अधिक समर्थ असतात, अशी समाजाची ठाम समजूत असल्याचं मला जाणवलं, याविरुद्ध आपली याबाबतची गुणवत्ता सिद्ध करण्यासाठी पुरुषांना खूपच जास्त कष्ट करावे लागत होते.***
>
> नेथन- बेलचा पिता

इतरांनी केलेल्या अपेक्षा पाहून संताप येऊ शकतो, पण त्यांचे काही फायदेही होतात. पित्यांना वॉशिंग मशीन कसं वापरायचं हे माहीत नाही किंवा पित्यांना मुलांना डायपर कसा बांधायचा तेसुद्धा कळत नाही, अशासारखी ठोस विधानं लोक बिनदिक्कतपणे करत असतात!

अनुभवाचे बोल

अशा ठोस विधानांचा कितीही राग आला तरी तुमच्याकडून इतक्या कमी अपेक्षा केल्या जात असतात की ती कामं टाळणं तुम्हाला सहजशक्य होतं. त्यामुळे तुम्हाला थोडा विसावा लाभतो आणि तुम्ही आपलं काम आणखी आनंदानं करू लागता.

स्वत:ची ओळख नाहीशी होणं

तुमच्या नोकरीवरील स्थानावरून लोक तुमचं महत्त्व जोखत असतात. तुम्ही तुमची नोकरीच सोडून दिलीत, तर लोक तुमची किंमत ती काय ठेवतील अशी चिंता तुम्हाला वाटली, तर त्यात आश्चर्य नाही. तुम्ही स्वत:बद्दलच अशी शंका घेऊ लागणं अशक्य नाही!

मी नोकरी सोडून दिली की मी इतरांबरोबर कशाबद्दल गप्पा मारेन, इतर आयांशी माझे अधिक साधर्म्य असेल का, अशांसारख्या काळज्या मला सतावू लागल्या.

पॅट- ॲलेक्स आणि टायलरचा पिता

काही गैरसमजुतींमुळे तुमच्या आत्मसन्मानाला धक्का बसून तुम्हाला स्वत:ची ओळख हरवण्याबद्दल धास्ती वाटू लागते.

आत्मसन्मान गमावणं

जे खरेखुरे मर्द असतात, ते मुलं सांभाळण्यासाठी कधीही घरी बसत नाहीत असं गृहीतच धरलं जातं. आणि तुम्ही तसं स्वेच्छेनं करत असा किंवा परिस्थितीमुळे तसं करणं तुम्हाला भाग पडत असो, नोकरीतील प्राप्ती आणि यशाची अन्य मोजमापं गमावणं ही सोपी गोष्ट नव्हे! विशेषत: तुमचे मित्र नोकरीत बढत्या मिळवून मानाचे तुरे मिरवू लागले, की ही गोष्ट अधिकच जाचक बनते!

मुलांचं पूर्णवेळ संगोपन करण्याच्या कामाकडे बघण्याची काहींची दृष्टी असते की : आणखी कोणतीही बरी नोकरी करण्याची कुवत नसल्यामुळे हा माणूस असलं काम करतो आहे.

राऊलं- रुबेनचा पिता

तुमच्यापेक्षा पत्नीची प्राप्ती जास्त असल्याकारणानं तुम्हाला हा निर्णय घ्यावा

लागला असेल, तर तुमच्या मनाला ते अधिकच झोंबतं.

परंतु तुमची ओळख हरवणं किंवा तुमच्या आत्मसन्मानाला धक्का बसणं या दोन्ही गोष्टींचं मूळ कारणं असं असतं की पुरुषानं घरी राहून मुलं सांभाळणं हे अप्रतिष्ठेचं काम आहे अशी चुकीची समजूत आहे. स्त्रिया हे काम पिढ्यान्‌पिढ्या करत आल्या असल्या तरी त्यांच्याकडून तशीच अपेक्षा केली जात असल्यामुळे त्यांना निदान अपेक्षापूर्तीचं समाधान तरी लाभत असतं.

खरं पाहता पुढली पिढी घडवता येणं, हे सर्वांत महत्त्वाचं काम आहे. पुढली पिढी घडवण्याच्या कामाची व्याप्ती आणि महत्त्व अपरिमित असतं आणि हे काम केवळ तुमच्या मुलापुरतंच मर्यादित राहात नाही. तुम्ही त्यांना जसं वाढवता, त्याच प्रकारे तुमची मुलंसुद्धा भविष्यात त्यांच्या मुलांना वाढवत असतात, त्यामुळे तुमचा बालसंगोपनाचा दर्जा पुढल्या अनेक पिढ्यांवरच्या संस्कारांच्या दृष्टीने निर्णायक ठरणार असतो. फारच थोड्या नोकऱ्या इतक्या प्रचंड जबाबदारीच्या असतात.

इतरांपासून एकटं पडणं

तुम्ही पूर्ण वेळ घरी राहून बालसंगोपन करू लागलात की तुम्ही स्त्रियांच्या जगात प्रवेश करणारी आगंतुक व्यक्ती बनता. घरी बसून मुलांना सांभाळण्याची वेळ आली की त्यामुळे जगापासून संपर्क तुटण्याची तक्रार स्त्रिया करू लागतात, पण जेव्हा एक पुरुष हे बालसंगोपनाचं काम शिरावर घेतो, तेव्हा एखाद्या स्त्रीला इतर आयांच्या कंपूमध्ये शिरण्याची जी संधी लाभते त्यापासून तो पारखाच राहतो.

बालमंदिरातून लेहला घरी आणण्यासाठी मी इतर आयांच्या घोळक्यात वाट पाहात उभा असे, तेव्हा त्यांच्या विश्वात आगंतुकपणे घुसल्यासारखे मला वाटत असे. त्यातील एखादीनं माझी दखल घेण्यापूर्वी अनेक महिन्यांचा काळ मध्ये लोटला.

जॅमी- लेहचा पिता

जेव्हा एखादा पिता घरी पूर्णवेळ राहून बालसंगोपन करू लागतो, तेव्हा बाहेरच्या जगाच्या संपर्कात राहणं त्याला अशक्य होऊ लागतं. मुलांसाठीच्या प्रत्येक कार्यक्रमात फक्त आयाच सहभागी होताना दिसतात. तुमच्यासारखेच पूर्णवेळ घरी राहून शिशुसंगोपन करणारे वडील शोधून काढून त्यांची ओळख करून घेतली नाही, तर वेड लागायची वेळ येऊ शकेल. अशांची संख्या वाढत चालली आहे आणि अशा समधर्मीयांचा शोध घेण्यासाठी तुम्ही आळस किंवा संकोच झटकून कंबर कसली पाहिजेत.

इंटरनेटमुळे हे काम अत्यंत सोपं होऊन गेलं आहे www.homedad.org.uk यावरील forum वर गेलात की तुमच्यासारख्या तुमच्या भागातील अन्य पुरुषांची नावं तुम्हाला सापडतील. घरी पूर्णवेळ राहून बालसंगोपन करणारी तुम्ही काही एकमेव व्यक्ती नाही हे पाहून तुम्हाला थोडा दिलासा मिळेल.

बाहेरच्या जगाशी संपर्क साधण्याचं मला उपलब्ध असलेलं एकमेव माध्यम होतं रेडिओ! पण त्यानंतर घरी राहून मुलं सांभाळणाऱ्या बाबांचा मी शोध घेतला. तसा शोध घेतल्यामुळे मला आणि कैराला खूपच बरं वाटलं. आमची एकमेकांना खूपच मदत होऊ लागली आहे. आणि सर्वांत महत्त्वाची गोष्ट म्हणजे मला आता पितृत्व खूपच आनंददायी वाटू लागलं.

लुईस- कैराचा पिता

प्रत्यक्ष काम

पूर्णवेळ घरी राहून मूल सांभाळायचं ठरवलंत की इतर आयांच्या गटात एकट्या पुरुषाला वेगळं वाटणं, वाट्याला एकलकोंडं आयुष्य येणं, आर्थिकदृष्ट्या पत्नीवर अवलंबून राहण्याची वेळ येणं, आत्मसन्मानाला धक्का पोहोचणं या संकटांबरोबरच पूर्ण वेळ मुलाची काळजी घेण्याचं महत्त्वाचं काम तुम्हाला पार पाडायचं असतं.

सुरुवातीला मला ते अतिशय अवघड गेलं. ते काम घाणेरडं, आवाजामुळे डोकं पिकवणारं, थकवणारं आणि बरेचदा अत्यंत कंटाळवाणं वाटत असे. कधीकधी पोस्टमनचं आगमन हा माझ्या दिनक्रमातला आकर्षण बिंदू बनत असे, कारण तो केव्हा येईल हे सांगता येत नसे!

राऊल- रुबेनचा पिता

लहान बाळाला वाढवणं हे काही सोपं काम नव्हे! रात्रभर बाळ रडत जागरण घडवत असतं, तेव्हा पुढला दिवसही मरगळलेलाच जात असतो. दिनक्रमातला रोजचा तोच तोपणा मनाला बधिरपणा आणत असतो.

त्याच्याशी खेळण्यासाठी त्याच्याजवळ जमिनीवर आडवं पडणं, मला थांबवावं लागलं, कारण मी अनेकदा झोपी जाऊ लागलो.

लेन- डायलॅनचा पिता

> **अनुभवाचे बोल**
> तुम्हाला जेवढी जास्त सवय होईल, तेवढा तुमच्या मनावरचा ताण कमी होईल आणि ते अधिक सोपं आणि आनंदाचं वाटू लागेल.

आणि एकदा तुमचं मूल चालू-पळू लागलं, की ते काम कंटाळवाणं न राहता तुम्ही बाळाबरोबर मौज लूटू लागाल. सारा वेळ त्याला काय हवं असेल, यावर लक्ष केंद्रित करायची आता गरज उरणार नाही. त्याऐवजी त्याच्याबरोबर आज कोणता गंमतीचा खेळ खेळावा, याचा तुम्ही विचार करू लागाल.

तुमच्या पत्नीवर पडणारा प्रभाव

जेव्हा प्रसूतीनंतर तुमची पत्नी पुन्हा नोकरीवर रुजू होते, तेव्हा घरी मुलाला सांभाळायची जबाबदारी तिनं तुमच्यावर सोपवली असली, तरीही तिच्या मनाला अपराधीपणाची भावना खूप त्रास देऊ लागते. मुलासाठी घरी थांबता न येणं, तिच्या अनुपस्थितीचा मुलावर घातक परिणाम होऊ शकेल ही चिंता पूर्वीप्रमाणे नोकरीवर पूर्णपणे लक्ष एकाग्र करता येत नाही. याबद्दल किंवा घराच्या जबाबदारीतून मुक्त होऊन कामावर जाता येतंय याबद्दल वाटणाऱ्या आनंदाबद्दल, तिच्या मनात अपराधीपणाची भावना उद्भवू शकेल.

आपलं मूल दुसऱ्याच्या हाती सोपवून दिल्यानंतर, त्या मुलाला आपली ओढ न वाटता, त्या दुसऱ्या व्यक्तीचाच जास्त लळा लागेल, ही भीतीसुद्धा मनाला त्रास देऊ लागते. यात भर पडते बाळंतपणाच्या रजेनंतर नोकरीचे कष्ट पुन्हा सुरू करण्याच्या ताणाची. त्याबरोबर नोकरीपायी बाळाला अंगावर पाजणं थांबवावं लागून, पंपानं छातीतलं दूध काढून टाकण्याचा शारीरिक आणि मानसिक ताण क्लेशांमध्ये भर पाडतो. या सर्व कारणांमुळे तुमच्या पत्नीची मानसिक स्थिती अत्यंत नाजूक झालेली असते.

> ***बाळंतपणानंतर फक्त दोन आठवड्यांनीच जेनला नोकरीवर रुजू व्हावं लागलं. तिला दिवसाच्या कोणत्याही वेळेस भीतीचे तीव्र झटके येऊ लागले- यापूर्वी तिनं अशी भीती कधीही अनुभवली नव्हती. हळूहळू ह्या अवस्थेतून ती बाहेर पडली, परंतु तो कालखंड तिला फारच अवघड गेला.***
>
> अलस्टेअर- इयानचा पिता

जसजसं तुमचं मूल मोठं होऊन तुम्हाला अधिक प्रतिसाद आणि आनंद देऊ लागेल, तसतसं त्याला सोडून नोकरीवर जाणं तुमच्या पत्नीच्या दृष्टीनं जास्त अवघड होऊन बसेल.

तुमच्या पत्नीला कामावर जाणं दुःसह वाटू लागलं तर :

- *ती स्वतःकडे फार कठोर नजरेनं पाहते आहे आणि ती कामावर जाऊ लागल्यामुळे प्रत्यक्षात होऊ शकणाऱ्या दुष्परिणामांबद्दल ती अवाजवी चिंता करत आहे आणि स्वतःला निष्कारण अपराधी समजत आहे, याची तिला जाणीव करून द्या.*
- *तुमच्या मुलाबरोबर नातं जोडताना, तिच्या अपराधीपणाच्या भावनेचा ती अडथळा करून घेत नाही, याची काळजी घ्या. तिला मुलाबरोबर अगदी शांतपणे आणि आनंदानं वेळ घालवता येईल अशी तजवीज करा.*
- *तुमच्या अपेक्षांबद्दल आणि भूमिकांबाबत तिच्याशी नेहमी चर्चा करत रहा. उदा. तिला आई या नात्यानं काही पारंपरिक भूमिका पार पाडाव्याशा वाटत असतील, आठवड्याभरासाठीचा स्वयंपाक करून फ्रीजमध्ये टाकावासा वाटत असेल. अशा वेळेस तुम्ही नेहमीपेक्षा जास्त काम केलंत, तर तुम्हाला जे कौतुक अपेक्षित असेल, तसंच तिचंही कौतुक तुम्ही करायला हवं.*
- *तुम्ही आणि तुमच्या पत्नीनं ज्या भूमिका स्वीकारल्या आहेत, त्यामागच्या कारणांवर भर द्या. उदा. तुम्ही बाळाकडे पाहण्यासाठी घरी असल्यामुळे बाळाबद्दल अजिबात काळजी न करता पत्नी कामावर जाऊ शकते आणि आपल्या आईच्या व्यावसायिक यशाबद्दल तुमच्या मुलाला प्रचंड अभिमान वाटणार आहे, अशा मुद्यांवर भर द्या.*

तुमच्या मुलावर होणारा परिणाम

तुम्ही घरी राहून मुलाकडे पाहणार असाल, तर त्याचा तुमच्या पत्नीपेक्षा मुलावर कोणता परिणाम होईल याबद्दल तुम्हाला जास्त काळजी वाटत असेल.

- *घरात मुलाकडे आईऐवजी वडील पाहात असले, तर इतरांकडून तुमच्या मुलाला वेगळी वागणूक दिली जाईल का?*
- *स्त्रीच्या सहवासाला आणि त्यामुळे स्त्रीकडून घडवल्या जाणाऱ्या संस्कारांना आपलं मूल पारखं तर होणार नाही?*
- *त्याच्यावर अवाजवी पुरुषी प्रभाव तर पडणार नाही?*
- *तुमची पत्नी इतर आयांना मुलांसमवेत येण्याचं आमंत्रण देऊ शकली*

असती आणि त्यामुळे समवयस्क मुलांमध्ये मिसळण्याची संधी तुमच्या मुलाला मिळाली असती. तुम्ही इतर स्त्रियांना असं आमंत्रण देऊ शकत नसल्यामुळे (कारण त्याचा वाईट अर्थ काढला जाण्याची शक्यता नाकारता येत नाही.) तुमचं मूल समवयस्कांच्या सहवासाला मुकणार तर नाही?

- *तुमच्या लहानग्याला असं तर वाटू लागणार नाही, की त्याला दोन दोन आया आहेत?*
- *घरात राहून त्यांचा बाप त्यांची देखभाल करतोय, यामुळे इतर लोक तुमच्या मुलाची थट्टा तर करणार नाहीत?*

मी पारंपरिक विचारांना दूर ठेवत असलो, तरी काही काळ मला खरीखुरी भीती वाटत होती की सतत माझ्या पुरुषी प्रभावाखाली असल्यामुळे मेगन दांडगोबा तर होणार नाही? परंतु खरं पाहता, तिच्या मैत्रिणींहूनही ती मुलींच्या खेळात अधिक रमताना दिसते.

ॲलेक्स- मेगनचा पिता

तुमचं मूल समाजाकडून वाळीत टाकलं जाईल, अशी चिंता करण्यापूर्वी एक गोष्ट लक्षात ठेवा, त्याच्या अपेक्षा स्त्रीकडून पूर्ण होत आहेत की पुरुषाकडून याबद्दल त्यांच्या मनात कोणताही पूर्वग्रह नसतो. त्यांना ते आईकडून मिळो की पित्याकडून मूल फक्त प्रेम आणि सुरक्षित वातावरण यासाठी आसुसलेलं असतं.

आणि स्त्री-पुरुषांकडून पडणाऱ्या भिन्न प्रभावांबद्दलच विचार करायचा, तर सर्वेक्षणांनी सिद्ध केलं आहे, की पुरुष पूर्णवेळ मुलाकडे पाहू लागले की ही तफावत कमी होत जाते. वेगळ्या शब्दांमध्ये मांडायचं, तर पूर्ण वेळ अपत्यसंगोपन करणारे पुरुष मुलांना जी नीतिमूल्यं शिकवू लागतात, ती पूर्वापारपासून स्त्रिया त्यांना शिकवत आलेल्या होत्या.

एवढंच नव्हे तर आणखीसुद्धा एक गोष्ट लक्षात घ्यायला हवी. कामात गुंतल्यामुळे पिता मुलाला पुरेसा वेळ देऊ शकत नाही, तर त्यांच्यामधील नातं दुरावू शकतं, परंतु आई-मुलाचं नातं अशा परिस्थितीतसुद्धा दुरावत नसतं. त्यामुळे तुम्ही घरी राहून पूर्ण वेळ बाळाकडे लक्ष पुरवलंत आणि तुमच्या पत्नीला नोकरीनिमित्त घराबाहेर राहावं लागलं, तरी बाळाचं कोणतंही नुकसान होणार नाही.

स्वत:साठी मोकळा वेळ राखून ठेवणं

तुम्हाला शक्य असेल तर स्वत:साठी थोडासा वेळ वेगळा राखून ठेवा, मग

तो आठवड्याला एक तासाएवढा मोजकाच का असेना, परंतु त्या वेळात तुम्ही घराबाहेर पडून मित्रांबरोबर विरंगुळ्यासाठी गप्पा-टप्पा करायला हव्यात. अशी फुरसत काढून समाजात वावरलं, की सद्यः परिस्थितीशी तुमची ओळख राहील. तुम्हाला ताजंतवानं वाटेल, इतर आई-वडिलांच्या गटाचा तुम्हाला आधार मिळत नसला तरी समवयस्कांशी संवाद साधता आल्यामुळे तुमचं स्वत:चं असं एक जग बनेल.

आणि या फुरसतीच्या वेळाचा उपयोग करून तुम्ही तुमचं एखादं कौशल्य जिवंत ठेवू शकाल किंवा भविष्यात उपयुक्त ठरेल असं एखादं नवं कौशल्य आत्मसातसुद्धा करू शकाल.

> ***मला थोडासा मोकळा वेळ मिळाला, की मी शेजार-पाजारच्या घरांमधले बिघडलेले कंप्युटर्स दुरुस्त करून देऊ लागलो. त्यामुळे माझ्या मेंदूला चालना मिळत राहिली, शिकलेलं कौशल्य विस्मरणात गेलं नाही आणि मला थोडाफार पैसासुद्धा कमावता आला. अशा कमाईमुळे माझा आत्मसन्मान जिवंत राहण्यास मदत झाली.***
>
> निक्- कॅट्रिओनाचा पिता

आपल्या भूमिकेबद्दल अभिमान बाळगा

घरी राहून आपल्या मुलांचं संगोपन करणं हे कधीही न संपणारं, कठोर काम वाटू शकेल. सुरुवातीच्या काळात जेव्हा तुम्हाला त्या कामाची विशेष सवय नसते आणि मूलसुद्धा प्रतिसाद देण्याच्या वयातलं नसतं, तेव्हा असं प्रकर्षानं वाटतं, पण तुमचा स्वत:चा बालसंगोपनाविषयीचा आत्मविश्वास वाढू लागला आणि मूलसुद्धा हसून खेळून प्रतिसाद देऊ लागलं, की हेच काम तुम्हाला अपरिमित आनंद आणि कृतार्थता मिळवून देईल.

मुलाची काळजी घेण्यात तुमच्या पत्नीपेक्षा तुम्ही अणूभरही उणे नसता. खरं तर, ह्या कामासाठी तुमच्या पत्नीपेक्षा तुम्ही अधिक योग्य व्यक्त ठराल, कारण घरातील बारीक-सारीक दुरुस्त्या तुम्ही करू शकाल आणि एका हातात बाजारहाटाच्या जड पिशव्या आणि दुसऱ्या हातात वाढत्या आकाराचं बाळ सांभाळण्याजोगी देहयष्टी तुम्हाला लाभलेली असते.

सध्याचं काम आणि दिनक्रम तुम्हाला कितीही अवघड वाटला, तरी हे दिवस चटकन मागे पडतील. थोड्या दिवसांतच तुमचं मूल शाळेत जाऊ लागेल आणि तुम्ही पुन्हा कामावर जाण्याचा विचार करू शकाल. तोवर, तुमच्या मुलाच्या

आयुष्यात इतकी निर्णायक भूमिका वठवता आल्याबद्दल आनंद माना, मुलाचा होणारा विकास डोळे भरून पाहा, त्यांना नव्या गोष्टी शिकवा आणि आयुष्यभर मोलाचं ठरेल असं नातं त्याच्याशी जोडा.

अनुभवाचे बोल

तुम्ही घरात राहून मुलाची काळजी घेणारा पिता आहात, म्हणून तुम्हाला तुमची वेगळी योग्यता सिद्ध करण्याची गरज आहे, असं अजिबात धरून चालू नका. तुमचं काम अत्यंत महत्त्वाचं आहे आणि त्याकडे पाहण्याची जगाची दृष्टी हळूहळू बदलू लागली आहे, त्यामुळे तुमच्या ह्या कामाबद्दल मनात अभिमान राखा.

अधिक माहिती आणि सल्ल्यासाठी www.dadathome.co.uk किंवा www.stayathomedads.co.uk या वेबसाईट्सना भेट द्या.

तुम्ही दोघेही कामासाठी घराबाहेर राहात असाल तरः

आजकालच्या जगात कधीकधी आपलं मूल दुसऱ्याच्या हाती सोपवून पती-पत्नी दोघांनाही कामावर जाणं गरजेचं ठरतं. अशा वेळेस वेळेचं नियोजन ही तारेवरची कसरत ठरते आणि मनावरही भावनिक ताण पडतो. त्यासाठी खालील गोष्टी कराव्यात:

- *मुलासाठी शक्य तेवढी उत्तम पर्यायी व्यवस्था करावी.*
- *तुम्हा दोघांनाही नोकरी करणं का गरजेचं आहे आणि तुमच्या कुटुंबाच्या दृष्टीनं तो सर्वोत्तम पर्याय का आहे हे लक्षात घ्या आणि त्याबद्दल अपराधी वाटून घेऊ नका.*
- *तुम्हाला कामावरून परत यायला उशीर होणार असेल, तर 'पाळणाघरातून मुलाला कोण घेऊन जाईल' हा मोठ्या चिंतेचा मुद्दा असतो. त्यासाठी कुणातरी विश्वासाच्या माणसाशी आधीपासूनच बोलणं करून ठेवा.*
- *कामं सुसूत्रपणे करायला शिका. सकाळी बाळाला घालायचे कपडे आदल्या रात्रीच बाहेर काढून ठेवा, फ्रीजमध्ये किती जेवण उरलंय याचा आधीच अंदाज घ्या. ठरावीक गोष्टी ठरावीक वेळेत करण्याची सवय लावून घ्या.*
- *वेळ पडल्यास घरात चिठ्ठी लिहून ठेवून संभाव्य समस्यांबाबत तुमच्या*

पत्नीशी संवाद साधा आणि तुम्ही दोघं कोणत्या वेळेस कुठे असाल, हे एकमेकांना सांगत चला.

- *मदतीचा हात देऊ करणाऱ्या आप्तमित्रांची गरज पडल्यास मदत घ्या. परंतु ह्या सवलतीचा गैरफायदा मात्र घेऊ नका.*
- *दिनक्रमाबाबत पुरेसं लवचीक धोरण ठेवा. तुम्ही कितीही सुसूत्रपणे दिनक्रम आखत असला, तरी कधी कधी अशीही वेळ येऊ शकेल की हातातली सर्व कामं टाकून तुम्हाला तुमच्या मुलाला डॉक्टरकडे त्वरेनं न्यावं लागेल.*
- *बाळासाठी राखून ठेवलेल्या वेळात पूर्णपणे त्याच्यावरच लक्ष केंद्रित करा, मग त्यासाठी बाळ झोपेपर्यंत इतर कामं लांबणीवर टाकावी लागली तरी हरकत नाही! नाहीतर कामावरून घरी आल्यानंतरचे क्षणसुद्धा अपराधीपणाच्या भावनेमुळे नासून जातील!*
- *तुम्ही निवडलेल्या पर्यायांमुळे कोणते फायदे होत आहेत, यावर चित्त केंद्रित करा. उदा. दोघंजण मिळवत असल्यामुळे, जास्तीचं उत्पन्न हाती आल्याचे फायदे कोणते आहेत किंवा पाळणाघरात अन्य मुलांबरोबर तुमचं मूल वावरत असल्यामुळे त्याचाआत्मविश्वास कसा वाढतो आहे इ.इ. गोष्टी लक्षात घ्या.*

पिता या नात्यानं नोकरीच्या जागी तुम्हाला असलेल्या हक्कांबाबत माहिती हवी असल्यास www.fatherhoodinstitute.org/index.php?id=10&cid=386 या वेबसाईटवर भेट द्या.

तुमच्या मुलावर घडणारा परिणाम

नोकरीवर जाणं ज्यांना गरजेचं असतं, अशा आई-वडिलांना एक मुख्य काळजी नेहमीच सतावत असते, की त्यांनी मुलांची जिथं पर्यायी सोय लावली आहे, तिथे राहिल्यामुळे मुलांवर कोणता घातक भावनिक, मानसिक परिणाम तर होणार नाही?

या प्रश्नावरचं उत्तर आहे : त्यांची काळजी घेणाऱ्यांशी तुमच्या अपत्याचं किती चांगलं नातं जुळेल, त्यावर असे भावनिक मानसिक दुष्परिणाम अवलंबून राहतील. त्यामुळे त्यांच्यावर प्रेम करेल आणि सुरक्षिततेची भावना त्यांच्या मनात निर्माण करेल, अशाच व्यक्तीच्या हाती तुमच्या मुलाला सोपवावं.

अनुभवाचे बोल

जर तुम्ही दोघेही कामासाठी बाहेर जात असाल, तर प्रेमाच्या आणि आश्वस्त वाटेल अशा जागी मुलाला ठेवा. तुम्ही ऑफिसमधून घरी आल्यावर जो वेळ तुमच्या मुलासमवेत खर्च कराल, त्या वेळेस तुमच्या मुलावरच पूर्णपणे लक्ष केंद्रित करा.

घरी राहून ऑफिसचं काम करणं

घरी राहून ऑफिसचं काम करण्याचे अनेक फायदे आहेत. तुम्हाला तुमच्या मुलाबरोबर खूप जास्त वेळ व्यतीत करता येतो आणि त्याच्या गरजेनुसार कामाचे तास निवडता येतात.

परंतु हा अत्यंत सोपा पर्याय आहे, अशा भ्रामक समजुतीत वावरू नका. तुम्हाला मूल कोणत्याही वेळेस हाक मारून कामात व्यत्यय आणू शकत असल्यामुळे, ऑफिसचं काम करताना त्यात सतत व्यत्यय येण्याचा संभव असतो, त्यामुळे कामाच्या वेळेस एकतर निग्रहानं इतरांना दूर ठेवा किंवा कामात सतत अडथळा येईल हे गृहीत धरून, त्यासाठी सिद्ध राहा.

माझी पत्नी दर तासाला मला निदान एकदा तरी हाक मारून कामात व्यत्यय आणत असे. कधी तिला माइन्सचा डायपर बदलण्यात माझी मदत हवी असे, तर कधी त्यानं केलेल्या कशाचंतरी तिला कौतुक वाटत असे. मुलामध्ये रस घेता आल्याचा मला आनंद वाटत असला तरी कामात सतत येणाऱ्या व्यत्ययामुळे मी त्रासून जात असे.

डॅन- ट्रिशिआ आणि माइन्सचा पिता

स्वत:च्या व्यवसायात असताना तुम्हाला कामाच्या तासांबाबत निवडीचं अधिक स्वातंत्र्य घेता येत असलं, तरी तुम्हाला पगारी रजा मिळत नसते आणि रजा घेणं तुम्हाला खूपच अवघड वाटू लागतं, त्यामुळे सुरुवातीपासूनच या बाबत पत्नीवर स्पष्ट निर्बंध घाला आणि तुम्ही घरात असण्याच्या फायद्यांबद्दल तिच्याशी चर्चा करा. त्याबरोबरच कामात तिनं किती वेळा अडथळा आणावा याबाबतची सीमारेषासुद्धा आखून द्या. मर्यादांची स्पष्टपणे जाणीव करून देताना, त्याबद्दल अपराधी वाटून घेऊ नका.

अपराधीपणाची भावना

आजकालच्या जगात नोकरी करून पालकत्व निभावताना आई-वडिलांच्या मनात अपराधीपणाची भावना दोन कारणांमुळे निर्माण होत असते. एक तर त्यांना मुलाला पुरेसा वेळ देता येत नसल्याबद्दल खंत वाटत असते. दुसरी गोष्ट म्हणजे पूर्वीइतकी निष्ठा आपण नोकरीबाबत राखू शकत नसल्यामुळे अपराधी वाटत असतं.

अशा अपराधीपणाच्या भावनेमुळे कुणाचाच कोणताही फायदा होत नसतो, त्यामुळे अपराधीपणाची ही भावना झटकून टाकावी. असा सल्ला देणं सोपं असलं, तरी तो सल्ला आचरणात आणणं सोपं नसतं. अपराधीपणाच्या ओझ्याची भर टाकली नाही, तरी देखील पालकत्व पार पाडणं ही सोपी गोष्ट नसते, त्यामुळे तुमच्या मुलाच्या दृष्टीनं आणि तुमच्या स्वत:च्याही दृष्टीनं, अपराधी वाटून न घेणं महत्त्वाचं ठरतं. तुम्ही स्वत:ला दोषी ठरवणं थांबवलं नाहीत, तर त्या अपराधीपणाच्या भावनेमुळे, मुलाबरोबर निवांतपणे व्यतीत करता येतील असे क्षणसुद्धा झाकोळून जातील. अशी अपराधीपणाची भावना मनात सतत वागवल्यामुळे ज्या दुष्टचक्राला प्रारंभ होईल, त्याची परिणती मानसिक ताण टाळण्यासाठी मुलाला दूर ठेवण्यात घडेल.

अशा अपराधीपणाच्या भावनेच्या सापळ्यात अडकण्यापूर्वी तुम्ही आपल्या मुलाचं संतुलन राखण्याचा प्रयत्न केला पाहिजे. त्यासाठी तुम्ही खालील गोष्टींची मनात सतत उजळणी करायला हवी.

- *मुलाच्या देखभालीच्या कर्तव्याची तुम्ही शक्य तेवढी चांगली सोय लावली आहे.*
- *अपत्यजन्मानंतर सध्या मिळू शकणारे सर्व फायदे धरून काम करण्याची सवलत किंवा गरजेप्रमाणे कामाचे तास निवडता येण्याची सूट तुम्ही पुरेपूर मिळवत आहात.*
- *जो वेळ तुम्हाला तुमच्या मुलासाठी खर्च करता येतो, त्या वेळात तुमचं लक्ष तुम्ही पूर्णपणे फक्त बाळावरच केंद्रित करत आहात.*
- *तुम्ही सतत बाळाजवळ असण्यापेक्षा, त्याच्या मनात सुरक्षिततेची भावना निर्माण करता येणं आणि त्याला पुरेपूर प्रेम देणं अधिक महत्त्वाचं असतं.*
- *तुम्हाला तशी गरज असल्यामुळेच तुम्ही बाळाला कुणाजवळ तरी सोपवून कामासाठी घराबाहेर पडत आहात, हा मुद्दा नेहमी लक्षात ठेवावा.*

अनुभवाचे बोल

जर तुम्ही आणि तुमची पत्नी दोघेही, नोकरी करत असाल तर घरात तुम्हाला हवं तसं वातावरण राखण्यासाठी तुम्हाला अधिक प्रयत्न करावे लागतील. परंतु दोन पगारांची गरज लक्षात ठेवून आणि कामामध्ये शिस्तबद्धता आणून तुम्ही नोकरी आणि गृहसौख्य या दोन्ही गोष्टी मिळवू शकाल. तुम्हाला मनाला समाधान देणारी नोकरी करता येईल आणि त्याचबरोबर अपत्यसुखसुद्धा अनुभवता येईल.

लक्षात ठेवण्याजोग्या दहा गोष्टी :

- नोकरीसाठी तुमचं उभं आयुष्य पडलं आहे, परंतु तुमचं मूल सदोदित मूलच राहणार नाही, त्यामुळे त्याच्याबरोबर शक्य तेवढा वेळ घालवता येईल अशी तजवीज करा.
- कामापेक्षा कुटुंबाला तुम्ही अधिक प्राधान्य दिलंत, तर स्वत:च्या उदाहरणावरून तुम्ही तुमच्या अपत्याला पैशात मोल न होणारी नीतिमूल्यं शिकवू शकाल.
- तुम्ही कामावरून घरी आलात तरी तुमचं काम संपणार नाही. घरी आल्यावर बाळाला सांभाळण्यात सहभाग घेऊन तुम्हाला पत्नीवरचं ओझं हलकं करावं लागणार आहे.
- तुम्ही नोकरी करत असाल, तर तुम्हाला नोकरी किंवा कुटुंब या दोहोंनाही पुरेसा न्याय देता येत नाही, असं वाटू लागेल, परंतु स्वत:कडे अवाजवी कठोर नजरेनं पाहू नका.
- तुमची पत्नी अधिक वेळ तुमच्या मुलाचा सांभाळ करत असली तर तिला बाळाच्या गरजांचं तुमच्यापेक्षा अधिक ज्ञान असणं स्वाभाविक आहे, या वस्तुस्थितीचा स्वीकार करा.
- तुम्ही कामावर जात असाल आणि तुमची पत्नी दिवसभर घरी राहून बाळाची देखभाल करत असेल, तर बाहेरच्या जगाशी तुमचा अधिक संपर्क येत असल्यामुळे तुम्हाला पत्नीपेक्षा जगाचं अधिक यथार्थ ज्ञान मिळत असेल; त्यामुळे तुमच्या गाडीला असलेल्या वास्तवाच्या जाणिवेचा तुमच्या पत्नीला लाभ मिळवून द्या आणि त्यायोगे तिला वाटणाऱ्या चिंता आटोक्यात ठेवायला मदत करा.
- मुलाला वाढवण्याबाबतच्या नेहमीच्या समस्यांखेरीज अन्य अनेक समस्यांना सामोरं जाण्याची वेळ, पूर्णवेळ घरी राहून शिशुसंगोपन करणाऱ्या पित्यांवर येत असते. तुम्ही या सदरात मोडत असाल तर तुमच्यासारख्याच अन्य पित्यांशी मैत्रीचा संवाद साधा.
- मुलाला वाढवणं हे सर्वांत महत्त्वाचं काम आहे. तुम्हीच प्रामुख्यानं मुलाला वाढवत असाल, तर त्याबद्दल कधीही स्वत:ला उणं लेखू नका.
- जर तुम्ही आणि तुमची पत्नी दोघेही नोकरी करत असाल तर तुमच्या मुलाची प्रेमानं काळजी घेऊन त्याला स्थैर्य आणि सुरक्षितता मिळवून देईल, अशा व्यक्तीच्या हाती त्याला सोपवा.
- तुम्ही मुलाची काळजी घेण्यासाठी जी व्यवस्था केली असेल, त्याचे फायदे लक्षात घ्या आणि मुलाबरोबर तुम्हाला घालवता येण्याजोगे क्षण अपराधीपणाची भावना मनात ठेवून, नासवून टाकू नका.

१२

मुलाला सांभाळण्यासाठीची सोय आणि शाळा

ह्या प्रकरणात खालील गोष्टींचा परामर्श घेण्यात आला आहे :

- *मुलांची काळजी घेण्यासाठी कोणते विविध पर्याय उपलब्ध आहेत.*
- *मुलाच्या वयाच्या ह्या टप्प्यावर शाळांबद्दल कोणती माहिती काढणं गरजेचं आहे.*
- *मुलाच्या शिक्षणाबाबत तुमची स्वत:ची महत्त्वाची भूमिका कशी वठवावी.*
- *मुलांना घराबाहेर दिल्या जाणाऱ्या त्रासाबद्दल काय करावं*

पती-पत्नींनी नोकरी करून घरात दुहेरी आमदनी आणणं गरजेचं आहे असं तुम्ही ठरवलं आणि मुलाची काळजी घेऊ शकतील असे नातेवाईक जवळपास राहात नसले की अगदी लहान वयापासूनच मुलाला दुसऱ्याच्या हाती सोपवून कामासाठी बाहेर जावं लागतं.

याचे अनेक फायदे होतात. लहान वयात मुलं इतरांमध्ये कसं वावरावं हे सर्वांत उत्तम प्रकारे शिकून घेतात. याखेरीज इतरांवर मुलाला सोपवल्यामुळे तुम्हाला थोडा सुटवंगपणा मिळतो आणि नोकरीसाठी घराबाहेर पडता येतं.

परंतु नव्या वातावरणात तुमचं मूल सरावेपर्यंत, त्याबद्दल तुम्हाला अपराधी वाटतं आणि मनाला क्लेश होतात. स्त्रियांनी घरी राहून अपत्यसंगोपन करावं, या पारंपरिक विचाराच्या पगड्यामुळे तुमच्यापेक्षा तुमच्या पत्नीलाच नोकरीवर जाणं अधिक दु:सह वाटू लागतं.

मुलाला पाळणाघरात सोडणं, साराच्या जिवावर येत असल्यामुळे ते काम माझ्यावर येऊन पडलं. संध्याकाळी त्याला तेथून घरी आणण्याचं काम मात्र ती आनंदानं करू लागली.

जेम्स- ॲडमचा पिता

अनुभवाचे बोल

तुमच्या मुलाच्या आयुष्याचा केंद्रबिंदू तुम्हा पती-पत्नींपैकी कुणीही असण्याऐवजी एक तिऱ्हाईत व्यक्ती त्या स्थानी असणार आहे, हा विसर मनाला क्लेश देतो, परंतु तुम्ही नीटपणे चौकशी करून तुमच्या बाळाच्या सर्व गरजा नीटपणे पूर्ण होतील अशी व्यवस्था केली असेल, वा व्यवस्थेतील फायदे-तोटे तुम्हा दोघांनी पूर्णपणे लक्षात घेतले असतील, तरीही बाळाला दुसरीकडे सोडण्याचा त्याच्याहून तुम्हालाच अधिक त्रास होईल.

मुलाला सांभाळण्यासाठी कोणत्या प्रकारची व्यवस्था सर्वांत चांगली ठरेल?

तुम्ही जर नोकरीसाठी घराबाहेर पडत असाल, तर तुम्हाला दररोज पोटच्या पोराप्रमाणे तुमच्या मुलाकडे पाहणारी व्यक्ती शोधावी लागेल.

अनुभवाचे बोल

वागण्याची पद्धत, दिनक्रम आणि आजूबाजूचं वातावरण यात प्रत्येक दिवशी सुसंगत सारखेपणा आणण्याचा तुमचा प्रयत्न असायला हवा. या गोष्टींवर तुमचं जेवढं अधिक नियंत्रण असेल तेवढीच मुलाला सांभाळण्याची सुविधा अधिक महागडी असेल.

तुमच्या गरजा आणि परिस्थिती यांमुळे तुमच्या समोर कदाचित मोजकेच पर्याय उपलब्ध असतील, परंतु अनेक गोष्टी लक्षात घेणं आवश्यक आहे.

- *तुम्हाला कोणता पर्याय परवडेल आणि त्याचे पैसे चुकते करण्याचे कोणते पर्याय उपलब्ध आहेत? तुम्हाला राहती जागा बदलावी लागल्यामुळे किंवा डे केअर सेंटरची फी वाढल्यामुळे बाळाला तेथून काढून दुसऱ्या जागी ठेवण्याची वेळ आली, तर बाळाच्या मनावर त्याचा प्रचंड आघात होत असतो, ही गोष्ट विसरू नये.*
- *बाळ केवढं मोठं झाल्यावर तुम्ही त्याला दुसऱ्याच्या हाती सोपवणार आहात?*
- *तुमच्या मुलाची काळजी कोठे घेतली जाणार आहे? तुमच्या स्वत:च्याच घरात की इतर कोठेतरी? इतर जागी असेल तर घरापासून ती जागा चालत जाण्याच्या अंतरावर आहे? ती जागा तुमच्या ऑफिसच्या वाटेवर*

आहे का?

- *इतर अनोळखी माणसांबरोबर राहण्याचा, अनोळखी वातावरणात वावरण्याचा तुमच्या मुलाला केवढा अनुभव आहे?*
- *आठवड्यातले किती दिवस तुम्हाला बाळासाठी डे केअर गरजेचं आहे? त्याची फक्त सकाळी किंवा संध्याकाळी आवश्यकता आहे की दिवसभरासाठी?*
- *तुम्हाला तुमच्या बाळासाठी जे डे-केअर सेंटर हवं आहे तिथे प्रतीक्षा यादी आहे का?*
- *मुलांची काळजी घेणारे आणि काळजी घेतली जाणारी मुलं यांचं कोणतं गुणोत्तर आहे? त्याबाबत तुमची काही ठाम मतं आहेत का?*
- *तुमच्या मुलाची काळजी घेणारी व्यक्ती तुमच्या मुलाखेरीज, अन्य कोणत्या वयाच्या मुलांकडे पाहणार आहे?*
- *गरज पडल्यास आणखी जास्त वेळ तिथे मुलाला ठेवता येण्याची सुविधा उपलब्ध आहे का?*
- *मुलाची काळजी घेणाऱ्या व्यक्तीला अशा प्रकारचा किती अनुभव आहे?*
- *डे-केअर सेंटरमधील कर्मचाऱ्यांचं, सोडून जाण्याचं प्रमाण केवढं आहे?*
- *तुमच्या मुलाची काळजी घेणाऱ्या व्यक्तीची /संस्थेची कागदोपत्री नोंदणी झाली आहे का? मुलासाठी तुमच्या ऑफिसतर्फे आर्थिक साहाय्य दिलं जात असेल, तर नोंदणीकृत डेकेअर सेंटरमध्येच त्याला ठेवलं जावं. अशी त्यासाठीची अट असते. नोंदणीकृत संस्था असली तरी मुलाची काळजी ठरावीक शिस्तबद्ध प्रकारे घेतली जात असते.*
- *तुम्हाला कामावरून घरी यायला उशीर होणार असेल तर मुलाला डे-केअरमध्ये थोडा जास्त वेळ ठेवता येण्याची सुविधा उपलब्ध असते का?*
- *सण आणि राष्ट्रीय सुट्ट्या असतात, तेव्हा डेकेअर सेंटर उघडं ठेवलं जातं का?*
- *तुम्ही, तुमचं मूल किंवा मुलाची काळजी घेणारी व्यक्ती आजारी पडली, तर त्याबाबत काय धोरण असतं?*

डेकेअर सेंटर्सबाबतची इंग्लंडमधील माहिती www.daycaretrust.org.uk या वेबसाईटवर उपलब्ध आहे.

तुम्ही राहात असलेल्या जागी, इंग्लंडमध्ये अशी सुविधा कोठे उपलब्ध आहे यासाठी www.childcarelink.gov.uk ही वेबसाईट उपयुक्त ठरेल.

अशीच वेबसाईट उत्तर आर्यलडसाठी उपलब्ध आहे.

www.employersforchildcare.org

घरातच मुलाची काळजी घेण्याची सोय

यातील फायदे कोणते?

तुमच्या घरीच मुलाची काळजी घेण्याची सोय करून देता आली तर तुमचं मूल सुरक्षित आणि ओळखीच्या वातावरणात राहू शकेल. त्याला कोणत्या वेळी, कोणतं जेवण दिलं जातं आणि त्याची काळजी कशा प्रकारे घेतली जातेय, या गोष्टींवर तुमचं अधिक नियंत्रण राहू शकतं.

नर्सरी स्कूल अथवा डेकेअर सेंटरमध्ये तुमच्या मुलावर जेवढं लक्ष ठेवलं जाईल, त्याहून अधिक नीटपणे तुमच्या घरी येऊन त्याची देखभाल करणारी नॅनी त्याच्याकडे पाहू शकेल. गरज पडेल त्याप्रमाणे ती कामाच्या तासांमध्ये बदलही करून देऊ शकेल. तुमचं मूल आजारी पडलं तरी घरी येऊन त्याचा सांभाळ करणारी नॅनी, त्याची काळजी घेईल.

तुमचं नशीब जोरावर असलं, तर ह्या नॅनीच्या रूपानं तुम्हाला दीर्घकालीन मैत्रीचा ठेवासुद्धा लाभू शकेल आणि तुमचं मूल मोठं होऊन त्याला नॅनीची गरज भासेनाशी झाली, तरी मैत्रीच्या ह्या धाग्यांची वीण घट्टच राहील.

तोटे

घरात येऊन तुमच्या बाळाकडे बघणारी नॅनी खूप उपयुक्त ठरते, परंतु त्यासाठी तशीच किंमतही मोजावी लागते. नॅनीच्या वेतनात तिला पडणारा कर, सणाच्या आणि आजारपणाच्या सुट्टया, विमा इत्यादींचा अंतर्भाव केला जात असेल, तर ते चांगलंच महागात पडेल. दुसऱ्या एखाद्या कुटुंबालासुद्धा नॅनीची गरज असेल, तर ते अधिक परवडेल. अशा शक्यतेबाबत विचार करावा.

नॅनी घरी बोलवण्याचा आणखी एक तोटा म्हणजे विशेषत: ती तुमच्याच घरी वास्तव्य करत असेल तर ते त्रासदायक ठरते. बाळाच्या जन्मानंतर तुमच्या कुटुंबात आलेल्या अस्थिरतेमध्ये एका अनोळखी व्यक्तीची उपस्थिती भरच टाकत असते. कामावरून थकूनभागून घरी परत आल्यावर, घरात अनोळखी व्यक्ती वावरताना पाहून, तुमच्या मनावरच्या ताणात भरच पडेल. याउलट तुम्ही तणावाखाली असताना आणि तुमची लैंगिकदृष्ट्या उपासमार होत असताना घरात वावरणारी तरुण आणि आकर्षक स्त्री पाहून तुम्हाला तिचा मोह पडणंसुद्धा अशक्य नाही.

तुम्ही तुमचं मूल नॅनीवर सोपवायचं ठरवलं तर तिची कसून मुलाखत घ्या. तिनं आणलेली ओळखपत्रं नीटपणे तपासा आणि तिच्याबरोबर करार करून उभयतांनी त्या करारपत्रावर सह्या करा. परस्परांकडून कोणत्या अपेक्षा आहेत, याबद्दल प्रारंभीच खुलासा करा. नॅनीलासुद्धा वैयक्तिक आयुष्य आहे याची जाणीव ठेवा.

घरात नॅनी ठेवण्याबाबतच्या अधिक सल्ल्यासाठी आणि सूचनांसाठी, त्याचप्रमाणे मुलाखतीत तिला विचारण्याजोग्या प्रश्नांबाबत अधिक माहितीसाठी: www.ncma.org.uk/nannies.aspx या वेबसाईटवर भेट द्या.

मुलाची काळजी घेणाऱ्या स्त्रिया

या पर्यायातील फायदे

अशा स्त्रियांनी स्थानिक अधिकारी मंडळात आपल्या नावाची नोंदणी करावी. आणि दिवसा, आपल्या घरात, इतरांची मुलं सांभाळण्यासाठीचा परवाना त्यांच्याकडे असला पाहिजे. नॅनी किंवा नर्सरीस्कूलपेक्षा हा पर्याय स्वस्त पडतो आणि या पर्यायामुळे तुमच्या मुलाला घरच्या वातावरणात थोडी इतर मुलांमध्ये मिसळण्याची संधी मिळते आणि सोयीप्रमाणे वेळ बदलून मिळण्याची या पर्यायामध्ये नर्सरीस्कूलपेक्षा अधिक शक्यता असते.

या पर्यायातील तोटे

अशा स्त्रिया वेगवेगळ्या वयोगटांतील अनेक मुलांना सांभाळत असल्यामुळे त्यांचं लक्ष पूर्णपणे फक्त मुलावर केंद्रित होऊ शकत नाही, त्याप्रमाणेच एका मुलाला शाळेतून घरी आणावं लागत असेल किंवा दुसऱ्या कुणालातरी अन्यत्र सोडावं लागत असेल, तर इतर साऱ्याजणांची तेथे फरफट होते.

याबाबतचा नेमका करार आखून त्यावर उभयपक्षी सह्या घेतल्या जाणं महत्त्वाचं आहे. मुलांना सांभाळणाऱ्या इंग्लंडमधील स्त्रियांची माहिती www.ncma.org.uk/for_parents/choosing_a_childminder.aspx ह्या वेबसाईटवर मिळेल.

दिवसा सांभाळणारी बालकमंदिरं (डे नर्सरी)

फायदे

अशी अनेक बालकमंदिरं विविध वयोगटांतील मुलांना वर्षभर सांभाळण्याची सुविधा पुरवतात; त्यातली काही फक्त शाळा सुरु असतानाच आणि ती सुद्धा फक्त सकाळी किंवा दुपारीच खुली असतात.

अशा बालकमंदिरांमध्ये सुरक्षित वातावरणात तुमचं मूल अन्य समवयस्क मुलांमध्ये मिसळू शकेल. तुमच्या मुलाच्या सर्वांगीण विकासाबाबतची प्रत्येक गोष्ट लक्षात घेऊन तेथील अभ्यासक्रमाची आखणी करण्यात आली असल्याबद्दल तुम्ही निर्धास्त राहू शकाल. आणि तेथे अधिक शिस्तबद्ध वातावरण राखलं जात असल्यामुळे शालेय प्रवेशापूर्वीचा योग्य पाया आपोआपच तयार होईल.

प्रारंभी त्याला ते थोडं जड गेलं असलं, तरी नर्सरीस्कूलमध्ये डायलॅन लवकरच रुळला आणि त्याचा आत्मविश्वास खूपच वाढला. आता ती जागा त्याला अत्यंत आवडू लागली आहे. तो आमचा निरोप न घेताच धावत धावत आत शिरू लागला आहे.

लेन- डायलॅनचा पिता

तोटे

तुमचं मूल अनेकांपैकी एक असल्यामुळे, नर्सरीस्कूलमध्ये स्वाभाविकपणेच त्याच्याकडे कमी लक्ष पुरवलं जाईल आणि त्यांच्यापाशी तुमच्या मुलाला सोडताना, तुमचं मन धास्तावलेलंच राहील. तिथं खूप मोठ्या संख्येत मुलं असल्यामुळे त्यांना सोडण्या आणण्याची वेळ काटेकोरपणे पाळावीच लागेल. त्यांना परत न्यायला तुम्ही उशीर केलात, तर तुम्हाला जास्तीचे पैसे भरावे लागतील आणि मूल आजारी पडलं तर त्याला तुम्ही घरीच ठेवावं अशी ते सूचना करतील.

अगदी लहान बाळाकडे जास्त लक्ष पुरवावं लागत असल्यामुळे काही नर्सरी-स्कूल्स दोन किंवा तीन महिन्यापेक्षा मोठ्या मुलांनाच प्रवेश देतात. अशा तान्ह्या मुलांसाठी मोठ्या वयाच्या मुलांहून जास्त पैसे आकारले जातील.

आम्ही फ्रेयाला आठवड्यातून तीन दिवस तेथे ठेवू लागलो. त्यातला एक वार होता सोमवार. आम्ही बँक हॉलिडेज लक्षातच घेतले नाहीत. त्यामुळे नर्सरी स्कूल बंद असलेल्या अनेक दिवसांसाठी आम्ही विनाकारणच पैसे भरत राहिलो.

जस्टिन- फ्रेयाचा पिता

सुरक्षिततेच्या कारणांमुळे, तुम्हाला आगाऊ परवानगी घेतल्याशिवाय तेथे भेट देता येणार नाही, परंतु पूर्व परवानगीनं तेथे भेट द्या आणि मुलांना तेथे आई-वडील सोडत असतात, त्या वेळी उपस्थित राहून मुलांची त्यावेळची प्रतिक्रिया काळजीपूर्वक पाहा. तेथे येताना मूल रडत असेल किंवा आनंदानं येत असेल, यावरून तुम्हाला तेथील वातावरणाचा खूपसा अंदाज येईल.

तुम्ही तेथे भेट द्याल, तेव्हा तेथील वातावरणाचा अंदाज घ्या. मुलांवर तेथे कितपत लक्ष ठेवण्यात येतंय हे पाहा, मुलांसाठी तिथं कोणते उपक्रम आणि सुविधा उपलब्ध आहेत याची पाहणी करा आणि सरतेशेवटी तुमच्या आतल्या आवाजावर विश्वास ठेवा.

इंग्लंड, स्कॉटलंड आणि वेल्समधील नोंदणीकृत नर्सरीजची यादी देणाऱ्या

आयर्लंडमधील नर्सरीजची माहिती देणारी वेबसाईट सुद्धा उपलब्ध आहे.

वेगवेगळी नर्सरी-स्कूल्स

तुम्ही ज्या जागी राहता, तेथे कदाचित निवडीचे खूप पर्याय उपलब्ध नसतील खूप पर्याय उपलब्ध असणं हे नेहमीच उपयुक्त ठरतं असं नव्हे!

> ***झॅक इतका लहान आहे, तरीदेखील त्याच्यासाठी योग्य अशी नर्सरी निवडण्याबाबत मनावर दडपण येतं, कारण योग्य नर्सरीत त्याला घातलं, तरच त्याला योग्य प्रीस्कूल मिळेल, योग्य प्रीस्कूल मिळालं तरच त्याला योग्य प्राथमिक शाळा लाभेल. योग्य प्राथमिक शाळा लाभली तरच त्यापुढे योग्य माध्यमिक शाळा, योग्य हायस्कूल आणि योग्य युनिव्हर्सिटीतून पदवी मिळवली तरच त्याला भरपूर पगाराची नोकरी लाभेल! आम्ही ज्याची चिंता करतोय ते बाळ अजून डायपर्समधून बाहेरही पडलेलं नाही.***
>
> रॉस- झॅकचा पिता

नर्सरीची जागा, किंमत, त्यातील प्रवेशाची उपलब्धता आणि त्यानंतर चांगल्या प्री-स्कूलमध्ये प्रवेश मिळण्याबाबतची खात्री ह्या गोष्टींची काळजी पुरेशी असतेच, शिवाय आई-वडिलांपुढे निवडीचा आणखी एक यक्षप्रश्न असतो. वेगवेगळ्या विचारप्रणालींनुसार चालवल्या जाणाऱ्या नर्सरी स्कूल्सबाबतची निवड करणं हाच तो कूट प्रश्न होय.

मॉंटेसरी

मॉंटेसरी स्कूल्समागील विचारप्रणाली आहे मुलांना हव्या त्या पद्धतीनं आणि हव्या त्या गतीनं जगाशी ओळख करून घेण्याची सूट देणं. विशेष निवड करुन ठेवलेल्या वस्तू आणि सामग्रीबरोबर त्यांना खेळ देऊन त्यांना त्याद्वारे शिक्षण देणं. याबद्दल अधिक माहितीसाठी www.montessori.org.uk ह्या वेबसाईटला भेट द्या.

स्टाइनर

स्टाइनर विचारधारेनुसार चालवल्या जाणाऱ्या शाळांमध्ये सृजनशीलता, कल्पकता आणि वैयक्तिक अभिरुची यांना प्राधान्य दिलं जातं. इथे धडे देण्याऐवजी उदाहरण घालून देऊन शिकवलं जातं आणि मुलांनी सामाजिक, मानसिक आणि शारीरिक कौशल्यं आत्मसात केली की त्यानंतरच त्यांची लिहिणं-वाचणं अशांसारख्या अमूर्त स्वरूपातील (वैचारिक) कौशल्यांशी ओळख करून दिली जाते. अधिक

माहितीसाठी www.steinerwaldorf.org.uk ह्या वेबसाईटला भेट द्या.

सरधोपट पठडीतील नर्सरी स्कूल्स

सरकारच्या बांधील अधिनियमांचं पालन करून शाळेत जाण्यापूर्वी सर्व मुलांना सारख्या पातळ्यांवरचं शिक्षण देण्याचं काम अशा नर्सरी स्कूल्स पार पाडत असतात.

ह्यामागची प्रमुख विचारसरणी आहे की मोठ्यांकडून प्रशिक्षण आणि मुलांच्या आवडीचे उपक्रम यात समतोल राखला तर मुलांचा सर्वांगीण विकास घडवता येतो. Early Years Foundation Stage Curriculum (प्रारंभीच्या काळात पायाभूत ठरेल असा अभ्यासक्रम) याविषयी अधिक माहिती हवी असल्यास www.dcsf.gov.uk/everychildmatters/earlyyears/localauthorities/earlyyearsfoundationstage/efys ह्या वेबसाईटला भेट द्या.

नातेवाईक आणि मित्र

फायदे

मुलांना वाढवताना, कोणतीतरी आजी किंवा आजोबा यांच्यावर बरेचसे आई-वडील अवलंबून असतात आणि त्यामागे तसंच सबळ कारणसुद्धा असते. तुमच्या मुलाला सांभाळण्यासाठी पैसे घ्यावेत असा विचारसुद्धा त्यांच्या मनात येणार नाही आणि तुमच्या मुलाचं हित ते पूर्णपणे जपतील याबद्दल तुम्ही पूर्णपणे निर्धास्त राहू शकता. जर गरज म्हणून तुम्हा उभयतांना नोकरी करणं भाग पडत असेल, तर तुमच्याएवढ्याच प्रेमानं कुणीतरी तुमच्या मुलाची काळजी घेत आहे, ही भावना किती सुखाची असते, याचं शब्दात वर्णन करता येणार नाही.

तुम्हाला जी नीतिमूल्यं मुलाच्या मनावर ठसवण्याची इच्छा वाटते, त्याच नीतिमूल्यांनुसार तुमचे आई-वडीलसुद्धा तुमच्या मुलाला वाढवतील, अशी खूपच शक्यता असते. मुलांना घरी नेण्याच्या वेळेत थोडा बदल झाला, त्याला थोडा विलंब लागला किंवा रोजची वेळ थोडी बदलणं भाग पडलं, तर तुमचे आई-वडील त्याचा आनंदानं स्वीकार करतील. ही गोष्ट अत्यंत महत्त्वाची ठरते.

आणखी एक फायदा म्हणजे जेवढा जास्त वेळ तुमचं मूल त्याच्या आजी आजोबांच्या सहवासात घालवेल, तेवढंच त्यांच्यातलं नातं आणखी दृढ होत जाईल. दोघांच्याही भविष्याच्या दृष्टीनं हा मोठाच फायदा ठरेल. अशा प्रकारचे अतूट भावबंध तुमचं मूल आणि पगारी नोकर यात निर्माण होणं नेहमीच गृहीत धरता येत नाही.

तोटे

असे भरपूर फायदे दिसले, तरी तुमच्या मुलाबाबत तुमच्या आई-वडिलांवर अवलंबून राहण्यात खूप तोटेसुद्धा असतात.

त्यांचं प्रेम असल्यामुळे तुमच्या मुलाकडे ते आनंदानं बघतील. अशी तुमची समजूत असल्यामुळे तुम्ही त्यांची मदत गृहीत धरून चालाल.

मुलाला वाढवण्याबाबत एखाद्या गोष्टीत तुमचं आणि तुमच्या आई-वडिलांचं दुमत झालं, तर त्यांच्यावर आपलं मत लादणं तुम्हाला अवघड वाटेल. यामागची दोन कारणं आहेत : अशी सक्ती स्वीकारण्यासाठी ते काही तुमचे बांधील, पगारी नोकर नव्हेत. दुसरे म्हणजे आपल्या आई-वडिलांवर टीका करणं तुम्हाला खूप अवघड वाटेल.

अशा वेळेस तुमच्या भावनांबाबत तुमच्या पत्नीशी चर्चा करा. आणि आजी-आजोबांना आपले मत सांगताना चातुर्यानं वागा. तुमच्या मुलाला सांभाळून ते जी मदत करत आहेत, त्याबद्दल कृतज्ञता व्यक्त करण्याची एकही संधी सोडू नका.

> ***माझ्या सासू-सासऱ्यांच्या मदतीशिवाय आम्हाला अजिबात शिकवता आलं नसतं. माझ्या कुटुंबासाठी त्यांचा आधार अत्यंत मोलाचा आहे.***
>
> ॲलेक्स- मेगनचा पिता

आजी-आजोबांच्या भूमिकेबद्दलची सविस्तर माहिती तिसऱ्या प्रकरणात दिली आहे.

तुमचं मूल दुसऱ्याच्या हाती सोपवण्याबद्दल

- *शक्य असेल तर हळूहळू जास्त वेळासाठी तुमच्या मुलाला दुसऱ्याच्या हाती सोपवायला सुरुवात करावी, म्हणजे ह्या बदलाची त्यांना हळूहळू सवय करून दिली जाईल.*
- *तुमचं मूल जाणत्या वयाचं असलं, तर त्याच्याशी बोलून त्याच्या मनाची तयारी करावी, आणि त्याला कबूल केल्यावेळेसच परत येण्याचं धोरण ठेवावं, म्हणजे तुमच्या शब्दांवर ते विश्वास ठेवू लागेल आणि तुम्हाला सोडून राहणं त्याला जड जाणार नाही.*
- *मुलाला दुसऱ्याच्या हाती सोपवून जाताना तुमच्या मनात कितीही कालवाकालव होत असली, तरी तुमच्या मुलाला त्याचा अजिबात*

थांगपत्ता लागू देऊ नका, कारण तुमची चिंता जाणवली की तुमचं मूलही चिंता करू लागेल.

शाळा

मुलाच्या शालेय शिक्षणाच्या कालखंडाचा ह्या पुस्तकात परामर्श घेण्यात आलेला नसला, तरी ह्या टप्प्यावर आवश्यक असलेली जुजबी माहिती तुम्हाला करून देत आहोत.

निवड

तुमच्या मुलाला कोणत्या शाळेत घालावं, याच्या निवडीचं स्वातंत्र्य तुम्हाला दिलं जावं अशी सिद्धांतिक समजूत आहे. प्रत्यक्षात, ग्रामीण विभागात राहणाऱ्या लोकांपुढे, स्थानिक शाळेखेरीज निवडीचा अन्य पर्याय नसतो. स्थानिक शाळेत घातलं नाही, तर दूरवरच्या कुठल्या तरी पसंतीच्या शाळेत, त्या मुलाची ने-आण करावी लागते आणि त्यात ते थकून जातं. शहरात राहणाऱ्यांना, पसंतीच्या शाळेत प्रवेश मिळवण्यासाठी जोरदार स्पर्धेला तोंड द्यावं लागतं. या कारणांमुळे शाळेची निवड करण्याचा हक्क बजावणं ही तणाव उत्पन्न करणारी चिंतेची बाब ठरते.

शाळेच्या जवळपास राहणाऱ्या मुलांना त्या शाळेच्या प्रवेशासाठी अग्रक्रम दिला जावा. ह्या धोरणाचा फायदा मिळवू इच्छिणारे पालक आपलं घर बदलून आपल्या पसंतीच्या शाळेजवळ स्थलांतरित करण्याची यातायात करताना दिसतात, परंतु पसंतीच्या शाळेत मुलाला घालण्यासाठी केलेली ही धडपड अत्यंत खर्चीक ठरू शकते.

अनुभवाचे बोल

सारं उत्तम ते आपल्या मुलाला उपलब्ध करून देता यावं अशी तळमळ वाटणं स्वाभाविक आहे आणि फारच थोड्या इतर गोष्टी शिक्षणाएवढ्या महत्त्वाच्या आहेत. ऐनवेळेस गोंधळ उडून जाऊ नये, म्हणून शक्य तेवढ्या आधीपासून स्थानिक शाळांबाबतची सर्व माहिती गोळा करून ठेवा.

www.ofsted.gov.uk ह्या वेबसाईटवर इंग्लंडमधील शाळांचे तपासणीचे अहवाल इन्सपेक्शन रिपोर्ट्स मिळू शकतील. वेल्स, उत्तर आयर्लंड, स्कॉटलंड

येथील शाळांचे तपासणी अहवाल उपलब्ध करून देणाऱ्या वेगळ्या वेबसाईट्स आहेत.

शाळा आणि शालेय शिक्षण याबद्दलच्या सरकारी दृष्टिकोन माहीत करून घ्यायचा असल्यास-

www.direct.gov.uk/en/parents/schoolslearninganddevelopment/index.htm ही वेबसाईट उपयुक्त ठरेल.

अनेक समस्या, पर्याय आणि आई-वडिलांचं विविध शाळांबद्दलचं मत याची स्वतंत्र रूपरेषा असेल तर www.goodschoolsguide.co.uk ह्या वेबसाईटला भेट द्यावी.

अर्जाची प्रक्रिया

सारी चौकशी करून तुम्ही शाळेची निवड केली की तुमच्या पसंतीच्या शाळेचे प्रवेशाबाबतचे नियम जाणून घ्या आणि अर्ज देण्याच्या शेवटच्या तारखेच्या भरपूर आधी तेथे अर्ज करा. अर्जाबाबतच्या प्रक्रियेची माहिता www.direct.gov.uk/en/parents/schooldlearninganddevelopment/choosingaschool/dg_4016369 या वेबसाईटवर मिळेल.

तुमच्या मुलाला काही कारणांनी प्रवेश नाकारला गेला, तर निर्णयाच्या फेरविचाराची विनंती करणारा अर्ज तुम्ही करू शकता. इंग्लंडमधील यासाठीची उपयुक्त वेबसाईट आहे. www.direct.gov.uk/en/parents/schooldlearninganddevelopment/choosingaschool/dg_4016309

तुमच्या पसंतीच्या शाळेत तुमच्या मुलाला जर प्रवेश मिळू शकला नाही, तर:

- *त्याचं नाव प्रतीक्षा-यादीत ठेवलं गेलंय याची खात्री करुन घ्या.*
- *शाळेशी संपर्कात राहा आणि फेरनिर्णयाबद्दल चौकशी करा.*
- *वर्गातील विद्यार्थ्यांची संख्या, त्या शाळेत आधीच एक भावंडं शिकत असलं, तर पुढल्या मुलाला प्रवेश देण्याबाबतचं धोरण, शाळेजवळील कोणत्या विभागापर्यंत त्या शाळेतील प्रवेशाला अग्रक्रम देण्यात येतो ह्या मुद्यांबाबत स्थानिक-निर्णायक मंडळाच्या धोरणात काही फेरफार केले जात आहेत किंवा कसे, यावर लक्ष ठेवा.*

आस्थेनं सहभागी होणं

निर्णयाच्या फेरविचाराबाबत विनंती करूनही तुमच्या पसंतीच्या शाळेत तुमच्या मुलाला प्रवेश मिळाला नाही, तर तुमचं मूल अखेरीस ज्या शाळेत जाईल, त्या

शाळेची सुधारणा घडवण्यासाठी मदत करण्याचं धोरण तुम्ही ठेवावं.

ही गोष्ट केवळ मनावर फुंकर घालण्याच्या हेतूनं करू नये. शाळेच्या नियामक मंडळावरील पंचवीस टक्के जागांवर, पालकांचे हितसंबंध जपण्याच्या हेतूनं स्वेच्छेनं मदत करणारे पालक कार्यरत असतात. शाळेचा दर्जा राखून ठेवणं आणि तो वाढवणं यात असे पालक महत्त्वाची भूमिका बजावताना दिसतात आणि ह्यांच्या मुलांसारख्याच अनेक अन्य मुलांच्या शिक्षणाच्या दृष्टीनं ते मोलाचा हातभार लावत असतात.

अधिक माहितीसाठी

www.governornet.co.uk/publisharticle.cfm?&topicareald=2&contentld=254&pagestart=1&sortorder=c.title ह्या वेबसाईटला भेट द्या.

खाजगी शाळांमधील शिक्षण

पसंतीच्या सार्वजनिक शाळेत मुलाला प्रवेश मिळवण्यासाठी जर तुम्ही घर बदलण्याच्या खर्चीक पर्यायाचा विचार करत असाल, तर तोच पैसा खर्चून तुम्ही त्याला खाजगी शाळेत घालू शकता.

अनुभवाचे बोल
सध्या सात टक्के ब्रिटिश मुलं खाजगी किंवा स्वतंत्रपणे चालवल्या जाणाऱ्या शाळांमध्ये शिक्षण घेत आहेत, आणि अशा शाळा खूप महागाच्या असूनही तेथे प्रवेश मिळवण्यासाठी जोरदार स्पर्धा असते.

या दृष्टीनं सर्वांना एकसारखाच सल्ला आचरणात आणता येईल. तुम्हाला ज्या शाळा पसंत आहेत त्या सर्व शाळांच्या प्रवेश-प्रतीक्षा-यादीत, आतापासूनच तुमच्या मुलाचं नाव नोंदवावं. असं केल्यामुळे तुम्हाला अर्ज करण्यासाठीची, परत न मिळणारी रक्कम खर्च करावी लागेल आणि प्रतीक्षा यादीत तुमच्या मुलाचं नाव घालता येईल.

डायलॅन तीन महिन्यांचा असतानाच मी स्थानिक शाळेत त्याचं नाव नोंदवण्यासाठी फोन केला आणि तो तीन वर्षांचा झाल्यावर त्याला प्रवेश द्यावा अशी विनंती केली. तिथला चिटणीस माझी विनंती ऐकून खूप हसला आणि म्हणाला की मी खूपच उशीर केला आहे!

लेन- डायलॅनचा पिता

खाजगी शाळेत शिक्षण देणं हे खूपच खर्चीक काम आहे. सर्वांत अलीकडच्या सर्वेक्षणानुसार खाजगी शाळेतील शिक्षणाचा सरासरी वार्षिक खर्च बारा हजार पौंड आहे, परंतु खाजगी शाळांमधील एक तृतीयांश मुलांना कोणत्यातरी प्रकारची आर्थिक मदत मिळते.

खाजगी शाळांबाबत तपासणी अहवाल, शाळेला भेट देता येईल असे दिवस शिष्यवृत्त्या आणि अन्य आर्थिक मदत अधिक माहितीसाठी www.isc.co.uk उपयुक्त वेबसाईट आहे

मुलाला घरीच शिक्षण देणं

तुम्हाला त्यासाठीची वेगळी पात्रता नसताना किंवा एका ठरावीक अभ्यासक्रमाचं पालन न करता, तुमच्या मुलाला घरीच शिक्षण देण्याचा हक्क तुम्हाला कायद्यानं दिला आहे आणि तो पर्याय तुमच्यापुढे खुला आहे.

इंग्लंड आणि वेल्समध्ये मुलाला घरीच शिक्षण देण्याबाबतची उपयुक्त माहिती तुम्हाला www.home-education.org.uk ह्या वेबसाईटवर आणि अशीच स्कॉटलंडमधील माहिती www.schoolhouse.org.uk आणि आयर्लंडमधील माहिती www.hedni.org ह्या वेबसाईटवर मिळू शकेल.

तुमच्या मुलाच्या शिक्षणातील तुमची भूमिका

तुमच्या मुलाला शिक्षण देण्याचं किंवा त्याची काळजी घेण्याचं काम तुम्ही अन्य व्यक्तीवर सोपवलं असलं, तरी क्वचित प्रसंगी त्याला हस्तकलेत किंवा अवघड गृहपाठात मदत करून तुमची जबाबदारी संपत नाही. त्याच्या शिक्षणात यापेक्षा महत्त्वाची भूमिका बजावण्याची जबाबदारी तुम्हाला पार पाडायची असते.

अधिकार आणि आदर

तुमचं मूल इतर कोणावर तरी सोपवून पालक या नात्यानं तुमची असलेली जबाबदारी इतर कुणावरतरी तुम्ही टाकत असता. त्या व्यक्तीला ती जबाबदारी नीटपणे पार पाडता येण्यासाठी, पालकासारखेच काही अधिकार देणं आवश्यक असतं.

आपल्याला ज्यांच्याबद्दल आदरभाव वाटतो, त्यांच्याकडून आपण खूप गोष्टी शिकत असतो, त्यामुळे तुमच्या मुलाचा विकास आणि शिक्षण नीटपणे होण्यासाठी,

तुम्ही त्याच्या मनात त्याच्या शिक्षकांबद्दल आणि त्याची काळजी घेणाऱ्यांबद्दल, आदरभाव निर्माण करणं अत्यंत महत्त्वाचं आहे. त्यांच्या अधिकाराला बाधा येईल, असं वक्तव्य करणं तुम्ही कटाक्षानं टाळलं पाहिजेत.

ज्ञान आणि नीतिमूल्यं

> **अनुभवाचे बोल**
> तुमच्या मुलाच्या शिक्षकांनी त्याला पुरेसं ज्ञान देऊन परीक्षेत उत्तीर्ण करून द्यावं, अशी तुम्ही अपेक्षा धरू शकता, परंतु तुमच्या मुलाला नीतिमुल्यं शिकवण्याचं काम तुम्ही त्याच्या शिक्षकांवर सोपवून चालणार नाही. ती जबाबदारी तुम्ही स्वत:च पार पाडायला हवी.

स्वत:च्या उदाहरणावरून नीतिमूल्यांचा पाठ देणं हा सर्वांत प्रभावी मार्ग ठरतो. तुम्हाला महत्त्वाची वाटणारी नीतिमुल्यं मुलाला सांगून आणि स्वत:च्या उदाहरणानं ती मुलाच्या मनावर ठसवून, तुम्ही आणि तुमची पत्नी ही कामगिरी उत्तम प्रकारे पार पाडू शकता. तुम्हाला महत्त्वाची वाटणारी नीतिमुल्यं तुम्ही स्वत:च्या आचरणाद्वारे मुलाला शिकवली नाहीत तर नुसत्या तोंडी उपदेशांत दिलेल्या नीतिमुल्यांबाबतच्या प्रवचनाकडे, एकतर तुमचं मूल दुर्लक्ष तरी करेल किंवा त्या नीतिमुल्यांकडे पाठ तरी फिरवेल.

स्तुती आणि टीका

शिक्षणाबाबत तुमचं मूल धडपड करत असतं, तेव्हा त्यावर तुमच्याकडून घडणाऱ्या प्रतिक्रियेचा, मुलाच्या शिक्षणाबद्दलच्या दृष्टिकोनावर प्रचंड प्रभाव पडत असतो. त्यांच्या प्रयत्नांना मनापासून दाद द्या. नकारात्मक टीका करणं कटाक्षानं टाळा आणि गरज पडल्यास वेगळे मार्ग सुचवून त्यांना स्वयंप्रेरणेनं प्रयत्न करायला आणि न डगमगता, जोशानं, अडचणींमधून मार्ग काढायला शिकवा.

याबद्दल अधिक माहिती नवव्या प्रकरणात दिलेली आहे.

दादागिरीपुढे होणारी छळणूक

तुमच्या मुलाला त्रास दिला जातोय, त्याला एकटं पाडलं जातंय आणि ते वयानं खूपच लहान असल्यामुळे या छळातून त्याची त्याला सुटका करून घेता येत

नाही, हे पाहून तुमच्या मुलाला ज्या असाहाय्य वेदना होतात किंवा जेवढा राग येतो, तेवढा अन्य फारच थोड्या गोष्टींनी येऊ शकतो.

तुमच्या मुलाला अशा प्रकारे त्रास दिला जातोय अशी तुम्हाला शंका आली, तर मुलाची काळजी घेणाऱ्या व्यक्तीशी त्याबाबत शक्य तेवढ्या शांतपणे-चर्चा करावी. त्याप्रमाणेच तुमचं मूल इतरांना त्रास देतंय याबद्दल तुम्हाला काळजी वाटत असेल, तर अशा समस्येबाबत लगेचच पावलं उचलावीत.

अशा छळवादाबद्दल (bullying) www.bullying.co.uk अधिक माहिती पुरवणारी वेबसाईट आहे.

लक्षात ठेवायच्या दहा गोष्टी:

- तुम्हा दोघांनाही आपापल्या नोकऱ्यांमुळे तुमच्या मुलाला इतरांच्या हाती सोपवावं लागत असेल तर (स्त्रीनं घरी राहून बाळाची काळजी घ्यायला हवी ह्या पारंपरिक विचारामुळे) तुमच्यापेक्षा तुमच्या पत्नीच्या मनाला त्याबद्दल अधिक यातना होतील, ही गोष्ट लक्षात ठेवावी.
- मुलाला सांभाळायची जी कोणती व्यवस्था तुम्ही कराल, त्यात सातत्य राखावं.
- तुमच्या मुलाकडे अधिक लक्ष पुरवलं जावं आणि गरजेनुसार त्याला सांभाळण्याच्या वेळांमध्ये फेरफार करून मिळावा, अशी तुमची अपेक्षा असेल, तर त्यासाठी तुम्हाला जास्त पैसे मोजावे लागतील.
- तुमच्या नोकरीतून मिळणाऱ्या सवलतींमधून मुलाच्या पाळणाघराचा खर्च दिला जात असेल, तर त्याबाबत चौकशी करा.
- तुमच्या मुलाची काळजी घेणाऱ्या व्यक्तीचा त्याच्यावर प्रचंड प्रभाव असणार आहे ही गोष्ट लक्षात ठेवा आणि अशा व्यक्तीची काळजीपूर्वक निवड करा.
- तुमच्या बाळाचे आजी-आजोबा त्याला सांभाळायला तयार झाले, तर तो सर्वांत उत्तम पर्याय ठरेल, परंतु त्यांच्या आणि तुमच्या अपेक्षा पूर्ण करण्याबाबतचं धोरण नीटपणे आखणं गरजेचं आहे.
- मुलाला अनोळखी व्यक्तीजवळ ठेवायला हळूहळू सुरुवात करा, म्हणजे त्या गोष्टीची सवय होण्याएवढा वेळ त्याला मिळेल.
- तुमच्या मुलाने कोणत्या प्रकारच्या शाळेत जावं, याबाबत तुमची काही ठाम मतं असली, तर शक्य तेवढ्या लवकर शाळांबाबतची सर्व माहिती गोळा करायला तुम्ही सुरुवात करायला हवी.
- तुम्ही तुमच्या मुलासाठी शिक्षणाचा कोणताही प्रकार निवडलात, तरी एक गोष्ट कधीही विसरू नका की तुमचं मूल इतर कुणाहीपेक्षा तुमच्याकडून जास्त शिकणार आहे.
- तुमच्या मुलाच्या शिक्षकांना योग्य तो आदर द्या, कारण ते अत्यंत महत्त्वाची भूमिका बजावत असतात.

१३

नात्याबाबतच्या समस्या

ह्या प्रकरणात तुम्ही खालील गोष्टींबाबत माहिती करून घ्याल :

- *नात्यांमधील समस्यांचा तुमच्या मुलाच्या मनावर शक्य तेवढा कमी आघात होईल, याची काळजी कशी घ्यावी.*
- *पतीपत्नीमधील नातं तुटलं, तर तुमच्या मुलाचे हितसंबंध कसे जपावेत.*
- *दूर राहून पितृत्वाची जबाबदारी कशा प्रकारे पार पाडावी.*
- *एकट्या पित्यानं मुलाची किंवा सावत्र मुलांची जबाबदारी कशा प्रकारे पार पाडावी.*

सारं काही सुरळीतपणे चालू असतं, तेव्हासुद्धा नातं जोपासण्याचा ताण येऊ शकतो. मुलाच्या जन्मानंतर ताणात भरच पडते. थकवा, तणाव, घरातली जबाबदारी वाढल्यामुळे पडणारा ताण, पती-पत्नींना फुरसतीचे क्षण मिळत नसल्यामुळे, एकमेकांना पुरेसा वेळ देता न येणं अशा अनेक गोष्टींमुळे अनेक पतीपत्नीमधलं नातं तुटत जातं.

अनुभवाचे बोल

पती-पत्नींचेच संबंध तुटले की दुर्दैवानं अनेकदा मुलाचं आणि पित्याचं नातं संपुष्टात येतं. गेल्या वीस वर्षांत विभक्त झालेल्यांच्या तीन मुलांपैकी एक मुलाचा पित्याबरोबरचा संपर्क पूर्णपणे नष्ट झालेला दिसतो.

आई-वडील विभक्त झाल्यामुळे मुलाच्या मनावर प्रचंड आघात होत असतो. अनेक सर्वेक्षणांनुसार कुटुंबात संतुलन आणि एकोपा नसेल तर मूल दारू पिऊ लागण्याचा, अमली पदार्थांच्या आहारी जाण्याचा किंवा गुन्हेगार बनण्याचा संभव अनेकपटींनी वाढतो आणि विभक्त झालेल्या कुटुंबातील दहा टक्के मुलं आत्महत्येला प्रवृत्त झालेली दिसतात.

वादळाशी सामना करणं

कोणत्याही नात्यात थोडा संघर्ष उद्भवणं अपरिहार्य असतं, परंतु पालक या नात्यानं मुलाची जबाबदारी अंगावर असताना तुम्ही एका दुष्टचक्रात अडकला असाल, तर त्यातून बाहेर पडण्याचा कसून प्रयत्न करणं हे तुमचं कर्तव्य ठरतं. कोणत्या समस्या आहेत याचा आढावा घ्या आणि त्या समस्यांवर तोडगे शोधा. तुमच्या एकट्याच्यानं ते होऊ शकत नसलं, तर व्यावसायिक समुपदेशकाची मदत घ्या.

नातेसंबंधाबाबत समुपदेशन हवं असेल तर www.relate.org.uk ही वेबसाईट उपयुक्त ठरेल.

वाढते खर्च भागवण्यासाठी काम करावं लागून कुटुंबाला पुरेसा वेळ देता येत नसेल, तर आयुष्यात कोणत्या गोष्टींना अग्रक्रम द्यावा आणि कामाच्या तासांमध्ये बदल करून किंवा राहणीमानाबद्दलच्या अपेक्षांना मुरड घालून हा अग्रक्रम कसा वास्तवात उतरवावा याच्या माहितीसाठी ह्या पुस्तकातील अकरा व बारा ही प्रकरणे उपयुक्त ठरतील.

तुम्हा दोघांबरोबर तुमच्या मुलाला प्रेमाच्या उबेत, मनाची सुरक्षितता मिळवून देणाऱ्या घरात राहता यावं यासाठी पालक या नात्यानं तुम्ही दोघांनी शक्य तेवढा प्रयत्न केला पाहिजे.

अर्थात कधीकधी अशीही परिस्थिती निर्माण होऊ शकते, की मुलाचं हित जपण्याच्या दृष्टीनं पती-पत्नींनी विभक्त होणं हाच सर्वोत्कृष्ट पर्याय ठरतो, परंतु तुमच्या मुलाच्या आयुष्यावर कायमचा आघात करणारा असा निर्णय घेण्यापूर्वी अन्य सर्व पर्यायांचा वापर तुम्ही केला पाहिजे. आणि केवळ अखेरचा मार्ग म्हणूनच विभक्त होण्याचा विचार करावा.

आम्ही विभक्त होण्याचा निर्णय घेईपर्यंत आम्हाला समुपदेशन मिळालेलं नव्हतं. परंतु त्यानंतर मिळालेल्या समुपदेशनामुळे विभक्त होण्याची प्रक्रिया सलोख्यानं पार पाडण्यास आम्हाला मदत झाली. समुपदेशकाच्या सल्ल्यामुळे कोणत्या मुद्यांवर आणि परिणामांवर चित्त केंद्रित करायला हवं हे आम्हाला समजलं.

विल- ॲमेलिआचा पिता

अनुभवाचे बोल

तुम्हाला विभक्त व्हावंच लागलं, तरी तुमच्या अपत्याच्या आईबरोबर शक्य तेवढे चांगले संबंध राहतील याची तुम्ही काळजी घ्यायला हवी. विभक्त होताना तुमच्यात जेवढे अधिक तंटे बखेडे होतील तेवढाच त्याला अधिक वेळ लागेल, जास्त खर्च येईल, मनावर त्याचा आघात होईल आणि आयुष्यभर तुमच्या मनावर त्याची जखम ठुसठुसत राहील; तुमच्या मुलाच्या बाबतीतही तसंच घडेल.

आई-वडील विभक्त झाल्यामुळे मुलाच्या मनावर होणारा परिणाम

अगदी लहान वयाच्या मुलालासुद्धा जाणवतं की आई-वडिलांपैकी एकजण पूर्वीऐवढा वेळ घरी नसतं. त्यांना या गोष्टींची जेवढी अधिक जाणीव होईल, तेवढी त्यांच्या विश्वात अधिक उलथापालथ होईल आणि या साऱ्यात त्यांचा काहीही दोष नसेल.

काय घडतंय हे समजण्याच्या वयातील मुलांना टाकून दिल्याची भावना किंवा गोंधळ यापासून ते राग, शरम किंवा भीती यापर्यंतच्या अनेक भावना सतावू लागतात. आई-वडिलांनी विभक्त होण्यास ते कोणत्यातरी दृष्टीनं कारणीभूत आहेत अशी समजूत करून घेऊन त्यांच्या मनात अपराधीपणाची भावना निर्माण होते. आपल्या भावना व्यक्त करता येण्याच्या वयात मूल नसलं, तर त्याच्या भावनांना अन्य मार्गांनी वाचा फुटेल. मानसिक तणावामुळे ते आजारी पडेल किंवा आई-वडील विभक्त होणार म्हणून ते खूप काळजी करू लागेल.

तुम्ही विभक्त होण्यामागे कोणतीही कारणं असोत आणि ते तुम्हाला कितीही जड जात असो पालक या नात्यानं तुमच्या मुलाला अग्रक्रम देणं हे तुम्हा उभयतांचं कर्तव्य ठरेल. त्यासाठी तुम्ही स्वत:च्या भावनांवर नियत्रंण मिळवायला हवं आणि गरज पडल्यास व्यावसायिक मदत घेण्यात संकोच बाळगता कामा नये.

अनुभवाचे बोल

मुलाच्या जन्मानंतर तणावात कितीही भर पडली असली तरी पती-पत्नीमधील नातं तुटल्याबद्दल तुमच्या मुलाला कधीही दोष देऊ नका. प्रौढ व्यक्ती या नात्यानं त्याची जबाबदारी तुम्हा दोघांवरच असते. तुमचं मूल मात्र अशा वेळी एक निष्पाप बळी असतो.

तुमच्या मुलाच्या मनावर शक्य तेवढा कमी आघात व्हावा. या दृष्टीनं सल्ला हवा असेल तर www.resolution.org.uk/landing-three-cols.asp?page_id=179 ह्या वेबसाईटला भेट द्या.

खालील गोष्टी करू नयेत

- *तुमच्या मुलावर एकाची बाजू घेण्याची वेळ आणू नका. उदा. 'त्याला कुणाजवळ राहावंसं वाटतंय?' असा प्रश्न त्याला विचारू नका.*
- *तुमच्या मुलाला तुमच्या पत्नीवर पाळत ठेवून माहिती जमा करायला सांगू नका किंवा तुमची गुपितं सांभाळणारं दोस्तराष्ट्र म्हणून त्याच्याकडे पाहू नका. तुमच्या मुलाला मूलच राहू द्या. तो त्याचा हक्क आहे.*
- *तुमच्या मुलाचं त्याच्या आईवर प्रेम असल्याबद्दल त्याच्या मनात अपराधीपणाची भावना निर्माण करू नका किंवा त्यांच्यामधील नातं बिघडण्यासाठी घातपाती कृत्यं करू नका.*
- *तुमचे तुमच्या पत्नीबरोबर होणारे वादविवाद किंवा तुम्ही तिला देत असलेली दूषणं तुमच्या मुलाच्या कानी पडू देऊ नका. अगदी दोन वर्षांचं लहान मूलसुद्धा सगळं ऐकत असतं.*
- *तसं करणं कितीही अवघड वाटलं, तरी तुमच्या मुलाबरोबरचं तुमचं नातं तुटू देऊ नका.*

पुढील गोष्टी करा.

- *आयुष्याची कितीही उलथापालथ झाली, तरी तुमचं तुमच्या मुलावरचं प्रेम अभंग राहणार आहे. याबद्दल, संधी मिळताच त्याच्या मनात विश्वास निर्माण करा.*
- *ते रागावलं तरी त्याचं उत्तर प्रेमभावना व्यक्त करूनच द्या.*
- *त्याला आर्थिक साहाय्य देत राहा.*
- *तुमच्या मुलाच्या मनात कोणत्या भावनांचा कल्लोळ माजतो आहे याचा छडा लावा आणि त्या भावनांना तोंड द्यायला त्याला मदत करा. शब्दांत भावना व्यक्त करण्याच्या दृष्टीनं तुमचं मूल खूपच लहान असलं, तर त्याला चित्रं काढण्यासारख्या अन्य माध्यमांमधून भावना व्यक्त करायला शिकवा.*
- *त्याच्या गरजा लक्षात घ्या आणि दैनिक कर्तव्यापासून ते त्याचं राहणीमान राखून ठेवण्यापर्यंतच्या संगोपनाबाबतच्या सर्व महत्त्वाच्या बाबींमध्ये*

तुम्हाला सहभागी करून घेण्याबद्दल, त्याच्या आईची संमती मिळवा.

- *तुमची आणि तुमच्या पत्नीची फारकत होण्यात तुमच्या मुलाचा काहीही दोष नाही, असा दिलासा त्याला द्या.*
- *तुमच्या मुलाच्या दोन्ही बाजूंच्या नातेवाइकांबरोबर सलोख्याचे संबंध राखून ठेवा म्हणजे आपली काही चूक नाही असा त्याला दिलासाही मिळेल आणि त्याच्या आयुष्याला स्थैर्य लाभेल.*
- *मूल तुमच्याकडे राहात असेल तर त्याला त्याच्या आईशी नातं जोडायला उत्तेजन द्या आणि त्याच्या संगोपनातील तिचा सहभाग आणि अधिकार यांबद्दल तिला पाठिंबा देत राहा.*
- *तुमच्यासकट सर्वांना, नव्या परिस्थितीत रुळण्याएवढा वेळ द्या.*
- *तुमच्या मुलाशी सतत संवाद साधत राहा.*

संवाद साधणं

आई-वडील विभक्त झाल्यामुळे मुलाच्या मनाला असुरक्षिततेची भावना ग्रासते. त्याच्या मनात सुरक्षिततेची भावना पुन्हा निर्माण करण्यासाठी त्याच्या मनात तुमच्याबद्दल विश्वास निर्माण करून तुम्ही तो राखून ठेवला पाहिजेत. याचाच अर्थ असा, की तुम्ही त्याच्याशी प्रामाणिकपणे वागलं पाहिजे आणि काय घडतंय आणि काय घडणार आहे, याबद्दल त्याच्याशी मोकळेपणानं बोललं पाहिजेत.

अनुभवाचे बोल

तुमच्या मुलाला जेवढं जास्त असुरक्षित वाटेल, तेवढं त्याला न उमजलेल्या गोष्टींबद्दल ते अधिक काळजी करू लागेल. त्याच्या आयुष्यात आधार देणाऱ्या दोन भक्कम खांबांपैकी एक खांब डळमळीत झाला, तर त्याच्या मनातल्या विश्वासाचा संपूर्ण इमलाच कोसळणार नाही का?

तुमच्या पत्नीसमवेत बसून तुमच्या मुलाला सद्यः परिस्थिती समजावून सांगा. तुमचं मूल तुम्हाला अस्वस्थ करणारे काही प्रश्न विचारेल, परंतु त्याचबरोबर दैनंदिन व्यवहाराबाबतच्या शंकासुद्धा निरसन करून घेईल. उदाहरणार्थ : आई-वडील वेगळ्या घरात राहू लागले की त्यानं कुठल्या घरात झोपायचं आणि कुठे खेळणी ठेवायची किंवा त्याच्या कुत्र्याला जेवण कोणी द्यायचं? असे काही प्रश्न ते विचारेल.

तुमच्या भावना तुमच्या मुलासमोर व्यक्त करा आणि तुमचं मूल त्याच्या स्वत:च्या भावना कशा प्रकारे व्यक्त करतंय, याकडे काळजीपूर्वक लक्ष द्या.

त्याच्याबद्दल तुम्हाला वाटणारं प्रेम त्याच्या मनावर बिंबवण्याची एकही संधी सोडू नका.

शक्य होईल तोपर्यंत त्याच्या आयुष्यातील अन्य गोष्टी पूर्वीप्रमाणेच चालू राहतील याची काळजी घ्या. आजी-आजोबांपासून जवळपास त्यांना राहता यावं, म्हणून त्यांची राहण्याची जागा बदलणं किंवा सद्हेतूनं असाच दुसरा कोणता बदल घडवणं, यामुळे प्रत्यक्षात त्यांच्या जीवनातील उरलीसुरली स्थैर्याची भावनासुद्धा नष्ट होईल.

विभक्त होताना मुलाला शक्य तेवढा कमी त्रास कसा होईल यासाठी समुपदेशन देणारी वेबसाईट आहे.

www.cafcass.gov.uk/pdf/final%20web%20version%20251108 .pdf

इंग्लंडमधील आणखी एक वेबसाईट आहे

http://publication.dcsf.gov.uk/default.aspx?pagefunction=product details&pagemode=publications&productid=dcsf-01051-2008&

मुलासाठीची आर्थिक मदत

तुमच्या मुलाचा पिता, या नात्यानं तुमच्यावर जबाबदारी आहे किंवा नाही, याचा आढावा आपण सहाव्या प्रकरणात घेतला. कायद्यानं तुमच्यावर मुलाबाबत जबाबदारी असो किंवा नसो, परंतु आपल्या मुलासाठी आर्थिक मदत करणं, हे तुमचं कर्तव्य आहे. तुम्ही विवाहित असा किंवा नसा, मुलाला आर्थिक मदत करण्यासाठी कायद्यानं तुम्ही बांधील असा किंवा नसा, परंतु मुलाच्या पालनपोषणासाठी आर्थिक मदत करणं हे तुमचं कर्तव्य आहे. अधिक माहितीसाठी www.csa.gov.uk या वेबसाईटला भेट द्या.

विवाहबाह्य संबंध संपवताना

जर तुमच्या मुलाच्या आईशी तुमचा विवाह न होता तुम्ही एकत्र राहात असाल आणि आता तुम्ही दोघांनी वेगळं होण्याचा निर्णय घेतला असेल, तर विभक्त होताना तुम्ही दोघांनी एका करारावर सही करून त्या करारान्वये निर्णय घ्यावा. मूल कोणाजवळ राहणार आणि त्याच्या पालनपोषणासाठी खर्च कोण करणार या बाबतचा निर्णय तुम्ही घ्या. तुम्ही असा करार स्वेच्छेनं केला नाहीत, तर कोर्टाचा निर्णय तुमच्यावर बंधनकारक असतो.

फारकतीच्या करारासाठी वकील नेमायची आवश्यकता नसते, परंतु त्या कराराचे दीर्घकालीन परिणाम लक्षात घेता, तज्ज्ञ वकिलाचा सल्ला घेतलेला बरा, कारण उद्या काही बेबनाव उद्‌भवला, तर कोर्टाद्वारे ह्या कराराची अंमलबजावणी करून घेता येईल.

अधिक माहितीसाठी

www.adviceguide.org.uk/index/f_ending_a_relationship_unmarried_couples.pdf या वेबसाईटला भेट द्या.

घटस्फोट

कोर्टात न जाता, अनौपचारिकपणे फारकत घेता येते आणि अशी फारकत घेताना, वरीलप्रमाणे करार करणं उपयुक्त ठरतं. परंतु तुमच्यापैकी एकाला पुनर्विवाह करता यावा म्हणून कायदेशीर घटस्फोट हवा असला तर त्यासाठी कोर्टात अर्ज करावा लागतो.

अशा बाबतीत विवाह आणि तो मोडण्याची कारणं काही अटींमध्ये बसायला हवीत. तुमच्या मुलाच्या भविष्यकालीन हिताच्या दृष्टीनं गोडीगुलाबीनं मार्ग निघाला तर बरं पडेल. त्यासाठी (अनडिफेंडेड डायव्होर्स) बिनशर्त घटस्फोट हा सर्वांत चांगला पर्याय ठरतो. उभयपक्षी घटस्फोट मान्य असेल, दोघेही निदान दोन वर्षे विभक्त राहात असतील आणि मुलासाठी केली गेलेली व्यवस्था कोर्टाला मान्य असेल, तर बिनशर्त घटस्फोट मिळू शकतो.

इंग्लंडमधील घटस्फोटाच्या प्रक्रियेबाबतची माहिती www.direct.gov.uk/en/parents/familyissuesandthelaw/dg_4002976 या वेबसाईटवर मिळेल.

मुलांसाठीची व्यवस्था

तुम्हाला घटस्फोट देण्यापूर्वी तुम्ही आणि तुमच्या पत्नीनं, समाधानकारकरीत्या मुलाची योग्य सोय लावलेली आहे, याची कोर्ट खात्री करून घेतं. मुलाबाबतच्या निर्णयाचा करार अनुभवी वकिलाकरवी करावा आणि तुमचं मूल कुठे राहील, दुसऱ्या पालकाशी ते कशा प्रकारे संपर्क साधू शकेल आणि त्याची आर्थिक जबाबदारी कशा प्रकारे उचलली जाणार आहे या सर्व मुद्यांची स्पष्ट उत्तरं या करारात नमूद केली जावीत.

तुमच्याप्रमाणेच कोर्टसुद्धा तुमच्या मुलाच्या हितालाच अग्रक्रम देत असतं आणि तुमचं आणि तुमच्या पत्नीचं एकमत होऊ शकलं नाही, तरच कोर्ट हस्तक्षेप करतं.

इंग्लंडच्या विविध भागांत, घटस्फोटांबाबतचे नियम भिन्न असल्यामुळे नेमके नियम जाणून घेण्यासाठी www.adviceguide.org.uk/index.htm या वेबसाईटला भेट देऊन हव्या त्या देशावरची माहिती काढावी. (ग्रेट ब्रिटनमध्ये इंग्लंड, स्कॉटलंड, उत्तर आयर्लंड यांचा समावेश आहे.)

गांभीर्यानं विचारात घेण्याजोगा पर्याय :

पती किंवा पत्नीचे विवाहबाह्य संबंध असले किंवा त्यांच्यापैकी एकाचं वागणं असंतुलित असलं, तर त्वरित घटस्फोट मिळू शकतो, परंतु बिनशर्त घटस्फोट हवा असेल, तर त्यासाठी तुम्हाला आणि तुमच्या पत्नीला, निदान दोन वर्षे तरी विभक्त राहावं लागतं. परंतु तुमच्या फारकतीचा तुमच्या मुलावर शक्य तेवढा कमी दुष्परिणाम व्हावा हा तुमचा हेतू असेल, तर तुम्हाला विभक्त राहण्याची प्रक्रिया सुरू करता येऊन हा हेतू साध्य करण्याचा आणखी एक पर्याय उपलब्ध आहे.

(इंग्लंडमधील) कायद्यानुसार जोपर्यंत तुम्ही दोघं घरातील आपापली कामं स्वत: करत असाल आणि एकत्र जेवत-झोपत नसाल, तोपर्यंत कायद्यानं विभक्त राहायला लागूनही तुम्ही एकाच घरात राहू शकता. विभक्त राहात आहोत अशा करारावर दोघांनीही सही केली की विभक्त होण्याची मुदत सुरू होते, अशा करारान्वये, एकाच घरात राहून, मुलांवर शक्यतेवढा कमी दुष्परिणाम घडवून तुम्ही विभक्त राहण्याची अट पूर्ण करू शकता. या पर्यायात तुम्हाला दिलजमाई करण्याची संधीही मिळू शकते.

मनाची खळबळ माजवणाऱ्या अशा कालखंडात स्थिर बुद्धी ठेवून सयुक्तिक निर्णय घेता येणं ही सोपी गोष्ट नसली, तरी सर्वांच्या भविष्याच्या दृष्टींनी ती हिताची ठरते.

जॅनी- कैटलिनचा पिता, फ्लॉरेन्स आणि रिबेक्काचा सावत्र पिता

मैत्री करार संपवताना

मैत्री-करार संपवण्याबाबतची प्रक्रिया घटस्फोटाहून निराळी असते. इंग्लंडमधील यासाठीची वेबासाईट आहे : www.citizensadvice.org.uk

तुमच्या फारकतीतली वकिलाची भूमिका

तुम्ही आणि तुमची जोडीदारीण कायद्यानं विवाहित असा किंवा नसा तुम्हाला मूल झालेलं असेल, तर विभक्त होताना वकिलाची मदत अपरिहार्य ठरते.

परंतु वकिलाची मदत घेण्यापूर्वी स्वेच्छेनं तुमचं अनेक मुद्यांवर एकमत झालेलं असलं, तर तुमच्या फारकतीला कमी खर्च येईल आणि मुलाला अग्रक्रम दिला जाऊन, त्याबाबत तुम्हा दोघांची एकवाक्यता राहील. तुमची बाजू अटीतटीनं लढवणं वकिलाचं काम असतं. सलोख्यानं काम करून असा शत्रुत्वाचा पवित्रा टाळणं हे सर्वांच्याच हिताचं ठरतं.

परंतु असं असलं तरी, कोणताही महत्त्वाचा वैयक्तिक निर्णय घेण्यापूर्वी उदा. तुम्ही दोघेही राहात असलेलं घर सोडून इतरत्र जाण्यापूर्वी- ह्या निर्णयाचा काय अर्थ काढला जाईल, याबद्दल तज्ज्ञ वकिलाचा सल्ला घेतलेला बरा!

इंग्लंड आणि वेल्समध्ये तज्ज्ञ वकील शोधण्याबाबतची माहिती www.resolution.org.uk ह्या वेबसाईटवर मिळेल. स्कॉटलंडमध्ये www.familylawassociation.org आणि उत्तर आयर्लंडमध्ये www.nilsc.org.uk ह्या वेबसाईट्स उपयुक्त ठरतील.

मध्यस्थी

विवाहित आणि अविवाहित अशा दोन्ही प्रकारच्या जोडप्यांना, सलोख्यानं नातं संपवण्यास, नि:पक्षपातीपणे आणि गुप्तता राखून केलेल्या मदतीस मध्यस्थी म्हणतात. एक किंवा दोन, विशेष प्रशिक्षण घेतलेले मध्यस्थ, विभक्त होऊ इच्छिणाऱ्या जोडप्यांबरोबर चर्चेच्या वेळेस थांबतात आणि तुमच्या मुलाच्या हिताला अग्रक्रम देऊन चर्चेदरम्यान सर्व व्यावहारिक मुद्यांचा परामर्श घेतात.

या सेवेला अजूनही खर्च येत असला, तरी वकिलाच्या मदतीपेक्षा तो स्वस्तातला पर्याय ठरतो आणि कधीकधी (इंग्लंडमध्ये) वकिली सेवेच्या सदराखाली त्यांची सेवा समाविष्ट केली जाऊन त्याचा खर्च सरकारद्वारे केला जाऊ शकतो.

त्यांची मदत मिळवण्यासाठी इंग्लंड आणि वेल्स, स्कॉटलंड आणि आयर्लंड यासाठी तीन भिन्न वेबसाईट्स उपलब्ध आहेत.

विभक्त राहण्याच्या खर्चासाठीचं सरकारी अनुदान (ग्रेट ब्रिटममध्ये) : अगदी सलोख्याच्या वातावरणात घटस्फोट मिळाला, तरी त्यासाठी खर्च येतो, तुम्ही विवाहित असलात किंवा नसलात तरी विभक्त होताना उभयतांनी संमत केलेल्या

करारावर सह्या करणं हितावह ठरतं आणि अशा मसुद्यासाठी वकिलाची मदत आवश्यक ठरते. तुम्ही निम्न आर्थिक स्तरात मोडत असाल, तर (ग्रेट ब्रिटनमध्ये) ह्या खर्चासाठी सरकारकडून तुम्हाला मदत मिळू शकते.

यासाठी इंग्लंड आणि वेल्स, स्कॉटलंड आणि आयर्लंड येथील भिन्न वेबसाईट्स उपलब्ध आहेत.

स्थानिक अधिकारी मंडळास विभक्त होत असल्याबाबत कळवणं

तुम्ही विवाहित असा किंवा नसा, तुम्ही दोघे विभक्त होत असाल तर विविध सरकारी अधिकारी मंडळांना त्याबाबत कळवणं, ही तुमची कायदेशीर जबाबदारी ठरते.

कुणाकुणाला याची सूचना देणं गरजेचं आहे, या संदर्भातील माहितीसाठी लोकल सिटीझन्स ॲडव्हाईस ब्युरो (नागरिकांसाठी स्थानिक सल्लागार मंडळ)कडे विचारणा करावी. इंग्लंडसाठीची वेबसाईट आहे. www.adviceguide.org.uk विभक्त झाल्यावर त्याचा तुमच्या कर पात्रतेवर होणारा परिणाम जाणण्यासाठी www.hmrc.gov.uk/taxcredits/keep-up-to-date/changes-affect/family-change/partner-change-htm ह्या वेबसाईटला भेट द्यावी.

तुमच्या बाळाची आई

अनुभवाचे बोल

तुम्ही उभयता विभक्त झाल्याचा तुमच्या मुलावर किती परिणाम होईल, हे तुम्ही विभक्त झाल्यानंतर तुमचे आणि तुमच्या पूर्वाश्रमीच्या सहचारिणीचे संबंध किती सलोख्याचे आहेत यावर अवलंबून राहील.

काहीही घडलं, तरी तुमची माजी पत्नी ही नेहमीच तुमच्या बाळाची आई असणार आहे आणि फक्त त्या दोघांच्या हिताच्या दृष्टीनंच नव्हे, तर बाळाच्या संगोपनात तुम्हालासुद्धा भूमिका बजावता यावी, यासाठीसुद्धा तिच्याशी सलोख्याचे संबंध ठेवणं हितावह ठरेल. या दृष्टीनं तिच्याशी सलोख्याचे संबंध ठेवणं आणि त्यात कटुता येऊ न देणं, याला तुम्ही अग्रक्रम दिला पाहिजेत.

भावनांच्या आहारी जाऊन केलेल्या भांडणाची परिणती विभक्त होण्यात घडली, तर ते सर्वांच्याच दृष्टीनं अहिताचं ठरतं. त्याऐवजी, तुम्हा उभयतांस जिव्हाळ्याच्या वाटणाऱ्या मुद्याबाबत म्हणजे तुमच्या मुलाच्या हिताबाबत सर्व मुद्दे लक्षात घ्यावेत. त्या संदर्भातील सर्व व्यावहारिक आणि आर्थिक गोष्टी लक्षात घेऊन मुलाचं हित जपण्यास अग्रक्रम दिला जावा. जर समोरासमोर बसून चर्चा करणं तुम्हाला जमत नसेल, तर अन्य प्रकारे याबाबत संवाद साधावा.

तुम्ही विभक्त झाल्यानंतरसुद्धा, तुमच्या मुलाच्या आयुष्यात तुमची माजी पत्नी अत्यंत महत्त्वाची भूमिका बजावत असल्याचे सत्य लक्षात ठेवून, तिला नेहमी योग्य आदरानंच वागवावं. तिला तुच्छ लेखू नये. त्याऐवजी तिला पाठबळ पुरवावं आणि गरज पडल्यास तिचं समर्थनसुद्धा करावं. एखादा मुद्दा तुम्हाला गंभीर स्वरूपाचा वाटत असला, तर त्याबाबत तुमच्या मुलाशी नव्हे तर तिच्याशी त्याबाबत बोलून वादाचे सर्व मुद्दे मिटवण्याचा प्रयत्न करावा.

तिच्याशी न्याय्यबुद्धीनं वागावं. कायद्यानं तुम्हा उभयतांना मुलाबरोबर जो वेळ घालवण्याची परवानगी मिळालेली असेल त्या आदेशाचं जाणीवपूर्वक पालन करावं. याचाच अर्थ असा, की दिलेल्या सर्व वेळा तुम्ही काटेकोरपणे पाळायला हव्यात आणि दिलेल्या शब्दाचं नीटपणे पालन केले पाहिजे. तुम्हा उभयतांमध्ये जेवढा स्पष्ट संवाद घडेल, तेवढंच तुमच्या मुलाला सुसूत्र आणि सुसंगत आयुष्य लाभेल.

जर तुम्ही आणखी कुणाशीतरी नातं जोडू पाहात असाल, तर तुमच्या पूर्वाश्रमीच्या पत्नीला त्याबाबत स्पष्टपणे कल्पना देणं अतिशय महत्त्वाचं ठरतं. अशा वेळेस त्याबाबत तुमच्या मुलाच्या आईशी चर्चा करणं किंवा तुमचा दृष्टिकोन समजावून देणारं पत्र तिला पाठवणं हा धोरणीपणा ठरतो. या पत्राद्वारे किंवा प्रत्यक्ष बोलून तुम्ही तिची चिंता दूर करू शकता आणि तिच्या मनात विश्वास निर्माण करू शकता की तुमच्या आयुष्यात तुमच्या मुलाला नेहमीच अग्रक्रम दिला जाणार आहे. तुमच्या मुलाच्या आईला पूर्वीप्रमाणेच महत्त्व दिलं जाणार आहे आणि तुमच्या नव्या सहचरीबद्दलच्या तुमच्या मुलाच्या भावनांचा आदर केला जाणार आहे.

ऐकायला चमत्कारिक वाटेल, परंतु सॅम आणि तिच्या मुलांना मी वारंवार भेटू लागलो, तेव्हा माझ्या पूर्वाश्रमीच्या पत्नीला मी त्याबाबत अगदी मोकळेपणानं सांगितलं. मी जोडत असलेल्या नव्या नात्याचा आमच्या जेनीवर काहीही प्रतिकूल परिणाम होणार नाही याबद्दल मला तिच्या मनात विश्वास निर्माण करायचा होता.

फ्लोरियन- जेनीचा पिता आणि ज्युलिआ आणि ब्रेंडनचा सावत्र पिता

> **अनुभवाचे बोल**
> विभक्त होणं ही हळूहळू घडणारी प्रक्रिया असते. ती एक क्षणैक घटना नसते. सर्वांकडून एका क्षणात, समाधानकारक बदल घडेल अशी अपेक्षा ठेवून चालत नाही. परिवर्तनशील दृष्टिकोन राखणं गरजेचं असतं.

तुमच्या मुलाच्या आईशी सलोख्याचे संबंध ठेवणं महत्त्वाचं का ठरतं हे जाणून घेण्यासाठी www.dad.info/separation/making-it-work/communicating-with-your-child-s-mother या वेबसाईटला भेट द्या.

दूर राहून पितृत्व पार पाडणं

> **अनुभवाचे बोल**
> पित्याचा प्रभाव अत्यंत महत्त्वाचा ठरतो. हे अनेक सर्वेक्षणांद्वारे वारंवार सिद्ध झालेलं सत्य आहे. पित्याची छाया नसलेल्या घरात वाढलेल्या मुलांच्या मनात कमी आत्माभिमान असतो. त्यांची शैक्षणिक प्रगती असमाधानकारक असते. ती अमली पदार्थांच्या आहारी जाण्याची आणि गुन्हेगार बनण्याची शक्यता अधिक असते आणि त्यांना आयुष्यात अधिक संघर्ष करावा लागतो.

तुमच्या मुलाच्या आयुष्यात तुम्ही महत्त्वाची भूमिका बजावत असता. त्यामुळे जर तुम्ही मुलाजवळ राहात नसलात, ती त्याच्या संगोपनात सहभागी होण्याची प्रत्येक संधी तुम्ही सत्कारणी लावायला हवी. तुम्ही आणि तुमची पत्नी विभक्त झाला असाल, तर असा प्रयत्न तुम्ही अधिक कसोशीनं करायला हवा, नाहीतर मुलाशी तुमचा काहीही संपर्क राहणार नाही.

> ***मिळेल त्या संधीचा लाभ घेऊन जोशच्या संगोपनात सहभागी व्हावं असं माझं प्रमुख उद्दिष्ट असतं, कारण मला मनोमन जाणवत असतं की मला त्याची जेवढी उणीव भासते... त्याहून अनेक पटींनी त्याला माझी उणीव भासते.***
>
> पीट- जोशचा पिता

तुमच्या मुलापासून दूर राहावं लागल्यामुळे तुमच्या मनात जी पोकळी निर्माण होते, त्याचा सामना करणं अतिशय अवघड असतं, म्हणून या गोष्टींची हळूहळू सवय करून घ्यावी आणि गरज पडल्यास तज्ज्ञांचा व्यावसायिक सल्ला घ्यावा. यासाठीची उपयुक्त वेबसाईट आहे. www.fnf.org.uk

पती-पत्नींना (विभक्त झाल्यावर) संगोपनाचा हक्क वाटून मिळणं

परिस्थितीनुसार कधीकधी मूल तुम्हा उभयतांजवळ थोडाथोडा वेळ राहू शकतं. मूल फक्त आईच्या ताब्यात असणं आणि ठरावीक वेळा त्याला भेटता येणं, या पर्यायापेक्षा दोघांपाशी मुलानं अर्धा-अर्धा वेळ राहण्याचा पर्याय खूपच श्रेयस्कर वाटतो. अशा पर्यायाबद्दलची माहिती www.spig.clara.net ह्या वेबसाईटवर मिळेल.

तुम्ही जेव्हा तुमच्या मुलासमवेत असता

- *तुमच्या भेटीमध्ये सुसंगत सातत्य असावं. थोड्या वेळासाठी का होईना, पण नियमितपणे भेटणं हे खूपवेळ पण क्वचित भेटण्याहून अधिक श्रेयस्कर ठरेल.*
- *तुम्ही मुलासमवेत असता किंवा दूर असता तेव्हा मुलानं तुमच्याकडून कोणत्या अपेक्षा धराव्यात याची तुमच्या मुलाला स्पष्ट कल्पना द्या. आणि दिलेला शब्द पाळून त्याच्या मनातला विश्वास अभंग ठेवा.*
- *तुमच्या मोडलेल्या विवाहाबद्दल तुमच्या मनात असलेल्या नकारात्मक भावना, मुलाला भेटताना दूर ठेवाव्यात.*
- *तुम्ही मुलाबरोबर जो वेळ घालवाल त्यावेळेस तुमचं पूर्ण लक्ष मुलावर केंद्रित करा आणि त्याला त्याच्या भावना व्यक्त करण्याची संधी द्या, परंतु त्याची मुलावर सक्ती करू नका.*
- *त्याच्या आवडीच्या गोष्टींमध्ये आणि त्याच्या दैनंदिन विश्वासामध्ये मनापासून रस घ्या. त्याच्या आवडीच्या ठिकाणी एखाद्या बागेत त्याला घेऊन जा.*
- *त्याच्याबरोबर तुम्ही जो वेळ व्यतीत करणार आहात, त्यात सुसंगत सातत्य असू द्या, कारण सुसंगतीमुळेच त्याच्या मनात स्थैर्याची भावना निर्माण होऊ शकेल.*
- *त्याच्याबरोबर पुरेसा वेळ घालवता न आल्याची भरपाई करण्यासाठी, त्याचे अवास्तव लाड करू नका. महागड्या भेटवस्तु देणं किंवा*

शिस्तीचे नियम शिथिल करणं अशा गोष्टी टाळा. मुलासाठी आखून दिलेल्या सीमारेषा त्याला पाळायला लावणं हे पालक ह्या नात्यानं तुमचं कर्तव्य ठरतं.

- *इतर कोणत्याही गोष्टीपेक्षा त्याचा सहवास तुम्हाला अधिक मोलाचा वाटतो ही गोष्ट त्याच्या मनावर ठसवण्याची एकही संधी वाया घालवू नका.*
- *मुलाबरोबर खूप वेळ घालवणं शक्य नसलं, तरी जो वेळ त्याच्या सहवासात घालवणं शक्य असेल, तो पूर्णपणे आनंदात व्यतीत करण्यावर आपलं लक्ष केंद्रित करायला हवं, ही गोष्ट स्वत:च्या मनावर बिंबवा आणि ही गोष्ट पचनी पाडा.*

तुम्ही मुलापासून कितीही दूर राहात असलात तरी तुम्हीच मुलापुढला आदर्श पुरुष असणार आहात ही गोष्ट लक्षात ठेवा. मुलाच्या सहवासात असताना, आपल्या योग्य उदाहरणानं त्याच्या मनावर संस्कार करून त्याला घडवा.

तुम्ही मुलापासून दूर असाल तेव्हा

- *तुमच्या मुलाच्या आयुष्यात तुम्ही खूप रस घेत आहात हे सिद्ध करण्यासाठी जमेल तेवढं सारं करत रहा.*
- *तुमच्यापुढे तसा पर्याय खुला असेल, तर मुलाबरोबर जास्त वेळ घालवता यावा, यासाठी कामाचे तास कमी करा.*
- *तुमच्या मुलाबरोबर तुम्हाला कमी वेळ घालवता यावा, या दृष्टीनं पत्नीला कोणतीही तक्रार येणार नाही, याबाबत तुम्ही सदैव दक्षता पाळायला हवी. उदा. ज्या वेळेस तुमचं मूल तुम्हाला भेटायला तुमच्या घरी येणार असेल, त्यावेळी तुमचं घर अगदी स्वच्छ करून ठेवलेलं असावं.*
- *तुमच्या मुलाच्या आयुष्यातील अन्य प्रौढ व्यक्तींच्या त्याचे आजी-आजोबा, पाळणाघरातील कर्मचारी इ.च्या संपर्कात राहण्याचा प्रयत्न करावा.*
- *सद्य: परिस्थितीत कोणताही बदल करण्यापूर्वी गरज वाटल्यास तज्ज्ञ व्यावसायिकाचा सल्ला घ्यावा.*
- *तुमच्या मुलाशी शक्य तेवढ्या सातत्यानं संपर्क ठेवा. संपर्कात राहण्याचे अनेक पर्याय उपलब्ध असतात, त्यामुळे संपर्क न ठेवण्यासाठी कोणतीही सबब चालण्याजोगी नसते.*

फोनवर बोलणं

मूल अगदी लहान वयाचं असताना त्याच्याशी संभाषण करणं अवघड वाटत असेल किंवा त्याचं पूर्णपणे लक्ष वेधून घेणं तुम्हाला जमत नसेल तर फोन केव्हा करायचा याबद्दल एक परिपाठ ठेवा. तुमच्या पूर्वाश्रमीच्या पत्नीला केव्हा फोन करायचा हे तिच्या संमतीनं आधीपासून योजून ठेवा आणि मुलाशी फक्त फोनवर बोलू नका, तर त्याच्याबरोबर एखादा कार्यक्रम पाहा किंवा दुसरी कोणतीतरी गोष्ट करा. तुमच्या मुलाला फोन वापरता येऊ लागला की तुमचा नंबर त्वरित लागेल अशी सोय करून द्या आणि कोणत्याही वेळेस तुम्हाला फोन करण्याची त्याला परवानगी द्या.

पत्रं

तुमच्या मुलाला वाचता येत नसलं तरी त्याला तुमच्याकडून पोस्टानं आलेले फोटो किंवा पत्र पाहून आनंद वाटेल. तुमच्या पूर्वाश्रमीच्या पत्नीबरोबर तुमचे सलोख्याचे संबंध असले, तर तुमचं पत्र तुमच्या मुलाला वाचून दाखवण्याची तिला विनंती करा. पत्रात तुम्ही केलेल्या लहानसहान गोष्टींबाबत लिहू शकता किंवा छोट्या गोष्टी लिहून पाठवू शकता. त्या पत्रासोबत तुमचा पत्ता लिहून पोस्टाचा स्टॅंप लावलेलं पाकीटसुद्धा पाठवा, म्हणजे तुम्हाला उत्तर पाठवण्याची प्रेरणा तुमच्या मुलाला मिळेल.

> ***काही आठवड्यांनी मी एमिलीला एक सी.डी. पाठवतो. त्या सी.डी.वर मी वाचून दाखवलेल्या नव्या गोष्टीचं ध्वनिमुद्रण केलेलं असतं. एमिलीला अशी सी.डी. खूप आवडते आणि माझ्या आवाजातली गोष्ट ऐकता ऐकता एमिली झोपी जातेय ही कल्पना मलासुद्धा खूप प्रिय वाटते.***
>
> रिक- एमिलीचा पिता

ई-मेल

तुमच्यापाशी आणि मुलापाशी आवश्यक यंत्रणा उपलब्ध असली, तर तुम्ही त्याला फक्त ई-मेलच नव्हे तर रेकॉर्ड केलेला आवाज आणि व्हि.डी.ओ. सुद्धा पाठवू शकाल. स्काइच्या मदतीनं तुमच्या मुलाशी तुम्ही गप्पा माराल तेव्हा तुम्ही एकमेकांना कंप्युटर-स्क्रीनवर पाहू शकाल. तुमच्या मुलाला सहज पाहता यावी, म्हणून तुमची स्वत:ची वेबसाईट तयार करणं, ही अगदी सोपी गोष्ट असते.

> **अनुभवाचे बोल**
> इतक्या लहान वयाच्या मुलाकडून खूप प्रतिसाद मिळेल, अशी अपेक्षा ठेवू नका. परंतु भविष्यकाळात उभयतांमध्ये संवाद राहावा या दृष्टीनं तुम्ही हा पाया रचत आहात ही गोष्ट लक्षात ठेवा.

समोर दिसत असेल, तो लक्षात राहील.

संपर्कात राहण्याच्या वरील पर्यायांखेरीज, दूर असताना सुद्धा मुलाच्या आयुष्यात सहभागी होण्याचे अन्य मार्ग आहेत. तुम्ही सृजनशील असाल, तर असे अन्य मार्ग तुम्हाला सुचतील. उदा. तुमचा स्वत:चा फोटो छापलेला टी शर्ट मुलाला भेट द्या. टेबलावर ठेवायच्या प्लेसमॅट्सवर तुमचा फोटो छापून घ्या आणि त्या प्लेसमॅट्स मुलाला द्या. तुम्ही वापरत असलेल्या आफ्टर-शेव्हचा फवारा मारलेले कपडे मुलाला द्या आणि तुम्ही दोघे एकत्र असाल तेव्हा, त्याला ते कपडे घालून यायला सांगा. तुम्हा दोघांना ज्या गोष्टी एकत्र करण्यात आनंद वाटतो, त्या गोष्टी करतानाचे तुम्हा दोघांचे फोटो तुमच्या मुलाच्या खोलीत लावून ठेवा.

दूर राहूनही संपर्क साधण्याबाबतच्या कल्पनांसाठी www.divorceinfo.com/kidsacrossmiles.htm ह्या वेबसाईटला भेट द्या.

एकट्यानं पितृत्व पार पाडणं

कोणत्याही कारणानं तुम्हाला एकट्यानं मूल वाढवायची जबाबदारी पेलावी लागत असो... ही भूमिका एकट्यानं पार पाडणं सोपी गोष्ट नाही. ती परिस्थिती उद्भवेल त्यामुळे तुमच्या मनात उसळलेल्या भावनांवर तुम्हाला काबू मिळवायचा असतोच, परंतु त्याखेरीज एकट्यानं मूल वाढवताना तुम्हाला अनेक दैनंदिन समस्यांचा सामनासुद्धा करायचा असतो.

याखेरीज पुरुषाला मुलाची काळजी घेता येणं शक्य नाही, ह्या समाजाच्या पूर्वग्रहालासुद्धा तुम्हाला तोंड द्यायचं असतं. (याबद्दलची विस्तृत माहिती अकराव्या प्रकरणात दिलेली आहे.)

तुमच्या मुलाबरोबर तुमच्या मनातील भावनांविषयी मनमोकळी चर्चा करा आणि त्याच्या मनातील भीती व्यक्त करायची त्याला संधी द्या. नवीन आयुष्यात रुळण्यासाठी कोणते बदल करणं आवश्यक आहे, याबाबत त्याच्याशी मोकळेपणानं बोला. याबाबत तुमचं मूल किती परिवर्तनशीलता आणि कल्पकता दाखवतंय, हे पाहून तुम्ही थक्कच व्हाल.

अग्रक्रम बदला

तुमच्या एकट्यावरच मुलाच्या संगोपनाची जबाबदारी येऊन पडली, तर तुम्हाला एक अत्यंत महत्त्वाचा निर्णय घ्यावा लागतो आणि मुलाच्या दृष्टीनं सर्वांत हितकारक काय ठरेल, याला प्राधान्य देऊनच हा निर्णय घ्यायचा असतो. तुम्ही ज्या आत्मविश्वासानं तुमच्या व्यावसायिक आयुष्याकडे पाहात असता. त्यावर भिस्त ठेवून, मुलाला सांभाळायची जबाबदारी तुम्ही पगारी माणसावर सोपवाल? की व्यवसायाला दुय्यम स्थान देऊन मुलाकडे सर्व वेळ लक्ष द्याल? की या दोहोंचा सुवर्णमध्य गाठाल?

> ***सिओभानच्या मृत्युनंतर मला आतूनच वाटले की मी मुलांना अधिक वेळ द्यायला हवा. परंतु लिझी आणि जेमबरोबर मी घरीच राहू लागलो, तेव्हा मला जगापासून इतके अलग झाल्यासारखे वाटू लागले की माझा श्वास घुसमटू लागला. आता मला विश्वास वाटू लागलाय की कामावर पुन्हा रुजू झाल्यामुळे मी त्यांचं अधिक उत्तम प्रकारे संगोपन करू शकतोय.***
>
> ह्यू- लिझी आणि जेमचा पिता

परिस्थितीला कोणत्याही पद्धतीनं तुम्ही सामोरं जायचं ठरवलंत, तरी तुमच्या आयुष्यात काहीतरी बदल करावा लागणं ही अटळ गोष्ट असते. तुम्ही एकटेच मुलाकडे लक्ष देत असता, तेव्हा त्याच्याबरोबर घालवता येण्याजोगा वेळ, तुम्ही पूर्णपणे सत्कारणी लावायला हवा.

अनुभवाचे बोल

तुमच्या मुलाला आईची उणीव भासत असेल, म्हणून ती भूमिकासुद्धा तुम्हीच पार पाडली पाहिजेत अशी समजूत करुन घेऊ नका. तुमच्या नकळतच तुम्ही कदाचित परंपरेनं मातेचे असलेले काही गुणधर्म आत्मसात कराल. तसे केले नाहीत तरी तुम्हाला जमेल त्या प्रकारे पालकत्व पार पाडा आणि तुम्हाला जसं वागणं जमेल, तसंच वागा.

मदत

तुम्हाला सद्य:परिस्थितीत दडपून गेल्यासारखं वाटत असलं, तर परिस्थिती ताबडतोब नियंत्रणाखाली आणा आणि मुलाशी असलेलं नातं सकारात्मक भावनेनं

जपण्याचा आटोकाट प्रयत्न करा.

एकटं पडल्यासारखं वाटत असलं, तर तुमच्याच परिस्थितीतील अन्य पित्यांशी ओळख करून घ्या. www.lone-parents.org.uk किंवा www.childcarelink.gov.uk ह्या वेबसाईट्स उपयुक्त ठरतील.

जिंजरब्रेड नावाची जनहित-संस्था विविध प्रकारचा सल्ला व मदत पुरवत असते. त्यांची वेबसाईट आहे. www.gingerbread.org.uk

याखेरीज एकट्यानं पालकत्व पार पाडणाऱ्यांसाठी सिंगल पेरेंट ॲक्शन नेटवर्क, या www.spanuk.org.uk किंवा www.onespace.org.uk ह्या वेबसाईट्स उपलब्ध आहेत.

आर्थिक मदत

इंग्लंडमध्ये विधुर पित्यांना सरकारकडून जास्तीची आर्थिक मदत मिळू शकते. तुम्ही काम करत असलेल्या कंपनीतसुद्धा मुलांचा सांभाळ करण्यासाठी आर्थिक मदत मिळू शकते. या गोष्टींचा फायदा घ्यावा.

तुमचं कुटुंब

तुमचं मूल वयानं कितीही लहान असलं तरी सद्यःपरिस्थितीतून तरून जाण्यासाठी ते महत्त्वाची भूमिका पार पाडू शकतं. आई आणि वडील या दोन्ही भूमिका पार पाडताना नोकरीचं ओझं पेलणं हे आव्हानात्मक काम असतं, परंतु ते पार पाडता पाडता आयुष्याला अर्थ आणि स्थैर्य लाभत असलेलं जाणवू लागतं.

> ***सहकार्यावर चालणारा आमचा एक संघ आहे. बऱ्याचदा मी त्यावर नियंत्रण ठेवत असलो, तरी माझी मुलं माझे सहकारी आहेत आणि ती आपापली भूमिका अधिक सक्षमतेनं पार पाडू लागली आहेत.***
>
> शाल- आलिम आणि मजहरचा पिता

तुमची धडपड कशासाठी चालली आहे, याची अधूनमधून स्वतःलाच आठवण करून द्या. तुमच्या धडपडीत तुमचं मूल बऱ्याचदा व्यवहार्य मदत करू शकेल आणि तुमचं मनोबल वाढवू शकेल.

सावत्र पित्याची भूमिका

आधीच्या विवाहापासून झालेली मुलं असलेल्या स्त्रीशी तुम्ही नवं नातं

जोडणार असाल, तर हे दोन भिन्न परिवार एकत्र आणणं अत्यंत कठीण आणि व्यवहार चातुर्याचा कस लावणारं काम असतं.

दोन्ही कुटुंबांतील मुलांची वयं आणि स्वभाव या गोष्टी लक्षात घेऊन त्यानुसार धोरण आखणं महत्त्वाचं असतं, परंतु काही सरधोपट गोष्टी लक्षात ठेवाव्यात.

त्यांना परिस्थितीचं जेवढं आकलन होईल, त्यानुसार तुमच्या सावत्र मुलांच्या मनात अपराधीपणाची भावना, भीती, मत्सर आणि दु:ख अशा विविध भावना थैमान घालतील. परंतु तुम्ही एक परिपक्व व्यक्ती आहात, ही गोष्ट सतत लक्षात ठेवा आणि सावत्र मुलं दाखवत असलेल्या वैरभावाकडे दुर्लक्ष करा आणि स्वत:च्या भावना आणि आवडीनिवडी नियंत्रणाखाली ठेवा.

अनुभवाचे बोल

तुमच्या मनातील भावना कोणतीही असो, तुमचं नातं पुरेसं दृढ झालं, की तुमच्या स्वत:च्या मुलाला आणि तुमच्या सावत्र मुलाला अगदी समान वागणूक देण्याचं उद्दिष्ट तुम्ही राखलं पाहिजे.

माझ्या सावत्र मुलांशी मी त्यांच्या सख्ख्या पित्याप्रमाणे वागत असलो, तरी ती मला बाबा न म्हणता काका म्हणून हाक मारतात आणि ती गोष्ट मला महत्त्वाची वाटते. आपल्या राखीव कुरणात दुसऱ्या मुलानं अतिक्रमण केल्यामुळे माझ्या रक्ताच्या मुलानं त्याचा द्वेष केला, तर मला ते आवडणार नाही.

जेरेमी- ईव्ही आणि डॅनचा पिता, पीट आणि ट्रिशचा सावत्र पिता

तुमच्या नवीन पत्नीच्या मुलांना प्रथम भेटताना

- *तुमच्या नवीन पत्नीच्या (आधीच्या विवाहापासून) मुलांबद्दल तुम्ही त्यांना भेटण्यापूर्वी जेवढी अधिक माहिती करून घ्याल, तेवढंच तुम्हाला त्यांच्याशी संवाद साधणं सोपं जाईल. मग त्या त्यांच्या आवडत्या टी.व्ही. कार्यक्रमाबद्दलच्या गप्पा का असेनात!*
- *तुम्हाला आपल्या सावत्र मुलांबरोबर आनंदानं राहावंसं वाटत असलं, तरी आपल्या सावत्र बापाला प्रथम भेटताना, फारच थोडी मुलं प्रेमानं वागतात. तुमची ते परीक्षा घेतील हे गृहीत धरा आणि त्यांच्याशी नेहमीच सुसंगत वागणं ठेवा.*

- *त्यांना महागड्या भेटवस्तू देऊन त्यांचं प्रेम विकत घेऊ पाहू नका किंवा त्यांचा पिता आता अस्तित्वातच नाही, असं गृहीत धरल्याप्रमाणे वागू नका. त्यांच्या देहबोलीवरून त्यांच्या भावनांचा अंदाज घ्या आणि त्यानुसार वागा. तुमच्या स्वत:च्या मुलाबद्दल तुम्ही जी माया किंवा आदर दाखवता, तशीच माया किंवा आदर त्यांच्या बाबतीतसुद्धा दाखवा.*
- *मुलं नव्या वातावरणाला चटकन सरावत असली, तरी त्यांना स्थैर्याची गरज असते आणि त्यांना तुमच्याविषयी विश्वास वाटणं गरजेचं असतं आणि ह्या दोन्ही गोष्टींना खूप वेळ लागतो.*

त्यांना मार्गदर्शन करत पालकत्व पार पाडणं आणि त्याच वेळी तुम्ही त्यांच्या सख्ख्या वडिलांचं स्थान घेऊ पाहताय अशी त्यांची समजूत होत नाही ना याची काळजी घेणं, ही खरोखरच तारेवरची कसरत असते.

पॉल- इव्हॉनचा पिता, रॉब आणि काइलचा सावत्र पिता.

तुमच्या सख्ख्या अपत्याची त्याच्या नव्या (सावत्र) आईशी ओळख करून देताना

यावेळेसही वरील सर्व गोष्टी तुमच्या नव्या पत्नीनं लक्षात ठेवणं गरजेचं असतं. तुमच्या मुलाचं मन तुम्हाला वाचता येत असल्यामुळे, त्याच्याशी कोणत्या गतीनं नातं जोडणं श्रेयस्कर ठरेल, याबद्दल तुम्ही तुमच्या नव्या पत्नीला मार्गदर्शन करण्यास समर्थ असाल.

तुमच्या मुलाची तिच्या मुलांशी ओळख करून देताना

- *तुमच्या आणि तिच्या मुलांना आवडेल अशी जागा शोधा. ती जागा दोघांच्या ओळखीची असावी, परंतु ती जागा, तुमची आणि तुमच्या मुलाची दोघांचीच खास अशी जागा असू नये.*
- *सुरुवातीला काही वेळा ही मुलं थोड्या वेळासाठी परंतु वारंवार भेटली तर बरं पडेल. एकमेकांसमवेत नैसर्गिकरीत्या त्यांना खेळता येईल अशा एखाद्या उपक्रमात त्यांना गुंतवावं. खेळ फार औपचारिक स्वरूपाचा नसावा. त्यांना मौजेनं एकत्र वेळ घालवता आला आणि हा वेळ फार भर्रकन संपला असं त्यांना वाटलं, तर ह्या भेटी हव्याहव्याशा वाटतील.*

खूप वेळ चालणारी कंटाळवाणी सहल हा हेतू साध्य करून देणार नाही.

- *आपल्या सावत्र भावंडांची तुमच्या अपत्यानं भेट घेतल्यानंतर त्याच्या एकट्याबरोबर खास प्रकारे वेळ घालवा आणि त्याच्यावर तुम्ही पूर्ववत् प्रेम करत राहणार आहात, असा त्यांच्या मनात विश्वास निर्माण करा. स्वतःच्या घराची सुरक्षितता गमावल्यानंतर पित्यालासुद्धा गमवायची वेळ तर आपल्यावर येणार नाही ना, अशी त्याला भीती वाटणं अगदी स्वाभाविक आहे.*
- *सर्वांकडून वाजवी अपेक्षा ठेवा. तुमच्या आणि तिच्या मुलांचं एकमेकांशी जमावं असं तुम्हाला कितीही वाटत असलं, तरी त्याची सक्ती करता येण्याजोगी नाही. त्यांच चांगलं जमावं या दृष्टीनं तुम्ही प्रयत्न करु शकालं परंतु त्या बाबतीतली कोणत्या गतीनं प्रगती घडेल हे परिस्थितीच ठरवेल.*
- *तुमच्या सावत्र मुलांवर तुमच्या सख्ख्या मुलाएवढं प्रेम तुम्ही करु शकला नाहीत तर स्वतःला अवाजवी दुषणं देऊ नका. अगदी आपली रक्ताची मुलं असली, तरी त्यात आपली आवडती आणि नावडती मुलं असतात ही गोष्ट महत्त्वाची असते याची मुलांना जाणीव होऊ न देणं किंवा त्यांना एकमेकांचा मत्सर वाटेल असं न वागणं.*

तुमच्या सख्ख्या आणि सावत्र मुलांमध्ये प्रेमाचे संबंध उत्पन्न करण्यासाठी कधी कधी धडधडीत थापासुद्धा उपयुक्त ठरतात. उदाहरण द्यायचं तर मी माझ्या लेकीला सहजगत्या म्हणत असे की माझ्या सावत्र मुलाला माझ्या लेकीबद्दल प्रशंसेनं बोलताना मी ऐकलं होतं किंवा माझ्या सावत्र मुलाला सांगत असे की माझी लेक त्याचं कौतुक करत होती. अशा गोष्टी मुलं लक्षात ठेवतात आणि त्यांच्यामधील स्वाभाविक मत्सर दूर करण्यास अशा थापा उपयुक्त ठरतात.

डेव्हिड- विल्फ आणि उर्सुलचा पिता, निकोलसचा सावत्र पिता

तुमच्या सावत्र अपत्याजवळ राहण्याची तुमच्यावर वेळ आल्यास

- *तुमच्या नूतन, द्वितीय पत्नीच्या घरात तुम्ही राहू लागा किंवा स्वतःच्याच घरात राहा. नवं नातं जोडल्यावर तुम्ही दुसऱ्या कुटुंबाची घडी विस्कटून*

ती नव्यानं बसवता आहात, हे लक्षात ठेवा, त्यामुळे सहिष्णुतेनं वागा आणि सावत्र मुलांवर बदल लादू नका.

- सावत्र मुलांनी तुम्हाला स्वीकारेपर्यंत, त्यांना शिस्त लावण्याचं काम त्यांच्या आईवरच सोडणं श्रेयस्कर ठरतं.
- तुमची मुलं आणि तिची मुलं यांना समान वागणूक द्या आणि तुमच्या आणि तिच्या घराबद्दलही समान प्रेमभाव दाखवा. शक्य असेल तेव्हा सर्वच संभाव्य समस्यांबद्दल आधीपासून मनमोकळी चर्चा करा.
- तुम्ही घटस्फोट घेतलेला असो, विभक्त होण्याचा निर्णय घेतलेला असो की तुमच्या पत्नीचा मृत्यू झालेला असो, पूर्वीचं स्थैर्य गमावल्याबद्दल तुमच्या आणि तिच्या मुलांच्या अंतःकरणात दुःख ठसठसत असेल, ही वस्तुस्थिती लक्षात घ्या आणि मुलं त्यांचं दुःख बंडखोर वागून व्यक्त करत असतात ही गोष्ट विसरू नका.
- सर्व मुलांना नव्या आई किंवा नव्या वडिलांबरोबर सुलभतेनं संपर्क साधता येईल अशी व्यवस्था करा -त्यायोगे नव्या आई-वडिलांशी त्यांचं नातं दृढ होण्यास मदत होईल.
- दोन्ही कुटुंबांत एकसंघपणा निर्माण व्हावा, म्हणून ठरावीक दिनक्रम आणि प्रथा पाळू लागा.
- शक्य तेवढा वेळ सर्वांनी एकत्र घालवण्याचा प्रयत्न करा, परंतु याची सुरुवात टप्प्याटप्प्यानं करा. सावत्र मुलांना असतील तशी स्वीकारा आणि त्यांच्याकडून तुम्ही ज्या आदराची अपेक्षा करता, तोच आदर त्यांच्याबद्दलही दाखवा.
- ती जाणत्या वयाची असली, तर मनमोकळेपणानं त्यांच्याबरोबर वस्तुस्थितीबद्दल चर्चा करा. त्यांच्या पित्याची जागा तुम्ही घेऊ इच्छित नाही, परंतु त्यांच्यासाठी शक्य ते सारं काही करण्याची तुमची प्रामाणिक इच्छा आहे हे स्पष्ट करा.
- तुमच्या सावत्र मुलांसमोर तुमच्या नव्या पत्नीबरोबर शारीरिक लगट करणं टाळा, परंतु तिच्याबरोबर तुमचे अत्यंत चांगले संबंध आहेत, हे त्यांना कळू द्या. ही गोष्ट त्यांना महत्त्वाची वाटत असते. त्यांच्या आई-वडिलांची फारकत झाल्यानंतर, त्यांना स्थैर्याची गरज भासत असते.
- तुमच्या सावत्र मुलांबरोबर तुम्ही उत्तम नातेसंबंध जोडले असले, तरी ते कधीही गृहीत धरून चालू नका. हे नातं नाजूकपणे जपावं लागतं.

अनुभवाचे बोल

सावत्र बाप ही प्रमुख भूमिका असत नाही. तुमच्या नव्या पत्नीचा साहाय्यक पाठीराखा या भूमिकेतून तुम्ही प्रारंभ करायचा असतो आणि कालांतरानं सावत्र मुलांनी तुम्हाला स्वीकारलं आणि तुमच्याबद्दल त्यांना आदरभाव वाटू लागला, की तुम्ही तिच्या बरोबरीनं जबाबदारी स्वीकारू शकता.

अधिक माहितीसाठी www.careforthefamily.org.uk/stepfamily किंवा www.parentlineplus.org.uk ह्या वेबसाईट्सना भेट द्या.

नव्या आयुष्याला प्रारंभ करताना:

दु:खद भूतकाळाचं नित्यस्मरण करत राहिलात, तर तुमचा वर्तमानकाळसुद्धा नासून जाईल. आताच्या परिस्थितीसाठी कुणीही जबाबदार असो, तुमच्या मुलाच्या भविष्यकालीन हिताच्या दृष्टीनं तुमच्या मनातील नकारात्मक भावनांना तुम्ही मूठमाती द्यायला हवी. तुमच्या आजच्या परिस्थितीला कुणीही जबाबदार असो तुमच्या मुलांना सुखी, आनंदी ठेवणं ही तुमची जबाबदारी ठरते.

त्यामुळे आयुष्यातील चांगल्या गोष्टींकडे पाहायला शिका. तुमच्या मुलाची पूर्णवेळ काळजी घेताघेता तुमचा आत्मविश्वास वाढला आहे आणि तुमच्या मुलाबरोबरचं तुमचं नातं दृढ झालं आहे हे लक्षात घ्या. तुमच्या नव्या पत्नीमुळे तुमच्या मुलाला प्रेमाचं आणखी एक घर आणि मायेचं आणखी एक माणूस लाभलं आहे हा फायदासुद्धा लक्षात घ्या.

तुम्हाला थोडी मदत आणि थोडा आधार हवासा वाटला तर मित्र किंवा व्यावसायिक तज्ज्ञ यांची मदत घ्या. www.relate.org.uk यांच्याकडे सल्ला मागा.

एक नातं तुटलं की नवं नातं जोडायला प्रदीर्घ वेळ आणि प्रामाणिक प्रयत्न गरजेचा ठरतो, परंतु तुमच्यापाशी तुमचं मूल आहे ही मोठी जमेची बाजू लक्षात घ्या आणि नवं नातं यशस्वी करण्याचा आटोकाट प्रयत्न करा. देशातील अनेक लोकांनी हे काम यशस्वीरीत्या तडीला नेलं आहे.

लक्षात ठेवण्याजोग्या दहा गोष्टी

- तुमच्या मुलाला प्रेम आणि स्थैर्य मिळवून देणारं घर उभं करण्यासाठी तुम्ही आणि तुमच्या पत्नीनं मनापासून प्रामाणिक प्रयत्न करायला हवा. तुमचं दोघांचं नातं तुटलं तर तुमचं मूल आयुष्यभर ते दुःख वाहात राहील.
- प्रत्येक टप्प्यावर मदत मिळू शकते, मग ती तुटणारं नातं सांधण्यासाठी असो किंवा विभक्त होण्याची प्रक्रिया सुलभतेनं पार पाडण्यासाठी असो. विभक्त होताना कडवटपणा निर्माण होऊ नये आणि मुलाचं हित जपण्याला तुम्ही उभयतांनी अग्रक्रम द्यावा या दृष्टीनं तज्ज्ञ व्यावसायिकांची मदत मिळू शकते.
- तुमच्या फारकतीत मुलाचा काही दोष नाही आणि आयुष्यात कितीही उलथापालथ झाली तरी तुमच्या मुलावरचं तुमचं प्रेम अभंग आणि बिनशर्त राहणार आहे ही गोष्ट संधी मिळताच तुमच्या मुलाच्या मनावर बिंबवत राहा.
- प्यादं म्हणून तुमच्या मुलाचा कधीही वापर करू नका.
- तुमची आणि तुमच्या पत्नीची फारकत झाल्यावर तुमच्या मुलाच्या दिनक्रमात नाट्यमय आणि मनावर आघात घडवू शकतील असे बदल करणं टाळा.
- तुम्ही विवाहित असा किंवा नसा, तुमच्या मुलाच्या आईबरोबर तुम्ही फारकत घ्याल, तेव्हा तुमच्या मुलाच्या भवितव्याबाबतच्या अनेक मुद्द्यांबद्दल त्याच्या आईबरोबर करार करा आणि त्यासाठी तज्ज्ञ वकिलाचा सल्ला घ्या.
- तुमच्या मुलाच्या आईबरोबर शक्य तेवढे सलोख्याचे संबंध राखण्याचा आटोकाट प्रयत्न करा. तुमचे संबंध जेवढे अधिक सलोख्याचे असतील, तेवढाच फारकतीसाठी कमी खर्च येईल आणि तुमच्या मुलाच्या आयुष्यात तुम्हाला अधिक सहभागी होता येईल. असा सहभाग तुमच्या आणि मुलाच्या दृष्टीनं हिताचाच ठरेल.
- मुलाचं पालकत्व तुम्हाला दूर राहून पार पाडावं लागलं, तर संपर्कात राहण्याचे विविध पर्याय वापरा आणि मुलाच्या आयुष्यात महत्त्वाची भूमिका बजावा.
- तुम्ही एकट्यानंच मुलाचं संगोपन करत असाल, तर त्याच्याबरोबर तुम्हाला घालवता येण्याजोगा वेळ अतिशय मोलाचा ठरतो. त्यामुळे संधी मिळताच सारं लक्ष मुलावर केंद्रित करा.
- सावत्र पिता या नात्यानं परिपक्वतेनं वागा. सावत्र मुलांनी वैरभाव दाखवला, तर त्याकडे दुर्लक्ष करा. त्यांच्याशी संवेदनशीलतेनं वागा. त्यांना सहिष्णुतेची वागणूक द्या आणि सावत्र मुलांना सख्ख्या मुलांप्रमाणे वागणूक देण्याचा प्रामाणिक प्रयत्न करा.

१४

पितृत्वाचा आनंद उपभोगताना

या प्रकरणात आपण खालील बाबी पाहणार आहोत

- *पितृत्वापासून शक्य तेवढं सौख्य कसं मिळवावं*
- *पितृत्वाकडे होणारं आपलं संक्रमण नीटपणे कसं पार पाडावं*
- *पिता झाल्यामुळे तुमच्या जीवनातील प्रत्येक बाबतीत सुखद बदल कसा घडतो*

मोजकेच क्षण हाती असतात.

अपत्यजन्मानंतर अत्यंत घाईगडबडीत आयुष्य जाऊ लागतं. त्याला दुसरा पर्याय नसतो. घरीदारी तुम्ही कसंबसं काम उरकताय असं तुम्हाला अनेकदा वाटतं. परंतु एक दिवस फुरसतीचा उजाडेल आणि तुम्ही तुमच्या बाळाला पुरेसा वेळ देऊ शकाल अशा भ्रामक समजुतीत राहू नका.

प्रारंभीची ही वर्षं अत्यंत मोलाची आणि आनंददायक असतात आणि ती फार चटकन संपतात. तुमचं मूल थोडं मोठं झालं, की सारा वेळ तुमच्या सहवासात घालवायला ते राजी असणार नाही आणि एकदा त्याची शाळा आणि त्याचं वेगळं असं आयुष्य सुरू झालं, की इच्छा असूनही त्याला तसा वेळ मिळू शकणार नाही. त्यामुळे मुलाबरोबर वेळ व्यतीत करण्याबाबत 'उद्या', 'नंतर' असे शब्द वापरणं शक्यतो टाळा. अशा बाबतीतला पायंडा आताच पडत असतो. त्यामुळे मोलाच्या कोणत्या गोष्टींना कसा अग्रक्रम द्यायचा, हे काळजीपूर्वक ठरवणं गरजेचं आहे.

हाताशी असलेल्या वेळातून मुलासाठी वेळ राखून ठेवा. डोळ्यापुढे दिसत असलेली अगणित लहानसहान कामं उद्यावर ढकला. ती पुढे ढकलली म्हणून काही आकाश कोसळत नाही. तुमच्या मुलाच्या सहवासात व्यतीत केलेले क्षण कधीही वाया जात नाहीत.

विनोदबुद्धी ठेवा

पितृत्व पार पाडणं ही अत्यंत गंभीर जबाबदारी आहे, अशी समजूत करून घेणारे काही लोक विशेषत: त्याबाबत आत्मविश्वास वाटत नसणारे लोक 'पिता' या नात्यानं सतत गांभीर्याचा मुखवटा धारण करत असतात; जणू काही बाळाला वेगवेगळे आवाज काढून दाखवून किंवा गमतीची गाणी गाऊन दाखवून पित्याच्या भूमिकेला उणेपणाच येणार आहे!

तुम्हाला तुमच्या बाळाला परिपक्व बनवायचं आहे, ही गोष्ट खरी असली तरी प्रत्येक प्रौढ व्यक्तीत एक मूल लपलेलं असतं आणि ते मूलपण जपणं गरजेचं असतं, ही गोष्टसुद्धा विसरून चालणार नाही. जे बाप आपल्या मुलाबरोबर गमतीनं विदूषकी चाळे करतात, त्याच्याबरोबर जमिनीवर लोळण घेत खेळतात आणि इतरांच्या मताची पर्वा न करता त्याच्याशी अनेक काल्पनिक भराऱ्या घेणारे खेळ खेळतात, ते असं वागू शकतात. कारण पित्याची भूमिका ते सहजतेनं पार पाडू शकतात आणि त्यांना त्यातला आनंद उमगत असतो.

अनुभवाचे बोल
साध्यासाध्या गोष्टींमधला आनंद मुलासमवेत उपभोगता न येणं हा करंटेपणा ठरेल. त्यांच्याबरोबर वेडेपणा वाटू शकणारे खेळ खेळण्यात कोणता आनंद दडलेला आहे, याचा तुम्ही अनुभव घ्यायलाच हवा. त्यांना वेडीवाकडी तोंडं करून हसवा. त्यांना आश्चर्यचकित करा आणि गुदगुदल्या करा. एकत्र शोक करण्याच्या भरपूर संधी आपल्याला मिळत असतात, त्यामुळे एकत्र हसण्याची एकही संधी वाया घालवू नका.

स्वतःची काळजी घ्या

तुमच्या पत्नीला अनेक शारीरिक बदलांना जेव्हा सामोरं जावं लागतं, तेव्हा तुमच्या जीवनावरही त्याचे पडसाद उमटल्यावाचून राहात नाहीत.

संक्रमण

जेव्हा तुम्ही कुणालातरी 'बाळा' किंवा 'मुला' अशी हाक मारता, तेव्हा त्या संबोधनात 'अज्ञ बालका' हा अर्थ लपलेला असतो. ज्याला आपण 'मुला' अशी हाक मारत असतो, ती व्यक्ती अल्पवयीन, अननुभवी आणि अविचारी आहे असा

अर्थ त्या संबोधनात गृहीत धरलेला असतो. आणि अशी हाक मारणारी व्यक्ती वयानं मोठी, अधिक कार्यक्षम, अधिक सुज्ञ आणि जबाबदार आहे असं समजलं जातं. आपल्याला अपत्य होताक्षणी आपण अशा एका मुलाचे जबाबदार बाप बनावं अशी आपल्याकडून अपेक्षा केली जाते. कालपर्यंत आपण स्वतःच एक मूल होतो आणि आज आपल्याला मूल झालंय म्हणून एका रात्रीत आपण एक जबाबदार व्यक्ती बनणं अपेक्षित आहे. या कल्पनेनंच अनेक लोक धास्तावून जातात.

परंतु तुमचं मूल जन्माला आल्यामुळे तुमच्यात ताबडतोब परिवर्तन घडत नसतं, नव्या भूमिकेत रुळायला थोडा वेळ लागतो. त्यामुळे मुलाचा जन्म होताक्षणी तुम्ही एक वेगळी व्यक्ती बनणं आवश्यक आहे असं समजू नये. तुम्ही हळूहळू प्रगल्भ आणि अनुभवी बनत जाणार आहात, हे लक्षात ठेवावं.

पितृत्वाच्या भूमिकेला सरावणं

पित्याकडून कोणत्या गोष्टी अपेक्षित असतात याची अपत्यजन्मापूर्वी मला अजिबात कल्पना नव्हती. इतर कुणातही हे संक्रमण घडताना मी प्रत्यक्ष पाहिलेलं नव्हतं, त्यामुळे अशा संक्रमणाच्या वेळी मनात विविध भावनांचा कल्लोळ कसा उसळतो, याची मला अजिबात कल्पना नव्हती.

तुम्हाला स्वतःच्याच घरात अगदी कस्पटाप्रमाणे नगण्य लेखलं जातंय, असं तुम्हाला वाटू लागतं. तुमच्या वाट्याला केवळ एका बघ्याची भूमिका आलीय, तुम्ही एकटे पडला आहात, एका सापळ्यात अडकला आहात असं तुम्हाला वाटू लागतं. तुम्हाला थकल्यासारखं, चिडचिडं, सर्व गोष्टींवरून आपला ताबा सुटत चालल्यासारखं वाटू लागतं. तुमचे खरे मित्र तुमच्यापासून दूर ढकलले जात आहेत आणि त्यांची जागा तुमचे सासू सासरे बळकावू पाहात आहेत असंही तुम्हाला वाटू लागतं. तुमच्या मुलाच्या जन्मामुळे तुमचे केस पिकू लागले आहेत, अशीही तुम्हाला शंका येते.

कधीकधी तुमच्या मनात संमिश्र भावनांचा कल्लोळ माजतो. तुमच्या मुलाला सुखकारक कोशात तुम्हाला ठेवावंसं वाटतं आणि त्याबरोबरच त्याला स्वतंत्रपणे जगता यावं असं त्याला घडवावंसं वाटतं. आयुष्यात त्याला फक्त सुखच दिसावं असं तुम्हाला वाटतं आणि त्याबरोबरच आयुष्याच्या आघातांनी त्यानं विव्हल होऊ नये, असंसुद्धा वाटतं. त्याच्या निवडीवर निर्बंध न घालता त्याच्यासाठी अनेक गोष्टी मिळवण्याची तुम्ही इच्छा धरता.

पालकत्व पार पाडणं हे कधीही न संपणारं कर्तव्य असतं. तुम्ही कामावर जाता तेव्हासुद्धा अपत्याबाबतच्या चिंता तुम्हाला दूर सारता येत नाहीत. बाळाच्या

जन्मानंतर, ऑफिसातून घरी आल्यावर घरच्या शांत वातावरणात बसून सिगारचे झुरके घेता येण्याचं सौख्य विसरावं लागतं.

त्यामुळे पालकत्वाची जबाबदारी पूज्य समजा आणि त्यासाठी तुम्ही अत्यंत महत्त्वाची भूमिका पार पाडत आहात हे लक्षात ठेवा. साऱ्यांसाठी सारी कर्तव्यं पार पाडता पाडता आपली दमछाक होऊन चालणार नाही, ही गोष्ट सदैव लक्षात ठेवा. स्वत:ची दमछाक होऊ द्यायची नसेल, तर स्वत:च्या गरजा लक्षात घेऊन त्या पूर्ण करणं अत्यंत आवश्यक असतं. जर तुम्ही स्वत:च प्रचंड शारीरिक आणि मानसिक तणावाला सामोरं जात असाल, तर त्याचा दुष्परिणाम तुमच्या बाळासकट साऱ्यांवर घडत असतो, त्यामुळे बाळाला आनंदात ठेवायचं असेल, तर तुम्ही स्वत: आनंदात राहणं महत्त्वाचं आहे.

तणाव

तणाव खालीलपैकी अनेक गोष्टींमुळे निर्माण होतो:

पैशांची चणचण, खूप काम, आजार, बेकारी, मुलं किंवा वैयक्तिक संबंधातील तणाव - पितृत्वामुळे यापैकी प्रत्येक गोष्ट तणावाला कारणीभूत होऊ शकते, त्यामुळे अपत्यजन्मानंतर तुम्हाला विविध प्रकारच्या ताणांना तोंड देता देता थकायला होतं.

माझ्या अपत्याच्या जन्मानंतर मी खूपच हळवा झालो होतो. शारीरिक थकव्यामुळे तुम्ही कायम शिणून गेलेले असता आणि त्यात मानसिक ताणाची भर पडली की ते सारं असह्य होतं. कधीकधी आला दिवस ढकलता ढकलताच तुमची दमछाक होते.

> ***माझ्या हातून कोणतीतरी चूक झाली, तर त्याचा सर्वाधिक त्रास होतो माझ्या प्रेमाच्या माणसांना, आणि माझी कोणती चूक झाली हे मला समजेपर्यंत ती सुधारण्याची वेळ टळून गेलेली असते. माझ्या हातून काय चूक झाली, याची मला ताबडतोब कल्पना देणारी कोणतीही यंत्रणा अस्तित्वात नाही.***
>
> क्रिस्टिआन-एड्रिआन, केली आणि ॲलिसचा पिता

याला सामोरं कसं जावं

- *तुम्हाला जर दडपून गेल्यासारखं वाटत असेल, तर तुम्हाला त्रासदायक होणाऱ्या नेमक्या समस्या शोधून काढा आणि त्यातल्या कोणत्या समस्या*

अत्यंत गंभीर स्वरूपाच्या आहेत, त्याची वर्गवारी करून त्यावरचे तोडगे शोधण्यास अग्रक्रम द्या. अशा समस्यांची यादी करा आणि एका वेळेस एकाच समस्येचा परामर्श घ्या.

- तुमच्या स्वत:च्या आयुष्यातील काही गोष्टी मागे सरून, त्या करण्याऐवजी तुमच्या मुलाला जास्त वेळ द्या. तुमच्या या गोष्टी करण्यासाठी तुमचं सारं आयुष्य पडलं आहे, परंतु तुमच्या बाळाशी लपाछपी खेळणं किंवा फूटबॉल खेळणं यासाठीची अशी संधी तुम्हाला पुन्हा मिळणं शक्य नाही.
- पालकत्व पार पाडणं ही सोपी गोष्ट नसते, याचं भान ठेवा, परंतु ती गोष्ट तुम्हाला जड जात असेल तर तुमचं काहीतरी चुकतंय असं अजिबात समजू नका.
- नियमितपणे व्यायाम करायला विसरू नका. व्यायाम केलात तर तुम्हाला ताजंतवानं वाटेल. तुमच्यावरचा ताण वाढला की स्वास्थ्याला ओहोटी लागेल. त्यामुळे नियमित व्यायामाला जेवढी लवकर सुरुवात कराल, तेवढं बरं पडेल. व्यायामामुळे ताण तर कमी होतोच, परंतु त्याखेरीज तुमच्या अंगातला जोमसुद्धा वाढतो.
- 'आदर्श' आणि 'आवाक्यातील' यामधील तफावत लक्षात घ्या. तुम्हाला मनातलं सारं काही साध्य करता येण्याजोगं नाही, तुम्हाला मर्यादा आहेत, हे लक्षात ठेवा आणि स्वत:ला विनाकारण तुच्छ लेखू नका.
- जोपर्यंत तुमच्या हातून घडलेल्या चुकांपासून तुम्ही बोध घेत आहात, तोवर चुका करणं क्षम्य आहे असं लक्षात ठेवा.
- पौष्टिक आहार घ्या.
- ज्या गोष्टी तुम्ही सुरळीतपणे पार पाडू शकत असाल आणि तुमच्या ज्या गुणांमुळे हे शक्य होत असेल त्याबद्दल स्वत:ला श्रेय द्या आणि त्यात धन्यता माना.
- स्वत:चं मन रमेल आणि मनातल्या चिंता दूर ठेवून थोडे फुरसतीचे क्षण अनुभवता येतील, असा एखादा छंद जोपासा.
- जे निर्णय घेणं अपरिहार्य आहे, ते लांबणीवर न टाकता, त्यांना धैर्यानं सामोरे जा.
- जमेल तेवढी झोप घ्या. (पाचवे प्रकरण वाचा.)
- वीक-एण्डला संध्याकाळी किंवा अर्धा तास निवांत बसून, थोडी विश्रांती घ्या.
- अशी विश्रांती घेणं शक्य होत नसेल, तर शिस्तबद्ध दिनक्रम राखा, म्हणजे सारी कामं आटोक्यात राहतील.

- *शक्य तेवढी विनोदबुद्धी राखा; तो बुडत्याला काडीचा आधार असतो.*
- *आपल्या भावना स्पष्टपणे व्यक्त करायला लाजू नका आणि गरज पडली तर इतरांची मदत घ्या.*

मी अत्यंत थकून गेलो असलो, तरीही मी जागा राहतो. टी.व्ही. वरचे फडतूस कार्यक्रम पाहण्यासाठी नव्हे, तर माझ्या स्वत:साठीच थोडे निवांत क्षण बाजूला काढता यावेत, म्हणून मी तसं करतो.

ऑलिव्हर- नेथनचा पिता

आपल्या भावना व्यक्त करणं थांबवू नका.

अनुभवाचे बोल

आपल्या भावना मनात दाबून ठेवून कोरडेपणानं वागायचा जमाना आता मागे पडला आहे. त्यामुळे कितीही सहन करावंसं वाटलं तरी भावना दडपून ठेवू नका. आपल्या सगळ्यांनाच वेळोवेळी, भावनांचा निचरा करण्याची गरज असते.

- *तुमच्या पत्नीबरोबर संवाद साधा. त्यामुळे नातेसंबंध दृढ राहतात.*
- *मित्रांशी आणि नातेवाइकांशी मोकळेपणानं बोला, विशेषत: त्यांना सुद्धा मुलं झालेली असली, तर त्याचा खूप फायदा होईल.*
- *तुमचा डॉक्टर, स्थानिक-मदत देणारा गट किंवा पालकत्वाबद्दल सल्ला देणारा संघ यांच्याबरोबर संवाद साधा.*
- *मुलं वयानं पुरेशी मोठी असली, तर त्यांच्याशी योग्य गोष्टींबाबत चर्चा करून त्यांचा आतल्या गोटात समावेश करून घेणं हे त्यांची काळजी करण्यापेक्षा आणि त्यांच्याबरोबर संघर्ष करण्यापेक्षा कितीतरी श्रेयस्कर ठरेल.*
- *तुमच्या गावात पित्यांचा एक गट असेल, तर त्यात शिरकाव करून घ्या आणि तसा गट नसेल, तर ओळखीच्या बाबालोकांना एकत्र आणून असा गट बनवा.*

आपल्याला आलेला एखादा वाईट अनुभव इतरांबरोबर वाटून घेतला, की इतर लोकही त्यांचे असे अनुभव इतरांना सांगायाला उद्युक्त होतील. वाईट अनुभवातून गेल्यावर तुमची जशी मनाची अवस्था होती, तशीच इतरांच्याही वाट्याला ती आल्याचं तुम्हाला जाणवेल.

तुमच्या मुलाला कधीही दोष देऊ नका.

तुम्ही कितीही तणावग्रस्त असलात किंवा परिस्थिती नियंत्रणाबाहेर चालली आहे असं तुम्हाला कितीही वाटत असलं आणि आपल्या मुलामुळेच असं घडलंय असं तुम्हाला वाटत असलं, तरी त्याचा राग मुलावर कधीही काढू नका.

मोठ्या माणसाला दोष द्याल, तशी आज्ञा मुलाला देणं अतिशय अन्याय्य ठरेल. लहान मुलाचं परिस्थितीवर नियंत्रण नसतं, आजूबाजूला काय घडतंय हे त्यांना नीटपणे उमगतसुद्धा नसतं आणि भावनांवर ताबा कसा ठेवावा हे त्यांना समजत नसतं. असं असताना लहान मुलं संतुलितपणे वागू शकली, तर ते मोठं आश्चर्यच ठरेल!

सुरुवातीच्या वर्षांमध्ये आपल्या किती परस्परविरोधी सूचनांमधून त्यांना मार्ग काढावा लागतोय, हे लक्षात घ्या. ती गाढ झोपलेली असतात, तेव्हा आपण त्यांना जागं करतो आणि ती जागी असतात, तेव्हा आपण त्यांना झोपायला हाकलतो. त्यांच्या शी-शूची आपल्याला अजिबात किळस येत नाही आणि मग अचानक त्याबद्दलच आपण त्यांना रागे भरू लागतो. आपणच त्यांना बोलायला उत्तेजन देतो आणि मग त्यांना गप्प बसायची आज्ञा करतो.

अनुभवाचे बोल

आपल्या वागणुकीमुळे निष्पाप मुलाच्या मनात किती गोंधळ उडेल हे आपल्याला केवळ मिनिटभर विचार करून उमगेल. आणि त्यानंतर आपल्या वैफल्यग्रस्ततेबद्दल आपल्या मुलाला दोषी ठरवणं किती चुकीचं आहे हे सुद्धा आपल्या लक्षात येईल.

आव्हान पेलताना

पालकत्व पार पाडणं ही सोपी गोष्ट नाही. पावलोपावली तुम्हाला दु:ख आणि चिंतांना सामोरं जावं लागेल. पालकत्व पार पाडताना आयुष्याची उलथापालथ होते, गोंधळ-गडबड माजतो, थकायला, घाबरायला आणि वैतागायला होतं, न संपणाऱ्या समस्यांना सामोरं जावं लागतं.

क्षणोक्षणी अशा अनुभवांना तोंड देतादेता वास्तवाचं भान सुटू शकतं. पहिल्या समस्येला तोंड देऊन त्यातून बाहेर पडण्यापूर्वीच पुढली समस्या उभी ठाकते. समस्यांची रांग कधी संपतच नाही, परंतु मूल मोठं होताना असंच घडत असतं आणि तसंच घडणं आवश्यक असतं. मूल मोठं होतं, त्याबरोबरच तुम्हीही अधिक अनुभवी आणि परिपक्व बनता आणि प्रत्येक नव्या समस्येला अधिक समर्थपणे

सामोरे जाऊ लागता.

अनुभवाचे बोल
मी जे काही करतोय, ते मुलाच्या प्रेमापोटी करतोय, असं म्हणता येणं हे मोठंच यश म्हटलं पाहिजे, जर तुमचं मूल आनंदी आणि निरोगी असेल, तर तुम्ही ज्या पद्धतीनं त्याचं संगोपन करताय, ती पद्धत योग्यच म्हटली पाहिजे.

मुलाच्या जन्मापूर्वीचं तुमचं आयुष्य जसं समतोल प्रकारचं होतं, तसं ते पुन्हा होणं जवळजवळ अशक्य कोटीतली गोष्टच आहे, परंतु ते तसं व्हावं असं आता तुम्हाला वाटणारसुद्धा नाही. समस्यांना तोंड देऊन पुढे जाण्याचा आनंद काही अनोखाच असतो.

पालकत्वातून तुम्हाला काय गवसतं?

आतापर्यंत या पुस्तकात आपण पित्याच्या नात्यानं तुम्ही तुमच्या अपत्यासाठी काय करावं, याचाच परामर्श घेतलाय. परंतु पालकत्त्व हे फक्त एकतर्फी कर्तव्यच असत नाही. पालकत्व निभावलं की तुमचे स्वत:चेसुद्धा प्रत्यक्ष-अप्रत्यक्ष फायदे होत असतात.

अधिक चांगलं आरोग्य

तुम्ही अपत्यसंगोपनात जितका मनापासून आणि अधिक भाग घ्याल, तेवढीच तुमची तणाव, वैफल्याची भावना किंवा मादक पदार्थांचं व्यसन यांच्या विळख्यात अडकण्याची शक्यता कमी होत जाते. तुम्ही आजारी पडून हॉस्पिटलमध्ये भरती होण्याची किंवा अकाली मृत्युची अगर अपघाती मृत्युची शक्यतासुद्धा कमी होते. माझे झपाट्यानं पिकणारे केस पाहून त्यावर मला विश्वास ठेवणं अवघड वाटत असलं, तरी वस्तुत: मुलं नसलेल्या अविवाहित पुरुषांपेक्षा मुलांशी उत्तम नातं असलेले बाप सर्वसाधारणत: अधिक काळ जगतात हे मला माहीत आहे.

मानसिक स्वास्थ्य

बहुसंख्य बाप कबूल करतात, की मुलांमुळे आयुष्यात जो आनंद किंवा जे समाधान लाभतं त्याची बरोबरी अन्य कशानंही होत नसते. हे पैसा किंवा प्रतिष्ठेवर

नव्हे, तर मुलाबरोबर असलेल्या दृढ नातेसंबंधावर अवलंबून असते.

तुमच्या मुलाला घडवण्यात तुम्ही इतकं महत्त्वाचं आणि सकारात्मक योगदान देऊ शकलात, यामुळे तुम्हाला मिळणारं समाधान आणि त्याबद्दल वाटणारा सार्थ अभिमान ह्या गोष्टी अत्यंत मोलाच्या असतात. तुमच्या मुलाला तुमची आत्यंतिक गरज आहे, त्याचं तुमच्याजवळ मनापासून प्रेम आहे आणि तुमची जागा इतर कुणीही भरून काढू शकत नाही ही भावना तुमचा अहंकार सुखावणारी असते.

पितृत्वाचा आणखी एक वारंवार उल्लेखला गेलेला फायदा आहे - त्यामुळे तुमच्या आयुष्याला एक उद्देश लाभतो. भरकटत जाणाऱ्या जीवनाला कुटुंबामुळे स्वत:ची एक ओळख आणि स्थैर्य लाभतं. पितृत्वामुळे जीवननौकेला सुकाणू लाभतं आणि दिशा सापडते. स्थैर्य लाभतं आणि समस्यांच्या झंझावातातून मार्गक्रमण करता येतं.

अगदी उत्क्रांतीच्या निकषावर विचार केला, तर मी जोवर बेकीला जिवंत ठेवू शकतो तोवर मी यशस्वी झालोय. मी माझे आनुवंशिक गुणधर्म तिला देऊन पृथ्वीतलावरचं माझं कर्तव्य पूर्ण केलं आहे आणि अजून मी चाळिशीही गाठलेली नाही.

सीन- बेकीचा पिता

नवी जाणीव

तुमच्या मुलाच्या नजरेतून जगाकडे पाहावं लागण्याचा एक मोठा फायदा आहे. तुमच्या आजूबाजूच्या जगाबद्दल नव्यानं अप्रुप वाटू लागतं. मुलांच्या ठायी असलेलं नैसर्गिक कुतूहल, त्यांच्या ठायीचा संसर्गजन्य उत्साह यामुळे पूर्वी नीरस वाटणाऱ्या गोष्टी, सौंदर्य आणि मौज नव्यानं अनुभवता येते. मग ती बसमधून केलेली सफर असो की पानगळीनंतर जमलेला पाचोळा तुडवत चालणं असो! चित्रविचित्र आवाज ऐकून खिदळणं असो की नाताळाची विस्मृतीत गेलेली जादू नव्यानं चाखणं असो!

मुलानं निष्पाप आणि भाबड्या मनानं विचारलेला एखादा प्रश्न किंवा केलेलं विधान मनावर कोरलं गेलं नाही असे आईबाप विरळाच!

गेल्या उन्हाळ्यात आम्ही कॅपिंगला गेलो असताना, माझ्या मुलीनं आमच्या तंबूच्या एका कोपऱ्याकडे बोट दाखवून म्हटलं, जर कोळ्यांना पोहता येत नाही, तर हा कोळी इटलीत

समुद्रकिनाऱ्यावरच्या सफरीसाठी का म्हणून आला असावा?

नेथन- बेथनचा पिता

दिलासा

प्रारंभीच्या काळात, मुलांच्या प्रगतीबद्दल वाटणारा सार्थ अभिमान आणि मुलं अशीच निरागस राहावीत, ती मोठी होऊच नयेत अशी वेडी इच्छा अशा परस्परविरोधी भावनांच्या कात्रीत सारेच आई-वडील अडकलेले असतात. एकेकाळी मुलाला अत्यंत प्रिय असलेलं टेडीबेअर आता दुर्लक्षिलं जाऊन फळीवर बसलेलं पाहणं हा कडू-गोड असा मिश्र अनुभव असतो.

एक पिढी नामशेष होऊन पुढच्या पिढीला जागा करून देताना तुम्ही जेव्हा पाहात असता, तेव्हा तुमच्या मुलांकडे पाहून तुमच्या दुःखाची धार बोथट होते आणि फूल गळून पडल्यावरच फळ मिळतं ह्या निसर्गचक्राची तुम्हाला नव्यानं जाणीव होते.

सुधारलेले नातेसंबंध

तुम्हाला समीकरणाची अर्धीच बाजू माहीत असली, तर त्या समीकरणाचं उत्तर तुम्हाला कधीही सापडणार नाही. पृथ्वीतलावरच्या प्रत्येक मानवाच्या दृष्टीनं पालक-अपत्य हे सर्वांत मूलभूत नातं आहे ही गोष्ट लक्षात घेतली, तर तुम्ही स्वतः एक पालक बनता, तेव्हा तुमचं नात्यांबद्दलचं आकलन किती वाढतं आणि त्यामुळे सर्व प्रकारच्या नातेसंबंधावर कसा सकारात्मक प्रभाव पडू शकतो ही गोष्ट तुम्हाला उमगेल.

तुम्ही स्वतः पालक बनलात, की तुमच्या आई-वडिलांनी तुमच्यासाठी जे काही केलंय त्याबद्दल तुमच्या मनात कृतज्ञ भाव निर्माण होतो. ह्या आकलनामुळे तुमच्या पत्नीबरोबरचं तुमचं नातंसुद्धा दृढ होतं. पालकत्वाची जबाबदारी पार पाडताना त्यातली सुखदुःखं एकत्रितपणे चाखली की दोन व्यक्ती मनानं जवळ येणं अपरिहार्यच असतं.

मी आता पिता झालोय, तेव्हा एकट्यानं मुलं वाढवणाऱ्या माणसांबद्दल मला प्रचंड आदर वाटू लागलाय.

सायमन- ॲलेक्स आणि एमिलीचा पिता

नवी कौशल्यं आणि गुण

मुलं वाढवताना अनेक कौशल्यं आत्मसात करावी लागली आणि अनेक गुण अंगी बाणवावे लागले, असं अनेक बाप नमूद करत असतात.

- *चालू लागलेली मुलं सांभाळता सांभाळताना तुम्ही सहनशील आणि सहिष्णू बनता.*
- *हाताशी मोजका वेळ असल्यामुळे तुम्ही स्वत:ला शिस्त लावून घेता, तुमच्या मर्यादांची तुम्हाला अधिक जाणीव होते आणि कोणत्या गोष्टींना अग्रक्रम द्यावा, हे तुम्हाला समजू लागतं.*
- *तुमच्या स्वत:खेरीज अन्य गोष्टींकडेही लक्ष पुरवावं लागतं, तेव्हा तुमचं मूल ज्या जगात वाढणारं आहे त्या जगाबद्दल तुम्हाला अधिक आत्मीयता वाटू लागते आणि त्याबद्दलच्या तुमच्या जाणिवा तीव्र होतात, त्यामुळे अनेक आई-बाप आजूबाजूचं जग सुधारण्याचा कसोशीनं प्रयत्न करू लागतात. मग ते पर्यावरणाबद्दल कार्य करोत की शाळेच्या समितीवर राहून शाळा सुधारणेसाठी हातभार लावोत.*
- *अनेक नाट्यमय प्रसंग आणि काल्पनिक संकटांना तोंड देऊन आणि निरोगी-आनंदी मूल घडवून तुमचा स्वत:चा आत्मविश्वास वाढतो.*
- *कधीही काहीही होऊ शकतं आणि त्याला तोंड द्यावं लागतं, हा अनुभव घेतल्यामुळे तुम्ही कशालाही सामोरे जायला सदैव सिद्ध राहू शकता आणि अकल्पितपणे उद्भवणाऱ्या समस्यांबाबत काय करावं, याचं पूर्वनियोजन करण्यात तुम्ही तरबेज होता.*
- *तुमच्यावर पूर्णपणे अवलंबून असलेलं मूल वाढवता वाढवता तुमची स्वत:ची परिपक्वता वाढत जाते. मुलांमुळे तुमचं तारुण्य टिकून राहतं, कारण त्यांच्या उपक्रमात सहभागी व्हावं लागून तुमचं क्षितिजसुद्धा विस्तारतं आणि पुढच्या पिढीशी तुमचं नातं जुळतं.*
- *तुमच्या स्वत:च्या मुलाला तुम्ही समजावून घेता, तेव्हा इतर मुलांशीसुद्धा तुम्ही अधिक चांगला संवाद साधू शकता, मग तो संवाद त्यांच्या आवडत्या टी.व्ही.सीरीयलमधील पात्राबद्दल का असेना!*

आधार

अनुभवाचे बोल
तुमचं कुटुंबच तुम्हाला सर्वांत भक्कम आणि महत्त्वाचा आधार देऊ शकतं. त्यासाठी तुमच्या मुलाला चर्चा करता येण्याची आवश्यकता नसते. दोन गोंडस लहान हातांची तुमच्या गळ्याभोवती पडणारी मिठीच खूप काही सांगून जाते आणि तुम्हाला दिलासा देते.

त्यांचा व्हि.डी.ओ. रेकॉर्डर कसा वापरायचा हे ज्याप्रमाणे मीच माझ्या आई-वडिलांना शिकवलं, त्याप्रमाणेच आधुनिक तंत्रज्ञानाच्या आव्हानांना सामोरं कसं जायचं, हे माझा मुलगा मला शिकवणार आहे.

गाइल्स- एडवर्ड आणि लाराचा पिता

तुमची स्वत:ची नवी ओळख

अपत्यजन्मापूर्वीचं तुमचं आयुष्य आठवून ते हातचं गेल्याबद्दल तुम्हाला कितीही हुरहुर वाटत असली तरी पिता ही नवी ओळख लाभणं आणि ती भूमिका पार पाडताना समर्थपणे जबाबदारी पेलता येणं ही अभिमानास्पद जमेची बाजू असणार आहे!

प्रेम

वाटून घेतल्यामुळेच प्रेम वाढत जातं आणि पालकत्व पार पाडताना ते तुम्हाला वाढत्या प्रमाणात मिळत जाणार आहे. प्रत्येक नातं पार पाडताना काही अडचणी आल्या, तरी त्या नात्याच्या गाभ्याशी शुद्ध विनाशर्त मिळणाऱ्या प्रेमाचा आशय असतो.

वारसा

तुमचे धार्मिक विचार काहीही असोत, अपत्यजन्मानंतर तुमच्या मनात भावना निर्माण होते की तुम्ही आयुष्याचा ग्रंथ आटोपलात, तरी तुमच्या पुढच्या पिढ्यांच्या रूपानं तुम्ही सदैव जिवंतच राहणार आहात.

काही संसर्गजन्य सुखं

माझ्या मुलाच्या जन्मापूर्वी मी चित्रपटात किंवा टी.व्ही.वरील कार्यक्रमात मूल धोक्यात असलेलं चित्रण पाहात असे, तेव्हा मला तो भावनांना हात घालण्याचा शिळा, सरधोपट प्रयत्न वाटत असे. अजूनही ते प्रसंग मला अतिरंजित वाटत असले, तरी आता ते पाहून माझे डोळे पाणावल्याशिवाय राहात नाहीत.

जणू काही पिता झाल्यामुळं माझ्या मनाला एक नवा हळवा धुमारा फुटला आहे. आणि कोणतंही मूल दुःखात असलेलं पाहून मनाचा तो कोपरा व्यथित होऊ लागला आहे. एकाएकी ते सारं शक्य कोटीतलं वाटू लागलंय.

त्याप्रमाणेच अपत्यजन्मानंतर मनाला सुखवणाऱ्या अनेक गोष्टी निपुत्रिकांना सांगू गेलं, तर त्यांनासुद्धा त्या नक्कीच हास्यास्पद आणि शिळ्या वाटतील. जेव्हा मूल आपल्या छातीवर झोपी जातं किंवा हात पसरून आपल्याला मिठी मारायला येतं, जेव्हा ते खिदळतं किंवा प्रथमच हाक मारतं किंवा आपलं बोट धरून ते त्याला हव्या त्या जागी आपल्याला नेऊ लागतं, तो क्षण आपल्या दृष्टीनं किती अपूर्व असतो, याची मला यापूर्वी पुसटशीही कल्पना नव्हती. ह्या लहानसहान गोष्टींमध्ये इतकं सुख सामावलेलं असेल असं मला अजिबात ठाऊक नव्हतं.

फादर्स डे मुळे (त्यादिवशी मुलांकडून भेटी मिळणार असल्यामुळे) मला भविष्यात ट्राऊझर्सची खरेदी करण्याची गरज उरणार नाही. अशा काळाची मी आतुरतेनं वाट पाहतोय.

जेसन- जॅक आणि डेझीचा पिता

भविष्याविषयी

पितृत्वाची प्रारंभीची काही वर्षं- अनेक दृष्ट्या- अत्यंत खडतर वाटतात. प्रसूतीनंतर थकलेल्या पत्नीला मदत करण्यातच प्रारंभीचे काही आठवडे व्यग्र असतात. परंतु दिवासागणिक मुलाच्या सहवासात लाभणारा आनंद वाढतच जातो आणि लवकरच तुम्हाला जाणवू लागतं की तुमच्या मुलाचा तुम्ही केवळ पिता नसून त्याचा एक मित्रसुद्धा बनला आहात.

वर्तमानकाळाच्या उदरात उज्ज्वल भविष्यकाळ दडलेला असतो. त्यामुळे भविष्यकाळासाठीचा पाया रचायला आतापासूनच प्रारंभ करा. तुमच्या मुलाच्या बालपणात तुम्ही त्याला जेवढा जास्त वेळ द्याल, तेवढीच मोठेपणी त्याची

तुमच्याशी अधिक जवळीक असेल. कदाचित एक दिवस असाही उजाडेल, की तुमच्या निवृत्तीनंतर तुम्हाला राहता येण्याजोगी उत्तम जागा तुमचं मूलच तुम्हाला मिळवून देईल.

निष्कर्ष

प्रारंभीच्या वर्षांमध्ये तुमच्या अपत्याचं संगोपन करणं आणि त्याला मार्गदर्शन करणं, हे मोठ्या जबाबदारीचं काम असतं. मुलानं विकासाचे छोटे छोटे टप्पे गाठले की पालकांना अपरिमित आनंद मिळतो आणि अभिमान वाटतो. सर्वस्वी तुमच्यावर अवलंबून असलेल्या मुलाचं बोलत्या, हसऱ्या, खेळकर बालकात परिवर्तन घडवणं ही अभिमानाची गोष्टच असते. त्याच्याशी तुम्ही कसं वागता, यावर ते भविष्यात कशी व्यक्ती बनेल आणि त्याच्या स्वत:च्या मुलांशी कसं नातं जोडेल हे अवलंबून असतं. मदतीसाठी, दिलाशासाठी किंवा सल्ल्यासाठी सर्वप्रथम तुमचं मूल जेव्हा तुमच्याकडे धाव घेतं, तेव्हा तुम्हाला ते स्वत:चं अहोभाग्य वाटलं तर त्यात आश्चर्य नाही. पिता या नात्यानं तुम्हाला मिळालेली ती पसंतीची पावती असते!

तुमच्या मुलाशी प्रेमाचं घनिष्ट नातं तुम्हाला जोडता आलं, तर भविष्यात तुमचं मूल एक निरोगी आणि संतुलित व्यक्ती बनेल ते केवळ स्वत:च्या पायावर उभंच राहणार नाही तर त्यासोबत जगात आनंदानं जगायला शिकेल.

अनुभवाचे बोल

कोणत्याही नात्यातलं एक सार्वत्रिक सत्य म्हणजे तुम्ही जितकं अधिक पेराल तेवढंच अधिक उगवेल, परंतु अन्य कोणत्याही नात्यापेक्षा पित्याची भूमिका पार पाडणं हे सर्वाधिक जास्त जबाबदारीचं काम असतं, त्यामुळे त्यापासून सर्वाधिक आनंद आणि समाधानही लाभतं.

लक्षात ठेवण्याजोग्या महत्त्वाच्या दहा गोष्टी

- तुम्ही मुलाबरोबर आता जेवढा वेळ खर्च कराल, त्यानुसार भविष्यकाळात तुमचं त्याच्याबरोबरचं नातं राहील. आता तो वेळ गमावलात, तर त्याची भरपाई नंतर कधीही, कशानंही करता येणार नाही.
- आपली विनोदबुद्धी नेहमी जागी ठेवा.
- पिता बनणं म्हणजे स्वत:ची ओळख बदलणं किंवा विसरणं नव्हे! पिता बनणं म्हणजे स्वत:ची ओळख अधिक व्यापक बनवणं
- पितृत्वाची जबाबदारी प्रारंभी अत्यंत आव्हानात्मक वाटते, आपल्या आयुष्याचा पायाच हादरून गेल्यासारखा वाटतो, म्हणून स्वत:ला अवाजवी दूषणं देणं टाळा.
- कधीकधी काम आणि कुटुंब या दोहोंच्या गरजा पूर्ण करताकरता भंबेरी उडते, घाबरल्यासारखं वाटतं. असं वाटणं अगदी स्वाभाविक आहे. त्याबद्दल स्वत:ला दोष देऊ नये.
- स्वत:कडे लक्ष पुरवणं सुद्धा आवश्यक असतं. चौरस आहार घ्या. नियमित व्यायाम करा. आणि आठवड्यातले काही क्षण स्वत:साठी राखून ठेवा.
- तुमच्या पत्नीशी चांगला संवाद राखा.
- अवाजवी चिंता करू नका. जोवर मूल आनंदी आणि स्वास्थ्यपूर्ण दिसतंय, तोवर सारं काही आलबेल आहे असं समजायला हरकत नाही.
- गरज पडल्यास मदत मागायला संकोच करू नका.
- मुलाला वाढवण्याएवढी जबाबदारीची अन्य कोणतीही गोष्ट असत नाही आणि त्यापासून मिळणाऱ्या आनंदाची आणि कृतकृत्यतेची बरोबरीसुद्धा अन्य कोणत्याही गोष्टीशी करता येत नाही.